അനുഭവങ്ങൾ അനുഭാവങ്ങൾ

ഒരു സർജന്റെ അനുഭവക്കുറിപ്പുകൾ

anubhavangal anubhavangal
oru surgente anubhava kuripukal
•
dr. p k r warrier
•
first edition
june 2009
•
second edition
september 2010
•
third edition
march 2013
•
published
chintha publishers, thiruvananthapuram
•
typesetting
minerva graphotechs, thiruvananthapuram
•

•
cover
magic wand
•

വിതരണം
ദേശാഭിമാനി ബുക്ക് ഹൗസ്
H O തിരുവനന്തപുരം–695 035
www.chinthapublishers.com
chinthapublishers@gmail.com

ബ്രാഞ്ചുകൾ
ഹെഡ്ഡാഫീസ് ബ്രാഞ്ച് കുന്നുകുഴി • ഓവർബ്രിഡ്ജ് തിരുവനന്തപുരം • കെ എസ് ആർ ടി സി ബസ് സ്റ്റേഷൻ ആലപ്പുഴ • കെ എസ് ആർ ടി സി ബസ് സ്റ്റേഷൻ എറണാകുളം • മച്ചിങ്ങൽ ലെയ്ൻ തൃശൂർ • ഐ ജി റോഡ് കോഴിക്കോട് • കെ എസ് ആർ ടി സി ബസ് സ്റ്റേഷൻ കോഴിക്കോട് • എൻ ജി ഒ യൂണിയൻ ബിൽഡിങ് കണ്ണൂർ • സെൻട്രൽ ബസ് ടെർമിനൽ കോംപ്ലക്സ് താവക്കര കണ്ണൂർ

CR - 1237 / 3148

അനുഭവങ്ങൾ അനുഭാവങ്ങൾ

ഒരു സർജന്റെ അനുഭവക്കുറിപ്പുകൾ

ഡോ. പി കെ ആർ വാര്യർ

ചിന്ത പബ്ലിഷേഴ്സ്
തിരുവനന്തപുരം-695 035

ഡോ. പി കെ ആർ വാര്യർ

ജനകീയ ഡോക്ടറെന്നും ഉത്തമനായ കമ്യൂണിസ്റ്റ് എന്നും അറിയപ്പെടുന്നു.

ജനനം 1921 ആഗസ്റ്റ് 13ന് ചെങ്കൽപ്പെട്ടിലെ ദുർഗുണപരിഹാര പാഠശാല സമുച്ചയത്തിലെ അച്ഛന്റെ ഔദ്യോഗിക വസതിയിൽ. അച്ഛൻ: കൃഷ്ണവാര്യർ, അമ്മ: ശ്രീദേവി.

ജനിച്ചതും വളർന്നതും വിദ്യാഭ്യാസംനേടിയതും തമിഴ്നാട്ടിൽ. മദിരാശി മെഡിക്കൽ കോളേജിൽനിന്നും എം ബി ബി എസ് പാസായി. 1947 ജൂലൈ മുതൽ 1948 ഡിസംബർ വരെ അനാട്ടമി വിഭാഗത്തിൽ ഡെമോൺസ്ട്രേറ്റർ. മദിരാശി ജനറൽ ആശുപത്രിയിൽ ഹൗസ്‌സർജൻ, സീനിയർ ഹൗസ് സർജൻ എന്നീ നിലകളിൽ 1949 ജനുവരി മുതൽ 1950 ജൂൺ വരെ പ്രവർത്തിച്ചു. കോയമ്പത്തൂർ, കൊച്ചി, മിനിക്കോയി എന്നിവിടങ്ങളിൽ അസിസ്റ്റന്റ് സർജൻ. 1960 ൽ എഫ് ആർ സി എസ് നേടി. കാർഡിയോ തൊറാസിക് സർജറിയിൽ ഹാർട്ട്ഷിൽനിന്നും പരിശീലനം നേടി. 1962 ൽ മടങ്ങിയെത്തിയശേഷം തിരുവനന്തപുരം മെഡിക്കൽ കോളേജിൽ അധ്യാപകനായി ചേർന്നു. 1964 ൽ അവിടെ തൊറാസിക് സർജറി ഡിപ്പാർട്ട്മെന്റ് രൂപീകരിക്കുന്നതിൽ നിർണായക പങ്കുവഹിച്ചു. കാർഡിയോ തൊറാസിക്സർജറി പ്രൊഫസറായി 1977 ൽ സർവീസിൽനിന്നും വിരമിച്ചു. തുടർന്ന് മണിപ്പാൽ കസ്തൂർബാ മെഡിക്കൽകോളേജിൽ സർജറി പ്രൊഫസറായും കണ്ണൂർ എ കെ ജി മെമ്മോറിയൽ ആശുപത്രിയിൽ ചീഫ് സർജനായും പ്രവർത്തിച്ചു. തൃശ്ശൂർ അശ്വിനി ആശുപത്രിയിലും ഒറ്റപ്പാലം സെമാൽക്ക് ആശുപത്രിയിലും സർജിക്കൽ കൺസൾട്ടന്റായിരുന്നു. 2011 മാർച്ച് 26 ന് അന്തരിച്ചു.

വിഗ്രഹത്തിലെ തകർച്ച (കഥ) *ഒരു സർജന്റെ ഓർമക്കുറിപ്പുകൾ* (ആത്മകഥ) *എക്സ്പീരിയൻസ് ആന്റ് പെർസെപ്ഷൻസ്* (ആത്മകഥ–ഇംഗ്ലീഷ്) എന്നിവ ഇതര ഗ്രന്ഥങ്ങൾ.

ഭാര്യ : ദേവകീ വാര്യർ (പരേത)
മക്കൾ : കൃഷ്ണ വാര്യർ, അനസൂയ
വിലാസം : പിറവി, ഉദാരശിരോമണി റോഡ്
വെള്ളയമ്പലം, തിരുവനന്തപുരം
ഫോൺ : 0471–2723111

കുടുംബചിത്രം

ഇരിക്കുന്നത് ഇടത്ത് രണ്ടാമത് ഡോ. പി കെ വാര്യർ (അച്ഛൻ)
ശ്രീദേവി കൃഷ്ണൻ (അമ്മ) ലക്ഷ്മിവാരസ്യാർ (അമ്മൂമ്മ)
നിൽക്കുന്നത് ഇടത്തുനിന്ന് ആദ്യം പി എസ് വാര്യർ (മൂത്തസഹോദരൻ)
ലക്ഷ്മിക്കുട്ടി, മാധവിക്കുട്ടി, പാറുക്കുട്ടി (സഹോദരിമാർ)
താഴെ ഇരിക്കുന്നത് ഇടത്തുനിന്നും നാരായണിക്കുട്ടി (സഹോദരി)
പി കെ ആർ വാര്യർ, ജാനകി (സഹോദരി), പത്മാവതി (സഹോദരി)

ഉള്ളടക്കം

അവതാരിക

ഒ എൻ വി കുറുപ്പ്

തിരുവനന്തപുരം മെഡിക്കൽ കോളേജിലെ രണ്ടു ഡോക്ടർമാരെ മാത്രമേ പേരിനോടൊപ്പം 'സാർ' എന്നുകൂട്ടി ഞങ്ങളിൽ പലരും സ്നേഹാദരപൂർവം പരാമർശിക്കുമായിരുന്നുള്ളൂ. ഒന്ന് – യശഃശരീരനായ ഡോ. കെ എൻ പൈ എന്ന പൈസാറിനെ. പിന്നെ, നമ്മുടെ ഭാഗ്യം കൊണ്ട് ഇന്നും നമ്മോടൊപ്പമുള്ള യശസ്വിയായ ഡോ. പി കെ ആർ വാര്യർ എന്ന 'വാര്യർസാറി'നെ. *അനുഭവങ്ങൾ അനുഭാവങ്ങൾ ഒരു സർജന്റെ അനുഭവക്കുറിപ്പുകൾ* എന്ന വാര്യർസാറിന്റെ ഈ പുസ്തകവുമായി ഇങ്ങനെയൊരവതാരികയിലൂടെ ബന്ധപ്പെടാൻ കഴിഞ്ഞതിൽ ആഹ്ളാദവും അഭിമാനവും തോന്നുന്നു.

ഒരു ശാസ്ത്രകാരന്റെയായാലും എഴുത്തുകാരന്റെയായാലും വ്യക്തിത്വത്തെ രൂപപ്പെടുത്തുന്നതിൽ കാലത്തിനൊരു പങ്കുണ്ട്. എന്നാൽ കാലത്തെ മാറ്റിത്തീർക്കാനും, അതിന്റെ നേട്ടം സമൂഹത്തിനാകെ സമർപ്പിക്കുവാനും നിസ്വാർഥമായും നിസ്തന്ദ്രമായും യത്നിക്കുന്നവരുടെ അനുഭവകഥകൾ ചരിത്രത്തിന്റെ അംശമായിത്തീരുന്നു. *അനുഭവങ്ങൾ അനുഭാവങ്ങൾ ഒരു സർജന്റെ അനുഭവക്കുറിപ്പുകൾ* വായിക്കുമ്പോൾ ഇരുപതാം നൂറ്റാണ്ടിലെ കേരളത്തിന്റെ ചരിത്രത്താളുകൾ നാം മറിച്ചു നോക്കുകയാണെന്നു പറയാം. 'വസ്തുതകൾ കെട്ടുകഥകളെക്കാൾ വിചിത്ര'മെന്ന പഴമൊഴിയിൽ പതിരില്ല. പഴയ 'കെട്ടുകല്യാണ'മെന്ന സമ്പ്രദായത്തെപ്പറ്റിയും, നമ്പൂതിരിമാർക്കിടയിൽ ഏറ്റവും മൂത്തയാൾ മാത്രം 'വേളി' (സ്വജാതിയിലുള്ള വിവാഹം) കഴിക്കുകയും, അനുജന്മാർ വല്ല വാരിയത്തോ ഷാരത്തോ നായരുവീട്ടിലോ ചെന്ന് ഉത്തരവാദിത്വമില്ലാത്ത സംബന്ധം നടത്തുകയും ചെയ്യുന്ന അനാചാരങ്ങളെപ്പറ്റിയും വിവരിക്കുന്ന ആദ്യാധ്യായങ്ങൾ ഇന്നത്തെ തലമുറയ്ക്ക് അവിശ്വസനീയമായിത്തന്നെ തോന്നിയേക്കാം. ബീഭത്സമായ ഇത്തരം അനാചാരങ്ങൾക്കെതിരെ

പ്രസംഗിക്കുകയും എഴുതുകയും ചെയ്ത സ്വന്തം അമ്മയെ ഓർമിക്കുന്ന ആദ്യത്തെ കുറിപ്പുതന്നെ നീതിക്കുവേണ്ടിയുള്ള സൗമ്യവും ദീപ്തവുമായ ചെറുത്തുനിൽപ്പിന്റെ ഒരു നഖചിത്രം നമുക്ക് കാട്ടിത്തരുന്നു. പിന്നീടുള്ള ഓരോ കുറിപ്പും സ്വാനുഭവങ്ങളിലൂടെ കേരളത്തിന്റെ 'ഇന്നലെ'കൾ എങ്ങനെയായിരുന്നുവെന്നും, ഇന്നത്തെ മാറ്റങ്ങളിലേക്ക് നാം വന്നണഞ്ഞ വഴികളേതൊക്കെയായിരുന്നു എന്നും ലളിതമായ ഭാഷയിൽ വാര്യർസാർ പറഞ്ഞുതരുന്നു.

യാഥാസ്ഥിതികത്വത്തിന്റെ മതിൽക്കെട്ടിനുള്ളിൽ വളർന്നിട്ടും, ചുറ്റുമുള്ളവർ മാറ്റത്തിനു പുറംതിരിഞ്ഞുനിന്നിട്ടും, തന്റെ ഉണ്ണി മറ്റൊരു മതത്തിലുള്ള, മറ്റൊരു ഭാഷ സംസാരിക്കുന്ന ഒരു യുവതിയെ വിവാഹം കഴിച്ചപ്പോൾ, സ്വാഭാവികമായി കണ്ണിലൂറിയ രണ്ടിറ്റു കണ്ണുനീർ ഖദർ സാരിത്തുമ്പുകൊണ്ട് തുടച്ചിട്ട് "അവളിപ്പോൾ ഞങ്ങളുടെയും പുത്രിയാണ്, ഈ വീട് അവളുടേതും കൂടിയാണ്" എന്നു പ്രഖ്യാപിച്ച ആ അമ്മയെപ്പോലെ അറിയപ്പെടാതെപോയ എത്രയോ സുകൃതിനികൾ നാമിന്നനുഭവിക്കുന്ന മാറ്റങ്ങൾക്കുവേണ്ടി പ്രവർത്തിച്ചിട്ടുണ്ടെന്ന് നാമോർക്കാറില്ല. ഭ്രാന്താലയമായിരുന്ന കേരളത്തെ, ഇന്ത്യയിലെ ഉദ്ബുദ്ധജനപദങ്ങളിലൊന്നാക്കി മാറ്റിയ അവരെ ഒരിക്കലും നാം മറന്നുകൂടാ. തന്റെ മകൻ വരിച്ച 'നൈറ്റിംഗേൽ' എന്ന മരുമകൾ അമ്മയുടെ 'അമ്മിണിക്കുട്ടി'യായി ഒപ്പം കഴിഞ്ഞതും, പിന്നീട് ആ മരുമകളുടെ മാതാവിന്റെ വൈധവ്യദുഃഖത്തിലും വാതരോഗദുരിതത്തിലുമെല്ലാം മനസ്വിനിയായ ആ അമ്മതന്നെ അഭയവും ആശ്വാസവുമായിത്തീർന്നതുംമറ്റും ഒരു കൽപ്പിതകഥ പോലെ നാം വായിച്ചു പോകുന്നു! ഒടുവിൽ, നൈറ്റിംഗേലിന്റെ മാതാവിന് അന്ത്യകൂദാശ നൽകാൻ പുരോഹിതനെ വരുത്തുകയും, അവർക്ക് തൊടിയിൽത്തന്നെ ഒരു കല്ലറതീർത്ത്, ക്രിസ്തീയാചാരപ്രകാരം അതിൽ സംസ്കരിക്കുകയുംചെയ്ത വാര്യർസാറിന്റെ അമ്മയുടെ കഥ ഇന്നത്തെ കുട്ടികൾ പഠിക്കേണ്ട വിലപ്പെട്ട പാഠമാണ്. പക്ഷേ, അതെങ്ങാനും പുതിയ പാഠപുസ്തകത്തിലുൾപ്പെടുത്തിയാൽ ഇന്നത്തെ കേരളത്തിലുണ്ടാകാവുന്ന 'പുകിലെ'ന്തൊക്കെയായിരിക്കുമെന്ന് വെറുതേ ഒന്നോർത്തു പോയി! ആ നന്മകൾ നമുക്ക് കൈമോശം വന്നതെവിടെയാണെന്ന് ഗൗരവപൂർവം പരിശോധിക്കേണ്ടതാണ്.

'യത്ര വിശ്വം ഭവത്യേകനീഡം' എന്നതാണ് ഇന്ത്യൻ സങ്കൽപ്പത്തിലെ മാതൃകാലോകം – എല്ലാ പക്ഷികൾക്കും ചേക്കേറാവുന്ന ഒരു കൂട്! – ടാഗോർ വിശ്വഭാരതിയുടെ നെറ്റിക്കുറിയാക്കിയത് ആ സൂക്തമാണ്. അത്തരമൊരു ലോകമാണ് വാര്യർസാറിന്റെ മുൻതലമുറയിൽപ്പോലും നാം പ്രതിഫലിച്ചു കാണുന്നത് – മഞ്ഞുതുള്ളിയിലെ സൂര്യപ്രതിബിംബം പോലെ! കഴിഞ്ഞ നൂറ്റാണ്ടിന്റെ പൂർവാർധത്തിൽ ജാതിമതാതീതമായി മനുഷ്യനെ മനുഷ്യനാക്കാനുള്ള ഉദ്യമത്തിന് ശ്രീനാരായണഗുരു മുതൽ വി ടി ഭട്ടതിരിപ്പാടു വരെയുള്ളവർ നേതൃത്വം നൽകിയപ്പോൾ, 'അണ്ണാൻകുഞ്ഞും തന്നാലായത്' എന്നമാതിരി പലരുടെയും

ദൃഷ്ടിയിൽപ്പെടാത്ത, എന്നാൽ അർഥഗൗരവമുള്ള പ്രവൃത്തികളനുഷ്ഠിച്ച പലരുടെയും നഖചിത്രങ്ങളും ജീവിതവൃത്താന്തങ്ങളും ഈ ഗ്രന്ഥത്തിലുടനീളമുണ്ട്. പല പല കള്ളികളിലായി ഒരു ചുമരിലാകെ ചിത്രണം ചെയ്തിരിക്കുന്ന ഒരു ഇതിഹാസകഥയ്ക്ക് സമാനമാണ് നിരവധി ചെറിയ കുറിപ്പുകൾ ചേർത്തുവച്ച ഈ പുസ്തകം. നിരവധി വ്യക്തിജീവിതചിത്രങ്ങളിലൂടെ കേരളീയസമൂഹത്തിൽ സംഭവിച്ച മഹാവ്യതിയാനങ്ങളുടെ ഒരു സമഗ്രചിത്രമാണിവിടെയാലേഖനം ചെയ്തിട്ടുള്ളത്.

"*മംഗളോദയ*ത്തിൽ എനിക്കൊരു ജോലി ശരിപ്പെടുത്തി തരോ?" എന്നു ചോദിക്കുന്ന നമ്പൂതിരി യുവാവിനോട്, "എന്തു വിഡ്ഢിത്താ ഉണ്ണി ഈ പറയണ്, നമ്പൂതിരിമാരാരെങ്കിലും ശമ്പളത്തിന് പണിയെടുക്കാന്ന് കേട്ടിട്ടുണ്ടോ?" എന്നു പറയുന്ന രാമൻനമ്പൂതിരിയുടെ വാക്കുകളിൽ അന്നത്തെ വരേണ്യവർഗം അധ്വാനത്തിനു കൽപ്പിച്ചിരുന്ന അധമത്വം സ്വയം വ്യക്തമാണ്. അധ്വാനിക്കുന്ന വർഗത്തിനും അവർ അത്രയും തന്നെ അധമത്വവും അസ്പൃശ്യതയും കൽപ്പിച്ചുവെങ്കിൽ അത് സ്വാഭാവികം മാത്രം!

ആതുരശുശ്രൂഷാരംഗത്തെ വിലപ്പെട്ട പല അറിവുകളും അനുഭവങ്ങളും വാര്യർ സാർ വായനക്കാരുമായി പങ്കുവയ്ക്കുന്നു. പരിമിതസാഹചര്യങ്ങളുടെ ഇത്തിരിവട്ടത്തിലൊതുങ്ങിനിൽക്കെത്തന്നെ പെട്ടെന്നു തീരുമാനമെടുത്തു ചെയ്യേണ്ടിവന്ന സാഹസികമായ ശസ്ത്രക്രിയകളിലൂടെ പലരുടെയും ജീവൻ രക്ഷിക്കാൻ കഴിഞ്ഞതിന്റെ കഥകൾ വായിച്ച് നാം കോരിത്തരിച്ചു പോകുന്നു. ഫലപ്രാപ്തിയെപ്പറ്റിയുള്ള സന്ദേഹങ്ങൾ അന്ന് പിൻതിരിപ്പിച്ചിരുന്നെങ്കിലോ? – അങ്ങനെയാലോചിക്കുമ്പോഴാണ് ആ സാഹസികതയുടെ ഔചിത്യം നാം മനസിലാക്കുന്നത്. എന്നാലും, ചില സന്ദർഭങ്ങളിൽ ശസ്ത്രക്രിയകൊണ്ട് ഉദ്ദിഷ്ടഫലം ലഭിക്കാതെ വരുമ്പോൾ മനുഷ്യസ്നേഹിയായ ഒരു സർജൻ അനുഭവിക്കുന്ന ധർമ്മസങ്കടങ്ങളും വായനക്കാരുമായി പങ്കിടുന്നു. ഈ പുസ്തകത്തിലെ ഓരോ അധ്യായവും മനുഷ്യസ്നേഹിയും സാമൂഹികജീവിതവാദിയുമായ ഒരു സർജന്റെ സങ്കൽപ്പങ്ങളും യാഥാർഥ്യങ്ങളും തമ്മിലുള്ള സംഘർഷങ്ങളുടെകൂടി കഥയാണ്; ഗ്രന്ഥകാരന് തന്റെ ഗാർഹിക – സാമൂഹിക – ഔദ്യോഗികജീവിതരംഗങ്ങളിൽ നേരിടേണ്ടിവന്ന വെല്ലുവിളികളുടെയും, അവയെ ആദർശധീരതയോടെ നേരിട്ടതിന്റെ ശുഭാശുഭപരിണതികളുടെയും സത്യസന്ധമായ ആഖ്യാനങ്ങളാണ്; സ്വന്തം ഔദ്യോഗികപരാധീനതകൾക്കിടയിലും, കേരളത്തിൽ പല പരിവർത്തനങ്ങളും വരുത്തിയ കമ്യൂണിസ്റ്റ് പ്രസ്ഥാനത്തോടൊപ്പം അർപ്പിതചേതസ്സായി സഞ്ചരിച്ചതിന്റെ വിവരണങ്ങളാണ്; മദിരാശിയിലെ വിപ്ലവ വിദ്യാർഥിപ്രസ്ഥാനം കെട്ടിപ്പടുത്ത ഒരുപറ്റം നിർഭയരായ തോഴന്മാരോടൊപ്പം പ്രവർത്തിച്ച കഥകളാണ്. അതിലെ കഥാനായകന്മാരും നായികമാരും പിൽക്കാലത്ത് ഓരോരോ രംഗത്ത് മഹാസാന്നിധ്യം അറിയിച്ചവരാണ്. ഡോ. കെ എൻ പൈ എന്ന ഭിഷഗ്വരനു മുമ്പിൽ ഞാൻ പലതവണ പോയിട്ടുണ്ട്. എന്നാൽ, താൻ

നാട്ടിയ ഇന്ത്യൻ ത്രിവർണപതാക എടുത്തുമാറ്റാനാവശ്യപ്പെട്ട ബ്രിട്ടീഷ് പോലീസിനോട് 'സാധ്യമല്ല' എന്നു പറയാൻ ധീരത കാട്ടിയ നാരായണപ്പൈ എന്ന വൈദ്യവിദ്യാർഥിയുടെ ചിത്രം വാര്യർസാർ വരച്ചുകാട്ടിയതിനുമുന്നിൽ ഞാൻ അത്ഭുതസ്തബ്ധനായിരുന്നുപോയി. ചലച്ചിത്ര സംഗീതരംഗത്ത് എന്റെ ഉറ്റസുഹൃത്തും സഹപ്രവർത്തകനുമായിരുന്ന എം ബി ശ്രീനിവാസന്റെയും മറ്റും മിഴിവുറ്റ ചിത്രങ്ങൾ ഇതിൽ കണ്ടു. പിൽക്കാലത്ത് സമാനമായ വിദ്യാർഥിപ്രവർത്തനങ്ങൾ കേരളത്തിൽ നടത്തിയ എന്റെയും സുഹൃത്തുക്കളുടെയും യൗവനകാലം ഈ വിവരണങ്ങളിൽ തെളിവേൽക്കുന്നതായി തോന്നി. അതെന്റെ ഹൃദയത്തെ ഒരു നഷ്ടസുവർണകാലത്തേക്ക് കൂട്ടിക്കൊണ്ടു പോയി – നഗരചത്വരത്തിൽ പൊലീസും വിദ്യാർഥികളുമായുള്ള എത്രയെത്ര 'മുഖാമുഖങ്ങൾ!' ഒളിവിൽക്കഴിയുന്ന ധീരസഖാക്കൾക്ക് 'ഷെൽട്ടർ' തിരഞ്ഞുള്ള പരക്കംപാച്ചിൽ; സ്വാതന്ത്ര്യത്തിനുവേണ്ടിയും നിസ്വവർഗമോചനത്തിനുവേണ്ടിയും സ്വയം സമർപ്പിച്ച് മുന്നോട്ടോരോ ചുവടും വയ്ക്കുമ്പോളുണ്ടാവുന്ന സമരപുളകങ്ങൾ........ ഗൃഹാതുരത്വമുണർത്തുന്ന അത്തരം അനുഭവവിവരണങ്ങൾ ഈ പുസ്തകത്തിലെത്രയെങ്കിലുമുണ്ട്.

"ഒരു ശസ്ത്രക്രിയാ വിദഗ്ധന് സ്ത്രീയുടെ മൃദുസ്പർശം വേണം; കൃഷ്ണപ്പരുന്തിന്റെ ക്രാന്തദൃഷ്ടി വേണം; സിംഹത്തിന്റെ പതറാത്ത ഹൃദയവും വേണം." എന്ന ആചാര്യസൂക്തമുദ്ധരിച്ചിട്ട് വാര്യർസാർ സ്വയം ചോദിക്കുന്നു: "ഇതിലേതെങ്കിലും എനിക്കവകാശപ്പെടാൻ ഉണ്ടോ?" ഈ അനുഭവക്കുറിപ്പുകളിൽ അതിനുള്ള ശരിയുത്തരമുണ്ട്. വായനക്കാർക്ക് അത് കണ്ടെടുക്കാം. എന്നാൽ വാര്യർസാറിൽ മറ്റൊരു ഗുണം കൂടിയുണ്ടെന്ന് എന്റെ അനുഭവബോധ്യത്തിലൂന്നിപ്പറയുവാൻ ഞാനാഗ്രഹിക്കുന്നു: അളവറ്റ, അതിരറ്റ മനുഷ്യപ്പറ്റ് എന്ന ഗുണം. അത് തന്റെ മനോവാക്കർമങ്ങളിൽ ഒരുപോലെ സൂക്ഷിക്കുന്ന ഈ സർജൻ, രോഗാതുരമായ ഒരു സമൂഹത്തെ ചികിത്സിക്കാൻ പ്രതിബദ്ധമായൊരു പ്രസ്ഥാനത്തോടൊത്തു പോകുന്നതിലെന്താണത്ഭുതം? "ഡോ. പി കെ ആർ വാര്യർ! – അദ്ദേഹത്തിന്റെ ഗോത്രം വളരട്ടെ!" എന്നാശിച്ചുകൊണ്ട് ഈ മഹൽ ഗ്രന്ഥം സാഭിമാനം ഞാൻ വായനക്കാരുടെ മുമ്പാകെ നിവർത്തിവയ്ക്കട്ടെ.

ഇന്ദീവരം
തിരുവനന്തപുരം
02.02.2009

ആമുഖം

എട്ടു പതിറ്റാണ്ടിലേറെക്കാലം ഈ ഭൂമുഖത്ത് ജീവിച്ചു. കുട്ടിക്കാലത്ത് അച്ഛന്റെ ആതുരശുശ്രൂഷാ രംഗത്തുണ്ടായിരുന്ന പ്രതിബദ്ധത, അതിൽ നേടിയ പ്രാവീണ്യം, കണ്ടു പലവുരു. ആ പന്ഥാവ് തെരഞ്ഞെടുത്തു.

ആറ് പതിറ്റാണ്ടിലേറെക്കാലം വളരെ ഏറെ അനുഭവസമ്പത്ത് സമാഹരിച്ചു. ഒന്നിലധികം സംസ്ഥാനങ്ങളിൽ, വിവിധങ്ങളായ ചുറ്റുപാടുകളിൽ.

തൊഴിൽസംബന്ധമായി പലരാജ്യങ്ങളും സന്ദർശിക്കുവാനിടയായി. അവയിൽ ചിലത് സോഷ്യലിസ്റ്റ് പുനർനിർമാണത്തിൽ ബദ്ധശ്രദ്ധരായിരുന്നു, ജനകീയ ആരോഗ്യ പ്രവർത്തനങ്ങളിൽ സ്വകാര്യ മുതൽമുടക്കോ സ്വാധീനമോ ഇല്ലാത്ത സംവിധാനമായിരുന്നു.

ഈ അനുഭവസമ്പത്ത് പൊതുജനങ്ങളുമായി പങ്കുവയ്ക്കണം എന്ന ആശയം ആദ്യം മുന്നോട്ടു വെച്ചത് സഖാവ് ഐ വി ദാസ് ആയിരുന്നു. അത് *ഒരു സർജന്റെ ഓർമക്കുറിപ്പുകൾ* ആയി വായനക്കാരുടെ മുന്നിൽ സമർപ്പിക്കപ്പെട്ടു.

മലയാളികളല്ലാത്ത ഒരു ശിഷ്യസമ്പത്തും ആർജിക്കുവാനിടയായി. അവരുടെ തുടരെത്തുടരെയുണ്ടായ സമ്മർദം മൂലം അതിന് ഒരു ഇംഗ്ലീഷ് രൂപാന്തരം രചിച്ചു.

"അവയിൽ അടങ്ങാത്ത അനുഭവങ്ങൾ ഇനിയും കാണുമല്ലോ. കുറച്ചുകൂടി എഴുതിക്കൂടെ?" എന്ന് *ദേശാഭിമാനി, ചിന്ത* പ്രസിദ്ധീകരണശാലകളിലെ സഖാക്കൾ നിർദേശിച്ചതിന്റെ ഫലമായിട്ടാണ് ഈ പുസ്തകം വായനക്കാരുടെ മുന്നിൽ എത്തിക്കുന്നത്.

പ്രൂഫ് വായിച്ച് ശരിപ്പെടുത്തിയത് എന്റെ അനന്തിരവൾ ചന്ദ്രയാണ്. ഫെയർ കോപ്പി എഴുതിത്തന്നതും മറ്റും എന്റെ മകൾ അനസൂയയും. ഈ രണ്ടുപേരുടെയും സഹായം ഇല്ലായിരുന്നെങ്കിൽ ഈ പ്രസിദ്ധീകരണം സാധ്യമാവില്ലായിരുന്നു.

പി കെ ആർ വാര്യർ മുപ്പതാം വയസിൽ

1

അമ്മ

എന്തൊരു മഹനീയപദം!

മാതൃഭാഷ, മാതൃഭൂമി, മാതൃവന്ദനം എല്ലാത്തിന്റെയും തായ്‌വേര് അമ്മയാണ്.

അമീബ (Amoeba) മുതലായ ഏകകോശജീവികൾ മാത്രമാണ് ഇണചേരാതെ വംശം നിലനിർത്തുന്നത്. അവ വളർച്ചയുടെ ഒരു ദശയിൽ രണ്ടായി പിളരുന്നു, അങ്ങനെ വംശം നിലനിർത്തുന്നു.

ബഹുകോശ സൂക്ഷ്മജീവികൾ പോലും ഇണചേർന്നാണ് പെരുകുന്നത്. ജീവജാല പഠനവിദ്യാർഥികൾക്ക് ഒരു അഭ്യാസമാണ് സ്പൈറോഗൈറാ (Spirogyra) എന്ന പൂപ്പൽ ഇണ ചേരുന്നത് മൈക്രോസ്കോപ്പിനടിയിൽ (Microscope) കണ്ടുപിടിക്കുന്നത്. ഇണചേർന്ന് ഉൽപ്പാദിപ്പിക്കപ്പെട്ട പുത്തൻ വ്യക്തി, സർവതന്ത്രസ്വതന്ത്രനാണ്.

അൽപ്പം കൂടി വികാസം പ്രാപിച്ച ജീവികൾക്ക്, സസ്തനി (Mamamal) കുഞ്ഞുങ്ങൾ, അമ്മ മുലയൂട്ടി വളർത്തപ്പെടുന്നവയാണ്. എന്തെങ്കിലും കാരണവശാൽ അമ്മ മൃതിയടയുകയാണെങ്കിൽ, കുഞ്ഞും മരണമടയും.

ഇത്രയും ആമുഖമായി പറഞ്ഞത്, പ്രാകൃത സമൂഹത്തിൽ പോലും "അമ്മ" യുടെ മഹനീയസ്ഥാനത്തിലേക്ക് വിരൽ ചൂണ്ടുവാനാണ്. അതുകൊണ്ടുതന്നെയാണ് മാതൃഭൂമി, മാതൃഭാഷ, മാതൃസംസ്കാരം എന്നെല്ലാമുള്ള പ്രയോഗങ്ങൾ സർവസാധാരണമായത്.

എന്റെ അമ്മയുടെ പേർ ശ്രീദേവി എന്നായിരുന്നു.

അമ്മയുടെ അമ്മ കോട്ടയ്ക്കൽ പന്നിയംപള്ളി വാരിയത്തെ ലക്ഷ്മി വാരസ്യാർ, അച്ഛൻ നെല്ലായവാരിയത്തെ രാഘവനുണ്ണിവാരിയർ.

അന്നത്തെ നാട്ടുനടപ്പനുസരിച്ച് ഭാര്യാഭർത്താക്കന്മാർ അവരവരുടെ തറവാടുകളിൽത്തന്നെയാണ് താമസിക്കുക. സൗകര്യമുള്ളപ്പോൾ ഭാര്യവീട്ടിൽ ഒത്തുചേരുക എന്നതായിരുന്നു പതിവ്.

ഇതിനു വിപരീതമായി, രാഘവനുണ്ണിവാരിയർ, ഭാര്യയെ കൂടെ താമസിപ്പിക്കുവാൻ, ജീവിതപങ്കാളിയാക്കുവാൻ, നിശ്ചയിച്ചു. അതിനുവേണ്ടി നെല്ലായയിൽ ഒരു വീടു വാങ്ങിച്ചു, ഒരു പാവപ്പെട്ട നെടുങ്ങാടിയുടെ കൊച്ചുവീട്.

"കാഞ്ഞിരങ്ങാട്" എന്ന ആ ഗൃഹത്തിൽ അവർ താമസം തുടങ്ങി. അക്കാലത്ത് കേട്ടുകേൾവി പോലുമില്ലാത്ത ഒരു ദാമ്പത്യജീവിതം.

യഥാസമയം ഒരു പെൺകുഞ്ഞ് പിറന്നു. മരുമക്കത്തായ സമ്പ്രദായത്തിൽ പെൺകുഞ്ഞിനാണ് പ്രാമുഖ്യം. ആ അച്ഛനമ്മമാർ അതിയായി ആഹ്ലാദിച്ചു. അവരുടെ ഏകമകളെ അവർ ലാളിച്ചു വളർത്തി.

അച്ഛൻ, അമ്മ, കുഞ്ഞ് എന്ന ഘടന, അക്കാലത്ത് വിപ്ലവകരമായ ഒരു കാൽവെപ്പായിരുന്നു. പിൽക്കാലത്ത് സാമൂഹ്യമാറ്റത്തിനു വേണ്ടി നടത്തിയ പ്രക്ഷോഭങ്ങൾക്ക് ഒരു ചൂണ്ടുപലകയായിരുന്നു അത്.

അച്ഛൻ സംസ്കൃതപണ്ഡിതനും ജ്യോതിഷത്തിൽ അപാരപാണ്ഡിത്യം നേടിയ ആളുമായിരുന്നു. മകളെ അഞ്ചാം വയസിൽ എഴുത്തിനിരുത്തി. പത്തുവയസാവുമ്പോഴേക്കും *സിദ്ധരൂപവും, അമരകോശവും* ഹൃദിസ്ഥമാക്കി. കാവ്യവും നാടകവും പഠിക്കുവാനും തുടങ്ങി.

കവികുലഗുരു, പി വി കൃഷ്ണവാരിയർ, അമ്മയുടെ അമ്മാവൻ, കൂടെക്കൂടെ വരും. അദ്ദേഹം പത്രാധിപരായിരുന്ന *കവനകൗമുദി* കൊണ്ടുവന്നു കൊടുക്കും. ആശാൻ, വള്ളത്തോൾ, ഉള്ളൂർ, ത്രിമൂർത്തികളെപ്പറ്റി വാചാലനാകും. അവരുടെ കവിതകൾ പലതും ചൊല്ലും. നിമിഷ കവി കുഞ്ഞുക്കുട്ടൻ തമ്പുരാന്റെ കവിതകൾ ചൊല്ലും. കയ്യെഴുത്തുപ്രതികൾ വായിക്കുവാൻ കൊടുക്കും. പി വി കൃഷ്ണവാരിയർ ആ മഹാപ്രതിഭയുടെ അടുത്ത സുഹൃത്തായിരുന്നു. "തമ്പുരാൻ സ്വന്തമായി എഴുതുകയില്ല. ഞങ്ങളാരെങ്കിലുമാണ് അദ്ദേഹത്തിന്റെ കവിതാപ്രപഞ്ചം കേട്ടെഴുതിയിരുന്നത്. എത്രവേഗം എഴുതാമോ അത്രതന്നെ വേഗം ആ കവിതാപ്രവാഹം തുടരും."

അദ്ദേഹം അന്തരിച്ചപ്പോൾ അമ്മാവൻ വിലപിച്ച ശ്ലോകം:

"ഹൗണിക്കനേകം കമിതാക്കളുണ്ട്,
ഗൈർവ്വാണിക്കുമുണ്ടാളു ഭരിച്ചു പോരുവാൻ,
തന്റേടമെത്താത്തൊരു സാധു കൈരളിക്കു
ട്ടിക്കുതാൻ പറ്റിയത് കഷ്ടമൊക്കയും"

അമ്മാവൻ മരുമകളോട് പറഞ്ഞു, "വല്ലപ്പോഴുമൊക്കെ *കവനകൗമുദി*ക്കുവേണ്ടി കവിത എഴുതൂ. കുട്ടിക്ക് അത് സാധിയ്ക്കും.

(അമ്മയെ മുതിർന്നവരെല്ലാം "കുട്ടി" എന്നാണ് വിളിച്ചിരുന്നത്, സ്വന്തം ഭർത്താവ്, എന്റെ അച്ഛൻ ഉൾപ്പെടെ)

അങ്ങനെ എല്ലാവരുടെയും ലാളന ഏറ്റുവാങ്ങി, സാഹിത്യത്തിൽ മതിമറന്നു വളർന്നു. പതിനൊന്നു വയസായി.

നാൽപ്പത് മൈൽ അകലെയുള്ള പന്നിയമ്പള്ളി തറവാട്ടിൽ നിന്ന് തുടരെത്തുടരെ കൈയോല (കത്ത്) വരാൻ തുടങ്ങി.

"ശ്രീദേവി ഈ തറവാട്ടിലെ പെൺകൊടിയാണ്. അവൾ ഋതുമതി യാവുന്നതിനുമുമ്പ് 'കെട്ടുകല്യാണം' കഴിപ്പിക്കണം. ഇവിടെ വച്ച് ആർഭാടത്തോടുകൂടി നടത്താം."

(വള്ളത്തോളിന്റെ *കിളിക്കൊഞ്ചൽ:*
'അത്തത്തയെന്തസത്താണമ്മേ! രാമൻ വ-
ന്നമ്മതൻ കുഞ്ഞിനെ വേൾക്കുമത്രെ!'
അമ്മ സമാശ്വസിപ്പിച്ചു: – 'പെൺകുട്ടികൾ-
ക്കമ്മട്ടിലുണ്ടൊരു കർമ്മം കുഞ്ഞേ.'
കന്യക തീർമാനം ചെയ്തു: – 'മറ്റാരും വേ-
ണ്ടെ, ന്നെയെന്നമ്മതൻ വേട്ടാൽ മതി.'
സംശയം തീർക്കാനായി ശ്രീദേവി അമ്മയോട് ചോദിച്ചു,
"എന്താണമ്മെ 'കെട്ടുകല്യാണം'?"
കുട്ടിക്ക് അമ്മ വിശദമായി പറഞ്ഞുകൊടുത്തു.

"അമ്പലവാസികളും നായന്മാരും മരുമക്കത്തായക്കാരാണ്. സ്ത്രീകൾ തറവാടു വിട്ടുപോകുന്നില്ല. നമുക്ക് സ്ഥിരമായി ഭർത്താക്കന്മാരുണ്ടാവണമെന്നൊന്നുമില്ല. "സംബന്ധക്കാർ" അന്തിയുറങ്ങുവാൻ നമ്മുടെ അടുത്തു വരുന്നു. രാവിലെ അവരുടെ പാട്ടിനു പോകുന്നു. അങ്ങനെ ഉണ്ടാവുന്ന കുട്ടികൾ അമ്മയുടെ തറവാട്ടിലേതു മാത്രമാണ്.

"നമ്പൂതിരിമാർ മക്കത്തായക്കാരാണ്. അവരുടെ ഇടയിൽ മൂത്തമകനു മാത്രമെ നമ്പൂതിരി സ്ത്രീയെ വേളി കഴിക്കുവാൻ അനുവാദമുള്ളു. ബഹുഭാര്യാത്വം സർവസാധാരണമാണ്. വേളി കഴിഞ്ഞ അന്തർജനങ്ങൾക്ക് ഭർതൃഗൃഹത്തിലല്ലാതെ അവരുടെ അമ്മാത്ത് യാതൊരു സ്ഥാനവുമില്ല പിന്നെ.

"അനുജന്മാർക്ക് വാരിയത്തൊ, പിഷാരത്തൊ മറ്റൊ സംബന്ധമാവാം. രാത്രി ഇല്ലത്തുനിന്ന് അത്താഴം കഴിഞ്ഞ്, വഴിനടന്ന്, അന്തിയുറങ്ങുവാൻ "സംബന്ധക്കാരനായി" അവർ എത്തും. രാവിലെ പ്രാതൽ പോലും കഴിയ്ക്കാതെ തിരിച്ച് ഇല്ലത്തേക്ക് മടങ്ങും.

"പക്ഷെ സംബന്ധം ചെയ്യുന്ന സ്ത്രീയുടെ കഴുത്തിൽ ഒരു താലി വേണം. അതു കെട്ടുന്നതാണ് 'കെട്ടുകല്യാണം.'

"നാലുദിവസം നീണ്ടുനിൽക്കുന്ന കെട്ടുകല്യാണവേളയിൽ കെട്ടുന്ന വാരിയരും (വാരസ്യാരുടെ കഴുത്തിൽ കെട്ടുന്നത് ഒരു വാരിയർ തന്നെ ആവണം എന്ന് നിർബന്ധമാണ്), കെട്ടപ്പെടുന്ന പെൺകുട്ടിയും ഭാര്യാഭർത്താക്കന്മാരായി കഴിയണം. അയാളുടെ എച്ചിലിലയിൽ മാത്രമെ അവൾക്ക് ഊണു കഴിക്കുവാൻ പാടുള്ളൂ.

അയാളുടെ കിടക്കയും പങ്കുവെയ്ക്കണം. കെട്ടുന്ന ആൾ നാൽപ്പതൊ അതിലധികമൊ പ്രായമായ ആൾ ആയി എന്നും വരാം. കെട്ടുകല്യാണ ചടങ്ങുകൾ കഴിഞ്ഞാൽ അവർ തമ്മിൽ പിന്നെ യാതൊരു ബന്ധവുമില്ല. എന്നാലും ഈ വ്യക്തി മരണമടഞ്ഞാൽ പന്ത്രണ്ടു ദിവസത്തെ 'പുല' അനുഷ്ഠിക്കണം, എന്നാണ് മരുമക്കത്തായ നിയമം."

ശ്രീദേവിയുടെ മനസിൽ അച്ഛൻ വിന്യസിച്ച സംസ്കൃതത്തിന്റെയും അമ്മാവൻ പകർന്നു കൊടുത്ത മലയാളസാഹിത്യത്തിന്റെയും ഫലമായി 'കെട്ടുകല്യാണം' എന്ന ഫ്യൂഡൽ (Feudal) അനാചാരത്തിനോട് പൊരുത്തപ്പെടുവാൻ കഴിഞ്ഞില്ല. ഓമനമകളെ അച്ഛനമ്മമാർ നിർബന്ധിച്ചതുമില്ല.

"ഈ പഴഞ്ചൻ ആചാരത്തിനോട് സഹകരിക്കുവാൻ യാതൊരു രീതിയിലും ഉദ്ദേശമില്ല" എന്ന് നെല്ലായവാരിയത്തെ രാഘവനുണ്ണി മറുപടി അയച്ചു.

ബുദ്ധിവികാസത്തിനു വേണ്ട അടിത്തറയും, സ്വന്തം തീരുമാനങ്ങൾ എടുക്കുവാനുള്ള സ്വാതന്ത്ര്യവും അനുഭവിച്ച് ശ്രീദേവി വളർന്നു.

അവർ, എന്റെ അമ്മ, പിൽക്കാലത്ത് പല വേദികളിലും ഈ 'ബീഭത്സ' അനാചാരത്തിനെതിരെ പ്രസംഗിച്ചു, പ്രസിദ്ധീകരണങ്ങളിലും എഴുതി. അങ്ങിനെ അക്കാലത്തെ സാമൂഹ്യ അനാചാരങ്ങളോട് സധൈര്യം പ്രതികരിച്ചു.

2

ശ്രീദേവി – ശ്രീദേവി കൃഷ്ണൻ

രാഘവനുണ്ണിവാരിയരുടെ അടുത്ത ബന്ധു ആയ പുലാക്കാട്ട് വാരിയത്തെ കൃഷ്ണൻ കാഞ്ഞിരങ്ങാട്ട് ഒരു നിത്യനായിരുന്നു. പതിനഞ്ചു വയസ്സായ ആ ബാലൻ ചെർപുളശ്ശേരി ബോർഡ് ഹൈസ്കൂളിലാണ് പഠിച്ചിരുന്നത്. (അക്കാലത്ത് മലബാർ ഡിസ്ട്രിക്ട് ബോർഡിന്റെ കീഴിലായിരുന്നു ഹൈസ്കൂൾ വിദ്യാഭ്യാസം. അവ വളരെ നല്ല നിലയിൽ നടന്നിരുന്നു).

മൂന്നു മൈൽ നടന്നു വേണം അവിടെ എത്തുവാൻ മടങ്ങി വരുമ്പോൾ കാഞ്ഞിരങ്ങാട്ട് ഒരു താവളമായിരുന്നു. അമ്മമ്മ നിവേദിച്ച അപ്പോം അടയും കൊടുത്ത് സൽക്കരിക്കും. പന്ത്രണ്ട് വയസ്സുള്ള ശ്രീദേവി വൈകുന്നേരങ്ങളിൽ കളിക്കൂട്ടുകാരന്റെ വരവും കാത്തിരിക്കും. കൂടപ്പിറപ്പുകൾ ഇല്ലാത്ത ശ്രീദേവിക്ക് കളിക്കുവാനും കഥകൾ പറയുവാനും എല്ലാം കൃഷ്ണനായി കൂട്ട്. സ്വാഭാവികമായും ക്രമേണ അവർ തമ്മിൽ ഒരു കൗമാര പ്രേമം അങ്കുരിച്ചു. ഇംഗ്ലീഷിൽ 'calf love' എന്നു പറയും.

ഹൈസ്കൂൾ കഴിഞ്ഞ് കൃഷ്ണൻ പാലക്കാട്ട് വിക്ടോറിയ കോളേജിൽ ഉപരിപഠനത്തിന് പോയി. പ്രണയം കത്തിടപാടിൽ കൂടിയായി. അവധിക്കാലത്ത് നാട്ടിൽ വരുമ്പോൾ യുവതീയുവാക്കളായ അവർ ദിവസവും കാണും. വികാരങ്ങൾ പങ്കുവെയ്ക്കും.

കൃഷ്ണൻ മദിരാശിയിൽനിന്ന് മെഡിക്കൽ ബിരുദം കരസ്ഥമാക്കി. നാട്ടിൽ തിരിച്ചെത്തി. അധികം താമസിയാതെ അവർ ഭാര്യാഭർത്താക്കന്മാരായി.

അവരുടെ എട്ടാമത്തെ സന്താനമായാണ് ഞാൻ ഭൂജാതനായത്.

അമ്മ സംസ്കൃതത്തിലും മലയാളസാഹിത്യത്തിലും സദാ വ്യാപൃതയായിരുന്നു. മക്കളെയും ആ വഴി പ്രേരിപ്പിച്ചു. മക്കളുമായി സംസ്കൃതത്തിൽ കത്തെഴുതുമായിരുന്നു, ശ്ലോകരൂപത്തിൽ.

ഒന്നാം പിറന്നാളിൽ

ചേച്ചിയുടെ ഒരു ഉറ്റസുഹൃത്ത് വിവാഹിതയാവുന്ന അവസരത്തിൽ അമ്മ ഒരു മംഗളശ്ലോകം രചിച്ചു,

"ഏതൊന്നാണേതു കാലത്തിലു മനു
ഗതമാകുന്നതേകത്വമാർന്നി
ട്ടേതിൽ താൻ വിശ്രമിപ്പൂമനമതു
ജരയാൽ കേടു പറ്റാത്തതേതോ
ആശുദ്ധ പ്രേമസാരം, സകലരു
മതിയായ് ആഗ്രഹിക്കുന്ന സൗഖ്യം,
സർവ്വശ്രേയൊ നിദാനം, പരമ
ഭൗമ മീനിങ്ങളിൽ ചേർന്നീടട്ടേ."

അന്നത്തെ വരൻ പിന്നീട് പ്രശസ്തനായ ശസ്ത്രക്രിയാ വിദഗ്ധനായ സി പി വിശ്വനാഥമേനോനായിരുന്നു.

നവദമ്പതിമാർ വിരുന്നുവന്നപ്പോൾ അമ്മ ഒരു സമസ്യാപൂരണത്തിലേർപ്പെട്ടിരിക്കുകയായിരുന്നു

'എന്താ ഒരു കൈ നോക്കുന്നൊ?' എന്ന് മേനോനോട് അമ്മ ചോദിച്ചു.

"സമസ്യ ഇതാണ്,"

"അന്നാളിലാണാ ദിനകരനുദയം
ദക്ഷിണാദിക്കിൽനിന്നും"

സരസനായ അദ്ദേഹം പ്രതികരിച്ചു

"ഞാൻ ആ കടും കൈ ചെയ്താൽ, സൂര്യനെ തെക്കോട്ടെടുക്കേണ്ടിവരും."

(മരിച്ചാൽ തെക്കോട്ടെടുക്കുക എന്നു പറയാറുണ്ട്. അതിനർഥം സൂര്യൻ മൃതിയടയും.)

അമ്മ അതു തന്നെ ഒരു പൂരണമാക്കി,

'നന്നായിംഗ്ലീഷു വൈദ്യാഗമ
വിവിധ വിധിയ്ക്കൊത്ത ശസ്ത്രക്രിയാ
ലിന്നാട്ടിൽ പേരു കേട്ടുള്ളൊരു സരസ
ഭിഷഗ്വരനീവണ്ണമോതി,
എന്നാലോ വിശ്വനാഥാഖ്യനലസനഹം പദ്യവിദ്യക്കൊരുങ്ങു-
ന്നെന്നാണന്നാളിലാണാ ദിനകരനുദയം ദക്ഷിണാദിക്കിൽനിന്നും.'

വാതം കാരണം കൈവിരലുകളെല്ലാം വീങ്ങി വേദനിച്ച് വികൃതമായിരുന്നുവെങ്കിലും അമ്മ പ്രയാസപ്പെട്ട് ഖാദി മാത്രമെ ഉടുത്തിരുന്നുള്ളൂ. അച്ഛൻ ഉദ്യോഗത്തിൽനിന്ന് പിരിഞ്ഞതിനുശേഷം കോൺഗ്രസിനെപ്പറ്റിയും, സ്വാതന്ത്ര്യസമരത്തെപ്പറ്റിയും പലപ്പോഴും അമ്മ വാചാലയാകുമായിരുന്നു

ജാനകി ഏടത്തി ആവശ്യപ്പെട്ടതനുസരിച്ച് അമ്മ സ്വാതന്ത്ര്യസമരത്തെപ്പറ്റിയും അതേ സമസ്യാപൂരണം തീർത്തു.

"ഇന്നാസ്വാതന്ത്ര്യതൃഷ്ണാമുഷിതമതികളാം
മാതൃഭൂഭക്തരൊന്നി
ച്ചിന്നാട്ടിൽ ഭൂരിതാപംപരിചി
നൊടുശമിപ്പിക്കുവാൻ തീർത്തുയത്നം

നന്നായേറ്റം ഫലമിവിടെ ലഭി
ക്കാതെ കൈവിട്ടിടുന്നാ
ളെന്നാണന്നാളിലാണാദിനകര
നുദയം ദക്ഷിണാദിക്കിൽ നിന്നും

അമ്മയുടെ സാഹിത്യത്തിലുണ്ടായിരുന്ന വാഞ്ഛയും സംഭാവനയും ഏതാനും താളുകളിൽ സംഗ്രഹിക്കുവാൻ സാധ്യമല്ല. അമ്മ രചിച്ച *രന്തിദേവചരിതം* എന്ന ലഘുകാവ്യം വയിച്ചു ശ്രീ. എം പി ഭട്ടതിരിപ്പാട് (പ്രേംജി) എഴുതിയ ഒരു ശ്ലോകത്തിൽ അത് ഒതുക്കാം.

"നീയിന്നാൾ പിരിയുന്ന പോതുസ
ദയം തന്നൊരു നൽപ്പുസ്തകം
ഭൂയിഷ്ഠശ്രമ ജീവിതത്തിനിടയിൽ
പായിച്ചു വായിച്ചു ഞാൻ
വായിൽ തോന്നിയതോതിടുന്നിതി
വനെന്നോരായ്ക ഒരേ
സ്ത്രീയിൽ ദുർലഭമിത്രമേൽക്കവി
തയും പാണ്ഡിത്യവും പാകവും"

"രന്തിദേവന്റെ ദയാവായ്പും, ക്രിസ്തുദേവന്റെ പരിത്യാഗശീലവും" (വള്ളത്തോളിന്റെ *എന്റെ ഗുരുനാഥൻ*) നെഞ്ചിലേറ്റിയ അമ്മ, ഏട്ടൻ ഒരു ക്രിസ്ത്യാനി തമിഴത്തി സ്ത്രീയെ ആര്യസമാജം വഴി വേട്ടപ്പോൾ അൽപ്പ നിമിഷം വിഷാദത്തിലാണ്ടു, രണ്ടിറ്റ് കണ്ണുനീർ ഖദർ സാരിതുമ്പുകൊണ്ട് തുടച്ചു. പക്ഷെ അത് അൽപ്പസമയത്തിനുമാത്രം. പിന്നെ പ്രഖ്യാപിച്ചു.

"എന്റെ ഉണ്ണി കല്യാണം കഴിച്ച സ്ത്രീ ക്രിസ്ത്യാനിയൊ മുഹമ്മദീയനൊ തമിഴത്തിയൊ തെലുങ്കത്തിയൊ, അവളുടെ തൊലി വെളുത്തതോ കറുത്തതൊ എന്നുള്ളത് ഒരു പ്രശ്നമല്ല. അവൾ ഇപ്പോൾ ഞങ്ങളുടെയും പുത്രിയാണ്. ഈ വീട് അവളുടേതുകൂടിയാണ്.

അമ്മിണി ഏടത്തിയുടെ (Nightingale എന്നു പേരുള്ള അവരെ വീട്ടിൽ എല്ലാപേരും അമ്മിണി എന്ന് വിളിക്കുവാൻ തുടങ്ങി) അച്ഛൻ ഉദ്യോഗസംബന്ധമായി ഡൽഹിയിലായിരുന്നു കുടുംബസമേതം താമസിച്ചിരുന്നത്.

അമ്മിണി ഏടത്തിയുടെ അമ്മ, മിസിസ് ബെറ്റി, വാതരോഗം മൂലം അവശയായി ശയ്യാവലംബിയായി. അവരുടെ മകൻ ഇസഡോർ ഉപരി പഠനത്തിൽ മുഴുകിയിരിക്കുകയായിരുന്നു. ഏട്ടൻ കോൺപൂരിൽ ഉദ്യോഗത്തിലായിരുന്നു. അപ്പോഴാണ്, ആ കുടുംബത്തിന്റെ നടുത്തൂണായിരുന്ന ആ അച്ഛൻ പെട്ടെന്ന് മരണമടഞ്ഞത്.

ഏട്ടനും അമ്മിണി ഏടത്തിയും ഡൽഹിയിലെത്തി വിവരം അറിഞ്ഞ്. അവശയായ അമ്മയെയും വിദ്യാർഥിയായ അനുജനെയും വിട്ടിട്ട് കോൺപൂലിലേക്കു തിരിച്ചു പോകുന്നതെങ്ങനെ.

അമ്മ ഏട്ടനും അമ്മിണി ഏടത്തിക്കും എഴുതി "ഒട്ടും സംശയിക്കേണ്ട. അമ്മിണിയുടെ അമ്മയെ ഇങ്ങോട്ട്, കാഞ്ഞിരങ്ങാട്ടേക്കു

കൊണ്ടു പോരൂ. അവർക്ക് യാതൊരു കുറവും ഇല്ലാതെ ഞാൻ നോക്കിക്കൊള്ളാം. അവരുടെ പരിചരണത്തിനും ഇവിടെ എല്ലാ ഏർപ്പാടും ചെയ്യും."

അമ്മയ്ക്കും വാതരോഗം മൂലം പല പരാധീനതകളും ഉണ്ടായിരുന്നു. ജനനാലെ ഉണ്ടായിരുന്ന കാഴ്ചക്കുറവും (short sight) വിഷമങ്ങൾ സൃഷ്ടിച്ചിരുന്നു. എന്നിട്ടും മിസിസ് ബെറ്റിയെ സ്വന്തം അനുജത്തിയെമാതിരി വാത്സല്യപൂർവം പരിചരിച്ചു.

ആ പരിസരത്തൊന്നും ഒരു ക്രിസ്ത്യാനിപള്ളി അന്ന് ഉണ്ടായിരുന്നില്ല. എങ്കിലും മിസിസ് ബെറ്റിക്കു മാനസിക അസ്വാസ്ഥ്യം തോന്നുന്ന അവസരങ്ങളിൽ, കുർബാനയ്ക്കു വേണ്ടി കാർ അയച്ച് പുരോഹിതനെ കൊണ്ടുവരുമായിരുന്നു.

അന്ത്യം അടുത്തു എന്നറിഞ്ഞപ്പോഴും അതുതന്നെ ചെയ്തു. അന്ത്യകൂദാശകൈക്കൊണ്ട് അവർ യാത്രയായി. തൊടിയിൽത്തന്നെ ഒരു കല്ലറ ശരിപ്പെടുത്തി. ക്രിസ്തീയാചാരപ്രകാരം സംസ്കരിച്ചു. അത് ഇന്നും അവിടെയുണ്ട്.

ചെറുപ്രായം മുതൽക്കെ സാമൂഹ്യജീർണ്ണതകൾക്കെതിരെ ചെറുത്തു നിന്ന വിദൂഷി, കവയിത്രി, വിശാലഹൃദയ, എല്ലാമായിരുന്ന ആ സ്നേഹനിധി, 1964 ൽ എല്ലാവരോടും വിടപറഞ്ഞ്, അപാരതയിലേക്കു യാത്രയായി.

3

ആരോഗ്യരംഗത്തെ അതികായൻ

ജനങ്ങളുടെ ആരോഗ്യവും ആതുരശുശ്രൂഷയും പര്യായപദങ്ങളല്ല. രണ്ടും രണ്ട് പ്രവർത്തനമണ്ഡലങ്ങളാണ് എന്നാണ് ഈ ലേഖകൻെറ എളിയ അഭിപ്രായം. ബ്രിട്ടീഷ് മേൽക്കോയ്മക്കാലത്ത് അത് അങ്ങനെയായിരുന്നു. ഇന്നത്തെ ശാസ്ത്ര സാങ്കേതിക മികവ് കൈവരിച്ച് കഴിഞ്ഞിരുന്നില്ല അന്ന്. ആതുരശുശ്രൂഷാവിഭാഗത്തിൽ സംസ്ഥാനത്ത് ഏറ്റവും വലിയ ഉദ്യോഗസ്ഥൻ സർജൻ ജനറൽ (എസ് ജി) ആയിരുന്നു. ഇന്നത്തെ ഡയറക്ടർ ഓഫ് ഹെൽത്ത് സർവീസസ് (ഡി എച്ച് എസ്). അത് വെള്ളക്കാർക്ക് റിസർവ് ചെയ്ത തസ്തികയായിരുന്നു. ഒരു ഇന്ത്യൻ ഡോക്ടർക്ക് ഏറ്റവും വലിയ തസ്തിക, പി എ ടു എസ് ജി എന്നതായിരുന്നു.

ആ തസ്തികയിൽ നാലുവർഷം സേവനമനുഷ്ഠിച്ച് 1934 ൽ എന്റെ അച്ഛൻ അടുത്തൂൺപറ്റി പിരിയുമ്പോഴത്തെ യാത്രയയപ്പിൽ അന്നത്തെ എസ് ജി ആയിരുന്ന ലെഫ്ടണന്റ് ജനറൽ സ്പ്രോസൺ തന്റെ ഔദ്യോഗിക വേഷത്തിലുള്ള ഒരു ഫോട്ടോ അച്ഛന് സമ്മാനിക്കുകയുണ്ടായി.

"വെള്ളക്കാരന്റെ ധാർഷ്ട്യം" എന്നാണ് അത് കണ്ടിട്ട് മഹാകവി വള്ളത്തോൾ പറഞ്ഞത്. അല്പം സാഹിത്യാഭിരുചിയുണ്ടായിരുന്ന അമ്മ പ്രതികരിച്ചു,

"പോരാ പോരാ നാളിൽ നാളിൽ,
ദൂര ദൂരമുയരട്ടെ,
ഭാരതക്ഷ്മാ ദേവിയുടെ
തൃപ്പതാകകൾ."

"ആ സുദിനം ഇന്നും ഒരു മരീചികയല്ലേ?"

ഏട്ടന്റെ സഹപാഠിയായിരുന്ന അനന്തൻപിള്ള ആ ഫോട്ടോ കണ്ട് രോഷാകുലനായി. "അച്ഛന്റെ എഴുത്തുമേശ അലങ്കരിക്കുവാൻ ഈ ഫോട്ടോ വേണോ!"

പിന്നെ വിശദീകരിച്ചു:

"ആതുരശുശ്രൂഷാ രംഗത്ത്, പ്രത്യേകിച്ച് ശസ്ത്രക്രിയാപാടവത്തിൽ ഡോക്ടർ വാരിയരുടെ (എന്റെ അച്ഛന്റെ) ഏഴയലത്ത് വരുവാനുള്ള യോഗ്യത അയാൾക്കില്ല. പക്ഷേ തൊലി വെള്ളയായതുകൊണ്ട് അയാൾ മേലധികാരിയായി."

"ബ്രാഡ്ഫീൽഡ് എന്ന മഹാമണ്ടൻ ഞങ്ങളുടെ സർജറി പ്രൊഫസറാണ്, തൊലി വെള്ളയായതുകൊണ്ട്. അതുകൊണ്ടു മാത്രം. അയാൾ കണ്ടുപിടിച്ചു, പെപ്റ്റിക് അൾസർ ഏറ്റവും അധികം കണ്ടുവരുന്നുത് മലയാളികൾക്കും ദക്ഷിണ കർണാടകക്കാർക്കുമാണ്. ഇവർക്കു പൊതുവെയുള്ള സ്വഭാവം, ധാരാളമായി വെളിച്ചെണ്ണ ഉപയോഗിക്കും എന്നതാണ്. അതുകൊണ്ട് ഈ രോഗത്തിന്റെ കാരണം വെളിച്ചെണ്ണയാണ്. അതിന് നാമകരണം ചെയ്തു, 'Coconut Oil Dispepsia' എന്ന്.

"ഈ മണ്ടത്തരത്തിന്റെ ഫലമായി, വെള്ളക്കാരായ മേലധികാരികൾ ഞങ്ങളുടെ ആശുപത്രിയിലെ സർജിക്കൽ വിഭാഗത്തിന്, ബ്രാഡ്ഫീൽഡ് ബ്ലോക്ക് എന്ന് നാമകരണം ചെയ്തു; അങ്ങോട്ടുള്ള കാവാടത്തിൽ വലിയ അക്ഷരത്തിൽ എഴുതിവച്ചു."

അതൊരു 'വെള്ളവിദ്വേഷ' പ്രസംഗം തന്നെയായി. അതിന്റെ അടിത്തറയിലെ വർഗവൈരുധ്യങ്ങളെപ്പറ്റിയൊന്നും അദ്ദേഹം ആരായുകയുണ്ടായില്ല. ആ വക പ്രത്യയശാസ്ത്ര പ്രവർത്തനം ബാല്യദശയിലായിരുന്നു അക്കാലത്ത്.

അച്ഛന്റെ ആശ, ഏട്ടനെ ഒരു ഡോക്ടർ ആക്കണമെന്നായിരുന്നു. പലരുടെയും ആശ, തന്റെ മക്കൾ തന്റെ തൊഴിൽ പിന്തുടരണം, അതിൽ തന്നെക്കാൾ മികവുറ്റവരായിത്തീരണം എന്നാണ്. ഇന്റർമീഡിയറ്റിൽ ഉന്നതവിജയം കൈവരിച്ച ഏട്ടനെ മെഡിക്കൽ കോളേജിൽ ചേർത്തു. പക്ഷേ, ഏട്ടന്റെ അഭിരുചി എൻജിനിയറിങ് ആയിരുന്നു. അച്ഛന്റെ ഷെവർലെ കാർ ഓടിക്കുവാനും അറ്റകുറ്റപ്പണി സ്വയം ചെയ്യുവാനും ഏറെ സമയം ചെലവഴിച്ചു, ഡ്രൈവർ നിലകണ്ഠൻ നായരുടെ ശിക്ഷണത്തിൽ. അന്ന് മെഡിക്കൽകോളേജിൽ പ്രീ റജിസ്ട്രേഷൻ എന്നൊരു കടമ്പയുണ്ടായിരുന്നു. അത് പാസാകുവാൻ കഴിഞ്ഞില്ല. അങ്ങനെ മൂത്ത മകനെ ഡോക്ടറായിക്കാണുവാനുള്ള മോഹം അച്ഛൻ വെടിഞ്ഞു; വെടിയേണ്ടിവന്നു. (ഏട്ടന്റെ അത്രയൊന്നും ബുദ്ധിശക്തിയില്ലാത്ത ഞാൻ, കുറേ കൊല്ലങ്ങൾക്കുശേഷം, ആറുമാസത്തെ ആ കടമ്പ കടന്നാണ് മെഡിക്കൽ വിദ്യാർഥിയായത്.)

ഓട്ടോ മൊബൈൽ എൻജിനീയറിങ്ങിൽ ഡിപ്ലോമ നേടി. അതിനിടയിൽ, അന്ന് ശൈശവത്തിലായിരുന്ന വ്യോമയാനത്തിൽ AI ലൈസൻസ് നേടിയ രണ്ടാമത്തെ മലയാളി പൈലറ്റായി.

അനന്തൻപിള്ള അഞ്ചരവർഷംകൊണ്ട് എം ബി ബി എസ് ബിരുദം പാസായി.

ഏട്ടൻ വ്യോമയാന പഠിതാവായപ്പോഴും അനന്തൻപിള്ള ഉറ്റ സുഹൃത്തായി തുടർന്നു. പലപ്പോഴും വീട്ടിൽവരും, ആഹാരം കഴിക്കും. എന്റെ

ബാലമനസ്സിനെ ആ ഒത്ത ശരീരവും 'എന്തിനെയും നേരിടാം' എന്ന മുഖഭാവവും ഏറെ ആകർഷിച്ചു. വല്ലപ്പോഴുമൊക്കെ 'എന്താ അപ്പു' എന്നു ചോദിച്ച് എന്റെ പുറത്തുതട്ടി പുഞ്ചിരിക്കുമായിരുന്നു. എനിക്ക് അപ്പോഴൊക്കെ അനുഭവപ്പെട്ടിരുന്ന സന്തോഷം ഇന്നും ഓർമയിൽ ഉണ്ട്; അയവിറക്കാറുണ്ട്; ജീവിതസായാഹ്നത്തിലും. ബിരുദം നേടി അധികം താമസിയാതെ അസി. സർജനായി ഉദ്യോഗത്തിൽ കയറി. ചുമയും പനിയും വയറുവേദനയും വയറിളക്കവും ചൊറിയും ചിരങ്ങും മഞ്ഞപ്പിത്തവും രാപ്പകൽ ചികിത്സിച്ചു മടുത്തു. വല്ലപ്പോഴും ലോറിമർ (Lorimer) സായിപ്പ് കാശിനുവേണ്ടി ചെയ്യുന്ന ഓപ്പറേഷനുകൾക്ക് മൂന്നാമത്തെ അസിസ്റ്റൻറ് ആയി റിട്രാക്ടർ പിടിച്ചുനിൽക്കുവാനുള്ള നിയോഗവും ഉണ്ടായിരുന്നു. നൈറ്റ് ഡ്യൂട്ടി എന്ന് പേരുള്ള മുപ്പത്താറു മണിക്കൂർ ആശുപത്രിവാസം ആഴ്ചയിൽ ഒരു തവണയെങ്കിലും വേണം. (എല്ലാ ദിവസത്തെയും പോലെ പണികഴിഞ്ഞ് നൈറ്റ് ഡ്യൂട്ടി. പിന്നെ പിറ്റേദിവസത്തെ routine work. അതിനിടയിൽ രാവിലെ പല്ലുതേപ്പ്, കുളി മുതലായവക്ക് രണ്ട് മണിക്കൂർ വീട്ടിൽപോയി വരാം.)

ഒരു ദിവസം നൈറ്റ് ഡ്യൂട്ടി കഴിഞ്ഞ് വീട്ടിൽ എത്തിയപ്പോഴാണ് ആരോഗ്യസ്വാമി (ward boy) ഒരു സൈക്കിളിൽ ഡി എം ഒയുടെ തിട്ടൂരവുമായി എത്തുന്നത്.

"ഉദുമൽ പെട്ടയിൽ കോളറ പടർന്നുപിടിച്ചിരിക്കുന്നു. ഉടൻ ആശുപത്രിയിൽ എത്തണം. ഒരാഴ്ചക്ക് വേണ്ട ഉടുപ്പും മറ്റും ഒരു പെട്ടിയിൽ എടുക്കണം."

സായിപ്പ് "നാടുവാണിടും കാലം", ലോറിമർ സായിപ്പിന്റെ ആജ്ഞ നിരാകരിക്കാൻ ഒക്കുമോ?

സഹധർമിണി പെട്ടി പാക്ക് ചെയ്തു. പിന്നെ,
"താൻപാതി മെയ്യോടവസാനയാത്ര,
ഉൽബാഷ്പദൃക്കായി ഉര ചെയ്യുവാൻ"
സമയമില്ലാതെ യാത്രയായി.

ഉദുമൽപെട്ട താലൂക്ക് ആശുപത്രിയിൽ പതിനാലു കിടക്കകളാണ് ഉണ്ടായിരുന്നത്. ഡോക്ടർ അനന്തൻപിള്ള അവിടെ എത്തിയ ദിവസം കോളറ മരണം പതിനെട്ടായിരുന്നു! മുനിസിപ്പാലിറ്റി ഒരു പന്തൽ കെട്ടി, മണ്ണുമെഴുകി വൃത്തിയാക്കി, പായവിരിച്ച് 'കോളറ വാർഡ്' ശരിപ്പെടുത്തിയിരുന്നു. രാത്രി രണ്ട് പെട്രോമാക്സ് വെളിച്ചം ഏർപ്പാട് ചെയ്തിരുന്നു.

കോളറ വിസർജനത്തിനിടയിൽ കുന്തിച്ചിരുന്നു വേണ്ടിയിരുന്നു ഇടതടവില്ലാതെ സലൈൻ ഡ്രിപ്പ് കൊടുക്കുവാൻ. പലപ്പോഴും ദേഹത്തിലെ ജലാംശം കുറയുക കാരണം ഞരമ്പിൽ സൂചി കേറില്ല. അപ്പോൾ കുത്തിവെച്ച് മരവിപ്പിച്ച് (ലോക്കൽ അനസ്തീഷ്യ കൊടുത്ത്) തൊലിപ്പുറത്ത് ഒരു കിഴുത്ത ഉണ്ടാക്കി അതിൽക്കൂടി വേണ്ടിവന്നിരുന്നു ഞരമ്പിൽ സലൈൻ കയറ്റുവാൻ.

ഉദുമൽപെട്ട ആശുപ്രതിയിൽ ചാർജ് ഉണ്ടായിരുന്ന ഡോക്ടർ കാളിയപ്പനും മലയാളി ഡോക്ടർ അനന്തൻപിള്ളയും എട്ടു മണിക്കൂർ ഊഴമിട്ട് ഈ ജോലി ചെയ്തു. ഒരാഴ്ചത്തെ ഭഗീരഥപ്രയത്നത്തിന്റെ ഫലമായി മരണനിരക്ക് ദിവസം നാലും അഞ്ചുമായി കുറഞ്ഞു. പിന്നെയും ഒരാഴ്ച കഴിഞ്ഞപ്പോൾ കോളറ നിയന്ത്രിതമായി.

ഇത്രയൊന്നും ഭയാനകമല്ലാത്ത നാലുദിവസത്തെ ഡ്യൂട്ടി ഈ ലേഖകനും അനുഭവിക്കേണ്ടിവന്നിട്ടുണ്ട്. "ഇനിയൊരിക്കലും എനിക്ക് ഇത്തരം ഒരു അനുഭവം ഉണ്ടാകരുതേ" എന്ന് ഞാൻ ആശിച്ചു. അത്ര ദുരിതപൂർണമായിരുന്നു ആ നാലുദിവസം.

അനന്തൻപിള്ള വീട്ടിൽ മടങ്ങിവന്ന് രണ്ടാഴ്ചത്തെ കഷ്ടപ്പാടുകളും ഏകദേശം ഇരുനൂറു രോഗികളുടെ മരണവും ഒരു മിനിസ്ക്രീനിലെന്നപോലെ ഭാര്യയോടു വിസ്തരിച്ചു. അവർ നടുങ്ങി.

"ചുമയും പനിയും ചൊറിയും ചിരങ്ങും വൈരശല്യവും വയറുവേദനയും ചികിത്സിച്ച് താൽക്കാലിക ആശ്വാസം കൊടുക്കുകയല്ല, വൈദ്യശാസ്ത്രത്തിന്റെ ലക്ഷ്യം. അവയ്ക്ക് ശാശ്വത പരിഹാരം കാണുകയാണ്. കോളറ, പ്ലേഗ്, വസൂരി മുതലായ പകർച്ചവ്യാധികൾ ഭൂമുഖത്തുനിന്ന് തുടച്ചുമാറ്റുക തന്നെ വേണം.

"ഞാൻ പബ്ലിക് ഹെൽത്ത് ഡിപ്പാർട്മെന്റിലേക്ക് മാറ്റത്തിന് അപേക്ഷിക്കുവാൻ പോവുകയാണ്."

മുമ്പ് സൂചിപ്പിച്ച, എന്തിനെയും നേരിടുവാനുള്ള, മനക്കരുത്തിന്റെ മികവ്!

4

രോഗപ്രതിരോധ പ്രവർത്തനം

അന്നത്തെ എസ് ജിയുടെ പി എ സ്കിന്നർ (Skinner) സായിപ്പ് അന്തംവിട്ടുപോയി. ഹെൽത്ത് ഡിപ്പാർട്മെൻറിൽനിന്ന് മെഡിക്കലിലേക്ക് മാറ്റം ചോദിച്ച് ശല്യപ്പെടുത്തുകയാണ് സാധാരണ പതിവ്. മെഡിക്കലിൽ നിന്ന് ഹെൽത്തിലേക്ക് മാറ്റം ചോദിക്കുന്നത് ഇതാദ്യമാണ്.

ഓഫീസ് സൂപ്രണ്ട്, അർധനാരീശ്വരയ്യരെ വിളിച്ചു. പാളസാറും ഷർട്ടും ടൈയും കോട്ടും കസവുള്ളതലപ്പാവും ധരിച്ച ആ മഹാൻ പറഞ്ഞു, "ഞാൻ ഇരുപത്തിയൊന്നു കൊല്ലമായി ഈ ഓഫീസിൽ പണിയെടുക്കുന്നു, ലോവർ ഡിവിഷൻ ക്ലാർക്കായി തുടങ്ങിയിട്ട്. ഇതുമാതിരി ഒരു റിക്വസ്റ്റ് ഇതാദ്യമായിട്ടാണുകാണുന്നത്. കേണൽ സ്കിന്നർ ഡോക്ടർ അനന്തൻപിള്ളയെ വിളിപ്പിച്ചു. ഈ സംരംഭത്തിൽനിന്ന് പിന്തിരിപ്പിക്കുവാൻ പലതും പറഞ്ഞു. ഡിസ്ട്രിക്ട് ഹെൽത്ത് ഓഫീസർ ഡോക്ടർ സിംഗാരവേലുവിൻെറ മുറിയിൽ കൊണ്ടുപോയി. ആ മാന്യദേഹത്തിന് വലത്തെ കണ്ണിൽ കൃഷ്ണമണിക്കുപകരം ഒരു വെള്ള പാടയേ ഉള്ളു. സായിപ്പിനെ കണ്ടപ്പോൾ ധൃതിയിൽ എഴുന്നേറ്റുനിന്നു, മേശയുടെ വക്ക് പിടിച്ചുകൊണ്ട്.

"ഈ കണ്ണ് എങ്ങനെ പോയി?

"വസൂരി പടർന്നുപിടിച്ചപ്പോൾ ഫീൽഡ് വർക്കിന് പോയി. വസൂരി പിടിച്ചു. വലത്തേ കണ്ണ് പോയി."

"നേരെ നിൽക്കാൻ എന്താ പ്രയാസം?"

"ഇടത്തെ പാദം വസൂരി പിടിച്ച് പഴുത്തളിഞ്ഞ് മുറിച്ചുകളയേണ്ടി വന്നു. ജീവൻ കിട്ടിയത് ജഗദീശ്വരൻെറ കൃപകൊണ്ട് മാത്രം".

"ഡോക്ടർ അനന്തൻപിള്ളയ്ക്ക് ഇത്രയധികം റിസ്ക്കുള്ള ഈ ഡിപ്പാർട്മെൻറിലേക്ക് മാറണോ?"

"വേണം. ഇത്തരം ദുരിതങ്ങളും അനാവശ്യ മരണങ്ങളും ഈ നാട്ടിൽനിന്ന് നിഷ്കാസനം ചെയ്യുക, അതിനുവേണ്ടി പ്രവർത്തിക്കുക,

എന്നതാണ് എൻെറ ദൗത്യം. അതിൽ അന്തർലീനമായ റിസ്ക്ക് എടുക്കുവാനും ഞാൻ തയ്യാറാണ്."

എന്തിനെയും കൂസാത്ത മനസ്സ്, അപകടം പതിയിരിക്കുന്ന പകർച്ചവ്യാധികൾക്കെതിരെ ഒരു കുരിശുയുദ്ധത്തിന് കച്ചകെട്ടി ഇറങ്ങി. തസ്തിക അസിസ്റ്റൻറ് ഹെൽത്ത് ഓഫീസർ.

പാളേംകോട്ടയിൽ വസൂരി പടർന്നുപിടിക്കുകയായിരുന്നു. അങ്ങോട്ടായിരുന്നു ആദ്യപോസ്റ്റിങ്.

അതിനുമുമ്പ് ഡോക്ടർ അനന്തൻപിള്ള സ്വന്തം കൈത്തണ്ടയിൽ രണ്ടിടത്ത് സസൂക്ഷ്മം കോറി, പ്രതിരോധ വാക്സിൻ പുരട്ടി. അത് ഉണങ്ങുന്നതുവരെ കാത്തിരുന്നു.

പിന്നെ കുറെ വാക്സിനേറ്റർമാരെ പരിശീലിപ്പിച്ച് നാട്ടിൻപുറങ്ങളിലേക്ക് ഉപകരണങ്ങളും മരുന്നുമായി അയച്ചു. പലദിക്കിലും വലിയ എതിർപ്പ്, "അമ്മ വെളയാട്ടാണ്; അത് പ്രതിരോധിച്ചുകൂട," എന്നായിരുന്നു വിശ്വാസം.

ഡോക്ടർ അനന്തൻപിള്ള പല സ്ഥലത്തും, പ്രത്യേകിച്ച് എതിർപ്പുള്ള സ്ഥലങ്ങളിൽ, വാക്സിനേറ്റർമാരുടെ കൂടെപ്പോയി. വടിയും കവണയുമായി കാത്തുനിൽക്കുന്ന മതഭ്രാന്തരോടു പറഞ്ഞു; "മാരിയമ്മയെ പൂജിക്കുവാൻ ഞാനും നിങ്ങളുടെ കൂടെ കൂടാം; തെരുവിൽക്കൂടി എഴുന്നെള്ളിച്ച് നടക്കാം. വരൂ, നമുക്ക് ഒരുമിച്ചു നടക്കാം. പക്ഷേ, ആ പാവങ്ങളെ അവരുടെ പണിചെയ്യുവാൻ വിട്ടേയ്ക്കൂ."

പല സ്ഥലങ്ങളിലും അസിസ്റ്റൻറ് ഹെൽത്ത് ഓഫീസർ, ഷോർട്സും ഷർട്ടും, സോക്സും ഷൂസും ധരിച്ച് എഴുന്നള്ളിപ്പിന് മുൻനിരയിൽ നടന്നു. ഹാറ്റ് മാത്രം തലയിൽനിന്ന് ഊരി കൈയിൽ പിടിച്ചു. "ഭഗവതിയുടെ മുന്നിൽ ഹാറ്റ് വെയ്ക്കുന്നത് അത്ര ശരിയല്ലല്ലോ!"

പതുക്കെ പതുക്കെ പ്രതിഷേധങ്ങൾ മാറി. ആ പ്രദേശത്തുള്ള എല്ലാ കുട്ടികൾക്കും വാക്സിനേഷൻ ചെയ്യുവാൻ സാധിച്ചു, നാട്ടുകാരുടെ ഒത്താശയോടെ. ഈ പ്രതിരോധ പ്രവർത്തനം അടുത്തുള്ള ഗ്രാമങ്ങളിലേക്കും സഹർഷം വ്യാപിപ്പിക്കുവാൻ കഴിഞ്ഞു.

ഇത്തരം പ്രവർത്തനം കൊണ്ട് ലോകമെമ്പാടും, പ്രതിവർഷം ആയിരങ്ങളുടെ ജീവൻ അപഹരിച്ചുകൊണ്ടിരുന്ന, പിന്നെ പതിനായിരങ്ങളെ അന്ധരും വികലാംഗരുമാക്കിയിരുന്ന വസൂരി വൈറസ് ഭൂമുഖത്തുനിന്ന് തുടച്ചുമാറ്റുവാൻ കഴിഞ്ഞു. അത് ചരിത്രമായി മാറി.

രോഗപ്രതിരോധ മേഖലയിലെ ആദ്യത്തെ വാട്ടർലൂ ആയിരുന്നു ആ വിജയം.

ഈ മഹാവിജയത്തിൽ ഡോക്ടർ അനന്തൻപിള്ളയുടെ കൈയും കരുത്തും നിശ്ചയദാർഢ്യവും ചെറുതല്ലാത്ത പങ്കുവഹിച്ചു.

പാലക്കാട്ട് പ്ലേഗ് എന്ന മഹാരോഗം കുറെക്കാലമായി കൂടിയും കുറഞ്ഞും, ചിലപ്പോൾ ഭയാനക രൂപംപൂണ്ടും താമസമുറപ്പിച്ചിരുന്നു. ഇതു നിർമാർജ്ജനം ചെയ്യാൻ ഡോക്ടർ അനന്തൻപിള്ള നിയോഗിക്കപ്പെട്ടു.

ആദ്യംതന്നെ ചെയ്തത് പലതരം കടകളും അവയുടെ ഗോഡൗണുകളും തൊട്ടുതൊട്ട് സ്ഥിതിചെയ്തിരുന്ന സുൽത്താൻപേട്ടയിൽ ഒരു മുറി വാടകയ്ക്ക് എടുക്കുകയായിരുന്നു. അതിലുണ്ടായിരുന്ന എലികളെ മുഴുവൻ പുകച്ച് ചാടിച്ച്, മേശയും കസേരയും അലമാരികളും കൊണ്ടിട്ട് അത് ഒരു ഓഫീസാക്കി. അങ്ങാടിയിൽ ഓരോ ഷോപ്പും പരിശോധിച്ചു. കൂടെ പൊലീസുകാരുടെ മാതിരി യൂണിഫോം ധരിച്ച ഒരുപറ്റം ശിപായികളും ഉണ്ടായിരുന്നു. ഓരോ സ്ഥലത്തുനിന്നും ആളുകളെ മാറ്റി, വിഷലിപ്തമായ പുകയിട്ടു – fumigation പതിനായിരക്കണക്കിന് എലികളെ കൊന്നൊടുക്കി. അവയെ കൂട്ടം കൂട്ടമായി ദഹിപ്പിച്ചു.

നടുറോഡിൽ സ്ഥിതിചെയ്തിരുന്ന ഗണപതിക്ഷേത്രത്തിൽ പ്രവേശനം നിഷേധിച്ചപ്പോൾ അതിൻെറ കവാടം ബൂട്സിട്ട കാൽകൊണ്ട് ചവിട്ടിപ്പൊളിച്ച് അകത്തുകയറി ഫ്യൂമിഗേറ്റ് ചെയ്തു.

ക്ഷേത്രത്തിൻെറ ഊരാളന്മാരും മതഭ്രാന്തരും കോളിളക്കം സൃഷ്ടിച്ചു.

"ഈ ബൂട്സിട്ട, മുറിയൻ കാലുറക്കാരനെ, ചുരുട്ട് സദാവലിക്കുന്ന നിഷേധിയെ, പാലക്കാട്ടുനിന്ന് തുരത്തിയേ ഞങ്ങളടങ്ങുകയുള്ളു,"

"അയാളുടെ ആപ്പീസും ഫയലുകളും ചുട്ടെരിക്കണം,". "അയാളുടെ യൂണിഫോമിട്ട കിങ്കരന്മാരെയും ഇവിടെനിന്ന് കെട്ടുകെട്ടിക്കും" എന്നെല്ലാമുള്ള മുദ്രാവാക്യങ്ങളുമായി അവർ ജാഥനടത്തി.

സുൽത്താൻപേട്ട നടുറോഡിൽ കുറെ ഹെൽത്ത് ഇൻസ്പെക്ടർമാരെ കൂട്ടി, രണ്ടും കൽപ്പിച്ച്, എതിർത്തവരെ തടഞ്ഞു.

കല്ലേറിൽ തലയ്ക്ക് ഒരു മുറിവ് സമ്പാദിച്ചു. എന്നിട്ടും പിന്മാറാതെ അവരെ ഒരു ഹാൻഡ് മൈക്രോഫോൺ (അങ്ങനെ ഒരു ഉപകരണം ഉണ്ടായിരുന്നു പണ്ട്. ഇന്ദിരാഗാന്ധിയുടെ അടിയന്തരാവസ്ഥക്കാലത്ത്, പെരളശ്ശേരിയിലും സമീപപ്രദേശങ്ങളിലും എ കെ ജി ഇത് ഉപയോഗിച്ചാണ് യോഗങ്ങളിൽ പ്രസംഗിച്ചിരുന്നത്. കാരണം സാധാരണ മൈക്ക് നിരോധിക്കപ്പെട്ടിരുന്നു.) ഉപയോഗിച്ച് ഡോക്ടർ അനന്തൻപിള്ള നേരിട്ടു.

"നിങ്ങളും ഞങ്ങളും ഈ നാട്ടുകാരാണ്, സുഹൃത്തുക്കളാണ്."

"ഒരു തെറ്റിദ്ധാരണ കാരണമാണ് ഇന്ന് നിങ്ങൾ ഞങ്ങളെ ദേഹോപദ്രവംചെയ്യുവാൻ ഒരുമ്പെടുന്നത്. അതിനുള്ള കാരണം കേൾക്കുവാനുള്ള സന്മനസ്സുണ്ടാവണം. ഞങ്ങൾ നിരായുധരാണ്, തിരിച്ചടിക്കുകയില്ല.

"പാലക്കാട് താലൂക്കിൽ, പ്രത്യേകിച്ച് സുൽത്താൻപേട്ടയിൽ ആയിരത്തി ഇരുന്നൂറിലധികം സുഹൃത്തുക്കൾ, ആണുങ്ങളും പെണ്ണുങ്ങളും, പിഞ്ചുകുട്ടികൾപോലും പ്ലേഗ് ബാധിച്ച് മരിച്ചു. നാം എല്ലാവരും ചേർന്ന് ഈ പകർച്ചവ്യാധി തടയണം. തടയും.

"യൂറോപ്പിൽ പണ്ടൊക്കെ ഈ മാതിരി വ്യാധി ഒരു പ്രത്യേകതരം ഭൂതബാധയാണ് എന്നു വിശ്വസിച്ചിരുന്നു. അവർ അതിനെ black plague എന്നു വിളിച്ചു. ഒരു വീട്ടിൽ രോഗബാധയുണ്ടായാൽ രോഗിയെ അകത്തിട്ട് ആ വീട് മുഴുവൻ അടച്ചുപൂട്ടി, മരപ്പലകകൾകൊണ്ട് ആണിയടിച്ച്

ഭദ്രമാക്കി സമീപവാസികൾ പലായനം ചെയ്യുമായിരുന്നു. മാസങ്ങൾ കഴിഞ്ഞേ പാത്തും പതുങ്ങിയും അവർ തിരിച്ചുവന്നിരുന്നുള്ളു. അകത്തുണ്ടായിരുന്ന രോഗി മരിച്ച് അഴുകിക്കഴിഞ്ഞതിനുശേഷം. ആ പാവം അതിനുള്ളിൽ എന്തെല്ലാം സഹിച്ചിരിക്കണം!

"Louis Pasteur എന്ന ശാസ്ത്രജ്ഞൻ ആണ് കണ്ടുപിടിച്ചത്, ഈ ദുരവസ്ഥയ്ക്ക് കാരണം ചെണ്ടക്കോൽ മാതിരി ഒരു സൂക്ഷ്മാണുവാണ്, ഭൂതവും പ്രേതവുമൊന്നുമല്ല എന്ന്.

അതുകാരണം അതിന് Pasteurella Pestes എന്നു നാമകരണം ചെയ്തു. പിന്നീട് അതെപ്പറ്റി കൂടുതൽ പഠനങ്ങൾ നടത്തിയതിൻെറ ഫലമായി Yersena Pestes എന്നു പുനർ നാമകരണം ചെയ്യപ്പെട്ടു.

ഇവയ്ക്കു പ്രിയം എലികളാണ്. ഈ ബാധകാരണം ഒരു എലി ചത്തു വീഴുമ്പോൾ അതിലെ പേൻ (Xenopselacheopis) ചുറ്റിലും പരക്കുന്നു. നഗ്നപാദരായി നടക്കുന്നവരുടെ പാദങ്ങളിൽക്കൂടി പ്ലേഗ് അണുക്കൾ ശരീരത്തിൽ കയറുന്നു, ഇവയുടെ കടി ഏൽക്കുമ്പോൾ. പ്ലേഗ് അണുക്കൾ ഒടിയിലെ ഗ്ലാൻഡുകളിൽ എത്തുമ്പോൾ അവ വീർക്കുന്നു. അതുകൊണ്ടാണ് ഇതിന് Bubonic plague എന്ന പേർ വന്നത്.

തക്കതായ ചികിൽസയുടെ അഭാവത്തിൽ ഗ്ലാൻഡുകളിൽനിന്ന് ദേഹമാസകലം വ്യാപിക്കുന്നു. ഈ അവസ്ഥയാണ് Septicaemic plague.

ശ്വാസകോശങ്ങളെ ബാധിച്ചാൽ, "Pneumonic plague", വളരെ ആപൽക്കരമാവും. കാരണം, ഈ രോഗികൾ ചുമയ്ക്കുമ്പോൾ, രോഗാണുക്കൾ അന്തരീക്ഷത്തിലൂടെ അടുത്തുള്ളവരെക്കൂടി ബാധിക്കാം.

ഈ മഹാവിപത്ത് തടയുവാനാണ് ഞങ്ങൾ ഗോഡൗണുകളും ഷോപ്പുകളും വീടുകളും ഗണപതിക്ഷേത്രവും എല്ലാം എലിവിമുക്തമാക്കുവാൻ പ്രവർത്തിക്കുന്നത്."

കല്ലേറിൽ സമ്പാദിച്ച തലയിലെ മുറിവിൽനിന്ന് വരുന്ന രക്തം ഒരു കൈകൊണ്ട് പൊത്തിപ്പിടിച്ച്, മറ്റേ കൈയിൽ ഹാൻഡ് മൈക് പിടിച്ച് നടുറോഡിൽ ചെയ്ത ഈ വിശദീകരണം കാരണം വളരെ വലിയ ഒരു വളണ്ടിയർ സംഘം ഈ പ്രവർത്തനത്തിൽ പങ്കുചേർന്നു. അധികം താമസിയാതെ പാലക്കാടും സമീപപ്രദേശങ്ങളും പ്ലേഗ് വിമുക്തമായി. വളരെയേറെപ്പേർ പ്രതിരോധ കുത്തിവെയ്പ്പിനു തയ്യാറായി.

പ്ലേഗ് അണുക്കൾ നിഷ്കാസനം ചെയ്യപ്പെട്ടു. ലോകം പ്ലേഗ് വിമുക്തമാക്കിയതിന്റെ ആദ്യകാൽവെപ്പ് ഇതായിരുന്നു, ഡോക്ടർ അനന്തൻപിള്ളയുടെ നേതൃത്വത്തിൽ. എന്തിനേയും കൂസാത്ത അതികായൻ.

5

വൈദ്യശാസ്ത്രചരിത്രത്തിലെ വാട്ടർ ലൂ

ആണ്ടുതോറും പതിനായിരക്കണക്കിന് പേർ വസൂരിരോഗം മൂലം മരണമടഞ്ഞിരുന്നു. ലക്ഷങ്ങൾ അന്ധത മുതലായ പരാധീനതകൾ ഏറ്റുവാങ്ങിക്കൊണ്ടിരുന്നു. ഇതിനെതിരെ ലോകം സമ്പൂർണ്ണവിജയം നേടി. ഇത് എങ്ങനെ സാധിച്ചു?

അതിസൂക്ഷ്മമായ ഒരു അണു (Variola) ബാധയാണ് ഇതിന് കാരണം. വായുവിൽ കൂടിയാണത് പടരുന്നത്. ഈ മഹാവിപത്തിൽ നിന്ന് കരകയറ്റിയതിന് എഡ്വേർഡ് ജെന്നർ എന്ന ബ്രിട്ടീഷ് ശാസ്ത്രജ്ഞനോട് നാം കടപ്പെട്ടിരിക്കുന്നു, അഗാധമായി.

അദ്ദേഹം നിരീക്ഷിച്ചു.

1. പകർച്ചവ്യാധി സമയങ്ങളിൽ പശുക്കളിൽ പൊളുകങ്ങൾ കാണാറുണ്ട്. അകിട്ടിൽപോലും.
2. ആ സമയത്ത് അവ പാൽ കറക്കുവാൻ സമ്മതിക്കില്ല. കുഞ്ഞിനെ പാൽകുടിക്കുവാൻ അനുവദിക്കുകയില്ല. അലസമായി കിടക്കും. അല്പമൊക്കെ മേഞ്ഞുനടക്കും, കിടക്കും.
3. ഒരാഴ്ച കഴിയുമ്പോൾ പൊളുകങ്ങൾ വറ്റുന്നു. പത്തുദിവസം കഴിഞ്ഞാൽ പൊറ്റകൾ അടർന്നുപോകുന്നു. പശു അക്ഷീണം നടന്നു മേയുന്നു. കുട്ടിക്ക് പാൽ കൊടുക്കുന്നു. പാൽ കറക്കാൻ വരുന്ന സ്ത്രീകളെ അതിന് സമ്മതിക്കുന്നു.
4. ഈ സമയം കറവക്കാരുടെ കൈയിലും പൊളുകങ്ങൾ പലപ്പോഴും കാണാം. അവർക്കും അല്പം പനി അനുഭവപ്പെടും.
5. എങ്കിലും പശുക്കൾ മൃതിയടയുന്നില്ല. Cow pox പിടിച്ച കറവക്കാരാരും മൃതിയടയുന്നില്ല.

നിഗമനം

1. പശുക്കൾക്ക് വെറൈയെലെ (Variola) വൈറസിനോട് പ്രതിരോധ ശക്തി ജന്മസിദ്ധമായുണ്ട്.
2. പശുക്കളിൽകൂടി പാൽക്കാരികളുടെ കൈയിൽ പകരുന്ന അസുഖവും variolaക്ക് എതിരെ പ്രതിരോധശക്തി ഉളവാക്കുന്നു, മാരകമായ ഭവിഷ്യത്തുകളില്ലാതെ.

എങ്കിൽ എന്തുകൊണ്ട് കൃത്രിമമായി ഇത്തരത്തിൽ നിരോധന ശക്തി മനുഷ്യനിലേക്ക് പകർന്നുകൂടാ? പശുക്കളിൽ കാണുന്ന പൊളുകങ്ങളിലെ നീര് വലിച്ചെടുത്ത് ദേഹത്ത് പോറലുകൾ ഉണ്ടാക്കി അതിൽ പുരട്ടിയാൽ, അതുകൊണ്ട് മാരകമായ രോഗം ഉണ്ടാവാൻ സാധ്യത കുറവായിരിക്കണം, പ്രതിരോധ ശക്തി ലഭിക്കുകയും ചെയ്യാം.

വളരെ ഏറെ നിദ്രാവിഹീനങ്ങളായ രാത്രികൾക്ക് ശേഷം ജെന്നർ ദമ്പതികൾ അവരുടെ മൂന്നുവയസ്സ് പ്രായമായ പൊന്നോമന മകന്റെ കൈത്തണ്ടയിൽ പോറലുണ്ടാക്കി. ഈ കൊടും ക്രൂരതയിൽ പ്രതിഷേധിച്ച് അവൻ കരഞ്ഞു, കുതറി ഓടി. പിന്നെ അവനെ പിടിച്ച് മടിയിൽ ഇരുത്തി സാന്ത്വനപ്പെടുത്തി. ഒരു പൊളുകത്തിൽ നിന്ന് സംഭരിച്ച് വെച്ചിരുന്ന നീര് ആ പോറലിൽ പുരട്ടി, ഒരു ഇറ്റ് കണ്ണീരുചേർത്ത് കെട്ടിവെച്ചു.

ഭയചകിതങ്ങളായ ദിനരാത്രങ്ങളായിരുന്നു പിന്നെ. പോറലേല്പിച്ച സ്ഥലത്ത് പൊളുകങ്ങൾ വന്നു. പനി കാരണം അവൻ കിടപ്പിലായി. ഭാര്യാഭർത്താക്കന്മാർ കണ്ണീരും കൈയുമായി ഊഴമിട്ട് അവനെ രാപകൽ പരിചരിച്ചു.

ആറു ദിവസം കഴിഞ്ഞപ്പോൾ പനി കുറഞ്ഞു. അവർ അന്യോന്യം നോക്കി. കണ്ണീരിൽ കുതിർന്ന ഒരു മന്ദഹാസം കൈമാറി. ജെന്നർ ദമ്പതികളുടെ മനസ്സ് മന്ത്രിച്ചുകാണും, "ഞാൻ മാത്രമല്ല. എന്റെ മോനും സർവംസഹ എന്ന വിശേഷണത്തിനർഹനായി".

പത്തുദിവസത്തിൽ പൊളുകങ്ങൾ ചുരുങ്ങി. പിന്നെയും നാലുദിവസങ്ങളിൽ പൊറ്റകൾ അടർന്നുവീണു. കളിപ്പാട്ടങ്ങളെടുത്ത് കൂട്ടുകാരെ തേടി അവൻ പോയി. ജെന്നർ ദമ്പതികൾ വളരെ നേരം ആലിംഗനബദ്ധരായി, പലവുരു ചുംബിച്ചു.

ഇത് വസൂരി എന്ന ഭീകരശത്രുവിന്റെ 'വാട്ടർലൂ' എന്ന് പറയാം.

എന്തുകൊണ്ട് ജെന്നർ സ്വന്തം കൈയിൽ ഈ പരീക്ഷണം നടത്തിയില്ല. കുറച്ചുകാലം മുമ്പ് Head എന്ന ശാസ്ത്രജ്ഞൻ radial nerve ന്റെ പ്രവർത്തന മണ്ഡലം പരിശോധിച്ച് സ്ഥിരീകരിക്കുവാൻ സ്വന്തം കൈയിൽ മുറിവുണ്ടാക്കി. അയാളുടെ കൈ പിന്നെ ഒരിക്കലും പണ്ടത്തെ മാതിരി പ്രവർത്തന ക്ഷമമായില്ല. ജെന്നർ സ്വന്തം കൈത്തണ്ടയിൽ വെറൈയൊല പരീക്ഷണം നടത്തി, മരണമടഞ്ഞിരുന്നെങ്കിൽ, അദ്ദേഹത്തിന്റെ മസ്തിഷ്കത്തിൽ മാത്രം കുടികൊണ്ടിരുന്ന നിരീക്ഷണങ്ങളും നിഗമനങ്ങളും എന്നെന്നേക്കും നഷ്ടമായേനെ.

പച്ചയായിപ്പറഞ്ഞാൽ, അയാൾ ഒരു ഭീരുവായിരുന്നു എന്ന നിഗമനം തെറ്റാകുമോ?

ഭാര്യയിൽ പരീക്ഷിച്ചു കൂടായിരുന്നോ? (ഇത് ഈ ലേഖകന്റെ മനസ്സിൽ ഉദിച്ച ഒരു ദുഷ്ചിന്ത അതിന്റെ പകർപ്പവകാശം മറ്റാർക്കും ഇല്ല).

വെറൈയൊലയുടെ സങ്കേതം മനുഷ്യദേഹത്തിൽ മാത്രമാണ്. മധ്യവയസ്സാവുമ്പോഴേക്കും നാം അറിയാതെതന്നെ അതിനെതിരായ പ്രതിരോധശക്തി ആർജ്ജിച്ചിരിക്കും. അതുകൊണ്ടാണ് ഈ പകർച്ചവ്യാധി പതിനായിരക്കണക്കിന് കുഞ്ഞുങ്ങളെയും യുവാക്കളെയും കൊണ്ടുപോകുന്നത്. മധ്യവയസ്കരെയും വൃദ്ധരെയും വെറുതെ വിടുന്നത്.

ജന്നർ ദമ്പതികളുടെ കണ്ടുപിടിത്തത്തെ തുടർന്ന് ഏതാനും ദശകങ്ങൾക്കുള്ളിൽ വസൂരിക്കെതിരായ പ്രതിരോധ നടപടി ലോകം ഏറ്റെടുത്തു. നല്ലയിനം പശുക്കളെ ഇതിനായി വളർത്തി. അവയുടെ വയറ്റിൽ പോറലുണ്ടാക്കി അവയിൽ lymph (പൊളുകങ്ങളിൽനിന്ന് വലിച്ചെടുക്കുന്ന നീരിന് lymph എന്നാണ് നാമകരണം ചെയ്തിട്ടുള്ളത്) പുരട്ടി ജെന്നർ പ്രക്രിയ ആയിരക്കണക്കിന് ആവർത്തിച്ചതിനുശേഷം ലഭ്യമായ lymph അണുവിമുക്തമായ ചെറിയ ട്യൂബുകളിൽ പതിനായിരക്കണക്കിന് സുശിക്ഷിത വാക്സിനേറ്റർമാരെ ഏൽപ്പിച്ചു. ഇരുപതാം നൂറ്റാണ്ടിന്റെ ആദ്യ ദശകങ്ങളിൽ ഇവരെ നാട്ടിൻപുറങ്ങളിൽ കാണാമായിരുന്നു. അവർ വെയിലും മഴയും അവഗണിച്ച്, കാടും മലയും താണ്ടി എല്ലാ മുക്കിലും മൂലയിലും ചെന്ന് കുട്ടികളിൽ വാക്സിനേഷൻ നടത്തി. അന്ധവിശ്വാസങ്ങൾ കാരണം അവരെ പല സ്ഥലങ്ങളിലും പ്രതിരോധിച്ചു. ദേഹോപദ്രവങ്ങൾപോലും ഏല്പിച്ചു. പാശ്ചാത്യരാജ്യങ്ങളിൽ മഞ്ഞും, കൊടും തണുപ്പും സഹിച്ച് ചെന്ന് വാക്സിനേഷൻ നടത്തി.

ഈ മഹാരോഗത്തെ ഭൂമുഖത്തുനിന്ന് തുടച്ചുമാറ്റി. തൽഫലമായി അവിടങ്ങളിൽ വാക്സിനേഷൻ നിർത്തലാക്കി, ദശകങ്ങൾക്ക് മുമ്പ്.

ലജ്ജാവഹമായ അനുഭവം

1960–62 ൽ ഞാൻ കുടുംബ സമേതം Stoke on Trent എന്ന സ്ഥലത്ത് താമസിക്കുകയായിരുന്നു, എന്റെ പ്രവൃത്തി സംബന്ധമായിട്ട്. ഞങ്ങളുടേത് മാത്രമായിരുന്നു അന്ന് അവിടെ ഏക കറുത്തവർഗ കുടുംബം. എല്ലാവർക്കും ഞങ്ങളെ വളരെ കാര്യമായിരുന്നു. മക്കൾ സ്കൂളിൽ കൊണ്ടാടപ്പെട്ടു.

അങ്ങനെ ഇരിക്കെ ബസ്സ്കാത്തുനിൽക്കുന്നവരും മറ്റും ഞങ്ങളെ സംശയദൃഷ്ട്യാ നോക്കാൻ തുടങ്ങി.

കാരണം

ഒരു ഗുജറാത്തി കുടുംബം ഒരു ഫ്ളൈറ്റിൽ വന്നിറങ്ങി. ഒരാഴ്ച കഴിഞ്ഞപ്പോൾ കുടുംബത്തിലെ ഒരു കുട്ടിക്ക് പനി. ആശുപത്രിയിൽ കിടത്തി എല്ലാ പരീക്ഷണങ്ങളും ചെയ്തു. (അവിടെ ഇവയ്ക്കൊന്നും

ഒരു പെനിപോലും ചെലവില്ല). ഒരു എത്തുംപിടിയും കിട്ടിയില്ല. മൂന്നാം ദിവസം ദേഹമാസകലം പൊളുകങ്ങൾ പ്രത്യക്ഷപ്പെട്ടു. അവിടത്തെ വിദഗ്ധർക്ക് എന്തെന്ന് പിടികിട്ടിയില്ല.

അന്നാണ് അവധിയിൽ പോയിരുന്ന ഡോക്ടർ ഭാനുണ്ണിനായർ തിരിച്ചുവന്നത്. അദ്ദേഹം ഇത് കണ്ട ഉടനെ പറഞ്ഞു,“ ഓ ഇത് വസൂരിയാണ്.”

ആ കുട്ടിയെ പരിചരിച്ചവരിൽ പതിനൊന്ന് പേർക്ക് വസൂരി പിടിച്ചു. എട്ടുപേർ മരണമടഞ്ഞു. കാരണം അവിടെ വസൂരി രോഗം ദശകങ്ങൾക്ക് മുമ്പ് നിർമാർജനം ചെയ്തുകഴിഞ്ഞിരുന്നതിനാൽ വാക്സിനേഷൻ നിർത്തലാക്കിയിരുന്നു.

കാര്യം അന്വേഷിച്ചപ്പോൾ കുടുംബനാഥൻ അല്പം അഹംഭാവ ത്തോടുകൂടി പറഞ്ഞു, “ഞങ്ങൾക്ക് ഒരു പോറൽപോലും ഏൽക്കാതെ വാക്സിനേഷൻ സർട്ടിഫിക്കറ്റ് ലഭിക്കുവാൻ ഇരുപതിനായിരം രൂപയേ വേണ്ടിവന്നുള്ളു.”

പതിനെട്ട് വെള്ളക്കാർ മൃതിയടഞ്ഞ് രണ്ടാഴ്ചക്കുള്ളിൽ Hafkin institute ൽ നിന്ന് പ്രത്യേക വിമാനത്തിൽ കൊണ്ടുവന്ന lymph കൊണ്ട് ആ പ്രദേശത്തെ എല്ലാവർക്കും വാക്സിനേഷൻ യുദ്ധകാല അടിസ്ഥാന ത്തിൽ ചെയ്തു. അതില്ലായിരുന്നെങ്കിൽ മരണസംഖ്യ ലക്ഷത്തിൽ കവിയുമായിരുന്നു.

നമ്മുടെ നാട്ടിലെ അഴിമതിയുടെ തോത്, ധനാഗമനതൃഷ്ണ, ഇംഗ്ല ണ്ടിൽ പാട്ടായി. “ഏഴെട്ടുകാശിന്റെയുന്മാദത്തള്ളലേ,

പാഴുറ്റ നിൻ തലതാഴില്ലെന്നോ”

നമ്മുടെ സർക്കാരിന് ആ തല താഴ്ത്താൻ സാധിക്കില്ലെ?

6

ഒരു വള്ളുവനാടൻ ഹുമയൂൺ

മുഗൾ ചക്രവർത്തി ബാബർ അസഹനീയമായ മനോവേദനയിൽ ദഹിച്ചു. തന്റെ മകൻ, തനിക്കുശേഷം ഭാരതവർഷത്തിന്റെ കിരീടം അണിയേണ്ട ഓമനപ്പുത്രൻ, ഹുമയൂൺ രോഗഗ്രസ്തനായി അബോധാവസ്ഥയിൽ കിടക്കുകയാണ്. പ്രശസ്തരായ ഹക്കീമുകൾ സവിസ്തരം പരിശോധിച്ച്, മാറിനിന്ന് സചിവോത്തമന്മാരോട് പറഞ്ഞു.

"മനോഹര മരതകക്കല്ലിനോടൊത്ത ഈ ചക്രവർത്തികുമാരനെ അല്ലാഹു അങ്ങോട്ടെടുക്കുവാൻ നിശ്ചയിച്ച മട്ടാണ്. ഞങ്ങൾക്കിതിൽ വളരെയൊന്നും ചെയ്യുവാനില്ല."

ആസ്ഥാന മുല്ലാക്ക, വളരെ സാവകാശം അലംഘനീയമായ ദൈവനിശ്ചയം ചക്രവർത്തിയെ അറിയിച്ചു. ആ മഹാമനുഷ്യൻ മുട്ടുകുത്തി നിസ്കരിച്ചു. വളരെ നേരം തലപൊക്കാതെ വിങ്ങിവിങ്ങിക്കരഞ്ഞു. സചിവോത്തമന്മാർ ഇതികർത്തവ്യതാമൂഢരായി, ശ്വാസം അടക്കിനിന്നു. ചക്രവർത്തി സാവകാശം നിവർന്നിരുന്നു. കൈക്കുമ്പിൾ നിവർത്തി മേൽപ്പോട്ടുയർത്തി പ്രാർഥിച്ചു.

"അങ്ങ് എന്നെ, അങ്ങയുടെ അടിമയെ, അങ്ങോട്ടെടുക്കേണമേ. എന്റെ മകനെ അരോഗ ദൃഢഗാത്രനാക്കി ഭാരതവർഷത്തിന്റെ ചക്രവർത്തിയായി നീണാൾ വാഴിക്കേണമേ!"

അങ്ങനെ ഹുമയൂണിന്റെ മാരകരോഗം ബാബർ ആവാഹിച്ചെടുത്തു; ഹുമയൂൺ ചക്രവർത്തിയായി വാണു എന്ന് ഐതിഹ്യം.

ഇതിനോടു സാദൃശ്യമുള്ള ഒരു യഥാർഥ സംഭവം വള്ളുവനാട് പട്ടാമ്പിക്കടുത്ത്, കൊപ്പം അംശം ദേശത്ത് നടന്നു. ഇരുപതാം നൂറ്റാണ്ടിന്റെ ആദ്യദശകത്തിൽ, പള്ളത്ത്മന എന്ന നമ്പൂതിരി ഗൃഹത്തിൽ.

യാഥാസ്ഥിതികനായ അച്ഛൻ നമ്പൂതിരി ഏകമകനെ വളരെ ഏറെ താലോലിച്ചു വളർത്തി. അഞ്ചുവയസ്സായി. വിജയദശമിനാളിൽ

വിദ്യാരംഭം നടത്തി. പള്ളിശ്ശേരി മനയ്ക്കൽ കൊണ്ടുപോയാക്കി, വേദാഭ്യസനത്തിന്. സ്കൂളിൽ ചേർത്ത് പഠിപ്പിക്കുവാൻ പലരും ഉപദേശിച്ചു.

"മനയ്ക്കല് ശ്ശി സ്വത്തൊന്നും ല്യാച്ചാലും, ഇംഗ്രീസ് പഠിച്ച് ഉദ്യോഗം നോക്കണ്ട ഗതികേടൊന്നും വന്നിട്ടില്യ, ബടത്തെ കാര്യങ്ങളൊക്കെ നോക്കി ഭരിച്ചാൽ മതി."

ബാലൻ അതിരാവിലെ എഴുന്നേറ്റ് കുളത്തിൽ പോയി കുളിച്ച് മന്ത്രോച്ചാരണങ്ങൾ പഠിച്ചു. പൂജാകർമങ്ങളെല്ലാം അഭ്യസിച്ചു. പ്രാതൽ കഴിഞ്ഞ് പിന്നെ സിദ്ധരൂപവും അമരകോശവും ഹൃദിസ്ഥമാക്കി; 'മിടുമിടുക്കനായി'.

ഇതിനിടയിൽ അല്പം സമയം ഭർഗിച്ച് പടിപ്പുരയിൽ പോയി നിൽക്കും. സ്ലേറ്റും പുസ്തകവും കൈയിലെടുത്ത് നിക്കറും 'സർടും' ധരിച്ച് താണജാതിക്കാര് 'ഷ്കൂളിൽ' കൂട്ടംകൂട്ടമായി പോകുന്നതു കാണാൻ, അതിയായി അസൂയപ്പെടുവാൻ. ചിലപ്പോൾ പള്ളിശ്ശേരി മൂസ് കണ്ടുപിടിച്ചാൽ ശകാരവർഷമായി, "എന്തൊക്കെ ജാതിക്കാരാണാവൊ ആ ചെക്കന്മാര്. പറയനും നായടിയും ഒക്കെണ്ടാവും. കൊളത്തിൽ പോയി മുങ്ങിക്കുളിച്ച് ഈറനുടുത്ത് കേറ്യാ മതി അകായില്ക്ക്".

'തൊട്ടുകൂടാത്തവർ, തീണ്ടിക്കൂടാത്തവർ.'

പത്തുവയസ്സായപ്പോൾ ഓനിച്ചിരുത്തി (ഉപനയനം), പിന്നെ സമാവർത്തനം. അങ്ങനെ വേദാധ്യായനോം, മന്ത്രോച്ചാരണോം എല്ലാം അഭ്യസിച്ച്, ബ്രാഹ്മണനായി, ആഢ്യൻ നമ്പൂതിരിയായി, ക്ഷേത്രത്തിൽ ശാന്തിക്കാരനായി. ആലിപ്പറമ്പിൽ മാധവശ്ശേരി ഇല്ലത്ത് പന്ത്രണ്ട് വയസ്സുകാരി ആര്യയെ വേളി കഴിച്ച് പള്ളത്തേക്ക് കൊണ്ടുവന്നു.

ആ സമയത്ത് തൃശൂരിൽനിന്ന് മംഗളോദയം പ്രസ്സിന്റെ മാനേജ്മെന്റിൽ ഒരു പ്രധാനി, രാമൻ നമ്പൂതിരി, രണ്ടുദിവസം പള്ളത്ത് താമസിക്കാനിടയായി, യാദൃച്ഛികമായിട്ട്. വെടിപറയുന്നതിനിടയിൽ പറഞ്ഞു, "എന്താ കഥ. ഏലംകുളത്ത് ശങ്കരൻ നമ്പൂതിരി തൃശൂര് ബി എ യ്ക്ക് പഠിക്കുന്ന്ണ്ട്. ഇടയ്ക്ക് ഗാന്ധി ഭക്തനായി, ഹരിജനങ്ങളെ നന്നാക്കാൻ നടക്കാ. അതിനെടേല് കോഴിക്കോട്ട് പോയി കടലീന്ന് ഉപ്പ് കാച്ചൽ സമരത്തിൽ പെട്ട് ജെയിലിൽ പോയിരിക്കാ. നല്ല ക്ഷെയായില്ലെ. ബി എ പാസ്സായാൽ മംഗളോദയത്തിന്റെ ചുമതല ഏറ്റെടുക്കുംന്ന് കരുതീർന്നതാ."

അത് കേട്ടപ്പോൾ പള്ളത്തെ കൃഷ്ണന് ഒരു മനോരാജ്യം.

"മംഗളോദയം പ്രസില് ഒരു ജോലി കിട്ടിയിരുന്നെങ്കിൽ! എത്ര നന്നായിരുന്നു! പക്ഷേ അച്ഛൻ സമ്മതിക്കില്ല."

രാമൻ നമ്പൂതിരിടെ അടുത്തുകൂടി, "മംഗളോദയത്തിൽ എനിക്ക് ഒരു ജോലി ശെരിപ്പെടുത്തി തരോ? അതിന് ഇംഗ്ലീഷൊന്നും വേണ്ടിവരില്ല്യല്ലോ?"

"എന്ത് വിഡ്ഢിത്താ ഉണ്ണി ഈ പറയണ്, നമ്പൂതിരിമാരാരെങ്കിലും ശമ്പളത്തിന് പണി എടുക്കാന്ന് കേട്ടിട്ടുണ്ടോ? ബടെ, പള്ളത്ത് എന്താ മോശം."

പക്ഷേ കൃഷ്ണന് ഈ ഇടുങ്ങിയ ചുറ്റുപാടിൽ നിന്ന് എങ്ങനെ

യെങ്കിലും കുറച്ചുകാലം രക്ഷപ്പെടണം, പട്ടാമ്പിക്ക് അപ്പുറത്ത് ലോകം ഉണ്ടോ എന്ന് പരതി നോക്കണം, എന്ന വിചാരം ഒരു ആധിയായി.

ഒരു ദിവസം വെളുപ്പിന് കുളത്തിൽ പോയി കുളിച്ച് വ്രതാനുഷ്ഠാനങ്ങളിൽ മുഴുകുന്നതിനു പകരം, ചെത്തിലിറങ്ങി വെച്ചുപിടിച്ചു, ആര്യ വാത്സല്യത്തോടെ രഹസ്യമായി കൊടുത്ത പൊതിച്ചോറുമായി.

നാലുമാസം കഴിഞ്ഞു. അച്ഛൻ നമ്പൂതിരി പലരോടുമായി അന്വേഷിച്ചു. ചിലരൊക്കെ "പട്ടാമ്പിക്ക് നടക്കണ് കണ്ടു", എന്നു മാത്രം പറഞ്ഞു.

പിന്നെ ഒരു ദിവസം കൊപ്പത്ത് വന്ന് ബസ്സിറങ്ങി. അവശനായിരുന്നു. ആര്യ ഇതുകണ്ട് കുറെ വെള്ളം ചൂടാക്കി, കുളത്തിലേക്ക് പിടിച്ചുകൊണ്ടുപോയി. കുളത്തിലെ വെള്ളത്തിൽ ചൂടുവെള്ളം ഒഴിച്ച് മുങ്ങിപ്പിച്ചു. "കുള്യാശുദ്ധം ആയിട്ട് അകായിൽ കെടക്കാൻ പറ്റില്ലല്ലൊ."

മൂന്നുദിവസം കലശലായ പനി. പലപ്പോഴും പിച്ചുംപേയും പറയും. ആര്യ നെഞ്ച് പൊട്ടിക്കരഞ്ഞു. അച്ഛൻ ഭദ്രകാളിക്ക് നൂറുകോഴി വഴിവാട് നേർന്നു. അയ്യപ്പന് (വേട്ടേക്കരന്) പന്തീരായിരം (പന്തീരായിരം തേങ്ങ എറിഞ്ഞൊടയ്ക്കണ വഴിവാട്).

മൂന്നാമത്തെ ദിവസം ദേഹമാസകലം പൊന്തി, ഉള്ളൻ കൈയിലടക്കം. വസൂരി, കഠിനവസൂരി.

ആര്യ മക്കളെയും കൊണ്ട് അമ്മാത്തേക്ക് പോയി, അടക്കാനാവാത്ത ദുഃഖം ഉള്ളിൽ ഒതുക്കി. എത്ര കേണപേക്ഷിച്ചിട്ടും അച്ഛൻ നമ്പൂതിരി ഉണ്ണ്യെ വിട്ടുപിരിയാൻ കൂട്ടാക്കീല്യ. ആ അറയിൽത്തന്നെ കോസറി വിരിച്ച് കിടന്നു, മകനെ ശുശ്രൂഷിച്ചു. സദാ നെഞ്ചുരുകി പ്രാർഥിച്ചു, "കൃഷ്ണന്റെ വസൂരി എന്നിൽ ആവാഹിക്കേണമേ." സഹായത്തിന് നോട്ടക്കാരെ വെച്ചു. അമ്പലത്തിൽനിന്ന് നേദ്യച്ചോറ് കൊണ്ടു വരുവിച്ചു, ഭക്ഷണത്തിന്.

ഒരാഴ്ച കഴിഞ്ഞപ്പോൾ പൊങ്ങിയതെല്ലാം വാട്ടമായി. മൂന്നുദിവസത്തിൽ പൊറ്റനായി. കാലിലെ പൊറ്റൻ കാരണം നടക്കാൻ അല്പം പ്രയാസം. ഒരു പാളച്ചെരിപ്പിട്ടു നടക്കുവാൻ തുടങ്ങി. കുളത്തിൽ പോയി കുളിച്ചു.

മൂന്നുദിവസം കഴിഞ്ഞപ്പോൾ അച്ഛൻ നമ്പൂതിരി കിടപ്പായി, വസൂരിരോഗം പിടിപ്പെട്ട്. അത് ആ മാന്യദേഹത്തെയും കൊണ്ടേ പോയുള്ളു.

അങ്ങനെ പള്ളത്ത് കൃഷ്ണൻ നമ്പൂതിരി 'വള്ളുവനാടൻ ഹുമയൂണാ'യി.

7

യാഥാസ്ഥിതികതയുടെ കോട്ടകൊത്തളങ്ങൾ തകർത്ത പള്ളം

പള്ളത്തെ അച്ഛൻ നമ്പൂതിരി മകന്റെ വസൂരിരോഗം 'ആവാഹി ച്ചെടുത്ത്' ഇഹലോകവാസം വെടിഞ്ഞു. മകൻ കൃഷ്ണൻ, ഗൃഹഭാരം ഏറ്റെടുത്തു. രോഗംമൂലം അദ്ദേഹം അത്യധികം ക്ഷീണിതനായിരുന്നു. ചെന്ത്രത്തു വൈദ്യന്മാരുടെ ചികിത്സ കുറെയൊക്കെ സഹിച്ചു. പിന്നെ അതിൽനിന്നെല്ലാം കുതറിമാറി. ആ മെലിഞ്ഞ, കുറിയ ഉടലിനുള്ളിൽ ഒരു അടങ്ങാത്ത ആവേശം തിളച്ചുപൊങ്ങി. തന്റെ ചെറുപ്രായത്തിൽ കണ്ട, അനുഭവിച്ച തികഞ്ഞ യാഥാസ്ഥിതിക ചട്ടക്കൂട്; അതിൽനിന്ന് സൂത്രത്തിൽ പുറത്തുചാടി പട്ടാമ്പിക്ക് നടന്നത് കരുത്ത് സംഭരിച്ച് ആ കാരാഗൃഹതുല്യജീവിതം- തന്റെയും തന്റെ സുഹൃത്തുക്കളുടെയും- മാറ്റി മറിക്കാനായിരുന്നു. നമ്പൂതിരിയെ മനുഷ്യനാക്കാൻ.

അജ്ഞാന കൂരിരുട്ടിൽ,
ഇല്ലത്തെ നാലുകെട്ടിൽ,
വിജ്ഞാന കതിരൊന്ന്....
കൊണ്ടുവരാൻ.

ആദ്യം ചെയ്തത് വെറും പതിനാലുവയസ്സുകാരിയായ സ്വന്തം സഹധർമിണിക്ക് മാറുമറയ്ക്കാൻ, ഇല്ലത്തെ അന്ധകാരത്തിൽനിന്ന് പുറത്തുവരാൻ, മറക്കുട തല്ലിത്തകർക്കാൻ ഉള്ള കരുത്തുപകരാൻ എല്ലാ മുള്ള പ്രവർത്തനമായിരുന്നു.

ആര്യാപള്ളം എന്ന സ്ത്രീ, അല്ല പ്രസ്ഥാനം ഉടലെടുത്തു. അതിന് പുറകിൽനിന്ന് സദാ കരുത്തുപകർന്നുകൊണ്ടേ ഇരുന്നു, യുവാവ് പള്ളം. യാഥാസ്ഥിതികർ അവഹേളിച്ചു, കലിതുള്ളി.

"ആര്യാ പള്ളമിതാവരുന്നു, വഴിമാറിക്കൊൾവിനെല്ലാവരും,
പിന്നിൽ പള്ളവുമുണ്ട്, വലുതാം പെട്ടി
ഭേസിക്കിതച്ചങ്ങിനെ.''

ഈ സാമൂഹ്യപരിഷ്കരണ പ്രവർത്തനത്തിന് തന്റെ കൂട്ടുകാരനും മാർഗനിർദേശിയുമായി നിലകൊണ്ടത്, വി ടി ഭട്ടതിരിപ്പാട് എന്ന പേരു കേട്ട വിപ്ലവപ്രതിഭയായിരുന്നു. അദ്ദേഹം രചിച്ച *അടുക്കളയിൽനിന്ന് അരങ്ങത്തേക്ക്* എന്ന നാടകത്തിലെ ഒരു പ്രധാന അഭിനേതാവായി പള്ളം പ്രത്യക്ഷപ്പെട്ടു, നൂറിലധികം വേദികളിൽ. പിന്നീട് കെ ദാമോദരന്റെ *പാട്ടബാക്കി* എന്ന, ജന്മിത്വത്തിനെതിരായ, നാടകത്തിൽ അരങ്ങുതകർത്തു. 'നമ്പൂതിരിയെ മനുഷ്യനാക്കു'വാനുള്ള പ്രവർത്തനത്തിൽനിന്ന് 'മനുഷ്യനെ മനുഷ്യനാക്കു'വാനുള്ള വർഗസമരരംഗത്തേക്ക് തന്റെ സർവകഴിവും പകർന്നു. എം ആർ ബി, 'പ്രേംജി' എന്ന് പിന്നീട് പ്രസിദ്ധനായ സിനിമാ–നാടക നടനും കവിയുമായ എം പി ഭട്ടതിരിപ്പാട്, പരിയാരം പറ്റ, പി ജെ ആൻറണി മുതലായ പ്രതിഭകളെ ഉറ്റ ചങ്ങാതിമാരായി സമ്പാദിച്ചു.

പുരോഗമനപരമായ ഏത് പ്രസ്ഥാനത്തിലും കലവറയില്ലാതെ ആത്മാർഥസേവനമായിരുന്നു പള്ളത്തിന്റെ മുഖമുദ്ര. അതിൽ കുടുംബാംഗങ്ങളെയും കൂടെ ചേർക്കും.

ഗാന്ധിജിയുടെ ഹരിജനോദ്ധാരണ പ്രസ്ഥാനത്തിൽ മുഴുകി. പാരമ്പര്യത്തിന്റെ ചുഴിയിൽപ്പെട്ട് ചെറുമക്കളും നായടിമാരും മറ്റും പള്ളത്തിനെ കണ്ടാൽ ഓടി ഒളിക്കുമായിരുന്നു. യുഗങ്ങളായി തമസ്കരിക്കപ്പെട്ട, ചവിട്ടിത്താഴ്ത്തപ്പെട്ട ആ പാവങ്ങൾ തലമുറകളായി വിശ്വസിച്ചുവന്നത് ''തമ്പ്രാക്കന്മാരെ തീണ്ടിയാൽ, നരകത്തിൽ നീറിനീറിക്കഴിയേണ്ടിവരും'' എന്നാണ്. നമ്പൂതിരിയെ മനുഷ്യനാക്കാൻ കച്ചകെട്ടിയിറങ്ങിയ ആ കുറിയ മനുഷ്യൻ 'തൊട്ടുകൂടാത്തവരെയും തീണ്ടിക്കൂടാത്തവരെയും' മനുഷ്യരാക്കാനുള്ള പ്രവർത്തനത്തിലും മുഴുകി.

കേളപ്പന്റെ നേതൃത്വത്തിൽ ഒരു ഹരിജനജാഥക്ക് പള്ളത്ത് മനയ്ക്കലെ അകായയിൽവെച്ച് സദ്യ ഒരുക്കി. നാളതുവരെ എല്ലാ പണിക്കും നിന്നിരുന്ന നായന്മാരും സമാനന്മാരും ഇറങ്ങിപ്പോയി. അടുക്കളയിൽ സദ്യഒരുക്കാൻ കിളിയനും അബ്ദുൾ റഹ്മാനും പാത്തുമ്മയുമായിരുന്നു. എല്ലാവരും കർഷകസംഘാംഗങ്ങൾ. കൂട്ടത്തിൽ അഞ്ചുവയസ്സ് മാത്രം പ്രായമായ മകൾ തേതിക്കുട്ടിക്കും മൂന്നുവയസ്സുകാരൻ ദാമോദരനും വലിയ ഉത്സാഹം.

ജാഥാംഗങ്ങൾക്ക് ഇല്ലത്തെ നാലുകെട്ടിൽ കയറാൻ മടി. പള്ളം അവരെ കൈപിടിച്ച് മുറ്റത്തേക്ക് കയറ്റി. "ദാ, കിണ്ടീല് വെള്ളണ്ട്. നെലാതിലുംണ്ട്. കൈയും കാലും കഴുകി ഇങ്ങട് കേറാ."

പിന്നെയും മടി.

"മടിക്കേണ്ട, ദാ കണ്ടോ, ഞാൻ പൂണൂലിട്ടിട്ടില്ല. നിങ്ങളൊക്കെ 'കുഞ്ഞാത്തോല്' എന്ന് വിളിക്കുന്ന എന്റെ ഭാര്യ ബ്ലൗസിട്ടിട്ടുണ്ട്. പൊതപ്പും മറക്കൊടയുമൊന്നുമില്ല, കൂടെ ദാസി ഇല്ല. ഞങ്ങൾക്ക് നിങ്ങടെ ഒക്കെ കൂടെ കൂടണം. കൂട്ടില്ലെ?"

കെഴിക്കിണിത്തറയിൽ സമൃദ്ധമായി സദ്യ ഊട്ടി. പടിഞ്ഞാറെ കോലായിൽ കൈ കഴുകിപ്പിച്ചു. അതിശയമോ കൃതാർഥതയോ എന്തെ

ഇരിക്കുന്നത്: ആര്യ പള്ളം
നിൽക്കുന്നത്: കുടുംബാംഗങ്ങൾക്കൊപ്പം
ദേവകി വാര്യയരും പി കെ ആർ വാര്യരും

ല്ലാമോ ഒക്കെ ആ കറുത്ത മുഖങ്ങളിൽ കാണാമായിരുന്നു. ചിലർ പൊട്ടിക്കരഞ്ഞു.

അവരെ യാത്രയാക്കി തിരിച്ചുവന്ന്, പള്ളവും സഹധർമിണിയും എച്ചിലെടുത്ത് തറ വൃത്തിയാക്കി.

അന്നുതൊട്ട് 'സവർണർ 'ആരും ആ പടി കടക്കാതായി. കിളിയനും ചാമിയും അബ്ദുൾറഹ്മാനും പാത്തുമ്മയും ചെമ്മരത്തിയുമൊക്കെയായി പള്ളത്ത് സഹായികൾ.

പള്ളം കർഷക സംഘം പ്രവർത്തനത്തിൽ മുഴുകി. കമ്യൂണിസ്റ്റ് പാർട്ടി അംഗത്വം നേടി. പല സ്ഥലങ്ങളിലും സംഘടനാപ്രവർത്തനമായി പോയി; പലപ്പോഴും ഒന്നും രണ്ടും ദിവസങ്ങൾ നീണ്ടുനിന്ന പ്രവർത്തനങ്ങൾ.

കമ്യൂണിസ്റ്റ് പാർട്ടി നിരോധിക്കപ്പെട്ടപ്പോൾ, പള്ളത്ത് മന സഖാക്കൾക്ക് ഒരു പ്രധാന ഒളിവ് സങ്കേതമായി. യു ജി (അണ്ടർഗ്രൗണ്ട്) ഭാഷയിൽ 'ഡെൻ' എന്നാണ് ഇതിന് പേർ. സി എച്ച് കണാരൻ, കെ പി ആർ രയരപ്പൻ, പുന്നപ്ര-വയലാർ സമരസേനാനി കരുണാകരപണിക്കർ, പുന്നൂസ്, സഖാവ് പി കൃഷ്ണപിള്ള അങ്ങനെ നീളുന്നു പള്ളത്ത് തട്ടുംപുറത്ത് അന്തിയുറങ്ങിയവരുടെ നിര. (കെ പി ആർ പലപ്പോഴും പറയുമായിരുന്നു പള്ളത്തെ ചോറിന്റെ സ്വാദ്).

പലതവണ പൊലീസ് റെയിഡ് നടന്നു. കൊപ്പത്ത് ഇടിവണ്ടി വന്നാൽ (കൊപ്പത്തുനിന്ന് കുറച്ചുദൂരം നടന്നുവേണം പള്ളത്ത് എത്തുവാൻ) കുട്ടിസഖാക്കൾ കുതികുതിച്ചോടും പള്ളത്ത് വിവരമറിയിക്കാൻ.

ഞൊടിഇടകൊണ്ട് സഖാക്കളെ പുറകിലത്തെ വേലിക്കപ്പുറം കടത്തി പുലാമന്തോളും പാലൂരും ഒക്കെയുള്ള 'ഡെന്നു'കളിൽ എത്തിക്കുമായിരുന്നു. അതിനായി പെട്ടെന്ന് കണ്ടാൽ മനസിലാവാത്ത രീതിയിൽ വേലി തുറന്നുവെച്ചിരുന്നു. ഈ കടത്തിക്കൊണ്ടുപോകലിന്റെ ചുമതല മകൻ അപ്പു (പരമേശ്വരൻ)വിന്റേതായിരുന്നു. ആ സമയം ഹെഡിനെയോ (ഹെഡ്കോൺസ്റ്റബിൾ) സബ് ഇൻസ്പെക്ടറെയോ പള്ളം കുശലപ്രശ്നവുമായിരുത്തിക്കൊള്ളും.

പള്ളത്തിന്റെ മുഖമുദ്ര അതായിരുന്നു, ഏത് പ്രതിസന്ധിയിലും തളരില്ല. ഒരിക്കൽ പൊലീസ് ഇൻസ്പെക്ടറും കോൺസ്റ്റബിൾമാരും വന്നു. പലപ്പോഴും അവർ വന്നിട്ടുണ്ട്, റെയിഡ് ചെയ്യാൻ, ആരെങ്കിലും ഒളിഞ്ഞിരിക്കുന്നുണ്ടോ എന്നറിയാൻ. പക്ഷേ അന്ന് വന്നപാടെ പറഞ്ഞു, "തിരുമേനിയെ അറസ്റ്റ് ചെയ്തുകൊണ്ടുപോകാനാ വന്നത്."

"അതിനെന്താ, പൂവ്വ. അതിനുമുമ്പൊന്നു മുറുക്കിയാലോ? ഇൻസ്പെക്ടർക്ക് മുറുക്കില്ലെ? ന്നാ ഇരിക്കൂ."

വിസ്തരിച്ചു മുറുക്കി.

"മുരളീ, ഒരു സഞ്ചീല് രണ്ടു മുണ്ടും ഷർട്ടും ശരിയാക്കൂ. ഇപ്പോൾ ഇടാനുള്ള ഷർട്ടും ഇങ്ങട്ടെടുത്തോ."

(മുരളി നാലാമത്തെ മകൾ)

"ന്നാ പൊവ്വല്ലെ?"

മനസിൽ തോന്നിയിരുന്ന വിഷമം പുറത്തുകാട്ടാതിരിക്കാൻ ശ്രമിച്ചു നിന്ന ആര്യാപള്ളത്തിനോട്:

"ഹൈ. ഇതെന്താ ഒരു മൗഢ്യം? പോയിവരാം, ന്ന്."

നേരെ കൊണ്ടുപോയത് ഒരു മർദനക്യാമ്പിലേക്കായിരുന്നു. അവിടെ ഒരു സഖാവിന്റെ മേൽ നടത്തിയ മർദനമുറകൾ കാണിച്ചുകൊടുത്തു. അവശനായ മറ്റൊരാൾ ഒരു കോണിൽ കിടക്കുന്നു.

പിന്നീട് പട്ടാമ്പി പൊലീസ് സ്റ്റേഷനിലേക്ക്. അവിടെ ഒരു കസേര കൊടുത്തു പറഞ്ഞു,

"തിരുമേനി ഇരിക്കാ."

ഒരു കപ്പ് ചായയും പരിപ്പ് വടയും മുമ്പിൽ വെച്ചു.

"കഴിക്കാ. ഓഹോ, നായന്മാരുടെ ചായകുടിക്കില്ലായിരിക്കും. എടൊ, നൂറ്റിഇരുപത്തെട്ടെ, അങ്ങേപ്പുറത്തെ അപ്പുപട്ടരെടെ ചായപ്പീടികയിൽ നിന്ന് ഒരു ചായേം വടേം കൊണ്ടരാൻ പറയ്."

"വേണ്ട, ഞാൻ ഇത് കഴിച്ചോളാം."

ആ വടേം ചായയും കഴിച്ചു.

പിന്നെ ഒരു കടലാസ് മുമ്പിൽവെച്ചു.

"തിരുമേനീ, അതിൽ ഒരു ഒപ്പിട്ടുതരണം."

അതിൽ നല്ല വടിവുള്ള കൈയക്ഷരത്തിൽ എഴുതിയിരുന്നു:

"എനിക്ക്, പള്ളത്ത് മനയ്ക്കൽ കൃഷ്ണൻ നമ്പൂതിരിക്ക്, ഇന്ത്യൻ കമ്യൂണിസ്റ്റ് പാർട്ടിയുടെ പരിപാടിയിൽ വിശ്വാസം നഷ്ടപ്പെട്ടിരിയ്ക്കുന്നു.

ആയതിനാൽ ഞാൻ പാർട്ടിയിൽനിന്ന് രാജിവെയ്ക്കുന്നു– എന്ന്, കൃഷ്ണൻ നമ്പൂതിരി."

പള്ളം നീട്ടിച്ചിരിച്ചു.

"ഇസ്പേക്ടറേ, ലോകതൊഴിലാളി വർഗപ്രസ്ഥാനത്തിലെ ഒരു ചെറിയ ഘടകമാണ് ഇന്ത്യൻ കമ്യൂണിസ്റ്റ് പാർട്ടി. അതിൽ ഒരു കടുക്മണിയുടെ അത്രപോലും പ്രാധാന്യം എനിക്കില്ല. അതുകൊണ്ട് ഞാൻ ഇങ്ങനെ ഒരു കത്തെഴുതി, അത് നിങ്ങൾ പ്രസിദ്ധീകരിച്ചതുകൊണ്ട് ഒരു വസ്തും സംഭവിക്കില്ല. ഇനി ഞാൻ ഇതിൽ ഒപ്പിട്ടില്ല എങ്കിൽ നിങ്ങളിപ്പൊ കാണിച്ചുതന്ന പ്രയോഗമൊക്കെ എന്റെമേലും പ്രയോഗിക്കും എന്ന ഭീഷണിയാണെങ്കിൽ, അതിനൊക്കെ തയ്യാറായിട്ടല്ലേ ഞങ്ങളൊക്കെ ഇതിൽ പ്രവർത്തിക്കുന്നത്!"

ഇൻസ്പെക്ടർ കുറെനേരം മൂകനായി ഇരുന്നു. പിന്നെ ആ കടലാസ് ചവറ്റുകൊട്ടയിൽ ഇട്ടു. 128 നെ വിളിച്ചു, പള്ളത്തിനെ മനയ്ക്കൽ കൊണ്ടാക്കാൻ പറഞ്ഞു.

"അതൊന്നും വേണ്ട. എന്റെ ഒരു ബന്ധു ഇവിടെയാ താമസം. ഞാൻ അങ്ങട് പോയ്ക്കോളാം."

പിന്നെ ഒരിക്കൽ, ഞാൻ കോയമ്പത്തൂരിൽ പ്രവൃത്തി എടുക്കുന്ന കാലത്ത് വിവരം കിട്ടി, പള്ളത്തിനെയും മകൻ അപ്പുവിനെയും അറസ്റ്റ് ചെയ്ത് ഒറ്റപ്പാലത്ത് സബ്ജയിലിലേക്ക് കൊണ്ടുപോയി എന്ന്. പരിഭ്രാന്തനായി ഞാൻ ഒറ്റപ്പാലത്ത് ചെന്ന് മാധവൻ വക്കീലിനെ കണ്ടു, ജാമ്യം മേടിക്കുവാൻ.

"ഇപ്പോക്കെ കവർച്ചക്കോ കൊലപാതകത്തിനോ പിടിക്കപ്പെട്ടാൽ ജാമ്യം കിട്ടീന്ന് വരും. രാഷ്ട്രീയത്തടവുകാർക്ക് ജാമ്യം കിട്ടാണ്ടായില്ലെ."

"എങ്കിലും കോടതീൽ പോയി നോക്കാം.''

അവിടെ പള്ളത്തിനെയും അപ്പുവിനെയും ആമംവെച്ച് രണ്ട് പൊലീസുകാര് കൊണ്ടുവരുന്നത് കണ്ടു. ഞാൻ ആകാംക്ഷാഭരിതനായി അടുത്തുചെന്നു.

ഒരു വിടർന്ന പുഞ്ചിരിയോടെ പള്ളം ചോദിച്ചു.

"താനെന്തിനാ ഇപ്പങ്ങട് പോന്ന്?"

അതായിരുന്നു പള്ളം. ഏത് പ്രതിസന്ധിയിലും പതറാത്ത മനോധൈര്യം.

ആറുമാസം കഠിനതടവിന് കണ്ണൂർ സെൻട്രൽ ജയിലിലേക്കയച്ചു. അവിടെ അടുക്കളപ്പണിയായിരുന്നു. അപ്പുവിന് ജയിൽവളപ്പിലെ കൃഷിപ്പണിയും.

അത് കഴിഞ്ഞ് വന്നപ്പോളും ഒരു കുലുക്കവും ഉണ്ടായിരുന്നില്ല.

ഞാൻ കണ്ടിട്ടുള്ള ഏറ്റവും വിശാലഹൃദയനായ, കരുത്തുറ്റ മാർക്സിസ്റ്റായിരുന്നു അഞ്ചടി മാത്രം പൊക്കമുണ്ടായിരുന്ന, സ്കൂൾ കാണാത്ത, ആ വലിയ മനുഷ്യൻ.

8

പുത്രവിയോഗത്തിനിടെ ഒരു വിജയവൈജയന്തി

അന്ന് ചേച്ചി മദിരാശിയിൽനിന്ന് വരുന്നുണ്ടായിരുന്നു. (എട്ട് പതിറ്റാണ്ട് അതീവ വാത്സല്യത്തോടുകൂടി ഞാൻ ഹൃദയത്തിൽ സൂക്ഷിച്ചിരുന്ന 'മദിരാശി' എന്ന പേര്, ചിങ്കൽപെട്ടയിലെ സാമന്ത രാജാവ് 'ചെന്നൈ നാടാരുടെ' പേരുകൊണ്ട് വികൃതമാക്കപ്പെട്ടിരുന്നില്ല.) അച്ഛന്റെ കാറുമായി ചേച്ചിയെ കൂട്ടിക്കൊണ്ടുവരാൻ പട്ടാമ്പി സ്റ്റേഷനിൽ പോയി. കാർ പാർക്ക് ചെയ്തുവന്നപ്പോഴാണ് വിരുദ്ധന്മാർ ഹാസ്യ കവിതയിൽ വിവരിച്ച ആ ദൃശ്യം കണ്ടത്.

"ആര്യാപള്ളമിതാ വരുന്നു, വഴി
മാറിക്കൊൾവിൻ എല്ലാവരും,
പിന്നിൽ പള്ളവുമുണ്ട് വലുതാം
പെട്ടി ഭേസിക്കിതച്ചങ്ങിനെ."

ഞാൻ അടുത്ത് ചെന്ന് പള്ളത്തിന്റെ കൈയിൽനിന്ന് ആ ചെറിയ പെട്ടി വാങ്ങി.

"എവിടെ പുവ്വാണാവൊ?"

പ്രസന്ന ഭാവമുള്ള ആ മുഖം ഒരു പുഞ്ചിരികൊണ്ട് പ്രകാശമാനമായി.

"ആര്യാപള്ളം ഒരു മഹിളാ മീറ്റിങ്ങിന് വടകരക്ക് പുവ്വാ. വണ്ടി കേറ്റീട്ട് ഞാൻ മടങ്ങും."

ആ പെട്ടി ഞാൻ വാങ്ങി. അവരോടൊപ്പം പോയി ആര്യാപള്ളത്തിനെ വണ്ടി കയറ്റി.

പിന്നീടവർ പറഞ്ഞു എന്നു കേട്ടു:

"ആരാന്ന് ഒരു രൂപോല്യ. ഒരു ചുറുചുറുക്കുള്ള ചെറുപ്പക്കാരൻ

പള്ളത്തിന്റെ കൈയിൽനിന്ന് പെട്ടി വാങ്ങി. ന്നട്ട് എന്നെ വണ്ടീല് കൈപിടിച്ചു കേറ്റിത്തന്നു."

ആ ചലിക്കുന്ന മഹാപ്രസ്ഥാനത്തെ, മഹിളകളെ ചൂടും ചൂരുമുള്ള മനുഷ്യരാക്കുവാനുള്ള പ്രസ്ഥാനത്തെ ഞാൻ ആദ്യമായി കണ്ടു. പിൽക്കാലത്തും ആദ്യം കണ്ട ആ രൂപത്തെ മറ്റൊരു വിധത്തിൽ കാണുവാൻ കഴിഞ്ഞിട്ടില്ല.

പാലിയത്തച്ചന്റെ പടിക്കൽക്കൂടി പോകുന്ന ഒരു പൊതുനിരത്തുണ്ട്. ആ വഴിക്കു 'അയിത്തക്കാര്' നടന്നുകൂടായിരുന്നു. ഈ സ്ഥിതി മാറ്റുവാൻ വേണ്ടി ആ റോഡിൽക്കൂടി 'അയിത്തക്കാരു'ടെ ജാഥ നയിച്ചു, ആര്യാപള്ളവും പ്രിയദത്തയും മുൻകൈയെടുത്ത്. കുറെ കല്ലും പളുങ്കും മാലയണിഞ്ഞ ചെറുമപ്പെണ്ണുങ്ങളുടെ ജാഥ മുന്നോട്ടാഞ്ഞു. പാലിയത്ത് പടിക്കൽ ലാത്തിയേന്തിയ പൊലീസുകാർ, നിഷ്ഠൂരനായ സബ്ഇൻസ്പെക്ടർ ഹമീദിന്റെ നേതൃത്വത്തിൽ. അവർ ലാത്തി വീശി. പ്രിയദത്ത ഉൾപ്പെടെ പല സ്ത്രീകളും വീണു. ഹമീദ് ഉച്ചത്തിൽ വിളിച്ചുപറഞ്ഞു: "ആര്യാപള്ളത്തിനെ തല്ലാൻ ഞാനാ." പൊലീസ് വ്യൂഹം ഭേദിച്ച് ജാഥ മുന്നോട്ടു നീങ്ങി. (ആ ഹമീദിന്റെ നേതൃത്വത്തിലാണ് ഗോപാലകൃഷ്ണൻ എന്ന യുവസഖാവിനെ അക്കാലത്ത് ലോക്കപ്പിലിട്ട് അടിച്ചുകൊന്നത്, ആ സമരത്തിന്റെ ഭാഗമായി).

നമ്പൂതിരി സമുദായത്തിൽ മൂത്ത മകനു മാത്രമേ 'സ്വജാതി'യിൽ വേൾക്കാൻ പാടുള്ളു. അത് നാലോ അഞ്ചോ ആവാം. അവിവാഹിതരായ പെൺകിടാങ്ങൾ ഇല്ലങ്ങളിൽ അടിഞ്ഞുകൂടാതിരിക്കുവാൻ വേണ്ടിയാണത്രെ ഈ ബഹുഭാര്യാ സമ്പ്രദായം. ഇല്ലത്തെ സ്വത്ത് ഭാഗം ചെയ്തുപോവാതിരിക്കുവാൻ വേണ്ടിയാണുപോലും, മൂത്ത മകൻ മാത്രം വേട്ടാൽ മതി എന്ന സമ്പ്രദായം. സ്വത്തവകാശം പുരുഷന്മാർക്കു മാത്രമുള്ളതായിരുന്നല്ലോ!

ഈ ദുരാചാരം കാരണം, പതിമൂന്നും പതിനാലും മാത്രം വയസുള്ള അന്തർജന പെൺകിടാങ്ങളെ അറുപതോ അതിലധികമോ പ്രായമുള്ള നമ്പൂതിരിമാർക്ക് വേളി ചെയ്തുകൊടുക്കുക അസാധാരണ സംഭവമായിരുന്നില്ല. അത്, നാലാമത്തെയോ അഞ്ചാമത്തെയോ വധു എന്ന നിലയിലായിരിക്കും പലപ്പോഴും. ഇല്ലത്തെ ജോലിഭാരം മുഴുവൻ അവളുടെ തലയിലാക്കാൻ സൗകര്യമായി.

അധികം താമസിയാതെ കിളവൻ നമ്പൂതിരി മരിച്ചുപോയി എന്നുവരാം. പിന്നെ ബാക്കിജീവിതം മുഴുവൻ, പതിറ്റാണ്ടുകൾ, ഇല്ലത്തെ അന്ധകാര ഗർത്തത്തിൽ കഴിച്ചുകൂട്ടണം. നരകം ഇതിലും അഭികാമ്യം.

ഈ അനാചാരത്തിനെതിരെ പോരാടാൻ യോഗക്ഷേമ സഭയും അന്തർജന സമാജവും രംഗത്തുവന്നു. അതിന്റെ മുൻപന്തിയിൽ പള്ളം ദമ്പതിമാരും.

പിക്കറ്റിങ് ഒരു സമരമുറയായി ആരംഭിച്ച കാലമായിരുന്നു അത്. പടുകിഴവൻ നമ്പൂതിരിമാർ ചെറുപ്രായമുള്ള അന്തർജന യുവതികളെ വേൾക്കുന്ന സ്ഥലങ്ങളിൽ പിക്കറ്റിങ് ആരംഭിച്ചു. അതിന്റെ മുൻനിരയിൽ ആര്യാപള്ളത്തെയും പാർവതി നെന്മനിമംഗലത്തെയും കാണാമായിരുന്നു. യാഥാസ്ഥിതികരുടെ പലതരം ആക്രമണങ്ങളും സഹിച്ചു. ചില ഇടങ്ങളിൽ യുവവധുവിനെ തട്ടിക്കൊണ്ടുപോവുകപോലും ചെയ്തു.

ഈ അന്തർജന യുവതിക്ക് അമ്മാത്തേക്ക് തിരിച്ചുപോകുവാൻ സാധ്യമല്ല. നടക്കാത്ത വിവാഹംമൂലം, 'ഭർത്താവി'ന്റെ ഇല്ലത്ത് പോകുന്ന പ്രശ്നം ഇല്ലേ, ഇല്ല. എന്തു ചെയ്യും!

ഈ അവസരത്തിലാണ് നീലിമംഗലസ്സിന്റെയും ദേവകി നരിക്കാട്ടിരിയുടെയും മറ്റും നേതൃത്വത്തിൽ, അന്തർജന സദനങ്ങൾ കോട്ടയത്തും പേരൂരും മറ്റും ആരംഭിച്ചതും വർഷങ്ങൾ പ്രവർത്തിച്ചുപോന്നതും.

നമ്പൂതിരി സമുദായത്തിൽ വിധവാ വിവാഹം അനുവദിച്ചിരുന്നില്ല. മൂത്തുനരച്ച ഭർത്താക്കന്മാർ മരിച്ച് യുവവിധവകൾ ഇല്ലങ്ങളിൽ അടിഞ്ഞുകൂടി. വി ടി ഭട്ടതിരിപ്പാടിന്റെയും പള്ളം ദമ്പതിമാരുടെയും മറ്റും നേതൃത്വത്തിൽ ഒരു 'വിധവാവിവാഹ' പ്രസ്ഥാനം ശക്തിപ്രാപിച്ചു. ഒരു സദസ്സിൽ യുവാവായ എം ആർ ബി (എം രാമൻ ഭട്ടതിരിപ്പാട്) പ്രഖ്യാപിച്ചു, "ഞാൻ തയ്യാറാണ്" ഒപ്പം സ്വതസിദ്ധമായ ഹാസ്യവും പ്രകടമായി, "ച്ചാൽ ഒന്നെ വെയ്ക്കൂ, ട്ടോ." ആ പ്രസ്ഥാനത്തിന്റെ പാരമ്യത്തിലാണ് എം ആർ ബി യുടെയും ഒരു കൊച്ചു മകളുണ്ടായിരുന്ന നങ്ങേ്യമ്മ (ഉമ)യുടെയും കല്യാണം നിശ്ചയിച്ചത്.

പള്ളം പാർട്ടി പ്രവർത്തകരുമായി തൃത്താലയിലും മറ്റുമായി രണ്ടു ദിവസം ഇല്ലത്തുണ്ടായിരുന്നില്ല. അഞ്ചു വയസ്സുള്ള തേതികുട്ടിയും മൂന്നു വയസുകാരൻ ദാമോദരനും കഷ്ടിച്ചു മുട്ടുകുത്താൻ തുടങ്ങിയ പരമേശ്വരൻ എന്ന അപ്പുവും മാത്രമായിരുന്നു കൂട്ടിന്. അപ്പോഴാണ് ദാമോദരന് തൊട്ടാൽ പൊള്ളുന്ന പനി. ചെന്ത്രത്തിൽ നാരായണൻനായർ വന്ന് നോക്കി. ചില കഷായോം മുക്കുടിയും നെറ്റിക്കിടാൻ മുലപ്പാലിൽ ചാലിച്ച ഗോരോചനോം വിധിച്ചു.

ആര്യാപള്ളത്തിന് ദാമോദരന്റെ അരികിൽനിന്ന് മാറാൻ പറ്റില്ല. അവൻ പിച്ചും പേയും പറയുന്നു. തേതികുട്ടിയെ ഏൽപ്പിച്ചു അപ്പുവിനെ നോക്കാൻ. അവൻ കോലായിൽനിന്ന് മുറ്റത്തേക്ക് വീണാലോ. നല്ലകാലത്തിന് ചെമ്മരത്തിക്ക് മുലയിൽ ധാരാളം പാലുണ്ട്, അവളുടെ പ്രസവം കഴിഞ്ഞിട്ട് അധികം നാളായിരുന്നില്ല. ചെന്ത്രത്തുകാർ ഗോരോചനം കൊടുത്തയച്ചു. കഷായത്തിനുള്ള പച്ചമരുന്നുകൾ കിളിയൻ സമ്പാദിച്ചു.

"അടിയന്...." ആര്യാപള്ളം കൈയോങ്ങി,

"ആ വാക്ക് ഇനി കേട്ടാൽ അടികിട്ടും"

"ഇല്ല. കുട്ടിക്കാലം മുതൽ ശീലിച്ചതല്ലെ, ന്നും. ഞാൻ ചിനോലേം (ക്ഷീരബല) കടുക്ക കഷായോം ഒക്കെ ഉണ്ടാക്കാൻ പഠിച്ചിട്ടുണ്ട്."

പാത്തുമ്മ അടുക്കളേല് അത്യാവശ്യം കഞ്ഞിയും പുഴുക്കും ഉണ്ടാക്കി. ആര്യാപള്ളത്തിനു കൊണ്ടുപോയി കൊടുത്തു ഒരു ഓലക്കിണ്ണത്തിൽ (കനം കുറഞ്ഞ ഓട്ടുകിണ്ണത്തിന് ഓലക്കിണ്ണം എന്നാണ് അവിടങ്ങളിൽ പറഞ്ഞിരുന്നത്).

"അതു പറ്റില്ല. നിങ്ങളും വരൂ, നമുക്ക് ഒരുമിച്ചിരുന്ന് കഴിക്കാം." അതായിരുന്നു ആര്യാപള്ളം., പള്ളത്ത് കൃഷ്ണൻ നമ്പൂതിരിയുടെ ജീവിത പങ്കാളി. ജാതിമത വ്യത്യാസങ്ങളും ഉച്ചനീചത്വവും അങ്ങോട്ടു ഏശില്ല.

വൈകുന്നേരമായപ്പോഴേക്കും ദാമോദരന്റെ പിച്ചും പേയും പറയല് നിലച്ചു. ഹാവൂ. ചെന്ത്രത്തുകാരുടെ ചികിത്സ ഫലിച്ചുതുടങ്ങി.

വാസ്തവത്തിൽ ആ ബാലൻ അബോധാവസ്ഥയിലേക്ക് ആണ്ടുപോവുകയായിരുന്നു. സന്ധ്യക്ക് പള്ളം വന്നു. മകന്റെ കിടപ്പുകണ്ടിട്ട് സ്തബ്ധനായിനിന്നു. അന്നുരാത്രി ദാമോദരൻ എല്ലാവരോടും വിടപറഞ്ഞ് യാത്രയായി. പള്ളം ദമ്പതിമാർ, അമാനുഷികമായ ആത്മനിയന്ത്രണം പാലിച്ച് മൂകരായി ഇരുന്നു. അന്യോന്യം നോക്കാതിരിക്കുവാൻ ശ്രദ്ധിച്ചു. ദൃഷ്ടികൾ കൂട്ടിമുട്ടിയാൽ എല്ലാ നിയന്ത്രണങ്ങളും കൈവിട്ടു എന്നു വന്നാലോ. രാവിലെ, കിളിയൻ ഒരുക്കിയ കൊച്ചുകുഴിമാടത്തിൽ മകന്റെ മൃതദേഹം മറവു ചെയ്തു.

അത് കഴിഞ്ഞ് ആറാമത്തെ ദിവസമായിരുന്നു 'നമ്പൂതിരി സമുദായത്തിന് സുപ്രധാന മുഹൂർത്തം'. വിധവകളായ യുവതികൾ, ഇരുട്ടറകളിൽ പതിറ്റാണ്ടുകൾ നരകിക്കുന്ന സമ്പ്രദായത്തിനെതിരെ പൊരുതി വിജയംവരിച്ച ദിവസം. അന്നാണ് ഉമ, കൊച്ചുമകളെയും കൈയിലേന്തി, സധൈര്യം കല്യാണമണ്ഡപത്തിലേയ്ക്കേറിയത്; എം ആർ ഭട്ടതിരിപ്പാട് ആ കഴുത്തിൽ താലി ചാർത്തിയത്; യാഥാസ്ഥിതികരുടെ എതിർപ്പുകൾ എതിരിട്ടുകൊണ്ട്.

ദാമോദരന്റെ വിയോഗത്തിൽ അനുശോചിക്കുവാൻ വി ടി ഭട്ടതിരിപ്പാട് പള്ളത്ത് ചെന്നു. വേറെയും കുറെ സഖാക്കൾ അവിടെ എത്തിയിരുന്നു. ശോകമൂകമായ അന്തരീക്ഷത്തിൽ, വി ടി പറഞ്ഞു, "ഇങ്ങനെ ഒരു സന്ദർഭത്തിൽ എം ആർ ബി – ഉമമാരുടെ വേളിക്ക് നിങ്ങള് വരണം എന്ന് ഞാൻ നിർബന്ധിക്കില്ല".

ആര്യാപള്ളം മുന്നോട്ടാഞ്ഞു.

"എന്താ, വി ടി, വിവക്ഷ? ഞങ്ങൾക്ക് പുലയാണ്. ആ മംഗളകർമത്തിൽ പങ്കെടുത്ത് അലങ്കോലപ്പെടുത്തരുത് എന്നാണോ? ന്നാ അത് തുറന്നു പറയണം."

വി ടി വിഷമിച്ചു.

"അങ്ങനെ ഒന്നും ഇല്ല. ദാമോദരന്റെ വേർപാടിലുള്ള അസഹനീയമായ ദുഃഖം എനിക്ക് മനസിലാവും. അതോണ്ട് പറഞ്ഞതാ."

"നമ്മളെല്ലാവരുടെയും കൂട്ടായ അശ്രാന്ത പരിശ്രമം കൊണ്ടു നേടിയെടുത്ത വിധവാവിവാഹ സമ്പ്രദായത്തിന്റെ ആദ്യത്തെ കാൽവെപ്പിൽ, എം ആർ ന്റെയും ഉമയുടെയും വേളിക്ക് ഞങ്ങൾ സജീവമായി പങ്കുചേരും. താലികെട്ടുന്ന സമയത്ത് ലീലയെ ഞാൻ എടുത്തോളാം."

പഴമത്തത്തിനെതിരെ ഏറെ വീറോടെ പൊരുതിയ സ്ത്രീകളിൽ അഗ്രഗണ്യയായിരുന്നു ആര്യാപള്ളം. അവർക്ക് ലാൽസലാം.

9

കൺമുന്നിൽ പോളിയോ താണ്ഡവം

ആയിരത്തിതൊള്ളായിരത്തി നാൽപ്പത്തിയഞ്ച് ആദ്യപകുതിയിൽ ഞാൻ മദിരാശി മെഡിക്കൽ കോളേജിൽ നാലാം വർഷം വിദ്യാർഥി യായിരുന്നു. എന്റെ രണ്ട് സഹപാഠികൾ മരണമടഞ്ഞു, പോളിയോ അണുബാധമൂലം. ഒരാൾ Alison Henry എന്ന പേരായ ചട്ടക്കാരൻ, മറ്റേത് അമ്മിണിക്കുട്ടി, ഒരു മലയാളി സുന്ദരി. അന്ന് തെന്നിന്ത്യയിൽ പോളിയോ പകർച്ചവ്യാധി ആഞ്ഞടിച്ചുകൊണ്ടിരിക്കുകയായിരുന്നു.

സാധാരണഗതിയിൽ പോളിയോ, അരയ്ക്ക് താഴെയുള്ള പേശിക ളെയാണ് തളർത്തുന്നത്. കാരണം ഈ അണുബാധ കുടലിൽക്കൂടി യാണ് സംഭവിക്കുന്നത്– ആഹാരത്തിലൂടെയും അണുബാധയുള്ള വെള്ളത്തിലൂടെയും. ഇത് പലർക്കും പുതിയ അറിവായിരിക്കാം. കുട ലിൽക്കൂടിയാണ് പോളിയോ അണു ദേഹത്തിൽ കയറുന്നത്. ചെറു കുടലിന്റെ ഭിത്തിയിൽ അവ തുളച്ചുകയറി പെരുകുന്നു. പിന്നെ ഞരമ്പുവഴിയാണ് പ്രയാണം. ഞരമ്പുകൾ (nerves) ക്ക് ഒരു ആവരണം (Sheath) ഉണ്ട്. അതിനുള്ളിൽക്കൂടി അവ Spinal Cord ൽ എത്തുന്നു.

അതിന്റെ മുൻവശ കോശങ്ങൾ Motor neurons പേശികളെ ചലിപ്പിക്കുവാനുള്ളവയാണ്. അലംഘനീയങ്ങളായ തിട്ടൂരങ്ങളാണ് അവയിൽ നിന്ന് പേശികൾക്ക് പോകുന്നത്. പേശികളെ സദാ സജ്ജമാക്കി നിർത്തുന്നതും ഞൊടിയിടകൊണ്ട് ചലിപ്പിക്കുന്നതും Spinal Cord ന്റെ മുൻഭാഗത്തുള്ള കോശങ്ങൾ ആണ് (Neurons). പുറം ഭാഗത്തുള്ള Sensory കോശങ്ങളാണ് പുറത്തുനിന്ന് വരുന്ന സന്ദേശങ്ങൾ ക്രോഡീകരിക്കുന്നത്. ഒരു റിലേ സ്റ്റേഷനി (ganglion) ൽക്കൂടി മാത്രമേ മേൽപ്പോട്ട് സന്ദേശങ്ങൾ എത്തുന്നുള്ളൂ.

മേൽപ്പറഞ്ഞ കാരണങ്ങളാൽ ഞരമ്പിന്റെ ഉറയിൽ പെരുകിപ്പെരുകി എത്തുന്ന അണുക്കൾ മുൻവശത്തുള്ള ചാലകനിരതമായ കോശ

ങ്ങളിലാണ്. അതുകൊണ്ടാണ് Anterior Poliomylitis എന്ന പേരുവന്നത്. ചെറുകുടലിൽനിന്ന് കയറിവരുന്നതുകൊണ്ട് അങ്ങോട്ടുപോകുന്ന ഞരമ്പുകളുടെ ഉത്ഭവസ്ഥാനത്തിന് ഹാനി സംഭവിക്കുന്നു. സുഷുമ്നാ നാഡി (Spinal cord) യുടെ ഉത്തരാർധത്തിനു താഴെ. അതുകൊണ്ടാണ് അരയ്ക്ക് കീഴെ മാത്രം സർവസാധാരണമായി തളർച്ച അനുഭവപ്പെടുന്നത്. അത്യപൂർവ്വമായി Spinal cord ൽ കൂടി അണുബാധ മേൽപ്പോട്ടു കയറിച്ചെന്നു എന്നു വരാം. കുടലിലെ അണുബാധ കോടിക്കണക്കിന് ആവുമ്പോൾ ഞരമ്പിൽക്കൂടി ഇരച്ചുകയറുന്നവയുടെയും സുഷുമ്നാ നാഡിയിൽ എത്തുന്നവയുടെയും എണ്ണവും പതിന്മടങ്ങായി എന്നു വരും. അപ്പോൾ അവ ഇരച്ചുകയറി ശ്വാസോഛ്വാസം നിയന്ത്രിക്കുന്ന primary ഞരമ്പിന്റെ ഉത്ഭവസ്ഥാനത്തിന് മേൽ ഭാഗത്തെ തളർത്തി എന്നുവരാം. എന്റെ മെഡിക്കൽ സഹപാഠികൾക്ക് അതാണ് സംഭവിച്ചത്. അവർ ദിവസങ്ങൾ Iron Lung ൽ കിടക്കേണ്ടി വന്നു, മരണമടഞ്ഞു.

(അക്കാലത്ത് ഇന്നത്തെ രീതിയിലുള്ള വെന്റിലേറ്ററുകൾ ഉണ്ടായിരുന്നില്ല. ഉരുക്കുപെട്ടിയിൽ രോഗിയെ കിടത്തും. തലമാത്രം പുറത്ത്. കഴുത്തിനു ചുറ്റും റബ്ബർ ഡയഫ്രം. പമ്പ് വഴി പെട്ടിയിലെ മർദം കൂട്ടിയും കുറച്ചും നിയന്ത്രിക്കുന്നു. മർദം കൂട്ടുമ്പോൾ ശ്വാസകോശത്തിലെ വായു പുറംതള്ളപ്പെടുന്നു. കുറയുമ്പോൾ ഉൾവലിയുന്നു. അതാണ് Iron Lung. Lord Nuffied അക്കാലത്ത് ഇന്ത്യയിലെ എല്ലാ മെഡിക്കൽ കോളേജുകൾക്കും ദാനം ചെയ്തതായിരുന്നു അവ. ഇപ്പോൾ അവ മ്യൂസിയങ്ങളിൽ സുഷുപ്തിയിലാണ്).

പ്രതിരോധം

1955–ൽ Dr. Jenor Salk എന്ന ശാസ്ത്രജ്ഞൻ നിർജീവമാക്കപ്പെട്ട പോളിയോ വൈറസുകളെ കുഞ്ഞുങ്ങളിൽ കുത്തിവെക്കുവാൻ പാകത്തിൽ വികസിപ്പിച്ചെടുത്തു.

1961 ൽ Dr. Albert Sabin വായിൽക്കൂടി കൊടുക്കുവാൻ ഒരു വാക്സിൻ വികസിപ്പിച്ചെടുത്തു. അസുഖം ഉണ്ടാക്കാൻ പ്രാപ്തിയില്ലാത്ത ജീവനുള്ള വൈറസുകളായിരുന്നു അതിൽ.

Salk വാക്സിൻ പരക്കെ കുത്തിവെക്കുവാൻ പ്രത്യേക പരിശീലനം ലഭിച്ച ടെക്നീഷ്യന്മാരുടെ വലിയ നിര വേണ്ടിവന്നു. പിഞ്ചു കുഞ്ഞുങ്ങളുടെ മേൽ കുത്തിവെക്കുന്നതിനോട് ജനങ്ങൾക്കുള്ള എതിർപ്പും മറികടക്കേണ്ടിവന്നു.

Sabin വാക്സിൻ രണ്ടു തുള്ളി കുഞ്ഞിന്റെ വായിൽ ഇറ്റിച്ചുകൊടുക്കുവാൻ പ്രത്യേക പരിശീലനമൊന്നും ആവശ്യമില്ല. അതിനുള്ള ഒരേ ഒരു വിഷമം, അത് നാല് ഡിഗ്രിസെന്റീഗ്രേഡിൽ ശീതീകരിച്ച് കൊണ്ടുനടക്കണം എന്നതാണ്. ഇതിൽ വീഴ്ചവന്നാൽ വാക്സിന്റെ ഫലം കുറയും. ഇക്കാരണത്താലാണ് അത് ഒരു മാസം ഇടവിട്ട് മൂന്നുതവണ കൊടുക്കണമെന്ന് ലോകാരോഗ്യസംഘടന നിജപ്പെടു

ത്തിയത്. എന്നിട്ടും ചില സന്ദർഭങ്ങളിൽ പോളിയോ തല പൊക്കിയത് ഇത് നാല് ഡിഗ്രി സെന്റിഗ്രേഡിൽ സൂക്ഷിക്കുന്നതിൽ അല്പം ഉദാസീനതയുണ്ടായത് കാരണമായിരുന്നു. അതുകൊണ്ട് ഇപ്പോൾ തവണ അഞ്ചായി വർധിപ്പിച്ചു.

ഈ പദ്ധതി അയവില്ലാതെ ഏത് കാലത്തും തുടർന്നു നടത്തിയാൽ ഇനിയൊരു പോളിയോ പകർച്ചവ്യാധി ഉണ്ടാവുകയില്ല. ഓരോ പൗരനും ഈ കടമ ഏറ്റെടുക്കേണ്ടതാണ്.

1. പോളിയോ വൈറസ് അഴുക്കുചാലുകളിലാണ് പെരുകുന്നത്; ഭക്ഷണത്തിലും ജലവിതരണത്തിലും കൂടിയാണ് പകരുന്നത്.
2. പോളിയോ ഒരു ചെറുകുടൽ രോഗമാണ്. ആ വഴിയാണ് അത് സുഷുമ്ന നാഡിയിൽ എത്തുന്നത്. Sabin തുള്ളിമരുന്ന് ചെറുകുടലിനെ പ്രതിരോധസജ്ജമാക്കുന്നു.
3. ഈ തുള്ളിമരുന്ന് പ്രത്യുൽപ്പാദനശേഷി കുറയ്ക്കും എന്നെല്ലാമുള്ള പ്രചാരണത്തിന് ശാസ്ത്രീയമായ ഒരു നീതീകരണവുമില്ല; അത് അന്ധവിശ്വാസ ജടിലമായ കുത്സിത പ്രവർത്തനമാണ്. പൾസ് പോളിയോ പരിപാടിയുടെ വിജയത്തിനു വേണ്ടി എല്ലാ പ്രബുദ്ധനാട്ടുകാരും ഒത്തൊരുമിച്ച് പ്രവർത്തിച്ചേ പറ്റൂ.

വാൽപുച്ഛം

എന്റെ പൊന്നോമനമകൾക്ക് രണ്ട് വയസ്സ് പ്രായം. ഒരു ദിവസം അല്പം പനി, അനല്പമായ അസ്വസ്ഥത. ഒരു തവണ ഛർദിച്ചു. ഇടതുകാലിലെ മജ്ജകൾക്ക് വേദന. അവൾക്ക് നടക്കുവാൻ പ്രയാസം. അന്നേരം മുതൽ അവളും അവളുടെ അമ്മയും പിന്നീട് ഒരു മാസം കട്ടിലിൽതന്നെ ജീവിച്ചു. അവളുടെ ചേട്ടൻ സ്കൂളിൽനിന്ന് വന്നാൽ അവനും അവിടെ കൂടും. അത് പോളിയോ ആയിരുന്നു. Salk നും Sabin ഉം മുമ്പായിരുന്നു അത്.

ഇന്ന് അവൾക്ക് 58 വയസാണ്. രണ്ട് പുത്രന്മാരുമുണ്ട്. ലളിതകലാരംഗത്തെ അതികായനാണ് ഭർത്താവ്. അവൾ ഇപ്പോൾ രാജ്യം മുഴുവൻ ഓടി നടക്കുന്നു. സാംസ്കാരിക രംഗത്തെ പ്രവർത്തനവുമായി. പോളിയോ താണ്ഡവസമയത്ത് പരിപൂർണ സ്വസ്ഥത കൊടുത്തതാണ് കാരണം.

അയലത്തെ ഒരു ബാലനും പോളിയോ വന്നു. അവന് അമർത്തി ഉഴിച്ചിലും കിഴിയും ആയിരുന്നു നൽകിയത്. അവന്റെ ദയനീയമായ കരച്ചിൽ ഞങ്ങൾക്ക് കേൾക്കാമായിരുന്നു. അവൻ പിന്നീട് വീൽ ചെയറിൽ ഇരുന്ന് ഉദ്യോഗം ഭരിച്ച് രണ്ടുവർഷം മുമ്പ് അടുത്തൂൺ വാങ്ങി.

ഇനി ഒരിക്കലും പോളിയോ വന്നുകൂടാ. എല്ലാ നവജാത ശിശുക്കൾക്കും തുള്ളിമരുന്ന് കൊടുക്കണം. മാസം ഇടവിട്ട് അഞ്ചുതവണ.

10

കൊല്ലം 60 കഴിഞ്ഞിട്ടും ഒഴിയാത്ത കുറ്റബോധം

ഡോക്ടർ പി ആർ വാരിയർ (എന്റെ ജ്യേഷ്ഠത്തിയുടെ ഭർത്താവ്) രണ്ടു ദശകത്തോളം കോട്ടയ്ക്കൽ ആര്യവൈദ്യശാലയിലെ ധർമാശുപത്രിയിൽ പ്രശസ്ത സേവനമനുഷ്ഠിച്ചു. അക്കാലത്ത് ആ പരിസരത്തൊന്നും വേറെ ആധുനിക വൈദ്യചികിത്സ ലഭ്യമായിരുന്നില്ല. തന്മൂലം, പലപ്പോഴും അദ്ദേഹത്തിന് ഊണും ഉറക്കവും ഇല്ലാതെ അത്യധ്വാനം ചെയ്യേണ്ടിവന്നിരുന്നു.

ട്രക്കോമ (Trachoma) എന്ന, പലപ്പോഴും അന്ധതയിൽ അവസാനിക്കുന്ന, നേത്രരോഗം ആ പ്രദേശത്ത് അന്ന് വ്യാപകമായിരുന്നു. ഇതിനും ഇതുമൂലം ഉണ്ടാകുന്ന വൈകല്യങ്ങൾക്കും കുറെക്കൂടി ഫലപ്രദമായ ചികിത്സ ചെയ്യുവാനുള്ള വൈദഗ്ധ്യം നേടണം എന്ന ആശയം രാമൻകുട്ടി ഏട്ടൻ (ഡോ പി ആർ വാരിയർ) വളരെക്കാലമായി വെച്ചുപുലർത്തിയിരുന്നു. കോട്ടയ്ക്കലെ ഉത്തരവാദിത്വത്തിൽനിന്ന് അല്പം ഇളവ് കിട്ടിയപ്പോൾ നേത്രരോഗ ഉപരിപഠനത്തിന് മദിരാശിക്കുപോയി. ചേച്ചിയെയും മൂന്ന് മക്കളെയും നെല്ലായയിൽ ഞങ്ങളുടെ വീട്ടിലാക്കിയിട്ടാണ് പോയത്.

അന്ന് ഞാൻ മദിരാശി മെഡിക്കൽ കോളേജിൽ അവസാനവർഷ വിദ്യാർഥിയായിരുന്നു. ഞങ്ങൾ നാലു വിദ്യാർഥികൾ ഒരു ചെറിയ വീട് വാടകയ്ക്കെടുത്ത് വെപ്പുകാരനെയും നിർത്തി ലോഡ്ജായി താമസിക്കുകയായിരുന്നു. ഞങ്ങളുടെ കൂടെ കൂടാൻ ഞാൻ രാമൻകുട്ടിഏട്ടനെ ക്ഷണിച്ചു. പ്രായത്തിൽ വളരെ അന്തരമുണ്ടായിരുന്നുവെങ്കിലും ഞങ്ങൾ അഞ്ചുപേരും വളരെ രസമായി കൂടി, എല്ലാവർക്കും പിടിപ്പത് പഠിക്കുവാൻ ഉണ്ടായിരുന്നിട്ടും.

അക്കാലത്ത് MICHAELMAS ന് സെപ്തംബറിൽ പത്തുദിവസത്തെ അവധിയുണ്ടായിരുന്നു. ഞാൻ നാട്ടിൽപോയി. രാമൻകുട്ടി

ഏട്ടന്റെ മകൾ നളിനിക്ക്, അന്ന് മൂന്നു വയസായിരുന്നു എന്നാണ് ഓർമ്മ; കലശലായ പനി, വയറിളക്കം, അസ്വസ്ഥത. അവസാനവർഷ വിദ്യാർഥിയുടെ 'വിജ്ഞാനം' വെച്ച് ഞാൻ പരിശോധിച്ചു. വയറിന്റെ വലതുഭാഗത്ത് മുകളിൽ നീരില്ലേ? അവസാനവർഷ പരീക്ഷയ്ക്ക് ഇനി മൂന്നുമാസം മാത്രമേ ബാക്കിയുള്ളൂ എന്ന അഹംഭാവം എന്നെ ബാധിച്ചു. അമീബ അണുബാധമൂലമുള്ള അതിസാരം, അത് കരളിനെ ബാധിച്ചിട്ടുണ്ട്. അതുകൊണ്ടാണ് പനി. അതിനുള്ള ചികിത്സ എമെറ്റിൻ (Emetin) കുത്തിവെപ്പ്. ഇതായിരുന്നു മുറിവൈദ്യന്റെ നിഗമനം. ഞാൻ തന്നെ കുത്തിവെപ്പ് ആരംഭിച്ചു. അതിനുവേണ്ടി ഇടത്തെ തുടയിലെ പേശി പിടിച്ചപ്പോൾ കുട്ടി ഞെരങ്ങി. ഞാൻ വകവെച്ചില്ല. അതുപിന്നെ പനിയുള്ളപ്പോൾ മാംസപേശികൾ വേദനിക്കുക സർവസാധാരണമല്ലെ! പിറ്റേദിവസം വലത്തേ തുടയിൽ കുത്തിവെയ്ക്കുവാൻ മാംസപേശി പിടിച്ചപ്പോൾ തലേദിവസത്തെ കുത്തിവെപ്പിന്റെ ഓർമ്മയിൽ അവൾ കരഞ്ഞു. അതു വകവെയ്ക്കാത ഞാൻ കുത്തിവെപ്പ് നടത്തി. സമാശ്വസിപ്പിക്കുവാൻ വാരിയെടുക്കാൻ ശ്രമിച്ചപ്പോൾ ചകിതയായി അവൾ കുതറിമാറി. ഇടത്തെ തുടയിലെ വേദനകാരണം, പാവം, അവൾക്ക് ഓടിരക്ഷപ്പെടാൻ പറ്റിയില്ല.

മൂന്നാമത്തെ ദിവസം ഇടത്തെ കാലിൽ കുത്തിവെച്ചു, അവൾ വള്ളുവനാടൻ ഭാഷയിൽ പറഞ്ഞാൽ, 'പുര മലർത്തി വയ്ക്കുക' തന്നെ ചെയ്തു. അത് കുത്തിവെപ്പിന്റെ വേദനാഭയത്താൽ മാത്രമാണ്. വക വയ്ക്കേണ്ടതില്ല എന്നാണ് പഞ്ചവർഷ വൈദ്യവിദ്യാഭ്യാസം എന്നോട് മന്ത്രിച്ചത്.

അതിസാരം മാറി. ആഹാരത്തിനോടുള്ള അരുചി കുറഞ്ഞു. പനി 102–103 എന്ന നിലയിൽ നിന്ന് 90–100 എന്ന നിലയിലായി. എമെറ്റിന്റെ (Emetin) ഒരു ശൂരതേയ്! മൂന്നുമാസം കഴിഞ്ഞുള്ള ആ പരീക്ഷ എഴുതുവാൻ ഞാൻ അർഹനല്ലേ? ഞാൻ ഊറ്റംകൊണ്ടു.

അവധികഴിഞ്ഞ് ഞാൻ മദിരാശിക്ക് (ഇന്ന് ചെന്നൈ) മടങ്ങി. ഒരാഴ്ച കഴിഞ്ഞ് ഒരുദിവസം വൈകുന്നേരം ഞാൻ താമസസ്ഥലത്ത് മടങ്ങി വന്നപ്പോൾ രാമൻകുട്ടി ഏട്ടൻ മുണ്ടും ഷർട്ടും പെട്ടിയിൽ വയ്ക്കുന്നു. അന്നുമുഴുവൻ കണ്ണാശുപത്രിയിൽ ധരിച്ചിരുന്ന സൂട്ടും ടൈപോലും മാറ്റിയിട്ടില്ല.

"ഇതെന്താ, എവിടെ പൂവ്വാ?"

ഞാൻ തിരക്കി.

മൗനം.

ഞാൻ ചോദ്യം ആവർത്തിച്ചു. സാധാരണ സുസ്മേരവദനനായി കണ്ടിരുന്ന രാമൻകുട്ടി ഏട്ടൻ വികാരവിക്ഷുബ്ധനായിരുന്നു.

വളരെ സാന്ത്വനസ്വരത്തിൽ ഞാൻ ചോദ്യം ആവർത്തിച്ചു.

കൈയിലുണ്ടായിരുന്ന മുണ്ട് താഴെയിട്ട്, രണ്ടുകൈയും എന്റെ രണ്ടു ചുമലിൽവെച്ച് പൊട്ടിക്കരഞ്ഞു. അഞ്ചുമിനിട്ടിലേറെ നേരം വാവിട്ടു

കരഞ്ഞു. വെപ്പുകാരൻ ശേഖരൻനായർ വന്നു പാളിനോക്കി. എന്തെന്നറിയാതെ മാറിനിന്നു. വീട്ടിൽ വേറെ ആരുമുണ്ടായിരുന്നില്ല. പല സന്ദിഗ്ധാവസ്ഥകളിലും മറ്റെല്ലാവർക്കും ധൈര്യം പകർന്നിരുന്ന രാമൻകുട്ടി ഏട്ടൻ കരയുകയോ?

പിന്നെ തോളിൽ കിടന്നിരുന്ന തോർത്തുമുണ്ടുകൊണ്ട് (പണ്ടത്തെ ഒരു സമ്പ്രദായം വീട്ടിൽവന്നാൽ ആദ്യം തോർത്ത് തോളിൽ അണിയും, സൂട്ടാണ് ധരിച്ചിരിക്കുന്നത് എങ്കിൽ പോലും) മുഖം തുടച്ചു മൂക്കു പിഴിഞ്ഞു. കണ്ണീർ തുടച്ചു. ഏങ്ങലടിച്ചുകൊണ്ട് പറഞ്ഞു.

"അപ്പു.... നളിനിക്ക്.... (കരച്ചിൽ).... നിളിനിക്ക്... (ഏങ്ങലടി) പോളിയോ ആണത്രെ." ആ കരുത്തുറ്റ ഹൃദയം പൊട്ടുമോ എന്നു തോന്നുമാറ് കരഞ്ഞു.

അല്പം ചായയും പലഹാരവും കഴിക്കുവാൻ ഞങ്ങളെല്ലാവരും കൂടി നിർബന്ധിക്കേണ്ടിവന്നു. പിന്നെ ഏഴുമണിക്ക് മലബാർ എക്സ് പ്രസിന് നാട്ടിലേക്ക് യാത്രയായി. സ്വന്തം മകളെ ശുശ്രൂഷിക്കുവാൻ.

അത് ആറുപതിറ്റാണ്ടു മുമ്പായിരുന്നു. നളിനി ഇന്ന് ഒരു സന്തുഷ്ട കുടുംബത്തിൽ പ്രകാശം പരത്തുന്ന ഭദ്രദീപമാണ്.

ഇടത്തെ കാലിന് സ്വാധീനം കുറവാണ്. മൂന്നു സെൻറിമീറ്റർ നീളം കുറവാണ്. ശോഷിച്ചിരിക്കുന്നു. പേശികളും അസ്ഥിയും ഒന്നു തെന്നിയപ്പോൾ ആ കാൽ ഒടിഞ്ഞു. കഠിന വേദന സഹിച്ചു. മൂന്നുമാസം പ്ലാസ്റ്റർ ഇടേണ്ടിവന്നു. ബലഹീനമായ അസ്ഥി ചേരുവാൻ അത്ര വലിയ താമസം. ആ പ്രക്രിയക്ക് ആക്കം കൂട്ടുവാൻ വലിയ മാത്രയിൽ Calcium ഉം Vitamin D3 ഉം സേവിച്ചു.

ഇന്ന് നളിനി മുടന്തുള്ള, എന്നാൽ സുസ്മേരവദനയായ അനുജത്തിയും ഭാര്യയും അമ്മയും അമ്മൂമ്മയും ആയി സന്തുഷ്ടയായി ജീവിക്കുന്നു. രാമൻകുട്ടി ഏട്ടനും മാധവിക്കുട്ടി ഏട്ടത്തിയും ഇന്നില്ല.

അറുപതു കൊല്ലത്തെ വേദനയും ബലഹീനതയും പാരവശ്യങ്ങളും വരുത്തിവെച്ച അമ്മാമനോട്, എന്നോട്, നളിനി അത്യന്തം സ്നേഹ ബഹുമാനങ്ങൾ കാണിക്കുമ്പോൾ എന്റെ മനസിന്റെ ഉള്ളറകളിൽ വല്ലാത്ത അപരാധബോധം. പോളിയോവിന്റെ വരവിൽ തുടയിലെ വേദനിക്കുന്ന പേശിയിൽ എമെറ്റിൻ കുത്തിവെച്ചതു മൂലമാണവൾ ജീവിതകാലം മുഴുവൻ മുടന്തിയായ് നരകയാതന അനുഭവിക്കാൻ ഇടയായത്.

പോളിയോയുടെ വരവുകാരണമായിരുന്നു അന്നത്തെ പനിയും ഛർദ്ദിയും വയറിളക്കവും. പോളിയോ വൈറസ് സുഷുമ്ന നാഡിയുടെ മുൻവശത്തുള്ള കോശങ്ങളിൽ കുടിയേറി പെരുകി അവയെ നശിപ്പിക്കുന്നു. അവ ദേഹത്തിൽ കയറിക്കൂടുന്നത് ചെറുകുടലിൽക്കൂടിയാണ്. ഈ പ്രവേശനകവാടം അടയ്ക്കുകയാണ് Sabin തുള്ളിമരുന്ന് ചെയ്യുന്നത്. തീരെ കുഞ്ഞാവുമ്പോൾ ഇത് അഞ്ചുതവണ കൊടുത്താൽ ആജീവനാന്ത പരിരക്ഷയാണ് നേടുന്നത്. ഒരു പ്രദേശത്തെ എല്ലാ കുട്ടികൾക്കും

ഈ മരുന്നുകൊടുത്താൽ ആ പ്രദേശത്തുനിന്ന് ഈ മാരകമായ വൈറസിനെ എന്നെന്നേക്കുമായി നിഷ്കാസനം ചെയ്യാം. മനുഷ്യ രാശിയെ മുഴുവൻ ഈ വിപത്തിൽനിന്ന് രക്ഷിക്കാം. വസൂരിരോഗം ഭൂമുഖത്തു നിന്നുതന്നെ നിഷ്കാസനം ചെയ്തതുപോലെ. അതാണ് പൾസ്പോളിയോ പരിപാടിയുടെ പ്രാധാന്യം.

ഈ പരിപാടികൊണ്ട് ഒരു പാർശ്വഫലവുമുണ്ടാകില്ല. കൂടുതൽ തവണ ഈ തുള്ളിമരുന്നു കൊടുത്തതുകൊണ്ട് ഒരു അനിഷ്ട ഫലവുമുണ്ടാകില്ല.

11

'എന്റെ കടപ്പാട് പിള്ളവാതത്തോട്'

കൊങ്ങനാട്ട് ഗോപാലമേനോൻ, എന്റെ അച്ഛന്റെ ഉറ്റസുഹൃത്തായിരുന്നു. മോശമില്ലാത്ത പ്രാക്ടീസുള്ള കോഴിക്കോട്ടെ വക്കീൽ. മിക്ക ദിവസങ്ങളിലും ഞങ്ങളുടെ പന്നിയങ്കരയിലുള്ള ലീലാലയത്തിൽവരും. അല്ലാത്തദിവസങ്ങളിൽ ഞങ്ങൾ ചാലപ്പുറത്തുള്ള അദ്ദേഹത്തിന്റെ വീട്ടിൽ എത്തും. ഞങ്ങൾ എന്നു പറഞ്ഞാൽ അച്ഛൻ, അമ്മ, ഞാൻ, എന്റെ രണ്ടു ജ്യേഷ്ഠത്തിമാർ ജാനകി ഏടത്തിയും അനീനിയും (നാരായണിക്കുട്ടി. അത് വായിൽ ഒതുങ്ങാത്തതുകൊണ്ട് ഞാൻ കുട്ടിക്കാലത്ത് അനീനി എന്നാക്കി. അത് മുതിർന്നവരും അംഗീകരിച്ചു). അവർ മിസ്റ്റർ ഗോപാലമേനോൻ, സഹധർമ്മിണി സരസ്വതിഅമ്മ, രണ്ട് പെൺമക്കൾ മാധവിക്കുട്ടിയും ലക്ഷ്മിക്കുട്ടിയും. മാധവിക്കുട്ടിക്ക് അച്ഛൻ കാണപ്പെട്ട ദൈവമായിരുന്നു. അദ്ദേഹത്തിന് സീമന്തപുത്രിയോടും അതിരറ്റ വാത്സല്യമായിരുന്നു. മായിറ്റി എന്നാണ് വിളിച്ചിരുന്നത്. ആ വിളികേട്ടാൽ വാത്സല്യംകൊണ്ട് അലിഞ്ഞുപോകുമോ എന്ന് സംശയം തോന്നും. കുസൃതിക്കാരിയായിരുന്ന എന്റെ ജ്യേഷ്ഠത്തി ജാനകി ഏടത്തി ആ ഓമനമകളെ കലശലുകൂട്ടുവാൻ

"ഗോപാലമേനോന്റെ ശരീരമപ്പോൾ
ആപാദചൂഡം ചൊറിയും ചെരങ്ങും
ആമോദമോദം ബത മാന്തിമാന്തി
ഗോപാലനാനന്ദരസേന വാണാൻ"

എന്ന് ചൊല്ലുമായിരുന്നു. ആ മണ്ടിപ്പെണ്ണ്, പത്തുവയസ്സുകാരി, അതുകേട്ട് കലിതുള്ളുമായിരുന്നു.

മൂന്നുവയസ്സ് താഴെയായിരുന്നു ലക്ഷ്മിക്കുട്ടി. അച്ഛൻ ചേച്ചിക്ക് കൊടുക്കുന്ന സ്നേഹം കാരണം വലിയ അസൂയ. അവൾ അടികൂടും. കലഹിക്കും. അമ്മ, സരസ്വതിഅമ്മ പറയും, "എച്ചുട്ട്യേ, നെണക്ക് അമ്മയില്ലെ. ഇങ്ങട്ട് വാ. അച്ഛനും ചേച്ചിയും എന്താച്ചാ ചെയ്തോട്ടെ."

കുട്ടികൾക്ക് പതിനഞ്ചും പന്ത്രണ്ടും വയസ്സായിരുന്നു. അപ്പോൾ – ആ സന്തുഷ്ടകുടുംബത്തിന്റെ നെടുംതൂണിന് മാരകമായ അസുഖം പിടിപെട്ടു. കഴുത്തിന്റെ പുറകിൽ (വള്ളുവനാടൻ ഭാഷയിൽ 'പെരടിയ്ക്ക്') ഒരു Diabetic carbuncle.

അച്ഛൻ അധികസമയവും ചാലപ്പുറത്തായിരുന്നു. മൂന്നാഴ്ച കഠിന പോരാട്ടം നടന്നു. അന്ന് വൈദ്യന്റെ ആവനാഴിയിൽ (Medical Armamentarium) ആന്റിബയോട്ടിക് എന്ന ബ്രഹ്മാസ്ത്രം എത്തിയിട്ടില്ലായിരുന്നു. അങ്ങനെ അച്ഛന്റെ ഉറ്റസുഹൃത്ത് ഗോപാലമേനോൻ വിടപറഞ്ഞ് യാത്രയായി.

തന്നെ 'മായിറ്റി' എന്ന് വിളിച്ചിരുന്ന അച്ഛനില്ലാത്ത ലോകത്തോട് ഒരുവിധം പൊരുത്തപ്പെട്ടുവരുന്നതേയുണ്ടായിരുന്നുള്ളു ആ പതിനാറുകാരി സുന്ദരി. സാമൂതിരികോളേജ് സ്കൂളിലാണ് അവൾ പഠിച്ചിരുന്നത്.

അന്നു രാവിലെ മുതലേ സുഖമില്ല. പ്രയാസപ്പെട്ടാണ് ക്ലാസിലിരുന്നത്. ഉച്ചഭക്ഷണത്തിന് ബെല്ലടിച്ചു. അവൾക്ക് ഭക്ഷണം വേണ്ട. കൂട്ടുകാരുടെ നിർബന്ധംമൂലം വീട്ടിൽനിന്ന് കൊണ്ടുവന്ന ചോറ് അല്പം കഴിച്ചു. പിന്നെ കോലായിലേക്ക് ഓടി. അവിടെ എത്തുന്നതിന് മുമ്പ് ഛർദ്ദിച്ചു, കുഴഞ്ഞുവീണു. അവളെ ഒരു ബെഞ്ചിൽ കിടത്തി അനുജത്തി ലക്ഷ്മിക്കുട്ടിയും കൂട്ടുകാരികളും ചേർന്ന് ക്ലാസ് അടിച്ചു വൃത്തിയാക്കി.

ഇനി എന്തുവേണം? ഞങ്ങളുടെ അയൽക്കാരൻ പുളിയശ്ശേരി ബാലകൃഷ്ണൻ ഒരു കുതിരവണ്ടി വിളിച്ചുകൊണ്ടുവന്ന് അവളെയും ലക്ഷ്മിക്കുട്ടിയെയും വീട്ടിലെത്തിച്ചു.

സരസ്വതിഅമ്മ പരിഭ്രാന്തയായി. രാവിലെ സ്കൂളിൽ പോകുമ്പോൾ അല്പം ചൂടുണ്ട് എന്ന് തോന്നി. പോണ്ടാ എന്നു പറഞ്ഞു. അവൾ കൂട്ടാക്കിയില്ല. ഇപ്പൊ തൊട്ടാൽ പൊള്ളുന്ന പനി. വല്ലാത്ത അസ്വസ്ഥത.

ബാലകൃഷ്ണൻ അല്പനേരം നോക്കി. ഇതികർത്തവ്യതാമൂഢനായിനിന്നു. പിന്നെ അടുത്തുള്ള എളമനശ്ശേരി ഡോ പി ബി മേനോനെ വിളിച്ചുകൊണ്ടുവന്നു. അദ്ദേഹം പരിശോധിച്ചു.

"ഇപ്പോ ഈ മാതിരി ഒരു പ്രാന്തൻപനിയുണ്ട്. ഞാൻ സാരിഡോൺ കൊടുത്തയക്കാം. അത് മൂന്നുനേരം കൊടുക്കു. അതിന്റെ കൂടെ കഴിക്കാൻ ഒരു മിക്സചറും അയക്കാം. കഞ്ഞീം ചുട്ട പപ്പടവും കണ്ണിമാങ്ങയും കൊടുത്താൽമതി.".

കഞ്ഞി കൊടുത്തത് മുഴുവൻ ഛർദ്ദിച്ചു. അവൾ അവശയായി മയങ്ങിക്കിടന്നു. കാൽവേദന കാരണം ബാത്റൂമിൽ പോകുവാൻ പ്രയാസം. സരസ്വതിഅമ്മ പിടിച്ചാണ് കൊണ്ടുപോയത്. മൂന്നുതവണ വയറിളകി.

ഡോ പി ബി മേനോൻ പല പ്രാവശ്യം വന്നുനോക്കി. അദ്ദേഹത്തിന് എത്തുംപിടിയും കിട്ടുന്നില്ല. ഡി എം ഒ ഡോക്ടർ ഗണപതി അയ്യരെ വിളിച്ചു കാണിച്ചു. അദ്ദേഹം രോഗനിർണയം ചെയ്തു. "ഇത് പോളിയോ ആണ്. ജില്ലാ ആശുപത്രിയിൽ അഞ്ചാറ് കേസുണ്ട്".

സരസ്വതിഅമ്മക്ക് പോളിയോയെപ്പറ്റി ഒന്നുമറിയില്ലായിരുന്നു. "എന്തു മരുന്നാണ് കൊടുക്കേണ്ടത്?"

“ഇതിന് കാര്യമായി മരുന്നൊന്നും ഇല്ല. പനിക്ക് ഇപ്പോൾ കൊടുക്കുന്ന സാരിഡോണും കുപ്പിമരുന്നും മതി”.

ഞാൻ അക്കാലത്ത് മദിരാശിയിൽ നാലാംവർഷ മെഡിക്കൽ വിദ്യാർഥിയായിരുന്നു. ഒരു ദിവസം ഉച്ചഭക്ഷണത്തിന് പോകുന്നവഴി, സരസ്വതിഅമ്മ ELGIN വാർഡിന്റെ അടുത്തുവെച്ച് എന്നെ അക്ഷരാർഥത്തിൽത്തന്നെ പിടിച്ചുനിർത്തി.

“ഇതെന്താ ഇവിടെ?”

“മായിറ്റി ബട കെടക്കണെണ്ട്. നാലുദിവസായി. പോളിയോ ആണ്”.

ഗോപാലമേനോന്റ ആ ഓമനമകൾ അവശയായി ആശുപത്രിയിൽ കിടക്കുകയാണ്. ഞാൻ മനസ്സിൽ ചിന്തിച്ചു. അദ്ദേഹം ഇതിന് മുമ്പ് യാത്രയായത് നന്നായി.

അസാമാന്യ ധൈര്യവും പ്രാപ്തിയുമുള്ള സ്ത്രീയായിരുന്നു സരസ്വതിഅമ്മ. അവർ താങ്ങിയിട്ടാണ് മകളെ ബാത്റൂമിൽ കൊണ്ടുപോയിരുന്നത്.

അന്ന് “ഇല്ലി പാന” മുറ (ചുങ്ങിപോയ എല്ലിനെ വികസിപ്പിക്കുവാൻ) ‘ഇരുമ്പുമറ’ തുളച്ച് പുറത്തുവന്ന് കഴിഞ്ഞിരുന്നില്ല. (ഈ സമ്പ്രദായം സോവിയറ്റ് യൂനിയനിലാണ് വികസിപ്പിച്ചെടുത്തത് എന്നാണ് എന്റെ ഓർമ). ചില Tendon transfer ഉം ഫിസിയോതെറാപ്പിയുമായിരുന്നു ചികിത്സ.

സരസ്വതിഅമ്മയെ എല്ലാ വിധത്തിലും സഹായിക്കുവാൻ ഒരു പുരുഷനെ കണ്ടു. അയാൾ തൊട്ടടുത്തുള്ള ഡൽഹൗസി വാർഡിൽ കിടക്കുകയായിരുന്നു. തലയും കഴുത്തും നെഞ്ചിന്റെ മുകൾഭാഗവും പ്ലാസ്റ്ററിനകത്താണ്. ആളൊരു പൊലീസ് ഉദ്യോഗസ്ഥനാണ്. ഒരു കള്ളൻ സമ്മാനിച്ച അടിയിൽ (അടുക്കളയിൽ ചെരവ കൊണ്ടായിരുന്നുപോൽ അടി) കഴുത്തിലെ എല്ല് ഒടിഞ്ഞു. Spinal cord ന് തട്ടിയിരുന്നെങ്കിൽ കൈകാലുകൾ തളർന്നുപോയേനെ.

ആ പ്ലാസ്റ്ററിന്റെ പരാധീനതകളുണ്ടായിട്ടും സരസ്വതിഅമ്മയ്ക്ക് എല്ലാ സഹായവും ചെയ്തുകൊടുക്കുവാൻ ആ ലോലഹൃദയൻ തയാറായിരുന്നു.

രണ്ടുമാസത്തിലേറെ ഈ പരിചയം തുടർന്നു. അയാളുടെ പ്ലാസ്റ്റർ വെട്ടി. കഴുത്തിലെ ഒടിവ് യോജിച്ചു. ഒരാഴ്ചത്തെ ഫിസോയോതെറാപ്പിക്ക്ശേഷം ആശുപത്രി വിടാം. വീട്ടിൽപോകാം. ഡ്യൂട്ടിയിൽ തുടരാം. ഏറ്റവും ആഹ്ലാദം പകരേണ്ട സന്ദർഭം.

പക്ഷേ ആ പൊലീസുദ്യോഗസ്ഥൻ വിഷാദത്തിലാണ്; മൂകനാണ്. അതുവരെ വാചാലമായി മാധവിക്കുട്ടിയെയും സരസ്വതിഅമ്മയെയും വിഷാദത്തിൽനിന്ന് കരകയറാൻ സഹായിച്ചിരുന്ന, കരുത്തുറ്റ ആൾ അധികനേരവും ചിന്താവിഷ്ടനായി കാണപ്പെട്ടു.

സരസ്വതിഅമ്മ ചോദിച്ചു. “ഇതെന്തുപറ്റി? വീട്ടിൽ ആരുണ്ട്?”

“അമ്മയും അനുജത്തിയും മാത്രമാണ്. ബാ...ബാപ്പ, അല്ല അച്ഛൻ, എനിക്ക് പതിനഞ്ചു വയസ്സാവുമ്പോൾ മരിച്ചു”.

"അവരുടെ അടുത്തേയ്ക്ക് പോകുവാൻ സാധിക്കുന്നതിൽ സന്തോഷിക്കുകയല്ലേ വേണ്ടത്?"

കണ്ണീർ തുടച്ച് അയാൾ വിക്കി വിക്കി പറഞ്ഞു.

"അമ്മയെയും.... അമ്മ.... മാധവിക്കുട്ടിയെയും വിട്ടുപിരിയണം.... പിരിയുവാൻ എനിക്ക്.... വയ്യ... ഞാൻ എന്താ ചെയ്യാ?..."..... അയാൾ പൊട്ടിക്കരഞ്ഞു.

സരസ്വതിഅമ്മ വിഷമിച്ചു. കഴുത്തിലെ ക്ഷതമല്ലാതെ മറ്റൊരു പരാധീനതയുമില്ലാത്ത ചെറുപ്പക്കാരൻ, കരുത്തുറ്റ പൊലീസുകാരൻ, തന്റെ മകളെ അതീവ വാത്സല്യത്തോടെ പരിചരിച്ചിരുന്നയാൾ കരയുകയോ! അയാളുടെ കൈപിടിച്ച് ആശ്വസിപ്പിക്കുവാൻ ശ്രമിച്ചു.

"അമ്മയ്ക്ക് എന്റെ പേർ അറിയില്ലല്ലൊ. ഇതുവരെ ചോദിയ്ക്കാതെ സ്വന്തമായി ഈ രണ്ടുമാസം കരുതിയില്ലെ. ഇനി ഞാൻ പറയട്ടെ. ഞാൻ ഒരു തുലുക്കനാണ്. എന്റെ പേര് ഷംസുദ്ദീൻ."

സരസ്വതിഅമ്മ അന്ധാളിച്ചു. പട്ടുപോലത്തെ സ്വഭാവമുള്ള ഇയാൾ, തന്റെ മകളെ ഇത്രയധികം വാത്സല്യത്തോടെ പരിചരിച്ച ഇയാൾ ഒരു മാപ്ലയാണോ, സരസ്വതിഅമ്മയുടെ കൈ അയഞ്ഞു. അവർ ഇതികർത്ത വ്യതാമൂഢയായി അല്പം മാറിനിന്നു.

അയാൾ തുടർന്നു, "ഇനി ഞാൻ പറയുന്നത് അക്ഷന്തവ്യമാണെങ്കിൽ എന്റെ രണ്ട് ചെകിട്ടത്ത് ആഞ്ഞ് ആഞ്ഞ് അടിക്കണം. അത് എന്റെ അപേക്ഷയാണ്. നിരസിക്കരുത്. പ്ലീസ് പ്രോമിസ്".

എന്താണ് പറയാൻ പോകുന്നത് എന്ന് അവർ ഊഹിച്ചു.

"മാധവിക്കുട്ടിയെ തുടർന്ന് പരിചരിക്കുവാൻ എന്നെ സഹായിക്കണം. ഞങ്ങളെ ജീവിതം പങ്കുവെയ്ക്കുവാൻ അനുവദിക്കില്ലേ?"

ആറുവർഷത്തിനുശേഷം ഞാൻ ഒരു തീർത്ഥാടനത്തിനുപോയി, തുംകൂറിലേയ്ക്ക്, ഷംസുദ്ദീൻ–മാധവിക്കുട്ടി ദമ്പതികളുടെ വീട്ടിലേയ്ക്ക്.

അത്യാഹ്ലാദവതിയായി വീട്ടമ്മ എന്നെ എതിരേൽക്കാനായി മുൻവാതിൽക്കലെത്തി. ഒരു നാലുവയസ്സുകാരൻ സാരിത്തുമ്പിൽ പിടിച്ച് സാകൂതം എന്നെ പാളിനോക്കുന്നു. അകത്ത് ഒരു കുഞ്ഞിന്റെ കളകളാരവവും കേൾക്കുന്നു.

ആ വീട്ടിൽ എല്ലാ സ്ഥലത്തും പിടിവള്ളിയുണ്ട്. ഇടത്തെ കാൽ ഇപ്പോഴും തളർന്നതാണെങ്കിലും ആ പിടിവള്ളി പിടിച്ച് എവിടെ വേണമെങ്കിലും അവർക്ക് എത്താം. അടുക്കളയിൽ പോലും.

"ഷംസൂന് നിർബന്ധം, അങ്ങേര് വീട്ടിലുള്ളപ്പോൾ ആഹാരം പാകംചെയ്യുവാനും തുണി അലക്കുവാനും എല്ലാം അങ്ങേരുതന്നെ വേണം. എന്നെ എടുത്ത് നടക്കും. കുളിപ്പിക്കുവാൻ കൂടി ഷംസു വേണം."

ഞങ്ങൾ പലതും പറഞ്ഞ് ഇരുന്നു. പിന്നെ പറഞ്ഞു, "എനിക്ക് ജീവിതത്തിൽ ഏറ്റവുമധികം കടപ്പാടുള്ളത് എന്നെ ബാധിച്ച പിള്ളവാതത്തിനോടാണ്, സ്നേഹത്തിന്റെ ആൾരൂപമായ ഭർത്താവിനെ സമ്മാനിച്ചതിൽ."

12

ഓണത്തിന്റെ ഓർമ

തിരുവോണം. ഒരു ദിവസത്തെ പരോളിന് മാവേലി പാതാളത്തിൽ നിന്ന് വന്നുപോൽ, അദ്ദേഹം "പണ്ട് വളരെ കാലം വാണരുളിയിരുന്ന കേരളനാട് സന്ദർശിയ്ക്കുവാൻ.

"മാവേലി നാടുവാണീടും കാലം

മാനുഷരെല്ലാരുമൊന്നുപോലെ..."യായിരുന്നുപോൽ. ഹെഗലും മാർക്സും ഭുജാതരാവുന്നതിന് യുഗങ്ങൾക്കു മുമ്പ്.

"മാനുഷരെ എല്ലാം" ഒരുപോലെയാക്കിയ മഹാപാതകത്തിന് മഹാവിഷ്ണു വേഷപ്രച്ഛന്നനായി വന്ന് മഹാകാപട്യത്തിൽ കൂടി (അതിന്റെ അവിശ്വസനീയമായ കെട്ടുകഥ കൊച്ചുകുട്ടികൾക്കുപോലും ഹൃദിസ്ഥമായതുകൊണ്ട് ആവർത്തിക്കുന്നില്ല) കുറ്റക്കാരനാണോ എന്ന് ചോദിക്കുകപോലും ചെയ്യാതെ പാതാളത്തിലേക്ക് ചവിട്ടിത്താഴ്ത്തി. ആണ്ടുതോറും ഒരു ദിവസത്തെ പരോൾ, ചിങ്ങമാസത്തെ തിരുവോണനാളിൽ, വിധിന്യായത്തിൽ ഉൾക്കൊള്ളിച്ചുപോലും!

ഇതിൽ അടങ്ങിയിട്ടുള്ള ചരിത്രപരമായ അബദ്ധജടിലമായ സങ്കല്പം ഒരുനിമിഷം ചൂണ്ടിക്കാട്ടട്ടെ.

മാനുഷരെല്ലാം ഒന്നുപോലെയായിരുന്ന കാലം പ്രാകൃത കമ്യൂണിസ്റ്റ് സമൂഹത്തിന്റേതാണ്. അന്ന് ഭരണാധികാരത്തിന്റെ പ്രശ്നമുണ്ടായിരുന്നില്ല. ഓരോ വ്യക്തിയും, സ്ത്രീപുരുഷഭേദമെന്യെ, പകൽ മുഴുവൻ പ്രകൃതിയിൽനിന്ന് അവരവർക്ക് ജീവിക്കാനുള്ള ആഹാര പദാർഥങ്ങൾ സംഭരിക്കേണ്ടിയിരുന്നു. സമയം വളരെയൊന്നും മിച്ചമുണ്ടായിരുന്നില്ല. മനുഷ്യരാശി ഉൽപ്പാദനോന്മുഖമായിക്കഴിഞ്ഞിരുന്നില്ല.

അതുകൊണ്ട് സ്വർണകീരീടം ചൂടി, ഓലക്കുടയുമേന്തി, നാല് വിരൽ വീതിയിൽ ഭസ്മക്കുറിയും ചാർത്തി, തറ്റുടുത്ത് വരുന്ന കുടവയറൻ ഭാവനാസമ്പന്നനായ മലയാളിയുടെ, കേരളീയന്റെ വികടമായ സൃഷ്ടിയാണ്.

കേരളീയൻ (ഞാനുൾപ്പെടെ പരസഹസ്രം കമ്യൂണിസ്റ്റുകാർ ഹൃദയത്തിൽ കൊണ്ടുനടന്ന, ഇപ്പോഴും കൊണ്ടുനടക്കുന്ന സഖാവ് കേരളീയനല്ല) എന്നുപറയുവാൻ കാരണം, കേരളക്കരയിൽ മാത്രമല്ല, കേരളീയർ എവിടെയെല്ലാം നിവസിക്കുന്നുവോ അവിടെയെല്ലാം കൊണ്ടാടുന്ന ഒരു ഉത്സവമാണ് ഓണം. ഈ ലേഖകൻ രണ്ടുവർഷം ലണ്ടനിലെ ഓണാഘോഷത്തിൽ പങ്കെടുത്തിട്ടുണ്ട്. കേരളീയരുടെ സ്വന്തം കലയായ കൈകൊട്ടിക്കളി അഥവാ തിരുവാതിരക്കളി ഈ രണ്ടവസരങ്ങളിലും ലണ്ടൻ നഗരത്തിൽ അവതരിപ്പിക്കുകയുണ്ടായി, അന്ന് ലണ്ടനിൽ വസിച്ചിരുന്ന മലയാളിമങ്കമാർ.

1930കളിൽ അച്ഛൻ മദിരാശിയിൽ ഒരു ഉന്നതോദ്യോഗസ്ഥനായിരുന്നു. അക്കാലത്ത് 'മലയാളി ക്ലബ്' എന്നൊരു സംഘടന ഓണം കൊണ്ടാടിയിരുന്നു. പക്ഷേ വളരെയേറെ മലയാളി ഗുമസ്തന്മാർക്ക് അതിൽ കാര്യമായ പങ്കുണ്ടായിരുന്നില്ല. അതൊരു സമ്പന്നരുടെ ക്ലബ്ബായിരുന്നു. സാധാരണക്കാർ ചിലർ സദ്യ ഉണ്ണുവാൻ എത്തുമായിരുന്നു. ഇന്നത്തേതിൽനിന്ന് വിഭിന്നമായി അന്ന് ഓണസദ്യയുടെ മുഖമുദ്ര പുഴുങ്ങിയ ഏത്തപ്പഴമായിരുന്നു. "എത്ര പഴനുറുക്ക് തിന്നു? എത്ര കായവറുത്തത് തട്ടിവിട്ടു?"എന്നായിരുന്നു ചോദ്യം. ഏതായാലും മദിരാശിയിൽ താമസിച്ചിരുന്ന ഭൂരിഭാഗം മലയാളികൾക്കും ആ ചടങ്ങ് സ്വന്തം എന്ന് കാണുവാൻ സാധിച്ചിരുന്നില്ല. അതുകൊണ്ട് പി പത്മനാഭൻ നായർ (പിന്നീട് ആകാശവാണി ഡയരക്ടറായി തിരുവനന്തപുരത്തുണ്ടായിരുന്നു), ഡോ. സി ആർ കൃഷ്ണപ്പിള്ള മുതലായവരുടെ സംരംഭത്തിൽ 'കേരളസമാജം' ഉടലെടുത്തു.

അവരും കുടവയറൻ മഹാബലിയെ അവതരിപ്പിച്ചു. 'മാനുഷരെ എല്ലാവരെയും' ഒരുപോലെയാക്കി എന്ന് പാടിപ്പുകഴ്ത്തപ്പെട്ട അദ്ദേഹത്തിന്, മദിരാശിയിൽ ഉണ്ടായിരുന്ന കേരളീയരെപ്പോലും ഏകോപിക്കുവാൻ കഴിഞ്ഞില്ല! 'മലയാളി ക്ലബ്' സമ്പന്നരുടെ വിനോദത്തിന് മാത്രമായി തുടർന്നു.

സാമൂഹ്യ പരിഷ്കർത്താവായ വി ടി ഭട്ടതിരിപ്പാടിന്റെ 'അടുക്കളയിൽ നിന്ന് അരങ്ങത്തേക്ക്' എന്ന സുപ്രസിദ്ധ നാടകത്തിന് കേരളസമാജം വേദിയൊരുക്കി. ഗോഖലെ ഹാൾ നിറഞ്ഞുകവിഞ്ഞു. പലരും നിരാശരായി, നാടകം കാണാൻ പറ്റാത്തതുകൊണ്ട്. തൻമൂലം പിറ്റേദിവസം വീണ്ടും അവതരിപ്പിച്ചു, മ്യൂസിയം തിയേറ്ററിൽ. എം പി ഭട്ടതിരിപ്പാടിന്റെ (പ്രേംജി) ഉജ്വല അഭിനയപാടവത്തിന് മദിരാശി സർവകലാശാലയിലെ മലയാളം റീഡർ ആയിരുന്ന ചേലനാട് (ചേലാട്ടല്ല) അച്ചുതമേനോൻ ഒരു സ്വർണമെഡൽ സമ്മാനിച്ചു. തിങ്ങിക്കൂടിയിരുന്ന പ്രേക്ഷകർ ഹർഷാരവം മുഴക്കി. അടുത്ത ദിവസവും ആ നാടകം അരങ്ങേറി. സദസ്സ് അപ്പോഴും സമ്പുഷ്ടമായിരുന്നു.

മലയാളി ക്ലബ്, പിൻതള്ളപ്പെടാതിരിക്കാൻ ഒരു നാടകം തല്ലിക്കൂട്ടി , ഡോ. പരശുരാമന്റെ നേതൃത്വത്തിൽ. വി ടിയുടെ ഇതിവൃത്തം അടുക്കളയിൽ ഒറ്റപ്പെട്ടു കഴിഞ്ഞിരുന്ന സ്ത്രീയെ ഉദ്ധരിച്ച് സമൂഹമധ്യത്തി

ലേക്ക് എത്തിക്കുക എന്നതായിരുന്നു. ഡോ. പരശുരാമന്റേത് നേരെ മറിച്ചും.

സമ്പന്ന വർഗത്തിൽപ്പെട്ട ഒരു ചെറുപ്പക്കാരൻ, മദിരാശിയിൽ പ്രവൃത്തി എടുക്കുന്ന ഒരു ഉദ്യോഗസ്ഥൻ, നാട്ടിൽനിന്ന് ഒരു നാടൻ പെണ്ണിനെ കല്യാണം കഴിച്ചുകൊണ്ടുവരുന്നു. അവരെ സ്വീകരിക്കുവാൻ കുറെ സുഹൃത്തുക്കൾ വീട്ടിൽ കാത്തിരിക്കുന്നു. മുമ്പ് കണ്ടിട്ടില്ലാത്ത തരത്തിലുള്ള പരിഷ്കൃത വിരുന്നുമുറിയിൽ അവൾ അന്ധാളിച്ചു നിൽപ്പായി; സോഫകളും മറ്റു മോടിയുള്ള ഇരിപ്പിടങ്ങളും അവൾ അതിനു മുമ്പ് കണ്ടിട്ടില്ലായിരുന്നു.

സുഹൃത്തുക്കളെ ഉപവിഷ്ടരാക്കി. പിന്നെ പറഞ്ഞു,

"ശാരദ ഇരിയ്ക്കൂ."

ചുറ്റുപാടും നോക്കി അനിശ്ചിതയായി, കാർപ്പെറ്റിട്ട തറയിൽ ഇരിപ്പായി.

"ഇതെന്താ ശാരദേ!" ഒരു സോഫയിൽ വേറെ ഒരാളിരിക്കുന്നതിന്റെ അടുക്കൽ അവളെ പിടിച്ചിരുത്തി.

സുഹൃത്തുക്കൾ അന്നത്തെ മദിരാശി നാട്ടുവർത്തമാനങ്ങൾ കൈമാറി. മൗനിയായി, ഒന്നും മനസ്സിലാവാതെ ആ നാടൻ പെൺകുട്ടി തലതാഴ്ത്തി എല്ലാം കേട്ടുകൊണ്ടിരുന്നു.

"എന്താ ശാരദേ, എന്തെങ്കിലുമൊക്കെ പറയൂ."

"അളകാപുരി, അളകാപുരി എന്നൊരു രാജ്യത്ത്
അളകേശൻ, അളകേശൻ
എന്നൊരു രാജാവുണ്ടായിരുന്നു..."

എല്ലാവരുടെയും അമ്പരപ്പു മാറ്റാൻ ഒരു സ്ത്രീ പറഞ്ഞു:

"വല്ലാണ്ടെ ദാഹിയ്ക്കുന്നു. ഒരു ഗ്ലാസ് വെള്ളം തരാമോ."

ശാരദ പോയി ഒരു ഓട്ടു ഗ്ലാസിൽ വെള്ളം കൊണ്ടുവന്നു കൊടുത്തു.

"ഇതെന്താ ശാരദേ. ഇവിടെയൊന്നും ഇങ്ങനെ അല്ല. അകത്തു പോയി ഒരു ഉടയണ ഗ്ലാസ് ഒരു ട്രേയിൽ വെച്ച് വെള്ളം കൊണ്ടുവരൂ."

ശാരദ അക്ഷരംപ്രതി അനുസരിച്ചു.

അടുത്ത സീനിൽ അതേ സൽക്കാരമുറി. സുഹൃത്തുക്കൾ പാൻറ്സും ഷർട്ടും ഇട്ടിരിക്കുന്നു. സ്ത്രീകൾ പരിഷ്കാരികൾ, ലിപ്സ്റ്റിക്കും മറ്റും തേച്ചിരിക്കുന്നു.

"ന്നാ ഇനി നമുക്ക് പോകാം."

"ശരി."

"ശാരദേ എന്റെ ഷൂസ് ഒന്നു കൊണ്ടുവരൂ."

അവൾ പോയി, രണ്ട് ഷൂസ് ട്രേയിൽവെച്ചു കൊണ്ടുവന്നു.

ഇതുമാതിരി, അവളെ പരിഷ്കാരിയാക്കാനുള്ള രണ്ട് പ്രക്രിയകളും അലസിപ്പോയി.

അടുത്ത സീനിൽ മാസങ്ങൾക്കുശേഷം ഭർത്താവ് വിഷണ്ണനായി ഇരിക്കുന്നു, കഴുത്തിൽ ടൈ പകുതി അഴിച്ചിരിയ്ക്കുന്നു. ഇടക്കിടയ്ക്ക് വാച്ച് നോക്കുന്നു.

അല്പസമയം കഴിഞ്ഞ് പരിഷ്കാരിയായി ലിപ്സ്റ്റിക്കും മറ്റുമൊക്കെ തേച്ച് ഭാര്യ പ്രവേശിക്കുന്നു.

"Sorry darling" എന്ന് പറഞ്ഞ് ഭർത്താവിനെ ആശ്ലേഷിക്കുന്നു. അയാളുടെ മുഖത്ത് അവളുടെ ചുണ്ടിൽനിന്ന് പകർന്ന ചുവന്ന പാട്.

അവസാനത്തെ സീനിൽ ഗൃഹനായകൻ മുണ്ടും ബനിയനും ധരിച്ച് വിഷണ്ണനായി ഇരിക്കുന്നു. ഷർട്ടും കോട്ടും ടൈയുമെല്ലാം അവിടവിടെയായി കിടക്കുന്നു. ക്ലോക്കിൽ സമയം ഒമ്പത് കഴിഞ്ഞിരിക്കുന്നു.

സ്റ്റേജിന്റെ ഒരു വശത്ത് ഒരു അടുപ്പിൽ തീ ഊതിക്കത്തിക്കുവാൻ കഥാനായകൻ കിണഞ്ഞു ശ്രമിക്കുന്നു. കണ്ണിൽ പുക കയറി വെള്ളം വരുന്നു.

പിന്നിൽ അശരീരി, പശ്ചാത്തല സംഗീതം.

"വിരുതൊടുകടൽവക്കത്തെ
ത്തണം സന്ധ്യയായാൽ,
തരുണരൊടിടചേരാമിഷ്ട
മുള്ളൊരു നേരം....."

"ക്ലബിലും ചെന്നിടേണം", മറ്റൊരശരീരി.

ശാരദ ഒരു സുഹൃത്തിന്റെ കൂടെ കൊടൈക്കനാലിൽ രണ്ടുദിവസത്തെ ഹോളിഡേക്ക് പോയിരിക്കുകയാണ്.

കർട്ടൻ.

ഇതിനെപ്പറ്റി കേരള സമാജത്തിൽ ഒരു ചർച്ച നടന്നു. അന്ന് 'ജസ്റ്റിസ്' പത്രത്തിന്റെ ഉപ പത്രാധിപരായിരുന്ന പി നാരായണൻ നായർ (പിന്നീട് കമ്യൂണിസ്റ്റ് പാർടിയുടെ താത്വികാചാര്യനായിരുന്ന സഖാവ് പി എൻ) ആയിരുന്നു മോഡറേറ്റർ. ആ സഖാവ് ഇങ്ങനെ ഉപസംഹരിച്ചു. "ഒരു ശില്പം എന്ന നിലയിൽ ഉന്നത നിലവാരം പുലർത്തി. പക്ഷേ പുരോഗമനവിരുദ്ധ പ്രസ്ഥാനത്തിന് ശക്തിയായ ഒരടിയായിരുന്നു. മലയാളി ക്ലബിനും, ഡോ. പരശുരാമനും അമളിപറ്റി. അവർ ഉദ്ദേശിച്ചിരുന്നതിൽനിന്ന് വിപരീത ഫലമാണ് അത് പ്രേക്ഷകമനസ്സിൽ ഉത്തേജിപ്പിക്കുക."

സമ്പന്ന വിഭാഗത്തിന്റെ പ്രതീകമായ കുടവയറൻ മാവേലിക്ക് ഓലക്കുട പിടിച്ചതുകൊണ്ട് മാനുഷരെ എല്ലാവരെയും ഒരുപോലെയാക്കാൻ കഴിയില്ല. സംഘടിത തൊഴിലാളിവർഗത്തിന് മാത്രമേ അതു കഴിയുകയുള്ളൂ.

അതിന്റെ മുന്നോടിയായി ഒരു ജനകീയ ജനാധിപത്യ വിപ്ലവത്തിലേക്ക് നമുക്ക് മുന്നേറാം.

ഓണം കന്നിക്കൊയ്ത്തിന് ശേഷമുള്ള ഉത്സവമാണ്.

'ഓണം വന്നാലും ഉണ്ണിപിറന്നാലും കോരന് കഞ്ഞി കുമ്പിളിൽ' തന്നെ.

13

ഒരു യാത്രാവിവരണം

ആയിരത്തി തൊള്ളായിരത്തി നാൽപ്പത്തിയഞ്ച് ഏപ്രിൽ ആദ്യം വിദ്യാർത്ഥി ഫെഡറേഷന്റെ ഒരു പ്രവർത്തകയോഗത്തിൽവച്ച് കണ്ണൂരിൽ പടർന്നുപിടിച്ചിരുന്ന പകർച്ചവ്യാധികളെപ്പറ്റിയായിരുന്നു ചർച്ച. ഞങ്ങളുടെ മദിരാശി ഘടകത്തിന്റെ സെക്രട്ടറിയായിരുന്ന സഖാവ് പി രാമചന്ദ്രൻ കണ്ണൂരിൽ അന്നുണ്ടായിരുന്ന സ്ഥിതിയും യുദ്ധകാലമായതുകൊണ്ടെന്ന അച്ചാരവാക്കിൽ മൂടിവയ്ക്കപ്പെട്ട സർക്കാരിന്റെ മാന്ദ്യവും എല്ലാം വിവരിച്ചു. മധ്യവേനൽ അവധിയായതുകൊണ്ട് ഒരു മെഡിക്കൽ സ്ക്വാഡിനെ അങ്ങോട്ട് അയക്കാനുള്ള നിർദേശം മുന്നോട്ടുവച്ചു.

അടുത്തകാലത്തു നിര്യാതനായ സഖാവ് പി രാമചന്ദ്രനെപ്പറ്റി രണ്ടു വാക്ക്; പ്രസിഡൻസി കോളേജിലെ ഒരു മിടുമിടുക്കൻ. വിദ്യാർത്ഥി–തൊഴിലാളിവർഗ രാഷ്ട്രീയത്തിൽ അതികായൻ. പക്ഷേ, അഞ്ചടി ഒരു ഇഞ്ച് മാത്രം പൊക്കം. അതുകൊണ്ട് 'ഛോട്ടാ' എന്നാണ് ഞങ്ങൾ നാമകരണംചെയ്തത്. പിന്നീട് തമിഴ്നാട് കമ്യൂണിസ്റ്റ് പാർട്ടിയിൽ 'പി ആർ സി'എന്നാണ് അറിയപ്പെട്ടിരുന്നത്. സംഘടനാപാടവവും രാഷ്ട്രീയ പ്രബുദ്ധതയും ഈ ഛോട്ടായെ പിബി (പൊളിറ്റ്ബ്യൂറോ) അംഗമാക്കി. പിന്നീട് വാർധക്യസഹജമായ (ഛോട്ടായ്ക്ക് വാർധക്യമോ?) ക്ഷീണം കാരണം പ്രവർത്തനം തമിഴ്നാട്ടിലേക്ക് ചുരുക്കി.

അക്കാലത്ത് ഞങ്ങളുടെ അഖിലേന്ത്യാ സെക്രട്ടറിയായിരുന്ന പ്രശാന്ത് സന്യാൽ ഈ സ്ക്വാഡിന്റെ രാഷ്ട്രീയ, സംഘടനാപരമായ പ്രാധാന്യവും അടിവരയിട്ടുപറഞ്ഞു. സഖാവും ഞങ്ങളുടെകൂടെ സ്ക്വാഡിൽ കുറച്ചുകാലം ഉണ്ടാകുമെന്നു പറഞ്ഞു. ആസാം സ്വദേശിയായ ഈ സഖാവിനെ എനിക്ക് കുറച്ചുകാലമായി അടുത്ത് അറിയുമായിരുന്നു. ഒരു അസാമാന്യ സൗഹൃദമായിരുന്നു അത്. ''ഇന്ത്യ എന്നൊരു മഹാരാജ്യം ഉത്ഭവിച്ചത് ബ്രിട്ടീഷ് സാമ്രാജ്യത്വത്തിന്റെ മേൽക്കോയ്മ കാരണമാണ്.

അതുകൊണ്ട് നമ്മൾ ബ്രിട്ടനോട് കടപ്പെട്ടവരാണ്. ഇല്ലായിരുന്നെങ്കിൽ ബ്രഹ്മപുത്രാനദീ തീരത്തുകാരനായ ഞാനും ഇങ്ങേ അറ്റത്ത് നിളാതീരത്തുള്ള സഖാവും തമ്മിൽ സൗഹൃദം സാധ്യമാകുമായിരുന്നോ!!''

വിദ്യാർഥി ഫെഡറേഷൻ പ്രവർത്തകയായിരുന്ന അലോക മജുംദാർ എന്ന ബംഗാളിയുമൊത്ത് ജീവിതം പങ്കുവച്ച് കൽക്കട്ടയിൽ സ്ഥിരതാമസമാക്കി അദ്ദേഹം പിന്നീട്.

കോഴിക്കോട്ടുവച്ച് സഖാവ് എൻ സി ശേഖർ ഭാവിപരിപാടികൾക്ക് നേതൃത്വം ഏറ്റെടുത്തു. ബാലരാമപുരം സ്വദേശിയായ സഖാവിന്റെ രാഷ്ട്രീയ-സംഘടനാ പ്രവർത്തനം മുക്കാൽഭാഗവും കോഴിക്കോട്, കണ്ണൂർ മേഖലകളിലായിരുന്നു.

''അതെന്താ സഖാവെ, പത്മനാഭസ്വാമിയുടെ മണ്ണിനെ തീരെ അവഗണിക്കുന്നത്. അവിടെയും തൊഴിലാളി, കർഷകത്തൊഴിലാളി വർഗങ്ങളില്ലേ. എല്ലാം പത്മനാഭസ്വാമി നാമാവശേഷമാക്കിയോ, മാർത്താണ്ഡവർമ കൈയടക്കി വച്ചിരുന്ന കിളിക്കുഞ്ഞിനെപ്പോലെ''.

(തിരുവിതാംകൂർ ഭരണം വിവിധ നാട്ടുപ്രമാണികളായിരുന്നു വിവിധങ്ങളായ രീതിയിൽ നടത്തിയിരുന്നത്. അവരിൽ പ്രമാണി കായംകുളം രാജാവായിരുന്നു. മാർത്താണ്ഡവർമയാണ് അത് ഏകോപിപ്പിച്ചത്.

ഏറ്റവും വലിയ കീറാമുട്ടി കായംകുളം രാജാവായിരുന്നു. അദ്ദേഹവുമായി സൗഹൃദം സ്ഥാപിക്കാൻ രണ്ടുപേരും പത്മനാഭസ്വാമിക്ഷേത്ര നടയിൽ ഒത്തുചേർന്നു. അവിടെവച്ചു സത്യംചെയ്തു. "ഈ ജീവൻ നിലനിൽക്കുന്നിടത്തോളം കാലം ഞാൻ അങ്ങയുമായി യുദ്ധത്തിനൊരുങ്ങില്ല''. ഇതു പറയുമ്പോൾ രാജാവിന്റെ കൈയിൽ ഒരു കിളിക്കുഞ്ഞുണ്ടായിരുന്നു. രണ്ടുപേരും കൈകൊടുത്ത് സത്യംചെയ്തു കഴിഞ്ഞപ്പോൾ, മാർത്താണ്ഡവർമ കിളിക്കുഞ്ഞിനെ കൈയിലിട്ടു ഞെരിച്ചുകൊന്നു. ആ ജീവൻ ഇല്ലാതായി. ആ സത്യം അസാധുവായി. യുദ്ധം ഘോരമായി നടന്നു.) കവി പാടി, ''ശേഷം കായംകുളം കായലിൽ''.

''ആ രാജ്യത്ത് കുട്ടനാട്ടിൽ, കൃഷിക്കാരെ സംഘടിപ്പിച്ചതിന് എന്നെ ആ രാജ്യത്തുനിന്ന് നാടുകടത്തി''.

കണ്ണൂരിൽനിന്ന് ചേങ്ങലാഴിവരെ ഒരു ബോട്ടിലായിരുന്നു യാത്ര. അതൊരു യന്ത്രബോട്ടായിരുന്നു. ഒരു നെടുവീർപ്പോടെ ഞാൻ ഓർത്തു, കിഴക്കൻ ബംഗാളിൽ (ഇന്ന് ബംഗ്ലാദേശ്) ഖുല്നയിൽനിന്ന് ഷൊഹഗ്ദാൾവരെ രണ്ടുദിവസം നീണ്ടുനിന്ന കെട്ടുവള്ളയാത്ര. ഒരു മധ്യവയസ്കനും അയാളുടെ 15 വയസുള്ള മകനുമായിരുന്നു നാവികർ. അവർ ഇക്ബാലിന്റെ പാട്ടുകൾ പാടുമായിരുന്നു. ഞങ്ങളുടെ കൂടെയുണ്ടായിരുന്ന കബീർ ടാഗോറിന്റെ മനോഹര പാട്ടുകൾ ആലപിച്ചു. ഭൂപതി വിട്ടുകൊടുത്തില്ല; സുബ്രഹ്മണ്യഭാരതിയുടെ ഉശിരൻ കവിത ആലപിച്ചു.

"വിടുതലൈ, വിടുതലൈ, വിടുതലൈ
താതരെന്റെ നിലമൈ മാറി
ആൺകളോട് പെൺകളും

ശരിനികത്സ മാനമാഹ വാഴ്വ
മിൻറ നാട്ടിലെ
വിടുതലൈ....”

രണ്ടുദിവസം ചിന്തോദ്ദീപകങ്ങളായ ദേശഭക്തിഗാനങ്ങളാൽ മുഖരിതമായിരുന്നു ആ തോണിയാത്ര.

വള്ളത്തോളിന്റെ ‘തോണിയാത്ര’യിൽ നിന്ന്,

‘കാവ്യം സുഗേയം; കഥ രാഘവീയം;
കർത്താവു തുഞ്ചത്തുളവായ ദിവ്യൻ;
ചൊല്ലുന്നതോ ഭക്തിമയസ്വരത്തി;–
ലാനന്ദലബ്ധിക്കിനിയെന്തുവേണം?’

(അധഃസ്ഥിതവർഗക്കാർക്ക് *രാമായണം* പാടാൻ അർഹതയുണ്ടോ?)

ചേങ്ങലാഴി ബോട്ടുജെട്ടിയിൽ കേരളീയനും ഒരു ചെറിയ സംഘം കർഷകരും ഞങ്ങളെ അക്ഷരാർഥത്തിൽ ഏറ്റെടുത്തു. കേരളീയൻ എന്റെ കൈപിടിച്ച് കുലുക്കി പറഞ്ഞു, ‘‘ഇത് ഡോക്ടർക്കു ഒരു പുതിയ അനുഭവമാകും, അല്ലേ, കണ്ണൂർക്കാരുടെ മണ്ടത്തരം സുപ്രസിദ്ധാ. ഒരു വരവേൽപ്പുയോഗം വേണത്രേ ആദ്യം’’.

ഞാൻ ശരിക്ക് പന്തംകണ്ട പെരുച്ചാഴിയെപ്പോലെ നിൽപ്പായി.

‘‘അല്ല, അതിനുമുമ്പ് ഒരു ചായയും കടിയും ഏർപ്പെടുത്തിയിട്ടുണ്ട്”.

(കണ്ണൂർക്കാരുടെ ‘കടി’യുടെ കാഠിന്യം ഇനിയൊരിക്കൽ).

‘‘അതല്ല സഖാവെ, ഞാൻ ഇതിനു മുമ്പൊരിക്കലും മലയാളത്തിൽ പ്രസംഗിച്ചിട്ടില്ല; സ്കൂളിൽ മലയാളം പഠിച്ചിട്ടില്ല’’.

‘‘അപ്പോ വീട്ടിലെന്തു ഭാഷയിലാ സംസാരിക്ക?’’

‘‘അത് മലയാളത്തിൽത്തന്നെ’’.

‘‘ഞങ്ങളോട് ആ മാതിരി അങ്ങോട്ട് സംസാരിച്ചാൽ മതി’’.

ഞാൻ എന്തൊക്കെയൊ അഞ്ചുമിനിറ്റ് ‘പ്രസംഗിച്ചിട്ട്’, കൈയടി വാങ്ങി.

കേരളീയൻ വന്നു പറഞ്ഞു, “അസ്സലായി. ഇനി ഡോക്ടറെ വെറുതെവിടില്ല.”

‘‘ന്നാ നമുക്ക് പോകാം.” നേരം അഞ്ചുമണി. നടന്നാണ് യാത്ര, പോകുന്നവഴി ഏഴെട്ട് ചാളകളിൽ കയറി.

‘‘എന്താ ചാമീ, പൊനംകൊത്തല് കഴിഞ്ഞോ?’’

(കുന്നിൻ ചെരുവുകളിൽ നടത്തുന്ന കൃഷി)

അടുത്ത ചാളയിൽ, ‘‘ഇത് നമ്മുടെ ഡോക്ടർ സംഘാ. വസൂരീം വിഷൂചികേം ഒക്കെ ചികിത്സിക്കാൻ വന്നതാ’’:

ഇങ്ങനെ പോകുന്ന വഴിയെല്ലാം പാവപ്പെട്ട കർഷകരുടെ സ്വന്തം ആളായി, കുശലപ്രശ്നം ചെയ്തു.

എട്ടുമണിയോടടുപ്പിച്ച് എള്ളെരിഞ്ഞിയിലെത്തി.

അവിടെ അനന്തന്റെ വീട്ടിലായിരുന്നു അന്നു രാത്രി.

വൃത്തിയായി മെഴുകിയ മുറ്റത്ത് പായും തലയണയും തയ്യാർ. അതി

നുമുമ്പ് രസികൻ കഞ്ഞീം മാങ്ങാ ചമ്മന്തിയും ചക്കപ്പുഴുക്കും. യാത്രാ ക്ഷീണം കാരണം ഞങ്ങൾ അത്താഴം വളരെ ഏറെ ആസ്വദിച്ചു. അതു കഴിഞ്ഞ് തല തലയിണയിൽ തൊട്ടതേയുള്ളൂ, അഗാധനിദ്രയിലാണ്ടു.

രാവിലെ അനന്തനാരായണന്റെ ഭാഷയിൽ 'അഞ്ചാം സ്വാതന്ത്ര്യവും' കളിയും കഴിഞ്ഞുവന്നപ്പോൾ ആവി പറക്കുന്ന പിട്ടും (തെക്കൻ ഭാഷയിൽ പുട്ട്) കടലക്കറിയും.

നഗരവാസികളായ ഞങ്ങൾക്ക് നാട്ടിൻപുറത്തെ രീതികളും ഭക്ഷണവും ഏറെ കൗതുകകരവും ആസ്വാദ്യവുമായിരുന്നു.

ബ്ലാത്തൂരിൽ ഞങ്ങളെ സഖാവ് നാരായണൻനമ്പ്യാർ സഹർഷം ഏറ്റുവാങ്ങി.

വർഷങ്ങൾക്കുശേഷം സഖാവ് കേളു ഏട്ടനുമൊത്ത് കേരളീയനെ കോഴിക്കോട്ട് വിശ്രമിച്ചിരുന്ന വീട്ടിൽപ്പോയി കണ്ടു. എന്നെ കെട്ടിപ്പിടിച്ച് സന്തോഷം പ്രകടിപ്പിച്ചു. ആ കണ്ണുകൾ അപ്പോൾ സജലമായിരുന്നു. 1994ൽ ആണെന്നാണ് ഓർമ്മ, ആ കറകളഞ്ഞ, തൊഴിലാളി കർഷക പൊതുജനനേതാവ് ചരിത്രത്തിലേക്ക് യാത്രയായി.

എള്ളെരിഞ്ഞിയിൽ ഞങ്ങളെ കഞ്ഞി ഊട്ടി നക്ഷത്രക്കൂടാരത്തിനടിയിൽ കിടത്തിയുറക്കിയ സഖാവ് അനന്തൻ സേലം ജയിൽ വെടിവെയ്പ്പിൽ രക്തസാക്ഷിയായി.

14

ഒരു മായാക്കളങ്കം

ആയിരത്തി തൊള്ളായിരത്തി നാൽപ്പത്തിയെട്ട് ജനുവരി 30. 'സ്വതന്ത്ര'ഭാരതത്തിൽ കമ്യൂണിസ്റ്റുപാർട്ടി നിരോധിക്കപ്പെട്ട കാലം. നേതാക്കളെല്ലാവരും ഒളിവിൽ പോകേണ്ടിവന്നു.

എന്റെ സഹധർമിണി സഖാവ് ദേവകിയും ഞാനും മദിരാശി ചെട്പെട്ടിൽ (തമിഴന്മാരുടെ 'ചെത്തിപട്ടി') ഒരു കൊച്ചുവീട്ടിലാണ് താമസിച്ചിരുന്നത്. രണ്ടു മുറികൾ മാത്രമാണ് ഉണ്ടായിരുന്നത്. കസേലയോ മേശയോ ഒന്നുമില്ല. മുൻവശത്തെ മുറിയിൽ സ്വീകരണമുറി. പിറകിലത്തേത് ഊണുമുറിയായും കിടപ്പറയായും ഉപകരിച്ചു. അതിന്റെ പിറകിൽ ഒരു കൊച്ചു കുളിമുറിയും കക്കൂസും. പിൻമുറിയോടടുത്ത് ഒരു അടുക്കള, അടുത്ത വീട്ടുകാരുമായി പങ്കുവയ്ക്കാൻ.

പായയിലായിരുന്നു ഇരിപ്പ്. ഒരു കോസറിയും രണ്ടു തലയണയുമുണ്ടായിരുന്നു രാത്രി വിരിച്ചുകിടക്കാൻ. മുമ്പിലത്തെ മുറിയിൽ ഒരു മൂലയിൽ പുസ്തകങ്ങൾ അടുക്കിവയ്ക്കും. ഞങ്ങളുടെ ഈ ലൈബ്രറിയിൽ പുസ്തകപാരായണത്തിനായി രണ്ടു കൊച്ചു തടുക്കുകളും ഉണ്ടായിരുന്നു. ദേവകി കിൽപോക് മെഡിക്കൽ സ്കൂളിൽ വിദ്യാർഥിനിയായിരുന്നു. എനിക്ക് മെഡിക്കൽ കോളേജിൽ ഒരു 'ഡെമോൺസ്ട്രേറ്റർ' ജോലി ഉണ്ടായിരുന്നു. അതിനാവശ്യമായ മസ്തിഷ്ക പ്രക്ഷാളനം കോളേജ് ലൈബ്രറിയിൽ വച്ചുതന്നെ സാധിച്ചിരുന്നു.

ഈ ചുരുങ്ങിയ സാഹചര്യത്തിലാണ്, സഖാക്കൾ ജീവാനന്ദത്തിനെയും, ബാലദണ്ഡായുധത്തെയും നാലുദിവസത്തെ ഒളിവുതാമസത്തിന് സ്വീകരിക്കേണ്ടതായി വന്നത്. പിറകിലത്തെ മുറിയിൽ സഖാക്കളെ ഒതുക്കി. (അവർ രണ്ടുപേരും ഇന്നു കാലയവനികയ്ക്ക് പിറകിലാണ്) മുന്നിലത്തെ മുറിയിൽ ഞങ്ങളും.

ബാലദണ്ഡായുധം പിന്നീട് തമിഴ്നാട് പാർട്ടിയുടെ സെക്രട്ടറിയായി. കേന്ദ്രമന്ത്രിയായിരുന്ന മോഹൻ കുമരമംഗലത്തോടൊപ്പം ഡൽഹി വിമാനത്താവളത്തിൽ ഒരു വിമാന അത്യാഹിതത്തിൽ മൃതിയടഞ്ഞു.

സഖാവ് ജീവാനന്ദത്തിന്റെ നൂറാം ജന്മദിനം അടുത്തകാലത്ത് മദിരാശിയിൽ നല്ല നിലയിൽ കൊണ്ടാടപ്പെട്ടു.

എന്റെ ജ്യേഷ്ഠൻ മീനമ്പാക്കത്ത് ഏറോഡ്രോം ഓഫീസർ ആയിരുന്നു അക്കാലത്ത്. ഏട്ടനും അമ്മിണി ഏടത്തിയും സർക്കാർ ക്വാർട്ടേഴ്സിൽ സസുഖം താമസിച്ചു. അവരുടെകൂടെ കുറച്ചുകാലം കഴിയാനായി അച്ഛനും അമ്മയും വന്നു. 1948 ജനുവരി 30ന് വൈകിട്ട് മൂന്നിന് അവർ ഞങ്ങളുടെ കൊച്ചുവീട്ടിൽ എത്തി, സന്ദർശനത്തിനായി.

ദേവകിയെ കുശലപ്രശ്നം ചെയ്യാൻ ഏൽപ്പിച്ച് ഞാൻ അകത്തുണ്ടായിരുന്ന രണ്ടു സഖാക്കളെയും ടെറസിൽ കൊണ്ടുപോയാക്കി. വെയിലാറിയിട്ടുണ്ടായിരുന്നില്ലെങ്കിലും ജനുവരിയായതുകൊണ്ട് സഹിക്കാവുന്ന ചൂടേ ഉണ്ടായിരുന്നുള്ളൂ. പിടിക്കപ്പെട്ടാലത്തെ ഭവിഷ്യത്ത് ആലോചിക്കുമ്പോൾ ഏതു വെയിലും സഹനീയമാകുമല്ലോ.

അഞ്ചുമണിക്ക് അമ്മയെയും അച്ഛനെയും ഞങ്ങളുടെ അടുത്താക്കി ഏട്ടനും അമ്മിണി ഏടത്തിയും ഷോപ്പിങ്ങിനു പോയി.

അൽപ്പനേരത്തിനുശേഷം ഒരു Courier- ഒളിവു സഖാക്കൾക്കുള്ള ഒരു കുറിപ്പുമായി വന്നു. ഞാൻ തക്കംനോക്കി മുകളിൽ കൊണ്ടുപോയി കൊടുത്തു. അത് സഖാവ് സുബ്രഹ്മണ്യശർമ്മ (ശർമാജി)യുടേതായിരുന്നു.

"അൽപ്പംമുമ്പ്, ഡൽഹിയിൽ, പ്രാർഥനായോഗത്തിനിടെ, ഗാന്ധിജിക്ക് മാരകമായ വെടിയേറ്റു. ഇതിന്റെ ഭവിഷ്യത്തുക്കൾ എന്തെല്ലാമായിരിക്കുമെന്ന് അചിന്ത്യം. അതീവ ജാഗ്രത പാലിക്കുക."

അൽപ്പനേരം അവരുമായി നടുക്കം പങ്കുവച്ചു. "ഏതായാലും ഇപ്പോൾ അനങ്ങാതെ ഇരുന്ന് സംഭവവികാസങ്ങൾ നിരീക്ഷിക്കുക. സഖാവും ദേവകിയും കുറച്ചുദിവസംകൂടി ഞങ്ങളെ സഹിച്ചേപറ്റൂ."

മനസ്സിൽ തോന്നിയിരുന്ന അസ്വസ്ഥത മുഖത്ത് പ്രതിഫലിപ്പിക്കാതിരിക്കാൻ അങ്ങേയറ്റം ശ്രദ്ധിച്ചു, താഴോട്ട് ഇറങ്ങിച്ചെന്നു.

കുറച്ചുകഴിഞ്ഞപ്പോൾ ഏട്ടനും അമ്മിണി ഏടത്തിയും തിരിച്ചുവന്നു. ഏട്ടൻ പരിഭ്രാന്തനായിരുന്നു.

"ഗാന്ധിജിയെ ആരോ വെടിവച്ചത്രേ. സിറ്റിയിൽ ആകെ ബഹളം. എന്തൊക്കെയാ ഇനി ഉണ്ടാകുക എന്നറിയില്ല."

"പൂവ്വ. വേഗം പൂവ്വ. ഇല്ലെങ്കിൽ ഇവിടെപെട്ടു എന്നുവരും."

അമ്മ പൊട്ടിക്കരഞ്ഞു. അച്ഛനും ദേവകിയും നടുങ്ങി, വികാരവിക്ഷുബ്ധരായി.

എനിക്കുമാത്രം ഭാവഭേദം ഒന്നുമുണ്ടായില്ല ഏട്ടന്റെ വാക്കുകൾ കേട്ടിട്ട് . ശർമാജിയുടെ കുറിപ്പ് ഞാനും കണ്ടിരുന്നു. അവർ ഉടനെതന്നെ മീനമ്പാക്കത്തേക്ക് പോയി. അമ്മയ്ക്ക് വലിയ ആശങ്കയായി. ഞാൻ നിർവികാരനായത് ആ സാധ്വിയെ സ്തബ്ധയാക്കി. അവർ സംശയിച്ചു. "ഈ ഘോരകൃത്യത്തിൽ കമ്യൂണിസ്റ്റുകാർക്കും പങ്കുണ്ടായി

രുന്നോ! അതുകൊണ്ടാണോ അമ്മയുടെ ഓമന മകൻ നിർവികാരനായി ഏട്ടൻ പറഞ്ഞത് കേട്ട് നിന്നത്!"

അത് എന്നോട് നേരിട്ടു ചോദിക്കാൻ അവർക്ക് അപ്പോൾ കെൽപ്പുണ്ടായിരുന്നില്ല. രാത്രി ഉറങ്ങാൻ കഴിഞ്ഞില്ല. ഇന്ത്യാ മഹാരാജ്യത്തെ ചരിത്രത്തിൽ ഇത്രയും ഭീകരമായ ഒരു മുഹൂർത്തം ഉണ്ടായിട്ടില്ല. "അതിൽ എന്റെ അപ്പുവിനും പങ്കുണ്ടായിരുന്നോ?"

എനിക്ക് ഒളിവുപ്രവർത്തനത്തിന്റെ ഒരു ബാലപാഠമായി അത്. ഏട്ടന്റെ വാക്കുകേട്ട് ഞാൻ നടുക്കം അഭിനയിക്കേണ്ടിയിരുന്നു.

രണ്ടുദിവസത്തിനുശേഷം, ഞങ്ങൾ മീനമ്പാക്കത്തേക്കുപോയപ്പോഴാണ് അമ്മയ്ക്ക് ഇത്രയധികം മനോവേദന ഞാൻ സമ്മാനിച്ചു എന്നറിയുന്നത്.

അന്നത്തെ പാർട്ടി പരിപാടി, വിഭജനത്തിനുശേഷം നടക്കുന്ന വർഗീയകലാപ സാഹചര്യത്തിൽ കൊല്ലും കൊലയുമല്ല, അതിനെതിരായ പ്രവർത്തനമാണ് ഞങ്ങളുടെ അടവ് എന്ന് പറഞ്ഞു ബോധ്യപ്പെടുത്തി. അമ്മയ്ക്ക് വലിയ സമാധാനമായി. ഗാന്ധിവധത്തെയും, അതിനുശേഷം ബൂർഷ്വാസർക്കാരിന്റെ കള്ളക്കളികളെയും പറ്റി സഖാവ് അപ്പുണ്ണി പാടിയത് ഞാൻ ഏറ്റുപാടി.

മതാന്ധതയുടെ
നിണക്കൊതിനക്കി
മഹാത്മജിയുടെ
ഹൃദയരക്തവും,
ഗുണനിധിയാകുമാ ഗുരുവിന്റെ
ചുടുനിണം വീണ മണ്ണിൽ
കിടന്നുരുണ്ടാലും
സിതാന്തഗംഗയിൽ
പുലകുളിച്ചാലും
ചിതാഭസ്മം വാരി
കലക്കിത്തേച്ചാലും
പൊതിഞ്ഞുവയ്ക്കുവാൻ
കഴിയുമോ രാഷ്ട്ര
പിതാവിനെ കാക്കാൻ
കഴിയാത്ത കുറ്റം.
അതങ്ങൊരു മായാ
കളങ്കമായ് നിൽക്കും
സ്വതന്ത്ര ഭാരത
ചരിത്രത്തിലെന്നും.

1938–42 കാലഘട്ടത്തിൽ കമ്യൂണിസ്റ്റുപാർട്ടി നിരോധിക്കപ്പെട്ട കാലമായിരുന്നു. അന്ന് തെക്കൻ മലബാറിലെ ഒരു തരിമണ്ണുപോലുമുണ്ടാകില്ല അപ്പുണ്ണിയുടെ പാദസ്പർശം ഏൽക്കാത്തതായി. ഒളിവുപ്രവർത്തനത്തിന്റെ മുഖ്യ കണ്ണിയായിരുന്ന അപ്പുണ്ണി നടന്നത് മുഴുവൻ രാത്രിയിലായിരുന്നു.

ഇപ്പോൾ ചരിത്രത്തിന്റെ ഭാഗമായി ആ ധന്യജീവിതം.

15

ബീഗം അമിറുദ്ദീൻ

ജാനകി ഏടത്തി, എന്നേക്കാൾ നാലുവയസ്സ് കൂടുതലുള്ള ചേച്ചി. എന്നേക്കാൾ നാലിരട്ടിയല്ല, വളരെ ഏറെ ബുദ്ധിശക്തിയുണ്ടായിരുന്ന ഒരു ചേച്ചി. അവരെപ്പറ്റി കൂടുതൽ പിന്നീട്.

1940കളിൽ അവർ എനിക്ക് ഒരു പറ്റം എഴുത്തെഴുതി. സേവാഗ്രാമിനെപ്പറ്റി, അഹിംസയെപ്പറ്റി.

ഞാനന്ന് മദിരാശിയിൽ ഒരു മെഡിക്കൽ വിദ്യാർഥിയായിരുന്നു. വിദ്യാർഥിഫെഡറേഷന്റെ ഒരു സജീവ പ്രവർത്തകൻ. ഞാനവരെ കഴിയുന്നത്ര ഗാന്ധിപ്രേമത്തിൽനിന്നു പിന്തിരിപ്പിക്കാൻ ശ്രമിച്ചു.

ശാശ്വതമഹിംസയാണ് പോലും. കസ്തൂർബാഗാന്ധിക്ക് ടൈഫോയിഡ് പിടിച്ച് അതീവ അവശയായി കിടക്കുമ്പോൾ, അൽപ്പം ശേഷി കിട്ടുവാൻ വിദഗ്ധർ ബീഫ്ടീ കൊടുക്കുവാൻ പറഞ്ഞു.

(ബീഫ്ടീ എന്നുപറഞ്ഞാൽ ഗോമാംസവും ചായയും കൂടി പാകം ചെയ്യുന്ന ഒരു കഷായം)

''അവർ മരിച്ചാലും വിരോധമില്ല. ഗോമാംസം കലർന്നതൊന്നും അടുത്തുകൂടി കൊണ്ടുപോയിക്കൂട''.

സ്വന്തം ഭാര്യ, ദക്ഷിണാഫ്രിക്കയിൽ അന്യരുടെ കക്കൂസ് വൃത്തിയാക്കുവാൻ നിർബന്ധിച്ച അഹിംസാവാദി! കൃഷ്ണ ഹാത്തിസിങ്ങിന്റെ കാമുകൻ മുസൽമാനായിപ്പോയി എന്നതുകാരണം അയാൾ രാംമോഹൻറോയിയുടെ ആര്യസമാജം വഴി ഹിന്ദുമതം സ്വീകരിച്ചാൽ മാത്രം വിവാഹം എന്ന് ശഠിച്ച ആദർശവാദി. (കൃഷ്ണ ഹാത്തിസിങ്ങ് പണ്ഡിറ്റ് ജവാഹർലാൽ നെഹ്റുവിന്റെ അനുജത്തി.)

രണ്ടാം ലോകമഹായുദ്ധം ആരംഭിച്ചപ്പോൾ, ''നാം എല്ലാവിധ ആക്രമണങ്ങൾക്കും എതിരാണ്; എന്നാൽ 'പാവം' ബ്രിട്ടീഷ് സാമ്രാജ്യത്വം ഇന്ന് കഷ്ടത്തിലാണ്; അതുകൊണ്ട് അവരുടെ കോളണിയായ നമ്മൾക്ക്

യുദ്ധങ്ങളോടുള്ള എതിർപ്പ് സൂചന വ്യക്തിസത്യാഗ്രഹത്തിൽ ഒതുക്കുക" എന്ന് ഡിക്റ്റേറ്റ് കൊടുത്ത ആദർശശാലി.

കമ്യൂണിസ്റ്റ്കാര് ഈ സന്ദർഭത്തിൽ ബ്രിട്ടീഷ് 'കൊള്ള'യ്ക്കെതിരായി പ്രചരിപ്പിക്കുന്നത് ''വീഴാൻ പോകുന്ന, ചെരിഞ്ഞ മരത്തിന്റെ മുകളിൽ ഓടിക്കേറി വീരസ്യം പറയുന്ന മാതിരിയാണ്'' എന്നുപറഞ്ഞ് തന്റെ ഔന്നത്യം വിളംബരം ചെയ്യുന്ന,"ശാന്തിയാണവിടുന്ന് പൂജിക്കും പരദൈവം'' എന്നു പറയുന്ന 'മഹാത്മാവ്'.

എനിക്ക് അന്നത്തെ രാഷ്ട്രീയ പരിതഃസ്ഥിതിയിൽ സംഭരിയ്ക്കുവാൻ സാധിച്ച എല്ലാ വാദമുഖങ്ങളും ചേർത്തുവെച്ചു.

ഇതിനെ എല്ലാം അവർ അവരെക്കൊണ്ടാവുംവിധം ഖണ്ഡിച്ചു. അവസാന കത്ത് ഇങ്ങനെയായിരുന്നു, ''അപ്പു എന്തൊക്കെ പറഞ്ഞാലും ഞാൻ സേവാഗ്രാമിലേക്ക് പോവുകയാണ്. തൃശൂരിലെ കമല നമ്പീശനുമൊത്ത്. അച്ഛനെ സമ്മതിപ്പിക്കുവാൻ വളരെ ഏറെ പണിപ്പെട്ടു എങ്കിലും. അപ്പു സാധിച്ചാൽ മദിരാശി സെൻട്രൽ സ്റ്റേഷനിൽ വന്ന് കാണണം."

അങ്ങനെ അവർ സേവാഗ്രാമിലെ പ്രവർത്തനങ്ങളിൽ മുഴുകി; ഗാന്ധിജിയുടെ ഒരു അടുത്ത ആരാധികയായി.

1946 ലെ ഇന്ത്യാ പാകിസ്ഥാൻ വിഭജന കാലത്തുണ്ടായ അതിഭീകരവും ദാരുണവുമായ വർഗീയ കലാപത്തിൽ ആശ്വാസമേകാൻ വടക്കെ ഇന്ത്യയിൽ പോയ ഗാന്ധിയൻ സന്നദ്ധസേനയിൽ അവരും അംഗമായി.

അമൃതസറിൽ, ബീഗം അമിറുദ്ദീന്റെ 'കോൺഗ്രസ് സർവസേവാ കേന്ദ്ര'ത്തിൽ കുറെനാൾ പ്രവർത്തിച്ചു. അവർ ഒരു ആരാധ്യയായ കോൺഗ്രസ് നേതാവായിരുന്നു. അതിന്റെ ഭാഗമായി ഒരു സ്ത്രീശാക്തീകരണ കേന്ദ്രം പ്രവർത്തിച്ചിരുന്നു. ജാനകി ഏടത്തി അതിൽ പ്രവർത്തിച്ചു.

ഒരു ദിവസം സായാഹ്നത്തിൽ ഒരു പറ്റം സായുധ ആർ എസ് എസ് പ്രവർത്തകർ ആ കേന്ദ്രം ആക്രമിച്ചു. സർവജന സമാരാധ്യയായ ബീഗം അമിറുദ്ദീനെയും എട്ട് മുസ്ലിം വനിതകളെയും പിടിച്ചുകൊണ്ടുപോയി, അവരുടെ കേന്ദ്രത്തിലേയ്ക്ക്. അതിനെ എതിർത്തവരെ നിർദാക്ഷിണ്യം വെട്ടിയും കുത്തിയും ഓടിച്ചു.

ഈ 'മുസ്ലിം' വനിതകളെ പൂർണനഗ്നരാക്കി നടത്തി, അടുത്തുള്ള കാളിക്ഷേത്രത്തിലേക്ക്. അവരുടെ തലവെട്ടി അതിൽനിന്ന് ഇറ്റുവീഴുന്ന രക്തം പാത്രങ്ങളിൽ സംഭരിച്ചു, ബീഗം അമിറുദ്ദീന്റെ രക്തം പ്രത്യേകമായും. പിന്നെ പലേ പൂജാകർമങ്ങളോടെ കാളിവിഗ്രഹത്തിൽ രക്താഭിഷേകം ചെയ്തു.

അവർ ചെയ്ത തെറ്റ് അവർ മുസ്ലിം മത വിശ്വാസികളായിപ്പോയി എന്നതാണ്. അവർക്ക് ഹിന്ദുസ്ഥാനിൽ ജനസേവ ചെയ്യുവാൻ എന്തധികാരം?

ഹിന്ദുമതഭ്രാന്തിന്റെ പരമകാഷ്ഠ!

നരേന്ദ്രമോഡി ഇത് വായിക്കുവാൻ ഇടവന്നാൽ, ഗോധ്രാ മോഡലിൽ ഇതുമാതിരി കുറെ ബീഗം അമിറുദ്ദീൻമാരെ ഇനിയും കുരുതി കൊടുത്തുകൂടായ്കയുണ്ടോ!

16

കേണൽ ഖുറേഷി

കിഴക്കൻബംഗാളിലെ ഒരു മദ്ധ്യവർഗ കുടുംബത്തിലാണ് കേണൽ ഖുറേഷി പിറന്നത്. ബാല്യത്തിൽതന്നെ ഹൃദ്രോഗി. സ്കൂളിൽ ഓരോ ക്ലാസിലും പ്രശസ്തവിജയം നേടി; ആരോഗ്യപരമായ പരാധീനതകൾ ഉണ്ടായിരുന്നിട്ടും. പലതവണ കൽക്കത്ത മെഡിക്കൽകോളേജിൽ രോഗിയായി കിടക്കേണ്ടിവന്നു. അങ്ങനെയാണ് ആശുപത്രിയും, അതിന്റെ പ്രവർത്തനവും, അതിലെ ജീവനക്കാരുടെ പെരുമാറ്റവും ആ ബാലനെ ആകർഷിച്ചത്; ഡോക്ടറാവാനുള്ള ത്വര ശക്തമായത്. പരാധീനതകൾക്കിടയിലും പഠിത്തത്തിൽ പുലർത്തിയ ഏകാഗ്രത ആതുരശുശ്രൂഷാ രംഗത്തേക്കുള്ള മാർഗമായി. കൽക്കത്ത മെഡിക്കൽ കോളേജിൽനിന്ന് ബിരുദം കരസ്ഥമാക്കി.

അധികം താമസിയാതെ ഒന്നാംലോക മഹായുദ്ധം ആരംഭിച്ചു. യുവാവായ ഖുറേഷി ഐഎംഎസി (ഇന്ത്യൻ മെഡിക്കൽ സർവീസ്) ന് അപേക്ഷിച്ചു. സാധാരണഗതിയിൽ ഒരു ഹൃദ്രോഗിക്ക് അത് ലഭ്യമല്ല. പക്ഷേ, യുദ്ധസാഹചര്യത്തിൽ, അവന് പ്രവേശനം കിട്ടി. തന്റെ രോഗത്തിന് അക്കാലത്ത് ശാശ്വത പരിഹാരം ലഭ്യമായിരുന്നില്ല. അത് തലപൊക്കുമ്പോൾ മരുന്നുകൾകൊണ്ട് കടിഞ്ഞാണിടുക മാത്രമായിരുന്നു പോംവഴി.

നാലുകൊല്ലം പല രംഗങ്ങളിലും സേവനമനുഷ്ഠിച്ചു. രണ്ടുതവണ നിസ്സാരമല്ലാത്ത ക്ഷതങ്ങൾ ഏറ്റുവാങ്ങേണ്ടിവന്നു. ദിവസങ്ങളോളം ആശുപത്രിയിൽ കഴിയേണ്ടിവന്നു. ഇതുകാരണം, പിരിഞ്ഞുപോരുമ്പോൾ ഒരു പ്രശംസാപത്രവും സാമാന്യം നല്ല രണ്ടു പണക്കിഴിയും കിട്ടി, പരിഹാരമായി. ഇത് മൂലധനമായി, കൽക്കത്തയിൽ ആതുരശുശ്രൂഷാ പ്രവർത്തനം ആരംഭിച്ചു. സാമാന്യം നല്ല ചികിത്സാ സാമർഥ്യവും പട്ടുപോലത്തെ സ്വഭാവവും കാരണം രോഗികളുടെ തിരക്കുകൂടി. സഹായത്തിന് വേറെ ഡോക്ടർമാരെ നിശ്ചയിക്കേണ്ടിവന്നു. ക്രമേണ അത് ഒരു സാമാന്യം വലിയ ആതുര ശുശ്രൂഷാകേന്ദ്രമായി.

ഒരു ദിവസം രാത്രി വീട്ടിൽ പോകുവാൻ തയ്യാറെടുക്കുമ്പോൾ ഗേറ്റിൻെറ അടുത്തുനിന്ന് ഒരു ഞരക്കം കേട്ടു. ചെന്നു നോക്കിയപ്പോൾ ഒരു പൂർണ ഗർഭിണി. കൂടെ ആരുംതന്നെ ഇല്ല. ഓരോ പ്രാവശ്യം വേദന വരുമ്പോഴും 'ഹരേ റാം, ഹരേ റാം', എന്നു വിളിക്കുമായിരുന്നു.

ഉടനെ അകത്തേക്ക് അവരെ എടുപ്പിച്ച് പ്രസവമുറിയിലേക്ക് കൊണ്ടുപോയി. ഒരു മണിക്കൂർ കഴിഞ്ഞപ്പോൾ ഒരു ആൺകുട്ടിയെ പ്രസവിച്ചു. ആ അമ്മ അബോധാവസ്ഥയിൽനിന്ന് കരകയറിയില്ല. അവരുടെ പേരെന്താണെന്നോ, എവിടത്തുകാരിയാണെന്നോ ഒന്നും മനസിലാക്കുവാൻ കഴിഞ്ഞില്ല. അധികം താമസിയാതെ അവർ മരണമടഞ്ഞു.

നവജാത ശിശുവിനെ സ്വന്തം മകനെന്നപോലെ ഖുറേഷി വളർത്തി. പ്രസവവേദന സമയത്ത് 'ഹരേ റാം' എന്ന് പറയുന്നത് കേട്ടതുകൊണ്ട് ഹിന്ദുവാണ് അവർ എന്ന് അനുമാനിച്ചു. ഹിന്ദു പുരോഹിതന്മാരെക്കൊണ്ട് മതാചാരങ്ങളൊക്കെ ചെയ്യിച്ചു. അവരുടെ ഉപദേശപ്രകാരം ഹിന്ദു ചടങ്ങുകളോടെ 'രാംചന്ദ്' എന്ന് അവന് പേരിട്ടു. ചോറൂണിനും മറ്റും അവരുടെ സഹായങ്ങൾ തേടി. തനി സസ്യഭുക്കായി വളർത്തി. വിജയദശമിനാളിൽ വിദ്യാരംഭം കുറിച്ചു. ഈശ്വരചന്ദ്ര വിദ്യാസാഗർ സ്കൂളിലും കോളേജിലും പഠിപ്പിച്ചു. അവന്റെ ആഗ്രഹങ്ങൾ എല്ലാം നിർലോഭം നടത്തിക്കൊടുത്തു. പഠനശേഷം ഒരു ലാബ് ടെക്നീഷ്യനായി അവൻ ആ ആശുപത്രിയിലെ ഒരു ജീവനക്കാരനായി. ഖുറേഷി സംതൃപ്തിയിലാണ്ടു.

1944–45 കാലം. ജപ്പാൻപട മലയയും (ഇന്നത്തെ മലേഷ്യ) ബർമയും കീഴടക്കി ചിറ്റഗോങ് അതിർത്തിയിൽ എത്തി.

യുദ്ധത്തിനുവേണ്ടി ബ്രിട്ടീഷ് സാമ്രാജ്യത്വം നാടുമുഴുവൻ കൊള്ളയടിച്ചുകൊണ്ടിരുന്നു. നാടെങ്ങും രൂക്ഷമായ ഭക്ഷണക്ഷാമം. പട്ടിണി മരണങ്ങൾ നിത്യസംഭവങ്ങളായി. പകർച്ചവ്യാധികൾമൂലം ജീവിതം ദുസ്സഹമായിക്കൊണ്ടിരുന്നു. അഞ്ചാംപത്തിക്കാരുടെ (ചാരസംഘടന – fifth column) വിധ്വംസക പ്രവർത്തനങ്ങൾ ഒരു വശത്ത്. മറുവശത്ത് അച്യുത് പട്‌വർധന്റെ സി എസ് പി (അന്നത്തെ കോൺഗ്രസ് സോഷ്യലിസ്റ്റ് പാർട്ടി). "ബ്രിട്ടീഷ് സാമ്രാജ്യത്വത്തെ തുരത്താൻ ജപ്പാൻ സൈന്യത്തെ സ്വാഗതം ചെയ്യുക." അതിന്റെ മുൻനിരയിൽ സുഭാഷ് ചന്ദ്രബോസിന്റെ ഐ എൻ എ (ഇന്ത്യൻ നാഷണൽ ആർമി)യുണ്ട്, "ഈ രാജ്യത്തെ മോചിപ്പിക്കുവാൻ," എന്ന പ്രചാരണത്തിന് വളക്കൂറായി.

ഈ അത്യന്തം വിസ്ഫോടനാത്മകമായ സാഹചര്യത്തിൽ ബംഗാൾ ദുരിതാശ്വാസ പ്രവർത്തനം രാഷ്ട്രീയമായി വളരെ പ്രധാനപ്പെട്ടതായി ജാപ് വിരുദ്ധ തെരുവുനാടകങ്ങൾ വിപുലമായി അരങ്ങേറി ഐ പി ടി എ (ഇന്ത്യൻ പീപ്പിൾസ് തിയേറ്റർ അസോസിയേഷൻ) യുടെ നേതൃത്വത്തിൽ. കെ എ അബ്ബാസായിരുന്നു അതിന്റെ മുഖ്യ സംഘാടകൻ.

എ ഐ എസ് എഫ് പല ദിക്കിലും സ്ക്വാഡുകൾ സംഘടിപ്പിച്ചു. മദിരാശിയിൽ ഞങ്ങൾ തെരുവുതോറും നടന്ന് പണവും മരുന്നും വസ്ത്രങ്ങളും ശേഖരിച്ചു.

ദുരിതാശ്വാസ സ്ക്വാഡുകൾ പലയിടത്തുനിന്നും ബംഗാളിലേക്ക് ഒഴുകി. മദിരാശിയിൽനിന്ന് പോയ സ്ക്വാഡിന് ഞാനായിരുന്നു ക്യാപ്ടൻ. കൽക്കത്തയിൽ ഞങ്ങൾക്ക് വൻ സ്വീകരണങ്ങളാണ് കിട്ടിയത്. അതിൽ ഒന്ന് കേണൽ ഖുറേഷിയുടെ ആശുപത്രിയിലായിരുന്നു. അങ്ങനെയാണ് ഞാൻ ആ മഹാരഥനെയും, അദ്ദേഹത്തിന്റെ വളർത്തു പുത്രൻ രാംചന്ദിനെയും പരിചയപ്പെടുന്നത്.

കേണൽ ഖുറേഷി ഒരു മുസൽമാൻ, അദ്ദേഹത്തിന്റെ പുത്രൻ (അങ്ങനെയാണ് ഞങ്ങൾക്ക് പരിചയപ്പെടുത്തിയത്) രാംചന്ദോ! മേൽപ്പറഞ്ഞ സംഭവവികാസങ്ങളൊക്കെ ആശുപത്രിയിലെ ഡോക്ടർ കമാലുദ്ദീനാണ് ഞങ്ങളോട് പറഞ്ഞത്. ഞങ്ങളെ രണ്ടുദിവസം ആശുപത്രിയിലെ അതിഥികളായി താമസിപ്പിച്ചു.

പിന്നീട് ഞങ്ങളെ കിഴക്കൻ ബംഗാളിലെ (ഇന്നത്തെ ബംഗ്ലാദേശ്) ബാരിസോൾ ഡിസ്ട്രിക്ടിലെ ഷൊഹദാൾ എന്ന ഗ്രാമത്തിലേക്കാണ് അയച്ചത്.

രണ്ടുമാസത്തെ പ്രവർത്തനങ്ങൾക്കുശേഷം തിരിച്ചുപോരുവാൻ കൽക്കത്തയിലെത്തിയപ്പോൾ കേണൽ ഖുറേഷി ഞങ്ങൾക്ക് ഒരു വലിയ സ്വീകരണമാണ് ഒരുക്കിയത്. ഒരു ദിവസം അവിടെ തങ്ങുവാൻ നിർബന്ധിച്ചു.

ആ മഹാപുരുഷനെ അവസാനമായി കണ്ടത് അന്നായിരുന്നു.

അധികം താമസിയാതെ യുദ്ധം അവസാനിച്ചു. മൗണ്ട് ബാറ്റൻ പ്രഭുവിന്റെ കാർമികത്വത്തിൽ ഇന്ത്യ രണ്ടായി വിഭജിക്കപ്പെട്ടു. വർഗീയ കലാപങ്ങളിൽ വളരെയേറെ ജീവൻ അതിദാരുണമായി ഹോമിക്കപ്പെട്ടു. കേണൽ ഖുറേഷിയുടെ ദയനീയമായ അന്ത്യവും അവയിൽ ഒന്നായിരുന്നു.

കുറച്ചുനാളായി ആ ആശുപത്രിയിൽ എന്തൊക്കെയോ ഒളിപ്രവർത്തനങ്ങൾ നടക്കുന്നുണ്ടായിരുന്നു. ആർ എസ് എസ് ആയിരുന്നു അതിൻെറ പുറകിൽ. രാംചന്ദും അതിൽ അകപ്പെട്ടു.

കേണൽ ഖുറേഷി ദശാബ്ദങ്ങളായി രാപ്പകൽ ഇരുന്ന് പ്രവൃത്തി ചെയ്തിരുന്ന മുറിയിൽ തന്റെ പുത്രന് എപ്പോൾ വേണമെങ്കിലും കയറി ച്ചെല്ലാമായിരുന്നു. ഒരു ദിവസം ആ വൃദ്ധൻ തന്റെ മേശയ്ക്കരികിൽ ഇരുന്ന് എന്തോ എഴുതുകയായിരുന്നു. രാംചന്ദ് അവിടെ കേറിച്ചെന്നു. ഒരു സാധാരണസംഭവം. തന്നെ താനാക്കിത്തീർത്ത ആ മഹാപുരുഷനെ പുറകിൽനിന്ന് കുത്തി; ഒരു തവണയല്ല, മൂന്നുതവണ. 'അള്ളാഹു അക്ബർ' എന്ന് വിളിച്ചുകൊണ്ട് ഖുറേഷി ആ മേശപ്പുറത്ത് വീണു, അന്ത്യശ്വാസം വലിച്ചു.

എന്തിന്? എന്തിന്? ആ മഹാമനസ്കൻ ഒരു മുസൽമാനായിപ്പോയി എന്ന കുറ്റത്തിനോ?

അന്നത്തെ കലാപത്തിനിടയിൽ ആരാണ് ഈ ഹീനകൃത്യം ചെയ്തതെന്ന് മരണവെപ്രാളത്തിൽ അദ്ദേഹം അറിഞ്ഞുകാണുമോ!

17

പാഷ, പാഷി

അന്നു ഞങ്ങൾ മദിരാശി ചിന്താദിരിപെട്ടയിലായിരുന്നു താമസം. താഴ്ന്ന വരുമാനക്കാർ തിങ്ങിപ്പാർക്കുന്ന, ഉന്നതന്മാർ കാൽകുത്താൻ മടിക്കുന്ന, നഗരമധ്യത്തിലെ ഒരു കുഗ്രാമം. അതിനെ രണ്ടായി വിഭജിക്കുന്ന ഒരു ട്രാംവേ (Tramway) ഉണ്ടായിരുന്നു.

(അൽപ്പം വിശദീകരണം: പണ്ട് വലിയ നഗരങ്ങളിൽ നിരത്തിന്റെ നടുവിൽ കുഴിഞ്ഞ റെയിലിൽകൂടി ഓടുന്ന ട്രാം കാറുകൾ ഉണ്ടായിരുന്നു. അവയ്ക്ക് മുകളിലെ പ്രത്യേക ഇലക്ട്രിക് കമ്പികളിൽ നിന്നായിരുന്നു ഊർജ്ജം. ഇപ്പോഴത്തെ ഇലക്ട്രിക് ട്രെയിനുകൾ മാതിരി. മലിനീകരണം തീരെയില്ല. മദിരാശിയുടെ ഒരറ്റത്തുനിന്ന് മറ്റേ അറ്റംവരെ പോകുന്നതിന് ചാർജ് രണ്ടണ മാത്രം. ബസ്സിൽ ആണെങ്കിൽ പത്തണ. പാവങ്ങളുടെ ഗതാഗത മാർഗമായിരുന്നു അത്. കൊൽക്കത്തയിൽ മാത്രം ട്രാമുകളുടെ ഓട്ടം ഇന്നും തുടരുന്നു. പക്ഷേ ചാർജ് അന്നത്തേതിലും പത്തിരട്ടി.)

ഇവ എല്ലാം ബ്രിട്ടീഷ് കമ്പനികളുടെതായിരുന്നു. ട്രാംകാറുകൾ ബ്രിട്ടീഷ് നിർമിതമായിരുന്നു. അവയ്ക്ക് വേണ്ട അറ്റകുറ്റപ്പണികൾ ചെയ്യുവാൻ എഗ്മൂറിലും ട്രിപ്ലികേനിലും വർക്ക്ഷാപ്പുകൾ വലിയ ഷെഡുകളിൽ സ്ഥാപിച്ചിരുന്നു. അവയ്ക്കുവേണ്ട സാമഗ്രികളും ഇംഗ്ലണ്ടിൽനിന്നു കൊണ്ടു വന്നിരുന്നവയായിരുന്നു, റോഡിന്റെ മധ്യത്തിൽ കുഴിച്ചിട്ട റെയിൽപോലും ഇറക്കുമതിയായിരുന്നു. അതായിരിക്കണം സ്വാതന്ത്ര്യാനന്തരം ഇവ അപ്രത്യക്ഷമായത്.

റെയിൽവേകളും S I R, M S M, B N R, മുതലായവ വൻ ബ്രിട്ടീഷ് കമ്പനികളുടേതായിരുന്നു. S I R ന്റെ വിഖ്യാതമായിരുന്ന Golden Rock Workshop ഉം ബ്രിട്ടീഷ് കമ്പനിയുടേതായിരുന്നു. ഇവ എല്ലാം 1947–നുശേഷം ദേശവൽക്കരിക്കപ്പെടുകയാണ് ചെയ്തത്.

ഒരു ചെറിയ അനുബന്ധസംഭവം: സഖാവ് കെ പി ആർ ഗോപാലന് വധശിക്ഷയ്ക്ക് വിധിക്കപ്പെട്ട് മാസങ്ങളോളം ഡെത് റോ (Death row) യിൽ ഏകാന്ത തടവ് അനുഭവിക്കേണ്ടിവന്നു.

മദിരാശി ഹൈക്കോടതി സെഷൻസ് വിധി ശരിവച്ചു. ഇതിനെതിരെ ഗാന്ധിജിയുടെ നേതൃത്വത്തിൽ ദേശീയതലത്തിൽ പ്രക്ഷോഭമുണ്ടായി.

അന്ന് സുപ്രീംകോർട് ഉണ്ടായിരുന്നില്ല. ഏറ്റവും ഉന്നതാധികാരകോടതി ലണ്ടനിലെ പ്രിവി കൗൺസിൽ ആയിരുന്നു. അവിടെ വി കെ കൃഷ്ണമേനോനും ഡി എം പ്രിന്റും കെ പി ആറിനുവേണ്ടിവാദിച്ചു. കെ പി ആറിനെ വിടുവാൻ ഉത്തരവായി. ഞങ്ങൾ, വിദ്യാർഥി ഫെഡറേഷനും എ ഐ ടി യു സി യും (1964–ലെ പിളർപ്പിനുമുമ്പായിരുന്നു അത്) കിസാൻ സഭയും ചേർന്ന് ഒരു വൻ സ്വീകരണം കൊടുത്തു. പിന്നെ രണ്ടു ദിവസം ആ സഖാവ് ഡേവിഡ്സൺ സ്ട്രീറ്റിലെ പാർടി ഓഫീസിലെ കമ്യൂണിൽ താമസിച്ചു. പല പത്രസമ്മേളനങ്ങളും അഭിമുഖങ്ങളുമായിരുന്നു പിന്നെ. അതിനിടയിൽ പറഞ്ഞു, “എനിക്ക് ഒരു സാധാരണ ചായപ്പീടികയിൽ പോയി ഒരു കട്ടൻ കുടിക്കണം. എത്രകാലമായി അതൊന്നും ഇല്ലാതെ!”

അടുത്തുള്ള ഡെക്കാൻ റെസ്റ്റൊറൻറിലേക്ക് പോയി. വഴിക്ക് ഒരു ട്രാം കാർ വരുന്നു. മുണ്ടുമടക്കി കുത്തി നടക്കുന്നതിനിടയിൽ, ഉറക്കെ ചിരിച്ചുകൊണ്ട് ഒരു പരാമർശം, തനി കല്യാശേരി ഭാഷയിൽ,

“ചെത്തിൻെറ നടൂക്കൂടി റെയിൽ ഓടേ! ഇതിന് തലേം വാലും ഒന്നുല്യല്ലോ!!”

ചിന്താദിരിപ്പെട്ട മാർക്കറ്റിനു മുന്നിൽ ഒരു ട്രാംസ്റ്റോപ്പുണ്ടായിരുന്നു. അവിടെ രാവിലെ ഏഴുമണിക്ക് അധികം പൊക്കമില്ലാത്ത, ഷൂസും ടൈയും സ്യൂട്ടുമണിഞ്ഞ, ഒരു ചെറുപ്പക്കാരൻ ഘോരതപസുചെയ്യുന്നത് കാണാമായിരുന്നു. ഒറ്റ കാലിലായിരുന്നില്ല. “ശീതാതപാദികളെ” അവഗണിച്ചു തന്നെ ആയിരുന്നു അത്. 104° F ലേറെ വരുന്ന മദിരാശി മെയ് മാസചൂടിലും, 82° F വരെ താഴുന്ന ജനുവരി മാസത്തിലും തപസ്സ് തുടരുമായിരുന്നു.

കുറെനേരത്തെ തപസ്സിൻെറ ഫലമായി അയാളുടെ ഇഷ്ടമൂർത്തി പ്രത്യക്ഷപ്പെടും. പൈക്കാലുമാതിരി ഹൈ ഹീൽഡ് ഷൂസും, വർണശബളമായ സാരിയും ഉടുത്ത്, ഒരു പരാസോൾ കുടയും ഏന്തിയായിരുന്നു ആ പെൺകുട്ടിയുടെ ആഗമനം.

ഇനി അവരെ പരിചയപ്പെടുത്താം.

വേട്ടപെണ്ണിനെ പോറ്റാൻ വേറെ മാർഗമില്ലാത്തതുകൊണ്ട് ഞാൻ അക്കാലത്ത് അനാട്ടമി വിഭാഗത്തിൽ ഒരു ഡെമോൺസ്ട്രേറ്റർ ആയി ജോലിചെയ്യുകയായിരുന്നു. ജോലിയാരംഭിച്ച് ഏകദേശം രണ്ടുമാസം കഴിഞ്ഞപ്പോൾ എൻെറ സഹപാഠിയായിരുന്ന മോഹമദ് പാഷ ഈ ജോലിയിൽ പ്രവേശിച്ചു.

അയാളുടെ പ്രേമഭാജനത്തിൻെറ പേർ സുന്ദരിബാലയ്യ, അസ്സൽ കറുപ്പ്. ഞങ്ങളുടെ ഒരു പ്രൊഫസർ ശിവ സുബ്രഹ്മണ്യമുതലിയാരെപ്പറ്റി പറയുമായിരുന്നു, "സാറ് black board ൻെറ മുന്നിൽനിന്ന് വാചാലമാകുമ്പോൾ, സാറിൻെറ പല്ലും, കൈയിലെ ചോക്കുമാണ് എടുത്തുകാണുക" എന്ന്. സുന്ദരി ബാലയ്യ ആ വിവരണത്തോടു കിടപിടിക്കുമായിരുന്നു. പക്ഷേ, പാഷയുടെ കണ്ണിൽ അവൾ Helen of Troy യായിരുന്നു. അവൾ അന്ന് അവസാന വർഷ വിദ്യാർഥിനിയായിരുന്നു. പാസായാൽ ഉടൻ വേൾക്കണം എന്നായിരുന്നു ചിന്ത. ഹിന്ദുമതക്കാരിയായിരുന്ന ആ സുന്ദരിയുടെ വീട് സിലോണിലാണ് (ഇന്നത്തെ ശ്രീലങ്ക). അതുകാരണം വീട്ടുകാർക്ക് ഈ പ്രണയകഥ വളരെയൊന്നും അറിയില്ലായിരുന്നു. ഞങ്ങൾ പലരും ഈ പ്രണയം കണ്ട് ദൂരെനിന്ന് അൽഭുതപ്പെടാറുണ്ടായിരുന്നു.

ഒരു ദിവസം ഇവർ സഞ്ചരിച്ചിരുന്ന ട്രാം കാർ പീരമീറ്റിൽ റിപ്പൺ (Rippon building) ബിൽഡിങ്ങിൻെറ മുമ്പിൽ തടയപ്പെട്ടു. നെറ്റിയിൽ രക്തചന്ദനം വരച്ചുകുറിയിട്ട ഒരു പറ്റം ആൾക്കാരായിരുന്നു തടഞ്ഞത്. അവർ പാഷയെ വലിച്ചിറക്കി റോഡിലിട്ട് വെട്ടും കുത്തുമായി. പ്രേമഭാജനത്തെ രണ്ട് മതഭ്രാന്തന്മാർ പിടിച്ചുനിർത്തി, ഈ ക്രൂര കൃത്യം കാണിച്ചു കൊടുത്തു. അവളെ ദേഹോപദ്രവം ചെയ്തില്ല. പകരം ഉച്ചത്തിൽ ആക്രോശിച്ചുകൊണ്ടിരുന്നു. അസഭ്യ ഭാഷയിൽ. "നിനക്ക് ഒരു തുലുക്കനെ മാത്രമേ പ്രേമിയ്ക്കുവാൻ കിട്ടിയുള്ളു. നോക്കെടി അയാൾക്ക് കൊടുക്കുന്ന ശിക്ഷ".

കുറച്ചു കഴിഞ്ഞപ്പോൾ പൊലീസ് വണ്ടി വന്നു. ആക്രമികൾ പലായനം ചെയ്തു, സുന്ദരി ബാലയ്യയെയും വലിച്ചിഴച്ച് കൊണ്ടുപോയി.

പാഷ മരിച്ചു കഴിഞ്ഞിരുന്നു. പോസ്റ്റ്മോർടം റിപ്പോർടിൽ പതിനെട്ട് മാരകങ്ങളായ മുറിവുകൾ രേഖപ്പെടുത്തിയിരുന്നു.

പാകിസ്ഥാൻ വിഭജന കാലമായിരുന്നു അത്. മദിരാശി പട്ടണത്തിൽ ഇത്തരം കൊലപാതകങ്ങൾ എട്ടെണ്ണം നടന്നു എന്നാണ് ഓർമ.

മുസൽമാന്മാർ സാധാരണ ഇടത്തോട്ടാണ് മുണ്ടു ഉടുക്കുക പോലും. അത് അവരെ വേർതിരിച്ചു, കൊലയ്ക്ക് ഇരകളാക്കി.

കൊല ചെയ്യപ്പെട്ട ദേഹം പോസ്റ്റുമോർടം ചെയ്യണം. ഞങ്ങളുടെ ഫോറെൻസിക്ക് പ്രൊഫസർ ശ്രീനിവാസലു നായഡു ആയിരുന്നു. നാവിനെല്ലില്ലാതിരുന്ന അദ്ദേഹം ഒരു പിഎംനു മുമ്പ് വാചാലമാകും.

അങ്ങനെ ഒരിക്കൽ അരമണിക്കൂർ നാവിട്ടടിച്ചതിനുശേഷം ശവത്തിനെ മൂടിയിരുന്ന പുതപ്പ് മാറ്റി.

ആ മുഖത്തേക്ക് നോക്കി. വികാര വിക്ഷുബ്ധമായി പ്രൊഫസറുടെ മുഖം. രണ്ടു തുള്ളി കണ്ണുനീർ വീണു. പിന്നെ ഗ്ലൗസ് മാറ്റി. അസിസ്റ്റൻറിനോടു ആംഗ്യഭാഷയിൽ സംസാരിച്ചു. വിവർണമായ മുഖം ഞങ്ങളുടെ നേരെ തിരിച്ച് കൈകൊണ്ട് വിട പറഞ്ഞ് പോയി.

പുതപ്പ് മാറ്റി നോക്കിയത് സ്വന്തം അനുജന്റെ മുഖത്തേയ്ക്കായിരുന്നു. അയാൾ ഇടത്തോട്ടാണ് സാധാരണയായി മുണ്ടുടുത്തിരുന്നത്.

"സ്വതന്ത്രഭാരത"ത്തിൽ മതാന്ധത ഇപ്പോഴും കൂത്താടുന്നു. അതാണ് ഒറീസയിലും മറ്റും നടക്കുന്നത്.

18

സഖാവ് ബി ശ്രീനിവാസറാവു

ദക്ഷിണ കർണാടകത്തിലെ സുല്യ (Sulia) എന്ന ഗ്രാമത്തിൽ, ഏറ്റവും ധനികനായ ജന്മിയുടെ മകനായി പിറന്ന ഒരു ലോലഹൃദയനായിരുന്നു ശ്രീനിവാസൻ. കുടുംബസ്വത്തായ ക്ഷേത്രത്തിൽ പരമഭക്തയായ അമ്മ ദിവസവും പ്രാർഥനയിൽ മുഴുകി ഇരിക്കും. “ദൈവത്തിന്റെ പുത്രൻ” എന്നാണ് അവർ മകനെ മറ്റുള്ളവർക്ക് പരിചയപ്പെടുത്തിക്കൊടുത്തിരുന്നത്. കാരണം, പത്തുകൊല്ലം ഉള്ളുരുകി പ്രാർഥിച്ചതിന്റെ ഫലമായി കിട്ടിയ ‘സുകൃതക്കട്ട’യാണ് അവൻ എന്നവർ പൂർണമായി വിശ്വസിച്ചു. ‘നിറുകയിലും വയ്ക്കില്ല, നിലത്തും വയ്ക്കില്ല’ എന്ന അവസ്ഥയ്ക്ക് അവൻ ഉദാഹരണമായിരുന്നു.

എന്നാൽ, അച്ഛൻ വേറെ പ്രകൃതക്കാരനായിരുന്നു. തന്റെ കുടുംബസ്വത്ത് കാത്തുസൂക്ഷിക്കുന്നതിലും, വർധിപ്പിക്കുന്നതിലുമായിരുന്നു ശ്രദ്ധ. ഭാര്യയും മകനുമൊക്കെ അതിനുശേഷം. വൻ പാടശേഖരങ്ങളുടെ അധിപനായിരുന്നു. നാട്ടിലെ പ്രമാണി. തന്റെ കീഴിലുള്ള കർഷകരോട് അതിക്രൂരമായാണ് പാട്ടം പിരിച്ചിരുന്നത്.

ഒരു ദിവസം ക്ഷേത്രാരാധനയ്ക്കുശേഷം അമ്മയുമൊത്ത് വീട്ടിൽ മടങ്ങി വന്നപ്പോൾ കണ്ട കാഴ്ച ആ ബാലനെ അതിയായി ദുഃഖിപ്പിച്ചു. ഒരു ചെറുപ്പക്കാരനെ തെങ്ങിൽ കെട്ടിയിട്ട് ചാട്ടവാറുകൊണ്ട് അടിക്കുകയായിരുന്നു. അവന്റെ രോദനം ബാലന് അസഹനീയമായി തോന്നി. അവൻ അമ്മയുടെ കൈവിട്ട് കുതറി ഓടി, ക്ഷേത്രത്തിലേക്ക്. തെരഞ്ഞു ചെന്നപ്പോൾ, അവൻ ദൈവത്തോട് എന്തൊക്കെയോ കരഞ്ഞുപറയുകയായിരുന്നു. വളരെ ഏറെ പണിപ്പെട്ടു അവിടെനിന്ന് തിരിച്ചുകൊണ്ടുവരുവാൻ.

അന്നത്തെ സംഭവം ആ ബാലമനസ്സിൽ ആഴത്തിൽ മുറിവേൽപ്പിച്ചു. അച്ഛന്റെ അടുക്കൽ പോകില്ല. സ്നേഹപ്രകടനങ്ങൾ നിരസിച്ചു. ഒരുതരം ശത്രുതാ മനോഭാവമായിരുന്നു അച്ഛനോട്.

ഒരു ദിവസം സ്കൂളിൽനിന്നു തിരിച്ചുവരുന്നവഴി ഒരു ചെറു യോഗം കണ്ടു. അത് ആര്യസമാജത്തിന്റേതായിരുന്നു. ജാതിമത വൈരുദ്ധ്യങ്ങൾക്ക് എതിരെ പ്രവർത്തിക്കുവാൻ ഒരു ആഹ്വാനമായിരുന്നു അത്. സശ്രദ്ധം എല്ലാം കേട്ടുനിന്നു, യോഗാവസാനംവരെ. പിടയ്ക്കുന്ന മനസുള്ള ആ ബാലൻ ആര്യസമാജം പ്രവർത്തനങ്ങളിൽ ആകൃഷ്ടനായി. സ്കൂൾ കഴിഞ്ഞുള്ള സമയങ്ങളിൽ അവരുടെ പ്രവർത്തനങ്ങളിൽ പങ്കുചേർന്നു.

വർഷങ്ങൾ പലതുകഴിഞ്ഞു. പത്താംക്ലാസിൽ പ്രശസ്തവിജയം കൈവരിച്ചു. ഏക സന്താനത്തെ ഒരു ഉയർന്ന ഉദ്യോഗസ്ഥനാക്കി എടുക്കാനായി അച്ഛൻ മദിരാശി ലയോള കോളേജിൽ ചേർത്തു. ഹോസ്റ്റലിൽ ഒരു പ്രത്യേക മുറിയും ഏർപ്പാടുചെയ്തു. എങ്കിലും അവന് കൂട്ടുകാരുമൊത്തുള്ള പരുക്കൻ ജീവിതമായിരുന്നു താൽപ്പര്യം. പ്രിൻസിപ്പൽ ഫാദർ ബർട്രാം പലവുരു ഉപദേശിച്ചു. "ഇങ്ങനെ അണ്ടന്റെയും അടകോടന്റെയുമൊന്നും ചങ്ങാത്തം അച്ഛന് ഇഷ്ടപ്പെടില്ല."

ഒരു ദിവസം കൂട്ടുകാരുമൊത്ത് മറീന ബീച്ചിൽ പോയപ്പോൾ, അവിടെ ഒരുപറ്റം പൊലീസുകാർ. അശ്വാരൂഢ പൊലീസുമുണ്ടായിരുന്നു. അങ്ങകലെ ഖദർധാരികളായ ഒരു കൂട്ടം സത്യഗ്രഹികൾ കടൽവെള്ളം കുറുക്കി ഉപ്പുണ്ടാക്കുന്നു. സ്വാതന്ത്ര്യസമരത്തിന്റെ ഭാഗമായ 'ഉപ്പ് സത്യാഗ്രഹം'. കൂട്ടുകാർ വിലക്കിയിട്ടും ശ്രീനിവാസൻ അവരുടെകൂടെ ചേർന്നു. ഖദർ വസ്ത്രധാരികളായ സ്ത്രീപുരുഷന്മാരുടെ കൂട്ടത്തിൽ, ഒരു പാശ്ചാത്യ വേഷധാരിയും!

പൊലീസുകാർ അട്ടഹാസത്തോടെ ലാത്തിവീശി അടുത്തു. അടികൊണ്ട് പലരും വീണു, ശ്രീനിവാസനും. വീണുകിടന്ന സത്യാഗ്രഹികളുടെ പുറത്തുകൂടി അശ്വാരൂഢർ സവാരി നടത്തി. ശ്രീനിവാസന്റെ തലയ്ക്ക് ലാത്തിയടിയും കുതിരക്കുളമ്പുചവിട്ടും കൊണ്ടു. അവൻ ബോധരഹിതനായി. ഉണർന്നപ്പോൾ ഒരു ആശുപത്രിക്കട്ടിലിലായിരുന്നു, മദിരാശി ജനറൽ ആശുപത്രിയിൽ. തല ഏതാണ്ട് മുഴുവൻ ബാൻഡേജുകൊണ്ട് മൂടിയിരുന്നു. ദേഹമാസകലം വേദന.

അടുത്തുള്ള കട്ടിലുകളിലും ഇത്തരത്തിൽ ക്ഷതമേറ്റ് അവശരായവർ. ദീനരോദനം കേൾക്കാമായിരുന്നു എല്ലായിടത്തുനിന്നും. വല്ലാത്ത വിശപ്പ്. ആശുപത്രിച്ചോറിന് ഇത്ര സ്വാദുണ്ടെന്ന് മനസിലാക്കി അന്ന്. "അന്നദാനം മഹാപുണ്യമാണ്" എന്ന് ബോധ്യമായി.

പിറ്റേദിവസം വൈകിട്ട് അച്ഛനും പ്രിൻസിപ്പൽ ബർട്രാമും വന്നു. ബർട്രാം അച്ചൻ dismissal order കൈയിൽ കൊടുത്തു. കോളേജ് പരിസരത്തൊന്നും കണ്ടുപോകരുതെന്ന ഒരു താക്കീതും.

അച്ഛൻ ജ്വലിക്കുന്ന കൺകളോടെ പറഞ്ഞു. "എനിക്ക് താന്തോന്നിയായ ഒരു മകനെ വേണ്ട. ഹോസ്റ്റലിലുള്ള പെട്ടിയും കിടക്കയും ഞാൻ ഇന്നുതന്നെ നാട്ടിലേക്ക് കൊണ്ടുപോയിക്കോളാം". തിരിഞ്ഞൊന്നു നോക്കുകപോലും ചെയ്യാതെ 'ആ പ്രമാണി' യാത്രയായി.

അവൻെറ മനസ്സ് വിങ്ങി, അമ്മയെ ഓർത്തപ്പോൾ. വാത്സല്യനിധിയായ അമ്മയെ ഇനി കാണുവാൻപോലും ഒരിക്കലും സാധ്യമാവില്ലേ? താൻ ലോകത്തിൽ ഇനിമുതൽ ഏകനാണോ?

മറ്റു രോഗികളെ കാണുവാൻ സ്വന്തക്കാർ ദിവസവും വൈകുന്നേരങ്ങളിൽ എത്തും. പലതും കൊണ്ടുവന്ന് കൊടുക്കും. പലരും പേരുവെട്ടി വീടുകളിലേക്ക് യാത്രയാവുന്നത് ശ്രീനിവാസൻ നോക്കിക്കണ്ടു. അങ്ങനെ ഒരു ദിവസം ഒരു നേഴ്സ് വന്ന് അറിയിച്ചു, "ശ്രീനിവാസന്റെ പേരു വെട്ടി. ഇനി വീട്ടിൽ പോകാം."

വീട്! ഇനി തനിക്ക് അങ്ങനെ ഒരിടമുണ്ടോ!

'ലോകമേ തറവാട്'. ആശുപത്രി വേഷത്തിലേക്ക് മാറും മുമ്പ് താൻ ധരിച്ചിരുന്ന കാലുറയും ഷർട്ടും കൊണ്ടുവന്നു തന്നു അവർ. നന്നായി അലക്കി തേച്ചിട്ടുണ്ട്. അത് ധരിച്ച് പുറത്തിറങ്ങി.

ഇനി എന്ത്! എങ്ങോട്ട്!! കീശയിൽ കാശൊന്നുമില്ല.

എങ്ങോട്ടെന്നില്ലാതെ നടന്നു. വളരെദൂരം നടന്നു തളർന്നു. ഒരു വീടിന്റെ കോലായിൽ കയറി ഇരുന്നു. വയറു വിശക്കുന്നുണ്ടോ? ആലോചിച്ചിട്ട് ഒരു എത്തുംപിടിയും കിട്ടുന്നില്ല. വാതിൽ തുറന്ന് ഒരു മധ്യവയസ്ക പുറത്തേക്കുവന്നു.

"ഉം, എന്താ ഇവിടെ ഇരിക്കണ്"?

"എനിക്ക് ഒരിടവും പോകുവാനില്ല. വിശപ്പും ക്ഷീണവുമുണ്ട്".

അയാൾ നടന്നതെല്ലാം പറഞ്ഞു. ഉപ്പുസത്യാഗ്രഹത്തെപ്പറ്റിയും, പൊലീസ് ക്രൂരതയെപ്പറ്റിയും, സ്വന്തം വീട്ടിലേക്ക് തിരിച്ചുപോകാൻ സാധിക്കാത്തതിനെപ്പറ്റിയും എല്ലാം.

അവർ അയാളെ അകത്തേക്ക് വിളിച്ചു. വയറുനിറയെ സ്വാദിഷ്ടമായ ആഹാരവും കിടന്നുറങ്ങുവാൻ ഒരിടവും കൊടുത്തു.

അർധരാത്രി അടുത്തമുറികളിൽനിന്ന് അൽപ്പം സംഗീതവും മറ്റും കേട്ടു, ഗാഢനിദ്രയിൽ ഒരു സ്വപ്നംപോലെ. രാവിലെ ഉണർന്നുവന്നപ്പോഴാണ് ഒരു നടുക്കത്തോടെ സത്യം മനസിലായത്. അത് ഒരു വേശ്യാലയമായിരുന്നു.

അയാൾ പിന്നെ നിന്നില്ല. ഇറങ്ങി ഓടി, നിൽക്കാതെ ഓടി. ആരൊക്കെയോ സംശയം പറഞ്ഞു. "തിരുടൻപോലെ ഇരിക്കിറാൻ, പിടിയവനെ". ആ ഭാഷ അല്പം വശമാക്കിയത് കോളേജ് പഠിത്തത്തിന് മദിരാശിയിൽ എത്തിയതിനുശേഷമാണ്. തൻെറ ദുരവസ്ഥ രണ്ടു വാക്കിൽ ഒതുക്കി, "ഏഴൈ, ഒന്നുമേ ഇല്ലൈ." എന്നാലും അവനെ അവർ അടിമുടി പരിശോധിക്കാതിരുന്നില്ല. ഒരു ദമ്പിടിപോലും കിട്ടിയില്ല.

"ശരി പോ, ആനാ, ഇന്തമാതിരി തിരുടനെപ്പോലെ ഓടാതെ. നടന്നു താൻ പോകണം."

അവൻ നടന്നു, വഴിയറിയാതെ. ബ്രോഡ്വേയിൽ അംബീസ്കഫെയിൽനിന്ന് ചൂടുദോശയുടെ മണം. വയറ്റിൽ ഒന്നും ഇല്ല. അതിൽ ഒന്ന് കൈക്കലാക്കി ഓടിയാലോ എന്നുപോലും ആലോചിച്ചുപോയി. ഒരു തടിയനും ഒരു മെലിഞ്ഞ് എല്ലുന്തിയവനും ഹോട്ടൽ വാതുക്കൽ നിൽക്കുന്നു. അവൻെറ ദയനീയനില കണ്ടിട്ടാവണം തടിയൻ ചോദിച്ചു.

“ഉൻ പേരെന്ന, എന്നത്തുക്ക് ഇന്ത വാശല്ലെ നിക്കറായ്?” “എൻ പേർ ജീവാനന്ദ്”. അവൻ കാര്യമെല്ലാം പറഞ്ഞു. അവനെ അകത്തേക്ക് കൂട്ടിക്കൊണ്ടുപോയി വയറുനിറയെ ദോശയും പൂരിയും കാപ്പിയും കൊടുത്തു.

“ആമ, ഉനക്ക് ശമയൽ തെരിയുമോ, ഇല്ല്യോ?''

“കൊഞ്ചം, കൊഞ്ചം”.

“അപ്പോ നീ എൻ കൂടെ വാ.. പാക്കലാം”.

അയാൾ കൂട്ടിക്കൊണ്ടുപോയത്, ഡേവിഡ്സൺ റോഡിലെ കമ്യൂണിസ്റ്റ് പാർട്ടി ഓഫീസിലേക്കായിരുന്നു. അവിടത്തെ വെപ്പുകാരൻ വസൂരിപിടിച്ച് ആശുപത്രിയിലായിരുന്നു. (വർഷങ്ങൾക്കുശേഷം ഈ ലേഖകൻ ആ കമ്യൂണിലാണ് കുറച്ചുകാലം ആഹാരം കഴിച്ചിരുന്നത്). അങ്ങനെ ഒരു പാചകക്കാരനായി ശ്രീനിവാസൻ. ഭൂപ്രഭുവായ അച്ഛൻ കർഷകരെ അതിക്രൂരമായി പീഡിപ്പിക്കുന്നത് കണ്ട് മനംമടുത്ത ശ്രീനിവാസൻ, അധികം താമസിയാതെ കർഷകസംഘ പ്രവർത്തനത്തിലേക്ക് ആകൃഷ്ടനായി, അർപ്പണബോധത്തോടെ പ്രവർത്തിച്ചു. പല കർഷക സമരങ്ങളിലും ധീരോദാത്തമായി പങ്കെടുത്തു; നേതൃനിരയിലെത്തി. സംസ്ഥാനത്തൊട്ടാകെ പ്രവർത്തനം വ്യാപിച്ചു. കർഷകസംഘം പ്രസിഡന്റായി, കമ്യൂണിസ്റ്റുപാർട്ടി സംസ്ഥാനകമ്മിറ്റി അംഗമായി, സെക്രട്ടറിയറ്റിലേക്ക് തെരഞ്ഞെടുക്കപ്പെട്ടു.

അന്നത്തെ മദിരാശി സംസ്ഥാനത്തെ കമ്യൂണിസ്റ്റുപാർട്ടി സെക്രട്ടറിയറ്റ്: 1. എം ആർ വെങ്കിടരാമൻ–സെക്രട്ടറി 2. പി രാമമൂർത്തി – ട്രേഡ് യൂണിയൻ നേതാവ്. 3. സി എസ് സുബ്രഹ്മണ്യം–*ജനശക്തി* പത്രാധിപരും, പ്രസിദ്ധീകരണങ്ങളുടെ ചുമതലക്കാരനും. 4. എസ് സുബ്രഹ്മണ്യ ശർമ–സംഘടന.5. ബി ശ്രീനിവാസ റാവു–കർഷകസംഘം.

മദിരാശി വിദ്യാർഥി ഫെഡറേഷനിൽ ബി എസ് ആർ (ബി ശ്രീനിവാസ റാവു) ഒരു റിപ്പോർട്ടിങ്ങിൽ വിവരിച്ചതാണ് തന്റെ അനുഭവങ്ങൾ . മഹാകണിശക്കാരനായ ആ സഖാവ്, താത്വികമായോ സംഘടനാപരമായോ ഒരു വിട്ടുവീഴ്ചയും ക്ഷമിക്കില്ലായിരുന്നു.

ആ സഖാക്കളൊന്നും ഇന്നില്ല. പക്ഷേ, അവർ പടുത്തുയർത്തിയ രാഷ്ട്രീയ പ്രസ്ഥാനം ശക്തിപ്രാപിച്ച്, അന്തിമലക്ഷ്യമായ ആഗോള കമ്യൂണിസ്റ്റ് സമൂഹത്തിലേക്ക് മുന്നേറുകയാണ്, അമേരിക്കൻ സാമ്രാജ്യത്വ അധിനിവേശ നീക്കങ്ങളെ തകർത്തുകൊണ്ട്.

19

ഒരേ ഒരു പൈ സാർ

കിൽപാക്കിൽ (തമിഴിൽ 'കിഴ്പാക്കം') മില്ലേഴ്സ് റോഡിൽ ആയിരുന്നു മദിരാശി മെഡിക്കൽ കോളേജ് ഹോസ്റ്റൽ അന്നു സ്ഥിതിചെയ്തിരുന്നത്. കോളേജ് പാർക്ക് ടൗണിൽ ആയിരുന്നുവെങ്കിലും.

1940 ജൂലൈയിൽ ഹോസ്റ്റലിൽ 107-ാം നമ്പർ മുറിയിൽ ഞാൻ അന്തേവാസിയായി ചേർന്നു. ഒരു വർഷം സീനിയറായിരുന്ന മനിശ്ശേരിക്കാരൻ ഗോപാലനെഴുത്തശ്ശനായിരുന്നു എന്റെ റൂം മേറ്റ്. ഈ സീനിയോറിറ്റിയും അങ്ങേരുടെ സ്വതഃസിദ്ധമായ മനുഷ്യപ്പറ്റും ഹൃദ്യമായ പെരുമാറ്റവും കാരണം ഒരു വലിയ സുഹൃദ്‌വലയം സമ്പാദിക്കുവാൻ കഴിഞ്ഞിരുന്നു; പ്രത്യേകിച്ച് മലയാളികൾക്കിടയിൽ. കുഞ്ഞൻ, നീലകണ്ഠൻ നമ്പൂതിരിപ്പാട്, കാസിം മുസ്തഫ, ചീരാൻ വർഗീസ്, ജേക്കബ് ഇമ്മട്ടി, തൃശൂർക്കാരൻ മൂരി നമ്പീശൻ, കൊച്ചിക്കാരൻ റോബി അങ്ങനെ പലരും. അവരിൽ പരമ സാത്വികനായ ഒരു കൊങ്ങിണി കെ നാരായണ പൈയെ ഞാൻ എന്തുകൊണ്ടോ പ്രത്യേകം ശ്രദ്ധിച്ചു; അടുത്തു.

അദ്ദേഹത്തിന്റെ മുറി മൂന്നാം നിലയിലായിരുന്നു. ആദ്യമായി അവിടെ ചെന്നത് സന്ധ്യക്കായിരുന്നു. സാമ്പ്രാണിയുടെ ഹൃദ്യമായ മണമാണ് എന്നെ വരവേറ്റത്. അടുക്കിലും ചിട്ടയിലുമായിരുന്നു പുസ്തകങ്ങളും എഴുത്തുസാമഗ്രികളും സ്റ്റെതസ്കോപ്പും നീ ഹാമ്മറും (Knee hammer) മറ്റും മേശമേൽ വെച്ചിരുന്നത്. എല്ലാറ്റിലും, ചിന്തയിൽ പോലും, അച്ചടക്കം കൈമുതലായിട്ടുള്ള പ്രകൃതക്കാരനാണ് അവിടെ താമസിക്കുന്നത് എന്ന് വ്യക്തം. റൂം മേറ്റ് നമ്പീശനായിരുന്നു.

മേശയുടെ നടുവിൽ ഒരു ചുവന്ന നിറമുള്ള പട്ടുകൈലേസിൽ തിരുമൽദേവന്റെ ഒരു പ്രതിമ. കൊങ്ങിണിമാരുടെ പരദൈവം. അതിന്റെ മുന്നിൽ ഭഗവത്ഗീത രുദ്രാക്ഷമാലയാൽ വലയം ചെയ്തിരിക്കുന്നു. ആ മുറിയിൽ താമസിച്ചിരുന്ന രണ്ടുപേരും പരമഭക്തന്മാരാണ് എന്ന് നിസ്സം

ശയം പറയാം. എന്നെ വരവേറ്റത് സാമ്പ്രാണി ഗന്ധവും അതിന്റെ ബഹി: സ്ഫുരണമായിരുന്നു. ഞങ്ങളുടെ 107–ാം നമ്പർ മുറിയിൽനിന്ന് തുലോം വ്യത്യസ്തം.

ഞങ്ങൾ പരിചയപ്പെട്ട് അധികം നാൾ കഴിയുന്നതിനുമുമ്പ് നാരായണപൈ ചോദിച്ചു. "വാരര് കോവിലിൽ പോകാറില്ലേ?"

"ഇല്ല, അതിന്റെ ആവശ്യമൊന്നും തോന്നിയിട്ടില്ല."

അങ്ങേര് ഒരു സംസ്കൃത ശ്ലോകം ചൊല്ലി.

"കേട്ടിട്ടുണ്ടോ?"

"ഇല്ല."

"അത് ഗീതയിൽ നിന്നാ. എടയ്ക്ക് ഗീത വായിച്ചാൽ, അർഥം മനസിലാക്കിയാൽ, മനസിന് സ്വാസ്ഥ്യം കിട്ടും."

"മനസ്സിനെ എന്തിനാ അസ്വസ്ഥമാക്കുന്നത്?"

അങ്ങനെ പോയിരുന്നു ഞങ്ങൾ തമ്മിലുള്ള സംവാദം.

പലപ്പോഴും അതിനിടയിൽ ഒരു ഗീതാശ്ലോകം ചൊല്ലും. ഞാനത് ക്ഷമയോടെ കേട്ടിരിക്കും. പിന്നെ അതിന്റെ അർഥവ്യാപ്തി വിവരിക്കും.

ഒരു ദിവസം ഒരു നോട്ടീസ് തന്നു. എം എസ് ഒ വിന്റെ ഒരു മീറ്റിങ്ങിന്.

"വാരര് വരുന്നോ?"

"എന്താ എം എസ് ഒ എന്നുവെച്ചാൽ?"

"മദ്രാസ് സ്റ്റുഡന്റ്സ് ഓർഗനൈസേഷൻ. ഓൾ ഇന്ത്യാ സ്റ്റുഡന്റ്സ് ഫെഡറേഷന്റെ മദിരാശി ശാഖ. വരു. എനിക്ക് ഭക്തിമാത്രമല്ല ഇത്തിരി രാഷ്ട്രീയോം ഉണ്ട്. യുദ്ധം വന്നാൽ എന്തു ചെയ്യണം എന്നതാണ് ഇന്നത്തെ ചർച്ചാവിഷയം."

"യുദ്ധം വരാതിരിക്കാൻ നെവിൽ ചേംബർലേയിൻ കെണഞ്ഞ് ശ്രമിക്കുകയല്ലെ? അത് യൂറോപ്പിലല്ലെ? ഇന്ത്യൻ സ്റ്റുഡന്റ്സ് അതിലെന്താ ചെയ്യ?"

"ബ്രിട്ടൻ നമ്മളെയും ഒട്ടനവധി മറ്റുരാജ്യങ്ങളെയും അടക്കിഭരിക്കുന്ന ഒരു നിഷ്ഠൂര സാമ്രാജ്യത്വ ശക്തിയാണ്. മാത്രമല്ല, മറുവശത്ത് ജർമനിമാത്രമല്ല ഇറ്റലിയും ജപ്പാനുമുണ്ട്. അതുകൊണ്ട് ഇത് യൂറോപ്പിനെ മാത്രം ബാധിക്കുന്ന ഒരു വിപത്തല്ല."

എന്നാലും, നമുക്ക് വിദ്യാർഥികൾക്ക് ഇതിലെന്തു ചെയ്യാനാ?

ഇന്ന് മെഡിക്കൽ കോളേജും പ്രസിഡൻസി കോളേജും ലയോള കോളേജും ക്രിസ്ത്യൻ കോളേജുമൊക്കെയുണ്ട്. എല്ലാം അവരുണ്ടാക്കിയതാ. അതിൽത്തെ പ്രിൻസിപ്പൽമാരും ഒട്ടേറെ പ്രൊഫസർമാരും സായിപ്പന്മാരാ. നമ്മൾ ദിവസവും പാർക്ക് ടൗണിലുള്ള കോളേജിൽ പോയിവരുന്ന ബസ് ഇംഗ്ലണ്ടിൽ നിർമിച്ച് കൊണ്ടുവന്നതാ. നാം അണിയുന്ന സൂട്ടിന്റെ തുണി മാഞ്ചസ്റ്ററിൽ നിർമിച്ചതാ.

ഓഹോ, ഞാൻ മറന്നുപോയി, വാരര് ഗാന്ധിജിയുടെ ആരാധകനായതുകൊണ്ട് ഖദർധാരിയാണെന്ന്. പക്ഷേ, മറ്റെല്ലാവരും ക്ലാസിലെ 119

സഹപാഠികളും 'പാശ്ചാത്യയന്ത്രങ്ങൾ ചവച്ചുതുപ്പിയ' വസ്ത്രങ്ങളാണ് അണിയുന്നത്. വാരര് ദിവസവും കിടന്നുറങ്ങുന്ന കോസറിശീലയും ബെഡ്ഷീറ്റും മാഞ്ചസ്റ്റർ നിർമിതമാണ്. വാരര് പഠിക്കുന്ന Grey's Anatomy യും Cunningham Manualഉം Best and Taylor Physiologyയും എല്ലാം ഇംഗ്ലണ്ടിൽ അച്ചടിച്ചതാ. നമ്മുടെ സാറന്മാർ റോബർട്സും കോളിൻസും ഗിഫോർഡും ഹിങ്സ്റ്റോണും ക്രുക്ഷാങ്കും എല്ലാം സായിപ്പന്മാരാ. പിന്നെ എങ്ങനാ യൂറോപ്പിലെ യുദ്ധം അവരുടെ മാത്രം പ്രശ്നമാകുന്നത്? ജപ്പാന് കുറെ ഏറെക്കാലമായി ഇന്ത്യയുടെ സമ്പത്തിൽ കൊതി തോന്നാൻ തുടങ്ങിയിട്ട്.

എന്താ വേണ്ടത്, എന്തു ചെയ്യുവാൻ കഴിയും എന്നൊക്കെ ആലോചിക്കാനാ ഈ യോഗം. വരൂന്നെ, വാരരുടെ ഗാന്ധിയൻ അഹിംസാവാദമൊന്നും ചേംബർലെയിൻ, മുസ്സോളിനി, ടോജോ, ഹിറ്റ്ലർ മുതലായവരുടെ അടുത്തു വിലപ്പോവില്ല.

'ആവോ. വള്ളത്തോളിന്റെ കവിതാശകലം കേട്ടിട്ടില്ലേ?
ശാശ്വതമഹിംസയാ-
ണമ്മഹാത്മാവിൻ വ്രതം;
ശാന്തിയാണവിടെയ്ക്കു
പരദേവത പണ്ടേ;
ഓതുമാറുണ്ടദ്ദേഹ;-
മഹിംസാമണിച്ചട്ട-
യേതുടവാളിൻ കൊടു-
വായ്ത്തലമടക്കാത്തു?'

ഞാൻ അത്ഭുതപ്പെട്ടു. ഈ പരമസാത്വികൻ, തിരുമൽ ദേവഭക്തൻ, ദിവസവും ഗീതാപാരായണം ചെയ്യുന്ന നിഷ്കാമകർമയോഗി, സാമ്രാജ്യത്വത്തിനെതിരായി, ഫാസിസത്തിനെതിരായി ആയുധമണിയാൻ മടിയ്ക്കാത്ത ഒരു ധീരൻകൂടിയാണെന്നോ!

ഞാൻ പോയി, അന്ന് ഗോഖലെ ഹാളിൽ. അത് കവിഞ്ഞൊഴുകുകയായിരുന്നു. പലരും എന്റെ കൂട്ടാളിയെ 'സഖാവേ' എന്നു സംബോധന ചെയ്യുന്നതു കേട്ടു. അവരിൽ പലരെയും എനിക്ക് പരിചയപ്പെടുത്തിത്തന്നു. പി രാമചന്ദ്രൻ (അടുത്തകാലംവരെ സിപിഐ എം പി ബിയിലുണ്ടായിരുന്ന പി ആർ സി), വേലപ്പമേനോൻ, വി ബി പരമേശ്വരൻ, റോസമ്മപുന്നൂസ്, തമ്പായി, ദേവകിപള്ളം (ആറുപതിറ്റാണ്ടുകാലം എന്റെ ചാപല്യങ്ങളും മുൻശുണ്ഠിയും വിഡ്ഢിത്തങ്ങളും സസ്നേഹം സഹിച്ച് ജീവിതം പങ്കുവെച്ച് എന്നെക്കൂടാതെ കാലയവനികയ്ക്കു പുറകിലോട്ട്, എത്തിപ്പിടിക്കുവാൻ സാധിക്കാത്ത ഇടത്തിലേക്ക്, പോയ ദേവകി!).

പിന്നീട് ഗീതയ്ക്കും ആത്മീയകാര്യങ്ങൾക്കും പുറമെ ഞങ്ങൾ അല്പാല്പം രാഷ്ട്രീയചിന്തകളും കൈമാറാൻ തുടങ്ങി. ആസന്നമായിരുന്ന യുദ്ധഭീഷണിയെപ്പറ്റി, അപ്പോൾ എം എസ് ഒ എന്ത് നിലപാട് സ്വീകരിക്കണം എന്നെല്ലാം.

അഹിംസയിൽ അടിയുറച്ചു വിശ്വസിക്കുന്ന ഇന്ത്യൻ നാഷണൽ കോൺഗ്രസ് താത്വികമായി യുദ്ധത്തിനെതിരാണ്. എന്നാൽ, ബ്രിട്ടൻ ഒരു പ്രതിസന്ധിയിലകപ്പെട്ട സമയമായതുകൊണ്ട് പ്രതിഷേധം വ്യക്തി സത്യഗ്രഹത്തിൽമാത്രം അടക്കി നിർത്തും എന്നു പ്രഖ്യാപിച്ചു.

ഹോസ്റ്റൽ ടെറസിന്റെ മുകളിൽ ഒരു യോഗംകൂടി. പല ചിന്തകളും പ്രകടിപ്പിച്ചു. കെ എൻ പൈ തന്റെ താഴ്ന്ന സ്വരത്തിൽ അഭിപ്രായപ്പെട്ടു. "നമ്മുടെ ദേശസ്നേഹത്തിനു പ്രതീകാത്മകമായി ഈ ടെറസിൽ ഒരു ദേശീയ പതാകയുയർത്താം."

പിറ്റേദിവസം സൂര്യോദയസമയത്ത് എല്ലാവരും ഒത്തുചേർന്ന് ടെറസിൽ ഒരു കൂറ്റൻ ത്രിവർണപതാക ഉയർത്തി. പ്രാതൽ കഴിഞ്ഞ് എല്ലാവരും കോളേജിൽ പോയി.

ഈ പതാക വലിയ വാർത്തയായി. സർജൻ ജനറൽ മേജർ ജനറൽ Stot ആജ്ഞാപിച്ചു:

"ഇരുപത്തിനാലു മണിക്കൂറിനുള്ളിൽ ആ പതാക താഴെ ഇറക്കിയില്ലെങ്കിൽ വലിയ ഭവിഷ്യത്തു നേരിടേണ്ടിവരും."

പ്രിൻസിപ്പൽ ഡോ. പി വി ചെറിയാനും വാർഡനും ചില പ്രൊഫസർമാരും ഹോസ്റ്റലിൽ വന്നു കെഞ്ചി, " ആ കൊടി ഇറക്കണം. ഞങ്ങളുടെ ജോലി പുവ്വും."

അല്പനേരം ഞങ്ങൾ അന്ധാളിച്ചു നിന്നു. പിന്നെ കെ എൻ പൈയും സയിദ് അഹമ്മദ് കബീറും മുന്നോട്ടുവന്നു പറഞ്ഞു, "എന്തുതന്നെയായാലും ഞങ്ങൾ ആ പതാക താഴെ ഇറക്കില്ല."

"എങ്കിൽ നാളെ ഈ ഹോസ്റ്റൽ അടച്ചുപൂട്ടേണ്ടിവരും. നിങ്ങളെല്ലാവരും വഴിയാധാരമാവും."

അന്ന് ആരും ഉറങ്ങിയില്ല. സൂര്യോദയത്തോടുകൂടി 214 വിദ്യാർഥികളും 24 ജീവനക്കാരും ജാഥയായി ഗേറ്റുകടന്ന് റോഡിൽ തങ്ങളുടെ പെട്ടികളെല്ലാം കൂട്ടിവെച്ചു. നടുവിൽ ആ വലിയ പതാകയും.

തൊട്ടടുത്ത് പാർക്ക് ഹോസ്റ്റലിൽ ബ്രിട്ടീഷ് ടോമികൾ (സാധാരണ പട്ടാളക്കാർ) ആയിരുന്നു താമസിച്ചിരുന്നത്. അവരിൽ കുറെ പേർ ഇറങ്ങിവന്നു. ഞങ്ങൾ ഭയന്നു. പക്ഷേ, അവർ ചിട്ടയായി നിരന്നു നിന്ന് ആ പതാകയ്ക്ക് സല്യൂട്ട് ചെയ്തു. ഞങ്ങളിൽ പലർക്കും കൈ തന്നു തിരിച്ചുപോയി.

പിന്നീട്, നാരായണപൈയും ഞാനും കോളേജിൽ വെച്ച് ചിലപ്പോൾ കണ്ടുമുട്ടി കുശലപ്രശ്നം പറയുകമാത്രമായി. ഗീതയും ആത്മീയതയും ഭൗതികവാദവും മറ്റും ചർച്ച ചെയ്യുവാൻ ഒത്തിരുന്നില്ല.

20

പി ആർ സി

അഖിലേന്ത്യാ വിദ്യാർഥി ഫെഡറേഷന്റെ മദിരാശി ഘടകമായിരുന്നു എം എസ് ഒ എന്ന Madras students organisation. അങ്ങനെയാണ് ഞങ്ങൾ ജോർജ് ടൗണിൽ ബ്രോഡ്‌വെയിലെ ഷറഫാലി മാൻഷനിൽ എത്തിയത്. അതിൽ മൂന്നാമത്തെ നിലയിൽ ഒരു മുറിയിലായിരുന്നു എം എസ് ഒ ഓഫീസ്. അവിടെ മേശക്ക് പിറകിൽ ചുരുളൻ മുടിയുള്ള ഒരാൾ ഇരിക്കുന്നു. എന്റെ സമപ്രായക്കാരനാണ് എന്നു തോന്നി. ഞങ്ങൾ കടന്നുചെന്നപ്പോൾ ഉപചാരപൂർവം എണീറ്റുനിന്നു. എങ്കിലും കസേരയിൽ ഇരുന്നിരുന്നതിലും പൊക്കത്തിൽ വലിയ മാറ്റമില്ല.

പൈ പരിചയപ്പെടുത്തി: "സഖാവ് പി രാമചന്ദ്രൻ, മദിരാശി ക്രിസ്ത്യൻ കോളേജ് വിദ്യാർഥി. എം എസ് ഒയുടെ ഓഫീസ് സെക്രട്ടറിയാണ്."

ഞങ്ങൾ പരസ്പരം വിവരങ്ങൾ കൈമാറി.

രാമചന്ദ്രന്റെ അച്ഛൻ ശങ്കരമേനോൻ വക്കീലാണ്, തലശ്ശേരിയിൽ പ്രാക്ടീസ് ചെയ്തുപോരുന്നു. അന്ന് നിരോധിക്കപ്പെട്ടിരുന്ന കമ്യൂണിസ്റ്റ് പാർടിയുടെ മലബാറിലുള്ള എല്ലാ കേസുകളും അദ്ദേഹമാണ് കൈകാര്യം ചെയ്തിരുന്നത്. പല സ്ഥലങ്ങളിലും യാത്ര ചെയ്യേണ്ടിവരും. ചിലപ്പോൾ മദിരാശി ഹൈക്കോടതിയിലും കേസ് സംബന്ധമായി വരുമായിരുന്നു. എന്നാൽ ഒരു പൈ പോലും (അക്കാലത്ത് ഏറ്റവും ചെറിയ ചെമ്പ് കാശ് "പൈ" ആണ്. അത് നയാപൈസയും പൈസയുമെല്ലാമായി മാറുന്നതിന് മുമ്പ്) വാങ്ങിക്കാറില്ല; വണ്ടിക്കൂലിക്കുപോലും.

എന്റേത് ഒരു സമ്പന്ന ജന്മികുടുംബം. ഞാൻ ചൂളിപ്പോയി. ആകാരത്തിൽ വളരെ ചെറിയ ആ മനുഷ്യനും അയാളുടെ അച്ഛനും എന്നേക്കാൾ വളരെ വലിയവരാണ്, ആശയപരമായി, എന്ന് ബോധ്യമായി.

"സാരല്യ, ഇത്തരം ഉച്ചനീചത്വങ്ങൾ ഇല്ലാതാക്കാനുള്ള പ്രസ്ഥാനത്തിന്റെ ഭാഗമാണ് എം എസ് ഒ."

അപ്പോൾ അവിടെയുണ്ടായിരുന്ന മറ്റു അംഗങ്ങളെ പരിചയപ്പെടുത്തി. അവരിൽ ചിലർ:

പ്രസിഡൻസി കോളേജ് വിദ്യാർഥിയായിരുന്ന എം ബി ശ്രീനിവാസൻ പിന്നീട് സംഗീത സംവിധായകൻ എന്ന നിലയിൽ പ്രസിദ്ധനായി. ഒരുനാൾ യവനികക്ക് പുറകിൽ അപ്രത്യക്ഷനായി, ഒരു വലിയ ആരാധകവൃന്ദത്തെ ദുഃഖത്തിലാഴ്ത്തിക്കൊണ്ട്.

കാശിവിശ്വനാഥൻ എൽ ഐ എം വിദ്യാർഥി, രക്തസാക്ഷികളെപ്പറ്റി ആവേശത്തോടുകൂടി തെലുങ്കിൽ പാടുമായിരുന്നു.

അനന്തനാരായണൻ, സ്റ്റാൻലി മെഡിക്കൽ കോളേജ് വിദ്യാർഥി, ലോകോളേജ് വിദ്യാർഥി മോടയ്യ, വലിയ വാഗ്മി പച്ചയ്യപ്പാസ് വിദ്യാർഥി ശ്രീനിവാസരാഘവൻ, പിന്നീട് ഇന്ദിരാഗാന്ധി ഗവർമെന്റിന്റെ ഒരു പ്രധാന ചട്ടുകമായിത്തീർന്ന വർഗവഞ്ചകൻ.

പിന്നെ എന്റെ സഹപാഠിയായിരുന്ന കൊച്ചമ്മിണി തമ്പായി, ലക്ഷ്മികാന്തം, പിന്നെ ഞാൻ അനുവാദം കൂടാതെ ഹൃദയത്തിൽ പ്രതിഷ്ഠിച്ച ദേവകി പള്ളം.

ഇവരെ എല്ലാപേരെയും കോർത്തിണക്കി വ്യക്തമായ ലക്ഷ്യബോധത്തോടെ ഒരു കരുത്തുറ്റ സംഘടന കെട്ടിപ്പടുക്കുന്ന ശ്രമകരമായ പ്രവർത്തനത്തിന്റെ ആണിക്കല്ലായി പ്രവർത്തിച്ച അഞ്ചടി രണ്ടിഞ്ചുകാരൻ പി രാമചന്ദ്രൻ ആണ് പി ആർ സി എന്ന് പിന്നീട് അറിയപ്പെട്ട സാധാരണക്കാരൻ, മാർക്സിസ്റ്റ് ആചാര്യൻ. ഞങ്ങൾ അയാളെ "ഛോട്ടു" എന്നാണ് വാത്സല്യപൂർവം വിളിച്ചിരുന്നത്.

ഓഫീസിന്റെ തൊട്ടമുറിയിലാണ് താമസം. ആ നിലയിലുള്ള നാലുമുറികൾക്കും കൂടി ഒരു കുളിമുറിയും ഒരു കക്കൂസുമേ ഉണ്ടായിരുന്നുള്ളൂ.

പല പ്രവർത്തനങ്ങളാൽ നേരം രാത്രി വളരെ വൈകിയാൽ, ഞാനും ഛോട്ടുയുടെ കോസറിയിൽ ചുരുണ്ടുകൂടുമായിരുന്നു.

ഒരു വിദ്യാർഥി ഫെഡറേഷൻ കൺവെൻഷൻ ഡൽഹിയിൽവെച്ചായിരുന്നു, ഡിസംബർ 31 മുതൽ ജനുവരി 3 വരെ. കൊടും തണുപ്പ്. പഴയ ഡൽഹിയിൽ ഒരു സത്രത്തിലായിരുന്നു ഞങ്ങൾക്ക് താമസം ഒരുക്കിയിരുന്നത്. ആ നാലുദിവസവും ഓരേ ബ്ലാങ്കറ്റ് പുതച്ച് അതിന്റെ കീഴിൽ ഛോട്ടുയും ഞാനും കൂടിയാണ് കിടന്നത്. പരസ്പരം ചൂട് പകരുവാൻ. ഞങ്ങൾ തമ്മിലുണ്ടായിരുന്ന ആത്മബന്ധത്തിന്റെ ആഴം കുറിക്കുവാനാണ് ഇത്രയും എഴുതിയത്.

അവിഭക്ത കമ്യൂണിസ്റ്റ് പാർട്ടിയുടെ ഔദ്യോഗിക പ്രസിദ്ധീകരണം 'പീപ്പിൾസ്‌വാർ' ആയിരുന്നു. എല്ലാ ആഴ്ചയും അതു കൊണ്ടുനടന്നു വിൽക്കുന്നത് ഞങ്ങളുടെ പാർട്ടി പ്രവർത്തനത്തിൽ ഒരു മുഖ്യപ്രവർത്തനമായിരുന്നു.

1945 ആഗസ്ത് 6 ന് ഛോട്ടുയും ഞാനും കുറേ പീപ്പിൾസ് വാർ പ്രതികളുമായി മൗണ്ട് റോഡിൽ P.ORR and Sons ൻെറ ഗേറ്റിൽ ഈ

ജോലിയിൽ ഏർപ്പെട്ടിരിക്കുകയായിരുന്നു. അച്യുത്പട്വർധന്റെ സി എസ് പി (Congress Socialist Party) യുടെ ഒരു പറ്റം പ്രവർത്തകർ ഞങ്ങളെ ആക്രമിച്ചു. തൊഴിലാളി സഖാക്കൾ ഞങ്ങളെ അകത്തുകയറ്റി ഗേറ്റ് അടച്ചു. ചേരാട്ടയുടെ നെറ്റിയിൽ പറ്റിയ ഒരു മുറിവിൽനിന്ന് രക്തം വാർന്നൊഴുകുന്നു. എന്തു ചെയ്യും! ആ പ്രദേശം മുഴുവൻ സി എസ് പി ഉപരോധിച്ചിരുന്നു. ഒരു തൂവാലകൊണ്ട് അമർത്തിപ്പിടിക്കുകയേ ഗത്യന്തരമുണ്ടായിരുന്നുള്ളൂ.

സി എസ് പിക്കാരോട് കാര്യം അന്വേഷിച്ചപ്പോൾ "അടുത്തുള്ള കസ്ത്തൂരി ബിൽഡിങ്ങിൽ, 'ഹിന്ദു' പത്രത്തിന്റെ കേന്ദ്രആപ്പീസിൽ പോയി നോക്കൂ" എന്ന് പറഞ്ഞു.

അവിടെ ഒരു വലിയ നോട്ടീസ്, "ഹിരോഷിമ നഗരം നാമാവശേഷമായി, ഞൊടിയിടകൊണ്ട്. മനുഷ്യരാശിക്കുമേൽ ആദ്യമായി ആറ്റംബോംബ് പ്രയോഗിച്ചു. ലക്ഷങ്ങൾ തൽക്ഷണം മരണമടഞ്ഞു."

ബാക്കിവന്ന പീപ്പിൾസ്വാർ പ്രതികളുമായി ഞങ്ങൾ പ്രയാസപ്പെട്ട് ഷറഫാലി കെട്ടിടത്തിൽ തിരിച്ചെത്തി. ഇതേ പ്രവർത്തനത്തിനായിപ്പോയ വേറെ സഖാക്കളും അവിടെ തിരിച്ചെത്തിയിരുന്നു. എല്ലാവരും വിഷണ്ണരായി, ഇതികർത്തവ്യതാമൂഢരായി, വ്യാകുലരായി ഇരിക്കുകയാണ്. 1939 ൽ യുദ്ധം ആരംഭിച്ചപ്പോൾ അത് "സാമ്രാജ്യത്വശക്തികളും അച്ചുതണ്ട് ശക്തികളും തമ്മിൽ, ലോകം എങ്ങനെ പങ്കുവെക്കണം എന്ന പ്രശ്നത്തെച്ചൊല്ലിയായിരുന്നു. ലോക തൊഴിലാളിവർഗത്തിന് അതിൽ കാര്യമില്ല."

പക്ഷേ 1942 ൽ ഹിറ്റ്ലർ പട സോവിയറ്റ് യൂണിയനെ ആക്രമിച്ചപ്പോൾ കാഴ്ചപ്പാടുമാറി. "'മനുഷ്യരാശിയുടെ ചരിത്രത്തിൽ ഇദംപ്രഥമമായി തൊഴിലാളിവർഗ സർവാധിപത്യത്തിനുകീഴിൽ നിലവിൽ വന്ന ഭരണകൂടമായിരുന്നു സോവിയറ്റ് യൂണിയന്റേത്. അതിനെ ആക്രമിച്ചാൽ, ലോകതൊഴിലാളിവർഗം, സംഭരിക്കാവുന്ന സർവശക്തിയുമുപയോഗിച്ച് ചെറുക്കും, യുദ്ധത്തിൽ സജീവപങ്കു വഹിക്കും." ചൂഷണത്തിലധിഷ്ഠിതമായ സാമ്രാജ്യത്വവും ചൂഷണത്തിനെതിരായ തൊഴിലാളി വർഗസർവാധിപത്യവും തമ്മിൽ ഒരിക്കലും സന്ധിചേരാൻ സാധിക്കാത്ത മൗലിക വൈരുധ്യമാണ്.

"ചൂഷകരൊരുവശം
ചൂഷിതർ മറുവശം,
നമ്മൾ പക്ഷമിന്നുമെന്നും
ചൂഷണത്തിനെതിർവശം"

അങ്ങനെ സാമ്രാജ്യത്വ യുദ്ധം ജനകീയ യുദ്ധമായി മാറി. പക്ഷേ ലക്ഷക്കണക്കിന് നിരപരാധികളെ ക്ഷണനേരംകൊണ്ട് കൊന്നൊടുക്കുന്നത് എങ്ങനെ സാധൂകരിക്കും? ജനനിബിഡമായ ഒരു നഗരവും പരിസരപ്രദേശവും തരിശാക്കുന്നത് എങ്ങനെ സാധൂകരിക്കും? അണുപ്രസരത്തിന്റെ മാരകക്കെടുതികൾ പതിറ്റാണ്ടുകൾ നീണ്ടുനിൽക്കും

എന്നാണ് ശാസ്ത്രജ്ഞമതം. സോവിയറ്റ് യൂണിയനോ കമ്യൂണിസ്റ്റ് ഇന്റർനാഷണലോ എന്ത് നിലപാട് സ്വീകരിക്കും!

മദിരാശി കമ്യൂണിസ്റ്റ് പാർടിയുടെ സംസ്ഥാനകമ്മിറ്റി ഓഫീസ് അടുത്തുള്ള ഡേവിഡ്സൺ സ്ട്രീറ്റിലാണ്. ആ രാത്രി ഞങ്ങൾ അങ്ങോട്ടുപോയി. അവിടെയും സംഘർഷഭരിതമായ ചർച്ച നടക്കുകയാണ്. ഷോട്ടയെ അകത്തേക്ക്വിളിച്ചു. ഞങ്ങൾ, പത്തുപതിനഞ്ചുപേർ പുറത്തെ ഹാളിൽ മൂകരായി കാത്തിരുന്നു. വാചാലമായ മൂകത.

അർധരാത്രിയോടടുപ്പിച്ച് ഷോട്ടയും ആന്ധ്രയിൽനിന്നുള്ള രണ്ട് നേതാക്കളും പുറത്തുവന്നു, റിപ്പോർട്ട് ചെയ്യുവാൻ.

ബ്രിട്ടനും ഫ്രാൻസും അമേരിക്കൻ ഐക്യനാടും ഒരേ തൂവൽ പക്ഷികളാണ്. സോവിയറ്റ് യൂണിയൻ അതിൽനിന്ന് കടകവിരുദ്ധമായ ഒരു തത്വസംഹിതയിൽ അധിഷ്ഠിതമാണ്. ചരിത്രത്തിന്റെ ഒരു മൗലിക വൈപരീത്യമാണ് അവരെ നൈമിഷികമായ ഒരു ഒത്തുചേരലിൽ എത്തിച്ചത്.

ഈ യുദ്ധം കഴിഞ്ഞാൽ ആ വൈരുധ്യം– ശത്രുതാപരമായ വൈരുധ്യം, മൂർഛിക്കും. പിടിഞ്ഞാറൻ മേഖലയിൽ ചെമ്പടയുടെ ഐതിഹാസികമായ, ത്യാഗോജ്ജ്വലമായ മുന്നേറ്റം ബർലിനിൽനിന്ന് നൂറുമൈൽ അകലെവരെ എത്തിക്കഴിഞ്ഞു. ഈ അവസരത്തിൽ രണ്ടാം ലോകമഹായുദ്ധത്തിന്റെ അവസാനകാലത്ത് സോവിയറ്റ് യൂണിയന് ഒരു താക്കീത് കൊടുക്കേണ്ടത് ആവശ്യമാണ് എന്ന് ഹാരി ട്രൂമാൻ സമർഥിച്ചു. അതിനാണ് ഹിരോഷിമയെ നാമാവശേഷമാക്കിയത്.

എം എസ് ഒ ഓഫീസ് സജീവ ചർച്ചകൾക്ക് കളമൊരുക്കി. ഒരു വിഭാഗം പി സി യുടെ (provincial committee) വിലയിരുത്തലിനോട് വിയോജിച്ചു. എന്നാൽ അവരെ സംശയ വിമുക്തരാക്കാൻ എന്ന മട്ട്, അധികം താമസിയാതെ ആഗസ്ത് 9 ന് നാഗസാക്കി എന്ന ജപ്പാൻ നഗരം രണ്ടാമത്തെ അണുബോംബുകൊണ്ട് നാമാവശേഷമാക്കപ്പെട്ടു.

ഷോട്ടക്ക് കോളേജിൽ പോകുവാൻ സമയമില്ല. എം എസ് ഓഫീസിൽനിന്ന് സഖാക്കൾ ഒഴിഞ്ഞ നേരമില്ല. മാസങ്ങൾ കടന്നുപോയി. ഞാൻ ഒരു സർക്കാർ ഉദ്യോഗസ്ഥനായി, അസിസ്റ്റൻറ് സർജനായി. swines (രഹസ്യ പൊലീസുകാരെ ഞങ്ങൾ അങ്ങനെയാണ് നാമകരണം ചെയ്തിരുന്നത്) ശല്യം കാരണം വിദ്യാർഥി ഫെഡറേഷൻ ഓഫീസിലോ മറ്റു ബഹുജനസംഘടനകളുടെ ആസ്ഥാനങ്ങളിലോ പോകാൻ പറ്റാതായി. പാർടി ഓഫീസിന്റെ പരിസരത്തുപോലും അടുക്കാൻ വയ്യാതായി. സഖാവ് പി ഗോവിന്ദപിള്ള സൂചിപ്പിച്ച ബോംബെ ചൗപാത്തി സംഭവത്തിൽനിന്ന് എനിക്കും മറ്റുപലർക്കും വിട്ടുനിൽക്കേണ്ടിവന്നു. എങ്കിലും ഷോട്ടയും എം ബി എസും മറ്റു സഖാക്കളും പലപ്പോഴും ഞങ്ങളുടെ കൊച്ചുവീട്ടിൽ വരും. ദേവകിയുടെ ചായസൽക്കാരം സ്വീകരിക്കും. പ്രസ്ഥാനത്തിന്റെ ഗതിവിഗതികളെപ്പറ്റിയും സംസാരിക്കും.

പിന്നീട് ഞാൻ കോയമ്പത്തൂർക്ക് സ്ഥലംമാറിപ്പോയി. എങ്കിലും പത്രങ്ങളിൽക്കൂടി, ദേശാഭിമാനിയിൽക്കൂടി, ഷോട്ടായെക്കുറിച്ച് അറിഞ്ഞുകൊണ്ടിരുന്നു. സെല്ലിൽ നിന്ന് പി ബി വരെയുള്ള ഉയർച്ചയിൽ സന്തോഷിച്ചു.

ഒരിക്കൽ കൊച്ചിയിൽവന്ന് എന്നെ കുംഭകോണത്ത് ഒരു വിദ്യാർഥി ഫെഡറേഷൻ സമ്മേളനത്തിന് ക്ഷണിച്ചു, ഉദ്ഘാടനത്തിന്.

"ഈ പാവപ്പെട്ട അസിസ്റ്റൻറ് സർജനോ! രാപ്പകൽ കൈകൊണ്ട് വേലചെയ്തു ജീവിക്കുന്ന, വായന വളരെ കുറഞ്ഞ, ഒരു തൊഴിലാളി മാത്രമാണ് ഞാൻ"

"അതുകൊണ്ടുതന്നെയാണ് ഞാൻ സഖാവിനെ കൈയോടെ കൊണ്ടുപോകുന്നത്."

പിന്നീട് വല്ലപ്പോഴും ഫോണിൽ ബന്ധപ്പെട്ടിരുന്നു. നേരിട്ട് കണ്ടത് സഖാവ് ചടയൻ ഗോവിന്ദനെ ചികിത്സക്ക് കൊണ്ടുപോയപ്പോഴായിരുന്നു. മരിക്കുന്നതിന് മൂന്നുമാസം മുമ്പ് എന്നെ ഫോണിൽ വിളിച്ചു.

"ദേശാഭിമാനി വാരികയിൽ എഴുതുന്നത് നന്നാവുന്നുണ്ട്. അഭിനന്ദനങ്ങൾ" തുടർന്നെഴുതുവാനുള്ള പ്രോത്സാഹനവും തന്നു.

ജൂലൈ എട്ടാം തീയതി, സഖാവ് ചന്ദ്രൻ വിളിച്ചു പറഞ്ഞു.

"പി ആർ സി മരിച്ചു, അറിഞ്ഞോ?"

"രാമചന്ദ്രന് എന്നേക്കാൾ ചെറുപ്പമാണല്ലോ." ഞാൻ അക്ഷരാർഥത്തിൽ വിലപിച്ചു.

"ചേരാട്ടാ എന്നെന്നേക്കുമായി പോയി."

മിസിസ് ജാനകിയോടും മക്കൾ ഗോപിനാഥനോടും പത്മകുമാരിയോടും വിജയശങ്കറിനോടും എന്റെ ഹൃദയംപൊട്ടിവരുന്ന അനുശോചനങ്ങൾ.

21

സഖാവ് കെ പി ആർ രയരപ്പൻ

അന്ന് ഞാൻ കോയമ്പത്തൂർ ജില്ലാ ആശുപത്രിയിൽ അസിസ്റ്റന്റ് സർജനായിരുന്നു. ഡി എം ഒ ഡോക്ടർ ബാലസുബ്രഹ്മണ്യന്റെ കൂടെ റൗണ്ട്സ് എടുക്കുമ്പോൾ, ജയിലിൽനിന്ന് അയക്കുന്ന രോഗികളെ ഇട്ടിരുന്ന സെല്ലിൽ ഒരു രോഗിയെ നോക്കാൻ പോയി.

കട്ടിലിൽ നിവർന്ന് കിടക്കുന്ന ആജാനുബാഹു. ഇരുനിറം. മലയാളി. അതുകൊണ്ട് ഞാൻ ദ്വിഭാഷിയായി.

"പേർ?"

"കെ പി ആർ രയരപ്പൻ."

ഞാൻ പരിഭാഷപ്പെടുത്തി – "രയരപ്പൻ."

"അതുപോര, കെ പി ആർ രയരപ്പൻ എന്നുതന്നെ വേണം."

"അതെന്താ ഇത്ര നിർബന്ധം?"

"കെ പി ആർ ഗോപാലൻ എന്ന് കേട്ടിട്ടില്ലേ?"

"ഇല്ല."

"ഡോക്ടർ ഈ രാജ്യത്തുതന്നെ ആണോ?"

"ഇപ്പോൾ ഡി എം ഒയുടെ കൂടെ റൗണ്ട്സ് എടുക്കണം. പിന്നെ പറയാം."

"ന്നാ, വരണം."

പ്രവൃത്തിയൊക്കെ ഒതുക്കി സെല്ലിൽ ചെന്നപ്പോൾ നാലുമണി കഴിഞ്ഞു.

"ഡോക്ടറുടെ പേരെന്താ?"

"വാരിയർ."

"ജാതിയല്ല ചോദിച്ചത്, പേരാ."

"രാഘവൻ. പി കെ ആർ വാരിയർ. കൂട്ടുകാർ പി കെ ആർ എന്നുമാത്രമാണ് വിളിക്കാറ്."

"ന്നാ, ഡോക്ടർ പി കെ ആർ ഇരിക്കാ. കെ പി ആർ എന്ന് പറഞ്ഞാൽ അന്ധാളിക്കേ, ഇനി അത് ഉണ്ടാവരുത്."

"1940 സെപ്തംബർ 15-ാം തീയതി, രാജ്യവ്യാപകമായി യോഗങ്ങൾ സംഘടിപ്പിച്ച് ബ്രിട്ടീഷ് സാമ്രാജ്യത്വത്തിന്റെ അതിഭയങ്കരമായ കൊള്ള അവസാനിപ്പിക്കുവാനുള്ള അവസാന പോരാട്ടം തുടങ്ങണം എന്നു നിശ്ചയിച്ചു. പല ദിക്കിലും നിരോധനാജ്ഞ പ്രഖ്യാപിച്ചു. തലശ്ശേരിയിലും മട്ടന്നൂരും അത് ലംഘിച്ച് യോഗം ചേർന്നു. അതിനു നേരെ പൊലീസ് നിറയൊഴിച്ചു. മൂന്നു സഖാക്കൾ രക്തസാക്ഷികളായി.

മൊറാഴയിൽ നിരോധനാജ്ഞയില്ലായിരുന്നു. അവിടെ ഒരു വലിയ യോഗം കൂടി. അതിസാത്വികനായിരുന്ന വിഷ്ണുഭാരതീയനായിരുന്നു അധ്യക്ഷൻ. അപ്പോഴാണ് സബ് ഇൻസ്പെക്ടർ കുട്ടികൃഷ്ണമേനോനും മൂന്നു കോൺസ്റ്റബിൾമാരും കൂടി വന്നത്. കുട്ടികൃഷ്ണമേനോൻ സ്റ്റേജിൽ ചാടിക്കയറി ആജ്ഞാപിച്ചു. "എല്ലാവരും ഈ നിമിഷം പിരിഞ്ഞു പോണം".

വിഷ്ണു ഭാരതീയൻ സൗമ്യമായി പറഞ്ഞു, "ഇവിടെ നിരോധനാജ്ഞ ഇല്ലല്ലോ. അതുകൊണ്ടാ യോഗം ഇവിടെ നിശ്ചയിച്ചത്".

അതിനു മറുപടിയായി ലാത്തികൊണ്ട് അടിച്ചുവീഴ്ത്തി. അപ്പോഴും ഭഗവത്ഗീത കൈയിലുണ്ടായിരുന്നു. ഇത് കണ്ട് രോഷാകുലരായ ജനക്കൂട്ടത്തിനിടയിലേക്ക് ഇറങ്ങി ലാത്തിയടി ആരംഭിച്ചു. പല സഖാക്കൾക്കും പരിക്കുപറ്റി. അവർ വീറോടെ തിരിച്ചടിച്ചു. കുട്ടികൃഷ്ണമേനോനും ഒരു പൊലീസുകാരനും കൊല്ലപ്പെട്ടു.

എന്റെ ഏട്ടൻ കെ പി ആർ ഗോപാലൻ സ്ഥലത്തില്ലായിരുന്നു. അടുത്ത് ഒരു ഒളിസങ്കേതത്തിലായിരുന്നു. തുടർന്നുണ്ടായ പൊലീസ് നായാട്ടിൽ ജ്യേഷ്ഠൻ പിടിക്കപ്പെട്ടു. ഈ കേസിൽ ജ്യേഷ്ഠൻ ഒന്നാംപ്രതിയായി. വകുപ്പ് 302- കരുതിക്കൂട്ടി ആസൂത്രണം ചെയ്ത നരഹത്യയായിരുന്നു ചാർജ്.

മജിസ്ട്രേറ്റ് കോടതിയിൽ തെളിയിക്കപ്പെട്ടു. കെ പി ആർ സ്ഥലത്തില്ലായിരുന്നു എന്ന്. പക്ഷേ മുകളിൽ നിന്നുള്ള കല്പന പ്രകാരം സെഷൻസ് കോടതിയിലേക്ക് റഫർ ചെയ്തു. അവിടെയും തഥൈവ. മാസങ്ങളോളം ജയിലും കോടതികളുമായി കഴിഞ്ഞു. അവസാനം വിധി പറഞ്ഞു, മുകളിൽ നിന്നുള്ള കല്പനപ്രകാരം:"കെ പി ആർ ഗോപാലനെ കഴുത്തിൽ കുരുക്കിട്ടു മരണംവരെ കെട്ടിത്തൂക്കണം".

(അക്കാലത്ത് India Office ലണ്ടനിൽനിന്നാണ് പ്രവർത്തിച്ചിരുന്നത്. സുപ്രീംകോടതിയൊന്നുമുണ്ടായിരുന്നില്ല. ഇന്ത്യാ ഓഫീസിന്റെ കീഴിലുണ്ടായിരുന്ന പ്രിവി കൗൺസിലായിരുന്നു ഏറ്റവും ഉയർന്ന ന്യായാധിപകേന്ദ്രം).

പിന്നെ അപ്പീൽ പോയി ലണ്ടനിലെ പ്രിവി കൗൺസിലിൽ. "സ്ഥലത്തില്ലാതിരുന്ന ഒരാളിനെ ശിക്ഷക്കു വിധിക്കുക എന്നത് നീതിനിഷേധമാണ്. ഇത് ഇളവ് ചെയ്യണം".

പ്രസിദ്ധ ബ്രിട്ടീഷ് അഭിഭാഷകൻ D M Prit ഉം, നമുക്കെല്ലാം സുപരിചിതനായ വി കെ കൃഷ്ണമേനോനുമായിരുന്നു കെ പി ആറിനുവേണ്ടി വാദിച്ചത്. അങ്ങനെ വധശിക്ഷ ജീവപര്യന്തമാക്കി. ഇപ്പോ ജയിലിൽ കഴിയുകയാണ്. അസാമാന്യ ധൈര്യശാലിയായ ജ്യേഷ്ഠൻ ഈ രാജ്യത്തെ കൃഷിക്കാരുടെ കണ്ണിലുണ്ണിയാണ്.

അതാണ് കെ പി ആർ എന്ന് മൂന്നക്ഷരത്തിന്റെ മഹത്വം."

(ഞാൻ ഓർത്തു, അവസാനവർഷ മെഡിക്കൽ വിദ്യാർഥികളുടെ ഒരു സ്ക്വാഡ് വടക്കെ മലബാറിൽ പടർന്നു പിടിച്ചിരുന്ന പകർച്ചവ്യാധി നിവാരണത്തിനായി പോയിരുന്നു. ബ്ലാത്തൂരായിരുന്നു ക്യാമ്പ്. ഞാൻ ആയിരുന്നു അതിന്റെ ലീഡർ. ഒരു യോഗത്തിൽ പലതും ചർച്ച ചെയ്യുന്നതിനിടയിൽ ആരോ പറഞ്ഞു, "ഡോക്ടർ പി കെ ആർ എന്നുള്ളതിനു പകരം കെ പി ആർ എന്നാക്കിക്കൂടെ?" രണ്ടു വയോവൃദ്ധർ ചാടി എണീറ്റ് പറഞ്ഞു, ഒരിക്കലും പാടില്ല. ഡോക്ടർ വിദഗ്ദ്ധനാണ്, കേമനാണ് പക്ഷേ കെ പി ആറിന്റെ അടുത്തൊന്നും സ്ഥാനമില്ല. അക്കാലത്തെ ഒരു പാട്ടിന്റെ ശകലം ഓർമ്മയിൽ വന്നു. "കേരളീയന്റെ, കേപിയാറിന്റെ കേരളം എന്നാൽ....")

രയരപ്പൻ സഖാവിന് മലബന്ധവും കൂടെക്കൂടെ രക്തംപോക്കുമായിരുന്നു. അതിന്റെ ചികിത്സയ്ക്കായിട്ടാണ് ജയിൽ ഡോക്ടർ ഡി എം ഒയുടെ അടുത്തേക്ക് അയച്ചത്. എല്ലാ പരിശോധനകളും ചെയ്തു. വൻകുടലിന്റെ താഴെ ഭാഗം നേരിൽ കാണുവാൻ ഒരു കുഴലിട്ടു നോക്കി (Sigmoido Scopy). ഒരു മാംസം തൂങ്ങിക്കിടന്നിരുന്നു. അത് മുറിച്ചെടുത്ത് പരിശോധനക്കയച്ചു. "ഇപ്പോൾ കുഴപ്പമില്ല. പക്ഷേ ഭാവിയിൽ ആ സ്ഥാനത്ത് അർബുദം ഉണ്ടായിക്കൂടാ എന്നില്ല", എന്നായിരുന്നു റിപ്പോർട്ട്.

വർഷങ്ങൾക്കുശേഷം ഞാൻ കണ്ണൂരിൽ എകെജി ആശുപത്രിയിൽ ജോലിയിലായിരുന്നപ്പോൾ രയരപ്പൻ സഖാവ് കൂടെക്കൂടെ വരുമായിരുന്നു. ഞാൻ രയരപ്പേട്ടൻ എന്നു വിളിക്കുവാൻ തുടങ്ങി.

"പണ്ട് കൊഴലിട്ടൊക്കെ നോക്കിയത് ഓർമ്മയുണ്ടൊ. ഇപ്പൊ മലം തടസ്ഥാ. ചോര എടക്കൊക്കെ പോക്കും ഉണ്ട്. മാണിഭദ്രം ലേഹ്യം കഴിച്ചാൽ മതീന്ന് വൈദ്യര് പറഞ്ഞു. ന്നാലും സുഖാവുന്നില്ല".

പണ്ടത്തേതിൽ നിന്നൊക്കെ പുരോഗമിച്ച ഉപകരണങ്ങൾ ലഭ്യമായിരുന്നു. വൻകുടലു മുഴുവൻ പരിശോധിക്കാനുള്ള ഉപാധികളുണ്ടായിരുന്നു.

രയരപ്പേട്ടന് അന്ന് കണ്ട മാംസപിണ്ഡം ഇപ്പോഴും ഉണ്ട്. കുറേക്കൂടി വലുതായിരുന്നു. ബയോപ്സിയിൽ കാൻസറാണ് എന്ന് സ്ഥിരീകരിച്ചു. മറ്റെവിടെയും വ്യാപിച്ചിട്ടില്ല. വൻകുടലിന്റെ താഴെഭാഗം മുഴുവനും ശസ്ത്രക്രിയയിലൂടെ മാറ്റുകമാത്രമാണ് ചെയ്യുവാനുള്ളത്.

വൻകുടലിന്റെ അവസാനത്തെ പത്ത് ഇഞ്ചിന് ഒരു പ്രത്യേകതയുണ്ട്. അതിലുള്ളത് ഗ്യാസോ ദ്രവമോ കട്ടിയുള്ളതോ എന്നു തിരിച്ചറിയു

വാനുള്ള കഴിവ്. ഇത് കഴിയുന്നത്ര നിലനിർത്തി അർബുദം ബാധിച്ച കുടൽ ഭാഗം മുറിച്ചു മാറ്റി. പിന്നെ രണ്ടറ്റങ്ങളും കൂട്ടിയോജിപ്പിച്ചു.

ഇതിനുമുമ്പു രണ്ടുദിവസം വലിയ വാഗ്വാദം നടന്നു.

രയരപ്പേട്ടന്റെ വയറ്റിൽ ഞാൻ കത്തിവെക്കുകയോ! മദിരാശിയിൽ കുടൽ ശസ്ത്രക്രിയയിൽ വിദഗ്ദ്ധനായ രംഗഭാഷ്യത്തിനെപ്പറ്റി പറഞ്ഞു. ബോംബെയിൽ കെ ഇ എം ആശുപത്രിയിൽ പ്രൊഫസർ ചൗക്കർ ഉണ്ട്. അദ്ദേഹം അഞ്ചുകൊല്ലം വിയന്നയിൽ ഇത്തരം ശസ്ത്രക്രിയയിൽ പ്രത്യേകം പ്രാവീണ്യം നേടിയ ആളാണ്. എന്റെ ഉറ്റ സുഹൃത്താണ്. ഞാൻ സഖാവിന്റെ കൂടെ വരാം.

"ഡോക്ടർ ഇത്തരം ശസ്ത്രക്രിയ ധാരാളം ചെയ്തിട്ടില്ലെ?"

"കുറെയൊക്കെ ചെയ്തിട്ടുണ്ട്".

"എന്നാൽ ഞാൻ എവിടെയും വരില്ല. പി കെ ആറിന് സന്മനസുണ്ടെങ്കിൽ ഇവിടെവെച്ച് ചെയ്യ, സംശയമില്ല."

ആ ഓപ്പറേഷന് വലിയ വില കൊടുക്കേണ്ടിവന്നു, എന്റെ മാനസിക സംഘർഷം. അത് ലക്ഷങ്ങളിൽ കണക്കാക്കാവുന്നതല്ല. എന്റെ അസിസ്റ്റന്റ് ഡോക്ടർ M K Koshi പറഞ്ഞു, "സാറിന് ഇത്രയധികം tension ഞാൻ ഇതിനുമുമ്പ് കണ്ടിട്ടില്ല".

രയരപ്പേട്ടൻ പലപ്പോഴും, പല സ്ഥലത്തും ഷർട് പൊക്കി ആ കല കാണിച്ചു വാചാലമായിട്ടുണ്ട്. ആ ധീര സഖാവ് കാലയവനികയ്ക്കുള്ളിൽ മറഞ്ഞു.

എന്റെ ലാൽസലാം.

22

ഒളിവിൽ ഒരു ശസ്ത്രക്രിയ

ആയിരത്തി തൊള്ളായിരത്തി നാൽപ്പത്തിയഞ്ച് മധ്യവേനൽ അവധിക്ക് ഞങ്ങൾ – കാശി വിശ്വനാഥൻ എന്ന തെലുങ്കനും അനന്തനാരായണൻ എന്ന തനി പട്ടരും ഞാനും – കണ്ണൂർ പ്രദേശങ്ങളിൽ പാവപ്പെട്ട കൃഷിക്കാരുടെ ഇടയിൽ പടർന്നുപിടിച്ചിരുന്ന പകർച്ചവ്യാധിക്ക് കഴിയുന്ന ആശ്വാസം നൽകാൻ നിയുക്തരായി. അന്ന് ഞങ്ങൾ അവസാനവർഷ മെഡിക്കൽ വിദ്യാർത്ഥികളായിരുന്നു; വിദ്യാർത്ഥി ഫെഡറേഷൻ പ്രവർത്തകരും കമ്യൂണിസ്റ്റുകാരുമായിരുന്നു.

ബ്ലാത്തൂരിൽ ഒരു എൽപി സ്കൂളിലായിരുന്നു പ്രവർത്തനകേന്ദ്രം മദ്ധ്യവേനൽ കൽപ്പനക്കാലമായിരുന്നു. അത്യാവശ്യം വേണ്ട മരുന്നുകൾ, ഇൻജക്ഷൻ സാമഗ്രികൾ മുതലായവയൊക്കെ സജ്ജമാക്കി.

ബെഞ്ചുകൾ കൂട്ടിയിട്ടതും ഒരു തലയണയുമായിരുന്നു രാത്രി കിടക്കാൻ. യാത്രാക്ഷീണം കാരണം ഞാൻ സുഖമായി ഉറങ്ങി. രാവിലെ ഞങ്ങളുടെ 'ചാർജ്' ആയിരുന്ന സഖാവ് നാരായണൻ നമ്പ്യാർ ഒരു ഗ്ലാസ് ചൂടുകാപ്പി തന്നു.

(ആ സഖാവ്, സ്റ്റേറ്റ് കമ്മിറ്റി അംഗം, ഞങ്ങളുടെ കൂടെത്തന്നെയായിരുന്നു കിടപ്പ്. രണ്ടുവർഷങ്ങൾക്കുശേഷം, ഇരിക്കൂറിൽനിന്ന് വരുന്നവഴി, കോൺഗ്രസ് ഗുണ്ടകൾ വളഞ്ഞുവച്ച് കൊലപ്പെടുത്തി, 'അഹിംസാ' പരമായിട്ട്. അഴുകാൻ തുടങ്ങിയിരുന്ന ശവം രണ്ടുദിവസം കഴിഞ്ഞ് ഒരു പൊട്ടക്കിണറിൽനിന്നാണ് കിട്ടിയത്.)

പിന്നെ ഞാൻ പരുങ്ങി.

"എന്താ സഖാവേ?"

"എവിടെയാ ഒരു കക്കൂസ്?"

"കക്കൂസോ?"

ആ സഖാവ് നാലുപാടും കാണിച്ച് പറഞ്ഞു, "വിശാലമായി വിജനമായി കിടക്കുന്ന പാടങ്ങളല്ലേ, പിന്നെന്തിനാ "മറയ്ക്കിരിക്കാൻ" മറപ്പുര?

അനന്തനാരായണ(പ്പട്ടർ) എന്റെ കൈപിടിച്ചു, "വരൂ ഞാൻ കാട്ടിത്തരാം, ഈ 'അഞ്ചാം സ്വാതന്ത്ര്യം.'

അതിനു കുറച്ചുമുമ്പാണ്, യുദ്ധത്തിന്റെ അന്ത്യഘട്ടത്തിൽ, സ്റ്റാലിൻ, റൂസ്‌വെൽറ്റ് ചർച്ചിൽ മൂവർ മദ്ധ്യ അത്‌ലാന്റിക്കിൽവച്ചു യുദ്ധാനന്തര ലോകത്തിലെ നാല് സ്വാതന്ത്ര്യങ്ങളെക്കുറിച്ച് ഒരു പ്രഖ്യാപനം ചെയ്യുകയുണ്ടായത്. പാടശേഖരങ്ങളിൽ മലമൂത്രവിസർജനം ചെയ്യാനുള്ള സ്വാതന്ത്ര്യമാണ് അനന്തനാരായണൻ പ്രഖ്യാപിച്ച അഞ്ചാം സ്വാതന്ത്ര്യം.

പലപ്പോഴും കണ്ണൂരിൽനിന്ന് സഖാവ് എ കുഞ്ഞിക്കണ്ണൻ വന്ന് അന്വേഷിക്കുമായിരുന്നു. ഈ അവസരങ്ങളിൽ കൃഷിക്കാരുടെ ഒരു യോഗം പതിവായിരുന്നു. ഞങ്ങൾക്ക് പണിയില്ലാത്ത സമയമാണെങ്കിൽ പങ്കെടുക്കുമായിരുന്നു.

കാശി വിശ്വനാഥൻ ഒരു നല്ല പാട്ടുകാരൻ കൂടിയായിരുന്നു. കയ്യൂർ രക്തസാക്ഷികളെപ്പറ്റി പാടിയ പാട്ട് എല്ലാപേരെയും കോരിത്തരിപ്പിച്ചു. ഭാഷ തെലുങ്കായിരുന്നു എങ്കിലും അബുവും ചാമിയും കൂടി കാശിയെ പൊക്കിയെടുത്ത് നൃത്തംവച്ചു. അതിലെ രണ്ടുവരി മാത്രം ഓർമയിൽ ശേഷിക്കുന്നു.

"കയ്യൂര്...
കണ്ണൂര് നഗര...ഘങ്ക
ഘങ്ക ഘങ്കാര...
കയ്യൂര് തോഴറ്
ചിന്ന പോയുന്തിരാ"

ചിന്ന പോയുന്തിരാ എന്ന് അവസാനിക്കുമ്പോൾ കാശി പൊട്ടിക്കരഞ്ഞുപോയി.

1945 ജൂൺ മാസവും എടവപ്പാതിയും എത്തി. സ്കൂൾ കുട്ടികൾക്കും അധ്യാപകർക്കും ഞങ്ങൾ ആ കെട്ടിടം ഒഴിഞ്ഞുകൊടുത്തു. ഞങ്ങൾക്ക് ഒരു സാമാന്യം നല്ല യാത്രയയപ്പ് ബ്ലാത്തൂർ സഖാക്കൾ തന്നു.

1948 കാലത്ത് ഞാൻ ബിരുദാനന്തര പരിശീലനത്തിൽ മദിരാശി ജനറൽ ആശുപത്രിയിൽ പ്രവൃത്തിയെടുക്കുകയായിരുന്നു. ഒരു ദിവസം ഞങ്ങളുടെ ചെട്പെട്ടിലെ രണ്ടുമുറി വീട്ടിൽ ഒരു സന്ന്യാസി കയറിവന്നു. ഞാൻ തമിഴിൽ തട്ടിക്കയറി. സന്ന്യാസി തലയിൽനിന്ന് വിഗ്ഗ് എടുത്തു. താടിയും മാറ്റി.

അവശനായ സഖാവ് എ കുഞ്ഞിക്കണ്ണനായിരുന്നു അത്.

"എന്താചെയ്യാ. ഒളിവ് പ്രവർത്തനത്തിനിടയിൽ അന്ന് ബ്ലാത്തൂരിൽ ഉണ്ടായിരുന്ന വയറുവേദന അധികമായി. ഒന്നും കഴിക്കാൻ വയ്യാ. ചെറുതുരുത്തി ആയുർവേദ ചികിത്സയിലാണ്. പൊലീസുകാർ മണത്തുവരാൻ തുടങ്ങി. സഖാവ് കൊങ്ങശ്ശേരി കൃഷ്ണൻ എന്നെ ഷൊർണൂര് കൊണ്ടുവന്ന് വണ്ടികേറ്റിവിട്ടു, ഡോക്ടർ സഖാവിന്റെ അടുത്തേക്ക്".

കുളി എല്ലാം കഴിഞ്ഞ് വന്നു. ദേവകി കുറച്ച് പാൽക്കഞ്ഞി കൊടുത്തു. അതിൽ പകുതിയേ കഴിക്കാൻ പറ്റിയുള്ളൂ.

അന്നുണ്ടായിരുന്ന Duodenal ulcer കടുത്ത് കുടൽ ചുരുങ്ങി. ഓപ്പറേഷൻ മാത്രമാണ് പോംവഴി. സഖാവിനെ ദേവകിയെ ഏൽപ്പിച്ച് ഞാൻ ആശുപത്രിയിൽ പോയി.

ഞങ്ങളുടെ admission day- വ്യാഴാഴ്ചയാണ്. രണ്ടുദിവസം ഞങ്ങളുടെ രണ്ടുമുറി കൊട്ടാരത്തിൽ പൊലീസിൻെറ കണ്ണുവെട്ടിച്ച് താമസിപ്പിച്ചു. വ്യാഴാഴ്ച സി യു കോരൻ എന്നപേരിൽ കൊണ്ടുപോയി അഡ്മിറ്റ് ചെയ്തു. നാലുദിവസംകൊണ്ട് പരിശോധനകളെല്ലാം ചെയ്തു. ചൊവ്വാഴ്ച ഓപ്പറേഷൻ ചെയ്തു Pyloroplasty. അതിന്റെ സാങ്കേതിക വശങ്ങളിലേക്ക് കടക്കുന്നില്ല.

പത്ത് ദിവസം കഴിഞ്ഞ് സഖാവിനെ ഞങ്ങളുടെ വീട്ടിലേക്കുതന്നെ കൊണ്ടുപോയി.

ഒരു സർജന്റെ മനസ്സ് സന്തോഷംകൊണ്ട് മദ്ദളംകൊട്ടുന്ന അവസരങ്ങൾ പലതാണ്. അവയിൽ ഒന്ന്, അരത്തവി പാൽക്കഞ്ഞി കഴിക്കാൻ പാടുപെടുന്ന, മെലിഞ്ഞ് അവശനായിരുന്ന ഇന്നലത്തെ രോഗി ആർത്തിയോടെ ചോറ് കുഴച്ചുവാരി കഴിക്കുന്നത് കാണുമ്പോഴാണ്. സഖാവ് കുഞ്ഞിക്കണ്ണന് ദേവകി വിളമ്പിക്കൊടുത്ത ചോറും സാമ്പാറും തൈരും വെട്ടിവിഴുങ്ങാൻ ആർത്തിയായിരുന്നു.

“ഓപ്പറേഷൻ കഴിഞ്ഞ് പത്തുദിവസമേ ആയിട്ടുള്ളൂ. കുറച്ച് സാവധാനം മതി. രണ്ടാഴ്ച കഴിഞ്ഞാൽ പിന്നെ ഞാൻ ഇങ്ങനെ കടിഞ്ഞാണിടില്ല.”

സഖാവിന്റെ മുഖത്ത് ഒരു നൈരാശ്യം.

ഒരാഴ്ച കഴിഞ്ഞ് ഞങ്ങൾ ഒരു സദ്യ ഒരുക്കി. സഖാവ് സ്വാദാസ്വദിച്ച് ഉണ്ടു. ആ മുഖത്ത് അന്ന് പ്രതിഫലിച്ച സന്തോഷം ഞാൻ ഇന്നും ഓർക്കുന്നു. ഇതിലും വലിയ പാരിതോഷികം വേറെ എന്തുണ്ട്. ചിലർ കൈനീട്ടി വാങ്ങുന്ന അവിഹിത ‘ഫീസി’ന് ഇതിനോടു കിടപിടിക്കാൻ ഒക്കുമോ!

ഇങ്ങനെ എത്ര എത്ര ധന്യമുഹൂർത്തങ്ങൾ! സഖാവിനെ ഒരു സൂട്ടണിയിപ്പിച്ച് സെൻട്രൽ സ്റ്റേഷനിൽ കൊണ്ടുപോയി പട്ടാമ്പിക്ക് വണ്ടികയറ്റി. ഒരു മാസത്തിലധികം നീണ്ടുനിന്ന ദേവകിയുടെ സൽക്കാരത്തിനുശേഷം സഖാവിന്റെ ഒളിവ് സങ്കേതം ഓങ്ങല്ലൂരായിരുന്നു.

വർഷങ്ങൾക്കുശേഷം ഓങ്ങല്ലൂരുകാരൻ സ. അച്യുതൻ, കുഞ്ഞിക്കണ്ണന്റെ ഒളിവുജീവിതത്തിലെ രണ്ടു വ്യത്യസ്തങ്ങളായ വശങ്ങളെപ്പറ്റി വാചാലമായി. ആദ്യത്തെ ഭാഗം ഒന്നും കഴിക്കാൻ വയ്യാതെ, പലപ്പോഴും ഛർദിച്ച് അവശനായ സ്ഥിതി. രണ്ടാമത്തേത് ഓപ്പറേഷനുശേഷം, നല്ലപോലെ ചോറും കറിയും വല്ലപ്പോഴുമൊക്കെ കോഴിയും മീനും ആസ്വദിച്ചുകഴിച്ച്, പൂർണ ആരോഗ്യവാനായുള്ള കാലം.

23

ഒളിവിൽ ഒരു പുത്രീലാഭം

ആയിരത്തിതൊള്ളായിരത്തി മുപ്പത്തിയഞ്ചിൽ, ഇന്ത്യാഗവൺമെന്റിന്റെ ആസ്ഥാനമായ ലണ്ടനിലെ ഇന്ത്യാ ഓഫീസ് ഒരു വിളംബരം ഇറക്കി.

"മാസവരുമാനം ആയിരം രൂപയുള്ള എല്ലാ പ്രായപൂർത്തിയുള്ള ഇന്ത്യക്കാർക്കും (natives) വേണ്ടി ഒരു പൊതു തെരഞ്ഞെടുപ്പ് നടത്തുവാൻ നിശ്ചയിച്ചിരിക്കുന്നു. അതിൽക്കൂടി ഭൂരിപക്ഷം നേടുന്ന പാർട്ടിക്ക് അതാതു പ്രവിശ്യകളിൽ (provinces) ഭരണാധികാരം കൈമാറുവാൻ നിശ്ചയിച്ചിരിക്കുന്നു."

അങ്ങനെയാണ് സി രാജഗോപാലാചാരി ആദ്യത്തെ മദിരാശി പ്രധാനമന്ത്രി (അന്ന് മുഖ്യമന്ത്രി എന്നൊരു പദമുണ്ടായിരുന്നില്ല) യായി ഭരണമേറ്റത്.

പുരോഗമനപരമായി കാർഷിക ഋണാശ്വാസ നിയമം മുതലായ നിയമങ്ങൾ കൊണ്ടുവന്നു. അതിൽ ഒന്ന് "വിദ്യാലയങ്ങളിൽ ജനാധിപത്യ സമ്പ്രദായം ഏർപ്പെടുത്തുക" എന്നതായിരുന്നു.

അതുവരെ പ്രിൻസിപ്പാളോ ഒരു ഉന്നത പ്രൊഫസറോ അധ്യക്ഷനായി ആണ്ടിൽ രണ്ടോ മൂന്നോ തവണ കൂടുന്ന "debating society" യാണുണ്ടായിരുന്നത്.

എന്നാൽ "ഇനി മേലിൽ വിദ്യാർത്ഥികൾ തെരഞ്ഞെടുക്കുന്ന അധ്യക്ഷനും സെക്രട്ടറിയുമായിരിക്കും അതിൻെറ പ്രവർത്തനം നിയന്ത്രിക്കുക".

അതുവരെ ഒരുവിധ രാഷ്ട്രീയവും അനുവദിച്ചിരുന്നില്ല. എന്നാൽ, "തെരഞ്ഞെടുക്കപ്പെട്ട സമിതി ഏകകണ്ഠമായി നിശ്ചയിക്കുന്ന രാഷ്ട്രീയ സാമൂഹ്യ നേതാക്കളെ പ്രസംഗിക്കുവാൻ ക്ഷണിക്കാം."

വിദ്യാർത്ഥിജീവിതത്തിൽ ഒരുകാലത്തും സ്വപ്നം കാണാൻ കഴിയാത്ത ഒരു മഹാസംഭവമായിരുന്നു അന്ന് അത്.

ഇത് ആഘോഷിക്കുവാൻ നിശ്ചയിച്ച് ഞങ്ങൾ കെ പി സി സി ആസ്ഥാനത്ത് ചെന്നു. കുട്ടിക്കാലത്ത് എന്റെ ട്യൂഷൻ മാസ്റ്ററായിരുന്ന സഖാവ് പി നാരായണൻ നായർ അവിടെ ഉണ്ടായിരുന്നു. എന്നെ കണ്ട് ആനന്ദാശ്രു പൊഴിച്ചു. കെട്ടിപ്പിടിച്ച് കുടുംബവിശേഷങ്ങൾ തിരക്കി. പിന്നെ വന്ന കാര്യം ചോദിച്ചു.

അന്ന് കെപിസിസി ഇടതും വലതുമായി പിളർന്നിരുന്നു. അബ്ദുൾ റഹിമാനായിരുന്നു പ്രസിഡന്റ്. സെക്രട്ടറി ഇഎംഎസ് നമ്പൂതിരിപ്പാടും. കെ കേളപ്പൻ, കെ എ ദാമോദരമേനോൻ മുതലായവർ വിരുദ്ധചേരിയിലും.

പി എൻ ഞങ്ങളെ ഇഎമ്മിന്റെ മുറിയിൽ കൊണ്ടുപോയി പരിചയപ്പെടുത്തി.

ഞങ്ങൾക്ക് എ കെ ജി യെ ഒരു പ്രസംഗത്തിന് കിട്ടണമായിരുന്നു. പക്ഷേ എ കെ ജിക്ക് തീരെ ഒഴിവില്ല.

“അടുത്തയിടെ അണ്ണാമല സർവകലാശാലയിൽ നിന്ന് ബിരുദം നേടിവന്ന സഖാവ് സുബ്രഹ്മണ്യശർമയുണ്ട്. ഇന്നത്തെ അന്താരാഷ്ട്ര സ്ഥിതിയെപ്പറ്റി, സഖാവ് നിങ്ങൾക്ക് മറക്കാനാകാത്ത അത്ര നല്ല ക്ലാസെടുക്കും.”

ആറടി പൊക്കം, അവിടവിടെ വസൂരിക്കല കാണാമെങ്കിലും വെളുത്ത് സുന്ദരനായ ഒരു ചെറുപ്പക്കാരൻ. ഒന്നരമണിക്കൂർ നീണ്ട പ്രസംഗം. എല്ലാവരും ഇമവെട്ടാതെ കേട്ടിരുന്നു. അതിൽ അച്ചുതണ്ടുശക്തികളുടെ വളർച്ചയും അതിനെ ഭയന്ന് സർവരാഷ്ട്രങ്ങളുടെ ചെറുത്തുനിൽപ്പിനുള്ള തയാറെടുപ്പും എല്ലാം വിശദമായി വിവരിച്ചു. ഈ സാഹചര്യത്തിൽ ലോക തൊഴിലാളി വർഗം എന്തു നിലപാടെടുക്കണം, അതിൽ ഇന്ത്യയെപ്പോലുള്ള അടിമരാജ്യങ്ങളുടെ പങ്കെന്ത്? എല്ലാം വിശദമായി പ്രതിപാദിച്ചു.

പിന്നീട് ഞാൻ ആ സഖാവുമായി പരിചയപ്പെട്ടത് മദിരാശി കമ്യൂണിസ്റ്റ് പാർട്ടി ആസ്ഥാനത്തുവെച്ചായിരുന്നു. സംഘടനാകാര്യങ്ങളുടെ ചുമതലയുള്ള പി സി (പ്രൊവിൻഷ്യൽ കമ്മിറ്റി) അംഗം, ഭാഷാ അടിസ്ഥാനത്തിൽ രാജ്യം വിഭജിച്ചുകഴിഞ്ഞിരുന്നില്ല.

ഇന്ത്യയിൽ കമ്യൂണിസ്റ്റ് പാർട്ടി നിരോധിക്കപ്പെട്ട കാലത്ത് സുശക്തമായ ഒളിവ് പ്രവർത്തനത്തിന് സജ്ജമായിരുന്നു പാർട്ടി. സഖാവ് ശർമയുടെ ഒരു മുഖ്യ ഒളിവ് സങ്കേതം കോയമ്പത്തൂരിൽ ഉറ്റ സുഹൃത്ത് എഞ്ചിനീയർ രാമസ്വാമിയുടെ വീടായിരുന്നു. (രാമസ്വാമിയുടെ ഭാര്യ ഒരു മദാമ്മ – അയ്‌ലീൻ Communist Party of Great Britain - അനുഭാവിയായിരുന്നു.) ആ അവസ്ഥയിലാണ് ശർമയുടെ സഹധർമ്മിണി, തങ്കം ഗർഭിണിയാണെന്നറിയുന്നത്.

ശർമ പരിഭ്രാന്തനായി. രാമസ്വാമിയും അയ്‌ലീനും പറഞ്ഞു, “ഒട്ടും വ്യാകുലപ്പെടേണ്ട ഇവിടെ തന്നെ കൂടാം. ഗർഭ ശുശ്രൂഷകളൊക്കെ ഞങ്ങൾ ചെയ്തു കൊള്ളാം. ഒരു പൊന്നോമന മകനെ കൈയിൽതരാം. പക്ഷേ, സഖാവ് വേറെ ഒരു ഒളിവുസങ്കേതം കണ്ടെത്തണം.”

“രണ്ടുപേരുംകൂടി ഒരേ സ്ഥലത്ത് താമസിക്കുന്നത് ആപത്തു വിളിച്ചു വരുത്തി എന്നു വരും.”

ഞാൻ അന്ന് കോയമ്പത്തൂരിൽ ഡിസ്ട്രിക്ട് ആശുപത്രിയിൽ ജോലി ചെയ്യുകയായിരുന്നു. ഞങ്ങളുടെ ഗൈനക്കോളജിസ്റ്റ് ഡോ. മിസ് വർഗീസിനോടു ഞാൻ പറഞ്ഞു, “എന്റെ ഒരു സുഹൃത്ത് ഇംഗ്ലണ്ടിൽ ഒരു പഠനത്തിനായി പോയിരിക്കുകയാണ്. അദ്ദേഹത്തിന്റെ സഹധർമിണി ഗർഭിണിയാണ്. ഞാൻ ഇപ്പോൾ കൊണ്ടുവരാം.”

എല്ലാ ഗർഭ ശുശ്രൂഷകളും അവർ ഏർപ്പാടുചെയ്തു. എനിക്ക് ഒരമളി പറ്റി. ഗർഭിണിയുടെ പേർ “മിസിസ് ശാസ്ത്രി” എന്ന് റജിസ്റ്റർ ചെയ്തു. അത് രഹസ്യപ്പൊലീസ് മണത്തറിഞ്ഞു.

മാസാമാസം ടെസ്റ്റുകളൊക്കെ മുറപോലെ നടന്നു. അയ്‌ലീൻ ആണ് പലപ്പോഴും ആശുപത്രിയിൽ അനുഗമിച്ചിരുന്നത്. പലർക്കും ഒരത്ഭുതം. “ഇതെന്താ ഒരു മദാമ്മ. ഈ സ്ത്രീക്ക് അച്ഛനമ്മമാരില്ലേ?”

അയ്‌ലീൻ ചുട്ടമറുപടി കൊടുത്തു. “ഞങ്ങളുടെ നാട്ടിൽ ഫാമിലി ഫ്രണ്ടിനെ സഹായിക്കുക എന്നത് സർവസാധാരണമാണ്. ഈ നാട്ടിൽ അത് നിഷിദ്ധമാണോ?”

യഥാസമയം 11–11–1950ൽ പ്രസവം നടന്നു. ഒരു സുഖപ്രസവം. കുഞ്ഞ് പെണ്ണ്. ഏറ്റുവാങ്ങാൻ മദാമ്മയും, പിന്നെ ഞാനും. ഡോക്ടർ വർഗീസിന് ഒരു തീരാസംശയം. “ഇതിലെന്തോ കള്ളക്കളിയില്ലേ? ”

ഒരു രസക്കൂട്ട്: ആ ഇടയ്ക്ക് എന്റെ അമ്മാമൻ കവികുലഗുരു പി വി കൃഷ്ണവാരിയർ ഒരു ജ്യോത്സ്യനുമായി വന്നു. അമ്മചോദിച്ചു. “ഒരു നവജാത ശിശുവിന്റെ ജാതകം കുറിക്കുമോ?”

“അതിനെന്താ. പക്ഷേ ഇതിപ്പോ ഗുളികോദയ സമയമാ. അൽപ്പം തെരക്കും ഉണ്ട്. നാളെയായാലോ? ”

പിറ്റേന്ന് വിസ്തരിച്ച് കളം വരച്ച് ലഗ്നം, ലഗ്നാധിപൻ, ഏഴാമെടം.. അങ്ങനെ പലതും പറഞ്ഞു. ഒൻപതാമേടമായപ്പോൾ ഒരു പരുങ്ങല്.

“എന്താ പണിക്കരേ?”

“പിതൃകാരകൻ പിതൃസ്ഥാനത്ത് മൗഢ്യനായി നിൽക്കാ.”

“അതെന്താ?”

“അച്ഛനെ കാണാനില്ല.”

“മരിച്ചുപോയോ?”

“ഹൈ അതൊന്നൂല്ല. പക്ഷേ പൂർണ ദൃഷ്ടിയിലെത്തുന്നില്ല.”

പിന്നീട് ഞാൻ അറിഞ്ഞു. ആ മാന്യൻ ഡിസ്ട്രിക്ട് ആശുപത്രിയിൽപോയി പല അന്വേഷണങ്ങളും നടത്തിയിരുന്നു എന്ന്.

ഊഹാപോഹപടു.

സിദ്ധമന്ത്രോ ജാനാതി

ജാതകം.

കുറച്ചുകാലം മുമ്പ്, അന്നത്തെ ആ പെൺകുരുന്ന് മെഡിക്കൽകോളേജിൽ “ഫിരമോണി”നെപ്പറ്റി പണ്ഡിതോചിതമായ ഒരു പ്രഭാഷണം നടത്തി.

“കാലചക്രമതിവേഗം

പാഞ്ഞു.......”

ആ ഒളിവിലെ സൂതി എനിക്ക് കുറച്ചു രഹസ്യപ്പൊലീസ് അകമ്പടി നേടിത്തന്നു.

24

മിനിക്കോയ് ദ്വീപ്

മദിരാശി സംസ്ഥാനത്തെ മെഡിക്കൽ ഡിപ്പാർട്മെന്റിലെ സേവനത്തിൽ താഴെക്കിടയിലുള്ള അസിസ്റ്റന്റ് സർജന്മാരുടെ മുമ്പിൽ മൂന്ന് കടമ്പകൾ ഉണ്ടായിരുന്നു.

ഒന്ന്, ആന്ധ്രപ്രദേശിൽ ഏജൻസി ട്രാക്റ്റ്. ദുർഘടം പിടിച്ച ഭൂപ്രദേശത്ത് അധിവസിച്ചിരുന്ന ഒരു പ്രാകൃത സമൂഹത്തിനുള്ള ആതുരശുശ്രൂഷ. അവിടെ എത്താൻ 50 മൈൽ നടക്കണം; അല്ലെങ്കിൽ ഡോലിയിൽ ഏറ്റി കൊണ്ടു പോകണം. വേറെ മാർഗമില്ല (ഇന്ന് അതൊക്കെ മാറി ആധുനികവൽക്കരിക്കപ്പെട്ടിരിക്കുന്നു).

രണ്ട്, ലക്ഷദ്വീപ് സമൂഹത്തിലെ ഒരു ദ്വീപിൽ ഒരു വർഷം.

മൂന്ന്, ജയിൽ ആശുപത്രിയിൽ മൂന്നുവർഷം.

ഈ ലേഖകന് മിനിക്കോയ് ദ്വീപിലെ ഏക ഡോക്ടർ ആശുപത്രിയിൽ ഒരു വർഷത്തെ സേവനത്തിനുള്ള കല്പനയായിരുന്നു കിട്ടിയത്.

പായകെട്ടിയ കൊച്ചുവള്ളങ്ങൾ– ഓഡികൾ എന്നാണ് അവ അറിയപ്പെട്ടിരുന്നത്– മാത്രമായിരുന്നു ഗതാഗതമാർഗം. തിരുവനന്തപുരത്തു നിന്ന് ഏകദേശം മുന്നൂറ് മൈൽ പടിഞ്ഞാറായി സ്ഥിതിചെയ്യുന്ന ഈ ദ്വീപ് ഭരണപരമായി കോഴിക്കോട് കലക്ടറുടെ കീഴിലായിരുന്നു. കാരണം ഈ ദ്വീപ് മദിരാശി സംസ്ഥാനത്തിൽപെട്ടതായിരുന്നു.

ഞങ്ങളുടെ മേലധികാരി സിവിൽ സർജന് കിട്ടിയ കല്പന ഇപ്രകാരമായിരുന്നു:

“ഡോക്ടർ പി കെ ആർ വാരിയർ ഒരു വർഷത്തെ സേവനത്തിന് മിനിക്കോയ് ദ്വീപിലേക്ക് നിയുക്തനാണ്. ഉടൻ റിലീവ് ചെയ്ത്, കോഴിക്കോട്ട് ഡി എം ഒവിന്റെ അടുത്ത് റിപ്പോർട് ചെയ്യുവാൻ പറയുക.

മിനിക്കോയ്യിൽ മീൻ മാത്രമേ ലഭ്യമാകൂ. അതുകൊണ്ട് ആറുമാസത്തേക്ക്വേണ്ട അരി, പരിപ്പ് മുതലായവ ശേഖരിച്ചുകൊണ്ടുപോകണം.

ആറുമാസത്തേക്ക് വേണ്ട പാൽപ്പൊടി, ചായപ്പൊടി, പഞ്ചസാര മുതലായവയും കരുതണം. അവിടെ പാൽ ലഭ്യമല്ല. അടുത്തുവരുന്ന കാലവർഷം കഴിഞ്ഞേ വൻകരയുമായി ബന്ധം പുലർത്താൻ കഴിയുകയുള്ളൂ.

കോഴിക്കോട്ടെ ട്രഷറിയിൽനിന്ന് ആറുമാസത്തെ ശമ്പളം അഡ്വാൻസ് ചെയ്യുവാനുള്ള ഓർഡർ ഇതോടൊപ്പം അടക്കം ചെയ്തിട്ടുണ്ട്. മിനിക്കോയിലേക്ക് പോകുന്ന അടുത്ത 'ഓഡി'യിൽ പോകുവാൻ ഡി എം ഒ ഏർപ്പാട് ചെയ്യും."

ഏതു സ്ഥലംമാറ്റത്തിലും എട്ടുദിവസത്തെ ജോയിനിങ് ടൈം അനുവദിച്ചിട്ടുണ്ട് സർവീസ് ചട്ടങ്ങളിൽ. ദേവകി (സഹധർമിണി) യും കുട്ടികളുമായി ഒരു വർഷത്തെ വേർപാടിന് മുമ്പ് എട്ടുദിവസം ഒരു വലിയ സാന്ത്വനമായി കണക്കാക്കി. എന്നാൽ ഒരു കമ്പിസന്ദേശം വന്നു, പണ്ട് കോയമ്പത്തൂർ സേവനത്തിലുണ്ടായിരുന്ന സമയത്തെ ഒരു കേസ് സെഷൻസിൽ പോസ്റ്റ് ചെയ്തിരിക്കുന്നു. അതിൽ മെഡിക്കൽ സാക്ഷി പ്രധാനമാണ്. ഉടൻ കോയമ്പത്തൂർ സെഷൻസ് കോടതിയിൽ ഹാജരാകുക.

കോടതിയിൽ ഇരിക്കുമ്പോൾ സെഷൻസ് ജഡ്ജിക്ക് ഒരു കമ്പി വന്നു, ഡൽഹിയിൽനിന്നും. "ആന്ത്രോത്തിലും കൽപ്പേനിയിലും അമിനിദ്വീപിലും ഒരു പകർച്ചവ്യാധി പിടിപെട്ടിരിക്കുന്നതിനാൽ അവിടേക്ക് നിയുക്തരായ ഡോക്ടർമാരെ ഉടൻഎത്തിക്കുവാൻ ഒരു നാവിക കപ്പൽ- ഐ എൻ എസ് റാണ എന്ന Destroyer-കൊച്ചിയിൽ കാത്തുകിടക്കുന്നു. ഡോക്ടർ വാരിയർ എത്രയും വേഗം ആ കപ്പലിൽ റിപ്പോർട് ചെയ്യണം."

കണിശക്കാരനായ സെഷൻസ് ജഡ്ജി മറുപടി കമ്പി അയച്ചു: "ഒരു കൊലപാതക കേസിൽ എക്സ്പെർട് വിറ്റ്നസ് ആണ് ഈ ഗവൺമെന്റ് ഉദ്യോഗസ്ഥൻ. അയാളുടെ സാക്ഷി വിസ്താരം കഴിഞ്ഞല്ലാതെ വിടുന്ന പ്രശ്നമില്ല."

താഴെക്കിടയിലുള്ള ഒരു അസിസ്റ്റന്റ് സർജനുവേണ്ടി ഒരു നാവിക കപ്പൽ കൊച്ചി തുറമുഖത്ത് കാത്തുകിടപ്പായി. നാലു ഡോക്ടർമാർ, അന്ത്രോത്തിലേക്കും മറ്റും നിയുക്തരായിരുന്ന ഡോക്ടർമാർ, രണ്ടുദിവസം കപ്പലിൽ അലസമായി കഴിക്കേണ്ടിവന്നു.

ജുഡീഷ്യറിയുടെ മേൽക്കോയ്മ അന്നും പ്രകടമായിരുന്നു. ഡിസ്ട്രിക്ട് ജഡ്ജി ഗോഡ്ഫ്രിക്ക് സംശയം ലേശവുമുണ്ടായിരുന്നില്ല.

"നാവികക്കപ്പലായാലും ഇന്ത്യൻ യൂണിയൻ പ്രസിഡന്റിന്റെ തന്നെ ഉത്തരവായാലും ശരി, ഒരു കൊലക്കേസിലെ വിചാരണയിൽ ഇടപെടാൻ അനുവദിക്കുന്നതല്ല. ദൃക്സാക്ഷികളുടെ മൊഴിയും ക്രോസ് വിസ്താരവും കഴിഞ്ഞല്ലാതെ, എത്ര വിദഗ്ധനായാലും, ഡോക്ടറെ വിസ്തരിക്കേണ്ട പ്രശ്നമില്ല." (സാധാരണഗതിയിൽ എക്സ്പെർട് വിറ്റ്നസിന്റെ മൊഴി എടുത്ത ശേഷമാണ് ബാക്കി നടപടികൾ).

എട്ടുദിവസത്തെ ജോയിനിങ് ടൈമിൽ ഭാര്യയോടും കുട്ടികളോടും മറ്റും വിടപറയുവാനുള്ള വിലപ്പെട്ട എട്ടുദിവസങ്ങളിൽ, രണ്ടെണ്ണം കോയമ്പത്തൂർ സെഷൻസ് കോടതിയിൽ വൃഥാ കളയേണ്ടിവന്നു.

അവിടെ വക്കീൽ സുഹൃത്തുക്കളുമായി പലതും പറയുന്നതി

നിടയിൽ ഒരു ആശയം പൊന്തിവന്നു. 'ഓഡി'യിൽ ഭാര്യയെയും കുട്ടികളെയും കൊണ്ടുപോകുന്ന പ്രശ്നമില്ല. സ്ഥലപരിമിതിയും സൗകര്യങ്ങളുടെ അഭാവവും കാരണം.

'ഓഡി'യിൽ കുളിമുറി എന്നൊന്നില്ല. ഡെക്കിൽ തന്നെ കടൽവെള്ളം കോരിക്കൊണ്ടുവന്ന്, വേണമെങ്കിൽ കുളിയ്ക്കാം. സോപ്പ് പതയില്ല, വേണമെങ്കിൽ ചീനിക്കപ്പൊടി ഉപയോഗിക്കാം.

ശുദ്ധജലം രണ്ടു വലിയ അണ്ഡാവിൽ പൊന്നുപോലെ സൂക്ഷിച്ചുവെച്ചിരിക്കും. അത് ഒരു മരത്തവികൊണ്ട് മുക്കി എടുത്ത് കുടിയ്ക്കാം. വേണ്ടമാതിരി കാറ്റില്ലെങ്കിൽ യാത്ര ഒരാഴ്ചയോ പത്തുദിവസമോ നീണ്ടു എന്നും വരാം. അപ്പോഴേക്കും കുടിവെള്ളത്തിന്റെ സ്ഥിതി എന്തായിരിക്കുമെന്ന് ചിന്തിക്കുവാൻ പോലും പ്രയാസം. പുഴു ഉണ്ടെങ്കിൽ അത് മാംസാഹാരമായി കരുതിയാൽ മതി.

ഓഡിയുടെ രണ്ടുവശത്തും രണ്ട് പെട്ടികൾ പുറത്തേക്ക് കെട്ടിയുറപ്പിച്ചിരിക്കും. അതിനടിവശത്ത് രണ്ട് പലകമാത്രം. ഇവയാണ് മലമൂത്രവിസർജനത്തിന് ഉപകരിക്കുക.

(ഇതെല്ലാം സഹിച്ച് മിനിക്കോയിലെത്തിയ ഒരു ധീരവനിതയെപ്പറ്റി പിന്നീട്).

കോടതിയിൽനിന്ന് വിട്ടുകിട്ടി; വീട്ടിൽ, നാട്ടിൽ, ആഹ്ലാദവാനായി തിരിച്ചെത്തി.

"കപ്പലിലാണ് പോകുന്നത്, അതുകൊണ്ട് ദേവകിയെയും കുട്ടികളെയും കൊണ്ടുപോകാം."

ദേവകി ഇത്ര ഉത്സാഹവതിയായി ഞാൻ മുമ്പ് കണ്ടിട്ടില്ല. ധൃതിയിൽ പെട്ടികൾ പാക്ക് ചെയ്തു; അനസുവിന്റെ ടോയ് പിയാനോ ഉൾപ്പെടെ. അമ്മ കണ്ണീരോടെയാണെങ്കിലും ഞങ്ങളെ ആശ്ലേഷിച്ചു. അച്ഛൻ മന്ദസ്മേരവദനനായി നോക്കിനിന്നു. ഞങ്ങൾ ഒരു ഉല്ലാസയാത്രക്കെന്നപോലെ കൊച്ചിയിലേക്ക് യാത്രതിരിച്ചു.

കൊച്ചിയിൽ എത്തിയ ഉടനെ ദേവകിയെയും കുട്ടികളെയും എന്റെ ചേച്ചി അനീനിയുടെ അടുത്താക്കി ഞാൻ പോർട് ഓഫീസിലേക്ക് തിരിച്ചു; ഐ എൻ എസ് റാണയുടെ കമാൻഡറിനെ പോയി കണ്ടു. വിവരങ്ങൾ ആരാഞ്ഞു.

"Not even the President's or Comander-in- Chief's wife is allowed on Board Naval Ships, except for short visits." ഞാൻ പൊട്ടിപ്പോയ ഒരു ബലൂണിന്റെ മാതിരിയായി, അക്ഷരാർഥത്തിൽത്തന്നെ. അടുത്തുള്ള കസേരയിലേക്ക് വീണു. കമാൻഡർ എണീറ്റ് എന്റെ അടുത്തുവന്ന് പുറത്തുതട്ടിക്കൊണ്ട് പറഞ്ഞു: 'That is the law, young man.The utmost I can do is to let them come on board and bid you farewell. Cheer up."

അഹങ്കരിച്ചാൽ മുഖം കറുക്കും എന്നൊരു ചൊല്ലുണ്ട്.

രണ്ടു ദിവസം ഞങ്ങൾ അഹങ്കരിച്ചു.

ദേവകി ഒരു അസാമാന്യ ധൈര്യശാലിയാണ്. ചേച്ചിയുടെ വീട്ടിൽ

പോയി നിരാശനായി, കാര്യം പറഞ്ഞപ്പോൾ ദേവകി അല്പം നിമിഷങ്ങൾ മൗനിയായി വിഷാദിച്ചു. പക്ഷേ, ഒരു പത്തുമിനിട്ടുനേരം. പിന്നെ എണീറ്റ് എന്റെ വസ്ത്രങ്ങളും മറ്റും മാറ്റി, വേറെ പെട്ടിയിൽ പാക്ക് ചെയ്യുവാനും മറ്റുമായുള്ള പ്രവൃത്തികളിൽ വ്യാപൃതയായി. എനിക്ക് നോക്കിനിൽക്കാനേ സാധിച്ചുള്ളൂ. കുട്ടികൾ കാര്യം മുഴുവൻ മനസ്സിലാകാതെ മൗനികളായി.

ദേവകിയിൽനിന്നും കുട്ടികളിൽനിന്നും ഒരു കൊല്ലം പിരിഞ്ഞിരിക്കേണ്ടിവന്നെങ്കിലും ജയിൽ ഡ്യൂട്ടിക്ക് അപേക്ഷിക്കാത്തതിൽ ദുഃഖം തോന്നിയില്ല. ജയിൽ ഡ്യൂട്ടിയിൽനിന്ന് എന്നെ ഒഴിവാക്കണമെന്ന് ഞാൻ അപേക്ഷിച്ചിരുന്നു. അതിന് സാധ്യമല്ലെങ്കിൽ, ഞാൻ രാജിവെച്ച് പൊയ്ക്കോളാം എന്നും.

ഡോക്ടർ സി ഒ നമ്പ്യാർ പറഞ്ഞത്:

“സേലം ജയിൽ വെടിവെപ്പിൽ 21 പേർ മരിച്ചു. അവരെ എല്ലാവരെയും പോസ്റ്റ്മോർടം ചെയ്യണം. കാര്യമായി പരിക്കേറ്റവരെ പരിചരിക്കണം.

എട്ടുപേരുടെ നില ഗുരുതരമായിരുന്നു. അവരെ ഡിസ്ട്രിക്ട് ആശുപത്രിയിലേക്ക്, ഡി എം ഒ യുടെ അനുവാദത്തോടെ മാറ്റി.

കുറെ ദിവസത്തേക്ക് ശരാശരി എട്ടുമണിക്കൂറാണ് ക്വാർട്ടേർസിൽ പോയി കുളിക്കുവാനും ഭക്ഷണം കഴിക്കാനും മറ്റും കിട്ടിയിരുന്നത്.

നാലുദിവസം കഴിഞ്ഞ് ബഹുമാനപ്പെട്ട മന്ത്രി സന്ദർശനത്തിനെത്തി. ഡിസ്ട്രിക്ട് ആശുപത്രിയിൽ കിടക്കുന്ന ഗുരുതരമായി പരിക്കേറ്റ ജയിൽപ്പുള്ളികളെയും കണ്ടു.

“ഇതെന്തിനാ ഇവരെ ഇവിടെ കിടത്തിയിരിക്കുന്നത്? ജയിൽ ആശുപത്രി പിന്നെ എന്തിനാ?”

“വളരെ ഗുരുതരമായി പരിക്കേറ്റവരായിരുന്നു, ഇവർ.”

“അവർ ചോദിച്ചു വാങ്ങിയതല്ലെ. ഈ പാറാവുനിൽക്കുന്ന പൊലീസുകാർക്ക് ഡ്യൂട്ടിബത്ത നിങ്ങൾ കൊടുക്കുമോ? അവരെ ജയിൽ ആശുപത്രിയിലേക്ക് മാറ്റുക.”

അച്ഛന്റെ പഴയകാല സുഹൃത്തായിരുന്ന ആ മന്ത്രിയുടെ പേർ പറഞ്ഞ്, ഈ കുറിപ്പ് അലങ്കോലപ്പെടുത്തുന്നില്ല. ആ മാന്യദേഹത്തിന്റെ ഇത്തരം ധീരവീര കല്പനകൾ വേറെയുമുണ്ട്.

പിന്നെ തൂക്കിലേറ്റുന്ന സമയത്ത്, മജിസ്ട്രേട്ടും പൊലീസ് സൂപ്രണ്ടും ജയിൽ സൂപ്രണ്ടും ഒക്കെ ഉണ്ടാവും. ജയിൽ ഡോക്ടറും വേണം പോലും. തൂക്കിലേറ്റാൻ കൊണ്ടുവരുന്ന പലരും ഉദ്യോഗസ്ഥന്മാരുടെ കാൽക്കൽകിടന്നുരുണ്ട് കേണപേക്ഷിക്കും, തന്റെ ജീവനുവേണ്ടി. ഡോക്ടറും ഈ ഉദ്യോഗസ്ഥ വൃന്ദത്തിൽപെടും.

തൂക്കിക്കഴിഞ്ഞാൽ ജയിലർ ഒഴികെ മറ്റെല്ലാവരും സ്ഥലംവിടും. ഡോക്ടറുടെ ചുമതല അവസാനിക്കുന്നില്ല. അരമണിക്കൂർ കഴിഞ്ഞ് പടി ഇറങ്ങി, താഴെ ഇരുളടഞ്ഞ ഗർത്തത്തിൽ പോയി, തൂങ്ങിനിൽക്കുന്ന ജഡം പരിശോധിച്ച് മരിച്ചിരിക്കുന്നു എന്ന് സർടിഫൈ ചെയ്യണം.

ഈ ക്രൂരതകൾക്ക് അരുനിൽക്കുവാൻ എനിക്ക് സാധ്യമല്ല.

25

ദ്വീപുവാസം

കുറെ കാലമായി ഞങ്ങളുടെ പാചകക്കാരനായിരുന്ന ഗോപാലൻ, ഒരു സരസൻ, ദ്വീപിലേക്ക് എന്റെകൂടെ വരും എന്നു കണിശമായി പറഞ്ഞു.

ഗോപാലന്റെ ആ സാരസ്യത്തിന്റെ ഒരു സാംപിൾ:

ഞാൻ ഏഴാംക്ലാസിൽ പഠിക്കുന്ന കാലത്ത് 1934–ൽ അച്ഛൻ ഒരു പുതുപുത്തൻ ഹെർക്കുലിസ് സൈക്കിൾ സമ്മാനിച്ചു. അക്കാലത്ത് ഇന്ത്യയിൽ സൈക്കിൾ നിർമാണമില്ല. ഇംഗ്ലണ്ടിൽ നിർമിച്ച് ഇവിടെ കൊണ്ടുവന്നു വിൽക്കുകയായിരുന്നു. വില 46 രൂപ!

വർഷങ്ങൾ ഞാനതു ഉപയോഗിച്ചു. പിന്നീട് ഗോപാലന് കടയിൽ പോകുവാനും മറ്റുമായി അത്.

ഒരു കടക്കാരൻ ചോദിച്ചു, "ഈ പഴഞ്ചൻ സൈക്കിൾ കൊടുക്കുന്നോ?"

"എന്ത് വില."

"നൂറു രൂപ."

" ഏതു ചക്രം വേണം?"

കൂടെ നിന്നിരുന്നവരെല്ലാം കൈയടിച്ച് ചിരിച്ചു. ഓർക്കണം അക്കാലത്ത്, 1970 കളിൽ പോലും, അത്തരം ഒരു സൈക്കിളിന് ആയിരം രൂപവരെ വില ഉണ്ടായിരുന്നു.

ഗോപാലനെപ്പറ്റി അല്പം:

ഞാൻ കോയമ്പത്തൂരിൽ പണി എടുക്കുന്ന കാലത്ത്, കുർശിത്തൊടി കൃഷ്ണൻ എന്ന ഒരു ഉറ്റ സുഹൃത്തുണ്ടായിരുന്നു. ഒരു ബാങ്ക് ജീവനക്കാരൻ, ഒരു ദിവസം കൃഷ്ണന്റെ കൂടെ ഏകദേശം ഇരുപതുവയസ്സ് പ്രായം തോന്നിക്കുന്ന ഒരു യുവാവുമുണ്ടായിരുന്നു. കൃഷ്ണൻ ആയാളെ പരിചയപ്പെടുത്തി, "ഇയാള് ഏഴാംക്ലാസുവരെ പഠിച്ചു. പിന്നെ പഠിക്കുവാനുള്ള സാമ്പത്തികശേഷി ഉണ്ടായിരുന്നില്ല. ഒരു ജോലി അന്വേഷിച്ച്

വന്നതാ. ഗോപാലൻ എന്നാണ് പേര്, പുതുക്കാട് ആണ് വീട്. അമ്മയ്ക്ക് (എന്റെ സഹധർമിണി ദേവകിയ്ക്ക്) സഹായത്തിന് ഒരാളുണ്ടായിരുന്നെങ്കിൽ നന്നായിരുന്നു എന്ന് പറയുകയുണ്ടായല്ലൊ. ഇയാള് പറ്റ്വോ?"

ദേവകി ഗർഭിണിയായിരുന്നു. വീട്ടുജോലി മുഴുവൻ എത്തുന്നില്ല. അങ്ങനെ ഗോപാലൻ ഞങ്ങളുടെ കൂടെ കൂടി. വളരെവേഗം ഒരു കുടുംബാംഗംപോലെയായി. ബാബുവിന്റെ (ഞങ്ങളുടെ മകൻ) കളിക്കൂട്ടുകാരനായി. പക്ഷേ, സ്കൂളിൽ കൊണ്ടുപോകുമ്പോൾ ഗോപാലന് അവന്റെ അടിയും കുത്തും വേണ്ടുവോളം സസന്തോഷം ഏറ്റുവാങ്ങേണ്ടിവന്നു. ബാബുവിന് സ്കൂൾ ഇഷ്ടമായിരുന്നില്ല.

ഞങ്ങളുടെ കൂടെ മിനിക്കോയിലേക്ക് പോകുവാൻ തയാറായിവന്നിരിക്കുകയാണ് ഗോപാലൻ. ഗോപാലനെ എന്റെ കൂടെ കൂട്ടുന്നതിന് I N S Rana യുടെ കപ്പിത്താന് വിരോധമുണ്ടായിരുന്നില്ല. അയാൾ കൂടെ ഉണ്ടായിരുന്നില്ല എങ്കിൽ ഞാൻ എങ്ങനെ ഒരു വർഷം അവിടെ, മിനിക്കോയിയിൽ കഴിക്കുമായിരുന്നു. ആലോചിക്കാൻ പ്രയാസം.

മിനിക്കോയ് ആറുമൈൽ നീളമുള്ള ചന്ദ്രക്കലരൂപത്തിൽ ഒരു ദ്വീപാണ്. നടുവിൽ കഷ്ടിച്ച് ഒരു മൈൽ വീതി. ഏകദേശം ഒരു ചതുരശ്രമൈൽ വിസ്തീർണമുള്ള ഈ ഭാഗത്തുമാത്രമാണ് അവിടുത്തുകാർ തിങ്ങിക്കൂടി അധിവസിച്ചിരുന്നത്.

അവർ മലയാളികളല്ല. മാലിദ്വീപു സമൂഹത്തിലെ മാലി ഭാഷയോടാണ് അവരുടെ ഭാഷയ്ക്ക് സാദൃശ്യം. മാലിദ്വീപ് സമൂഹത്തിന്റെയും ലക്ഷദ്വീപ് സമൂഹത്തിന്റെയും ഇടയ്ക്ക് കിടക്കുന്ന ഒരു ഒറ്റപ്പെട്ട ദ്വീപ്. ആ രണ്ടു ദ്വീപ്സമൂഹ (Archipelago) ത്തിൽനിന്നും 150 മൈൽ ദൂരെ, തിരുവനന്തപുരത്തുനിന്ന് 350 ഓളം മൈൽ പടിഞ്ഞാറ്, ഒരു പവിഴ (Coral) ദ്വീപാണ് അത്. ഒരു വലിയ കടൽ വെള്ളക്കെട്ട് (lagoon) പവിഴപ്പാറക്കെട്ടുകളാൽ ബന്ധിതമായി കിഴക്കുഭാഗത്ത് ഒരു ഹാർബർ മാതിരി സ്ഥിതിചെയ്യുന്നു. അതിൽ തെക്കുഭാഗത്ത് ഒരു വിള്ളലുണ്ട്. ഇതിൽകൂടി ഓടികൾക്ക് ഗതാഗതം സാധ്യമാണ്. എന്നാൽ ഞങ്ങൾ സഞ്ചരിച്ച നാവികക്കപ്പലിന് അത് ആഴം പോരാ. അതിനു പുറത്താണ്, ഓരോ ദ്വീപിലും ഡോക്ടർമാരെ വിട്ട് ആറുദിവസത്തെ യാത്രയ്ക്കുശേഷം I N S Rana നങ്കൂരമിട്ടത്. അവിടുന്നങ്ങോട്ട്, ദ്വീപിലേക്ക് തോണിയിലായിരുന്നു യാത്ര.

അവിടെ എല്ലാ വീടുകളും ഒരേ പ്ലാനിലാണ്, അമീനിന്റേതുപോലും. മുന്നിൽ ഒരു കോലായ, അകത്ത് രണ്ടുമുറി, പുറകിൽ അടുക്കളയും കുളിമുറിയും. എല്ലാം ഓല മേഞ്ഞത്. "സുഭിക്ഷമായി ഓല ലഭ്യമാകുമ്പോൾ എന്തിന് മാറോട്?" എന്നാൽ പള്ളിമാത്രം ഓടുമേഞ്ഞ ഒറ്റ വലിയ ഹോൾ. അതോടുചേർന്ന് മുസ്ലിം പുരോഹിതൻ ഖത്തീഫിന്റെ രണ്ടുമുറി വീട്, ഓലമേഞ്ഞത്. ഒരുതരത്തിൽ പറഞ്ഞാൽ, താമസസൗകര്യത്തിന്റെ കാര്യത്തിൽ സോഷ്യലിസം. താമസത്തിന്റെ കാര്യത്തിൽമാത്രം. ഡോക്ടർ ഉൾപ്പെടെയുള്ള ആശുപത്രി ജീവനക്കാർക്കും ഇത് ബാധകമായിരുന്നു. ഞങ്ങളുടെ ക്വാട്ടേർസും സാമാന്യം വലിയ മുറികളായിരുന്നു; ആശുപത്രിയും. എല്ലാം ഓലമേഞ്ഞവ.

ദ്വീപ് നിവാസികൾ സാമ്പത്തികമായി നാലുതട്ടിലായിരുന്നു.

1. മണിക്ക്ഫാൻമാർ. മറ്റുള്ളവരുടെ അധ്വാനശേഷികൊണ്ട് ഉണ്ടാവുന്ന സമ്പത്തിന്റെ സിംഹഭാഗവും അവർക്കുള്ളതാണ്. ഒരുതരം ജന്മിത്വം.

2. തക്രുഫാൻമാർ: ഇടത്തരക്കാർ. അവർ നല്ല നാവികരാണ്. വലിയ ഷിപ്പിങ്ങ് കമ്പനികളിൽ അവർക്കു ജോലികിട്ടും. പലപ്പോഴും മൂന്നുനാലു കൊല്ലം പുറം രാജ്യങ്ങളിൽ കപ്പലോട്ടത്തിലാവും.

3. മീൻ പിടുത്തക്കാർ. എന്തോ കാരണവശാൽ അവർ "ബേബി" എന്നറിയപ്പെട്ടു.

4. റാവറി. കൂലിപ്പണിക്കാർ. മണിക്ക്ഫാൻമാർക്കുവേണ്ടി പണി എടുക്കുന്നവർ. മണിക്ക്ഫാനെ ആട്ടുകട്ടിലിൽ ആട്ടുവാൻ റാവറി എല്ലാ ദിവസവും ഹാജരായിക്കൊള്ളണം. അവർക്ക് പ്രത്യേകതരം വേഷവിധാനമാണ്. എന്നാൽ സ്ത്രീകൾക്ക് എല്ലാവർക്കും കഴുത്തുമുതൽ കാൽ വരെയുള്ള ഗൗൺ ആണ്.

പിന്നെ കണ്ണൂരിൽനിന്ന് വന്ന കച്ചവടക്കാർ, നാലു കടകളിൽ. മാസ് (tuna) മത്സ്യത്തിന് മലേഷ്യയിലും മറ്റും വലിയ പ്രിയമാണ്. പുഴുങ്ങി, ഉണക്കി, പുകകൊള്ളിച്ച ഒരു മുഴം നീളമുള്ള മത്സ്യത്തിന് അവിടെ നൂറു രൂപയോളം വിലവരും. പാവം ദ്വീപുകാരോട് അത് ഒരു രൂപയ്ക്കോ, രണ്ടു രൂപയ്ക്കോ വാങ്ങി, കണ്ണൂരിൽ കൊണ്ടുപോയി മലയയിലേയ്ക്കും മറ്റും കയറ്റി അയച്ച് ഭീമമായ ലാഭം കൊയ്യുകയായിരുന്നു അവർ.

ഇവരിൽനിന്ന് വ്യത്യസ്തമായി ഒരു തിരൂരങ്ങാടിക്കാരൻ അവിടെ പെണ്ണുകെട്ടി താമസമാക്കി. അയാളായിരുന്നു എന്റെ വലിയ കൂട്ടുകാരൻ. എനിക്ക് പനി പിടിച്ചപ്പോൾ കൂടെ ഇരുന്ന് ശുശ്രൂഷിച്ചു. അടുക്കളയിൽ പോയി ഗോപാലന്റെ സഹായത്തോടെ മുക്കിടി (ഒരുതരം കഷായം) ഉണ്ടാക്കി എന്നെ കുടിപ്പിച്ചു.

ഹാജിക്കാക്ക എന്നറിയപ്പെട്ടിരുന്ന അയാൾ ക്ക് നാട്ടിലും ഒരു ഭാര്യയുണ്ട്. അവരിൽ ഉണ്ടായ മകൻ മൊയ്തീൻകുട്ടി കൂടെയുണ്ട്, ഒരു മിനിക്കോയ്കാരിയെ വേട്ട് സുഖമായി താമസം. എന്നെ ശുശ്രൂഷിയ്ക്കുന്നതിന് അവരും കൂടുമായിരുന്നു. ഞാൻ ദ്വീപ് വിടുമ്പോൾ, ഹാജിക്കാക്ക പൊട്ടിക്കരഞ്ഞു.

ദ്വീപിന്റെ പടിഞ്ഞാറ് ഒരു പീഠഭൂമിയുണ്ട്. ഹുലാർഹട് എന്നാണ് പേർ. അവിടെ ഒരു കാലാവസ്ഥാ നിരീക്ഷണ കേന്ദ്രം ബ്രിട്ടീഷുകാർ സ്ഥാപിച്ചിട്ടുണ്ട്. നാവികാവശ്യത്തിന്. 24 മണിക്കൂറും പ്രവർത്തിക്കുന്ന കേന്ദ്രത്തിൽ നാലു ഉദ്യോഗസ്ഥന്മാരാണുണ്ടായിരുന്നത്. പരമേശ്വരൻ, ശേഷാദ്രി, പിച്ചുമണി, കമ്മത്ത്. ദിവസം നാലുപ്രാവശ്യം അവർ കമ്പിയില്ലാക്കമ്പി വഴി പൂനയിലെ കേന്ദ്രത്തിന് കാലാവസ്ഥാ റിപ്പോർട് കൊടുക്കണം. ഇത് ഒരു വലിയ അനുഗ്രഹമായിരുന്നു. ആഴ്ചയിലൊരിക്കൽ പൂനവഴി നാട്ടിലേക്ക് എന്റെ വർത്തമാനം അറിയിക്കുവാൻ കഴിഞ്ഞിരുന്നു. എഴുത്തുകുത്ത് സാധ്യമല്ലായിരുന്നു, കാലവർഷക്കാലത്ത്.

26

നിലക്കടലതീറ്റ

മെയ് 15–ന് അമീന്റെ ഓഫീസിനുമുകളിലുള്ള കറുപ്പും വെളുപ്പും ഇടകലർന്ന കൊടി ഇറക്കും. അതിനർഥം വൻകരയുമായി ഉള്ള ഓഡീബന്ധം (എന്റെ ഭാഷാപരമായ താന്തോന്നിത്തത്തിന് ക്ഷമാപണം) നിർത്തിവെച്ച്, കാലവർഷത്തിന് വഴിമാറിക്കൊടുത്തു എന്നാണ്. ഓഡികളെല്ലാം കൂടി ആറെണ്ണമുണ്ടായിരുന്നു എന്നാണ് ഓർമ, ലഗൂ (lagoon)ണിൽ കയറ്റി നങ്കൂരമിട്ട് ഉറപ്പിക്കും. ആലിമണിക്ക്ഫാന്റെ ബൊഡുമ്പകലയായിരുന്നു ഏറ്റവും വലുത്. 'ബൊഡു' എന്നുവെച്ചാൽ വലുത്. മിനിക്കോയി ദ്വീപിന്റെ ഫ്ളാഗ് ഷിപ്പ്. നാലുമാസത്തെ വിശ്രമവും അറ്റകുറ്റപ്പണികളും തുടങ്ങും. സെപ്തംബർ 15 നേ പിന്നീട് ആമീന്റെ ആ കൊടി ഉയരുകയുള്ളൂ.

ഇക്കാലമത്രയും ദേവകിയുടെയും അനസു–ബാബുമാരുടെയും ഒരു വർത്തമാനങ്ങളും എനിക്ക് ലഭിച്ചിരുന്നില്ല. പൂനാ വഴിയുള്ള കമ്പിയില്ലാക്കമ്പി സന്ദേശം എനിക്കങ്ങോട്ടയക്കാനേ സാധിച്ചിരുന്നുള്ളൂ. നാലുമാസം എന്റെ മനസ്സ് വിലപിച്ചു. ഗോപാലനും ഹാജിക്കാക്കയും കാണാതെ പല തവണ കണ്ണീർ പൊഴിച്ചു. എന്തുചെയ്യാം, ആ വ്യഥ ഓരോ ദിവസവും ഓരോ പ്രേമലേഖനമായി കുറിച്ചുവെച്ചു. Distance makes the heart fonder എന്നൊരു ചൊല്ലുണ്ട്.

മഹാകവി കുമാരനാശൻ "സ്നേഹമാണഖിലസാരമൂഴിയിൽ" എന്നെല്ലാം പാടി. പക്ഷേ, പിന്നെ അവസാനിപ്പിച്ചത് "സ്നേഹമൂലമമലെ, വെടിഞ്ഞു ഞാൻ!"

പ്രൊഫസർ ലോങ് (long) പറഞ്ഞു.

"മനുഷ്യമനസ്സ് ഒരു പ്രഹേളികയാണ്" എന്ന്.

സെപ്തംബർ ആദ്യം ഇറക്കിയ ഓഡിയിൽ ആ ലേഖനങ്ങൾ ഒരു കെട്ടായി, പോസ്റ്റൽ പാർസൽ ആയി ദേവകിക്ക് അയച്ചുകൊടുത്തു.

ഭൂമധ്യരേഖയിൽനിന്ന് എട്ടുഡിഗ്രി വടക്ക്, കപ്പലോട്ടക്കാരുടെ ഭാഷയിൽ eight degree channel ഉണ്ട്. കിഴക്കോട്ടും പടിഞ്ഞാറോട്ടും പോകുന്ന എല്ലാ കപ്പലുകളും ഇതുവഴിയാണ് പോവുക. മിനിക്കോയി ഈ ചാനലിലാണ്. അതുകൊണ്ട് ദ്വീപിന്റെ വടക്കുവശത്ത് ഒരു ദീപസ്തംഭം ബ്രിട്ടീഷ് അഡ്മിറാലിറ്റി സ്ഥാപിച്ചിട്ടുണ്ട്. അന്നും, ഇന്ത്യയുടെ സ്വാതന്ത്ര്യ പ്രാപ്തിക്കു ശേഷവും, അത് അവരുടെ കീഴിലായിരുന്നു. അതിന്റെ പരിപാലനത്തിനുവേണ്ടി നാലുപേർ അതിനകത്തായിരുന്നു താമസം. അവർക്ക് വേണ്ട സാധനസാമഗ്രികളും ലൈറ്റ് ഹൗസിനുവേണ്ട ഇന്ധനവും ബ്രിട്ടീഷ് നേവിയാണ് എത്തിച്ചുകൊടുക്കുന്നത്.

ഈ ആവശ്യത്തിന് വന്ന ഒരു നാവികക്കപ്പൽ HMS Barymore പെട്ടന്നുണ്ടായ ഒരു കൊടുങ്കാറ്റിൽപെട്ട് കരയ്ക്കു കയറി പൊളിഞ്ഞു. അതിലെ നാവികർ കമ്പിയില്ലാക്കമ്പി സന്ദേശം വഴി ഒരു പകരക്കപ്പൽ വരുത്തി. പൊളിഞ്ഞ കപ്പലിലുള്ള സാധനങ്ങളെല്ലാം എടുത്തു. പൊളിഞ്ഞ കപ്പൽ അറ്റകുറ്റപ്പണി നടത്തി കടലിൽ ഇറക്കാൻ ഭാരിച്ച ചെലവും കഠിനാധ്വാനവും വേണ്ടിവരും. അതവിടെ ഉപേക്ഷിച്ച് അവർ പോയി. യുദ്ധത്തിൽ എത്ര എത്ര കപ്പലുകൾ നഷ്ടപ്പെടുന്നു. HMS Prince of Wales ബ്രിട്ടന്റെ ഏറ്റവും വലുതും ഏറ്റവും പ്രഹരശേഷി (ഏറ്റവും അധികം പീരങ്കികൾ) ഉണ്ടായിരുന്നതുമായ പടക്കപ്പൽ (Cruiser) ആയിരുന്നില്ലെ. പുകക്കുഴൽ വഴി ജപ്പാൻ പോർവിമാനം ബോംബിട്ട് ഞൊടിയിടകൊണ്ട് തരിപ്പണമാക്കിയില്ലെ. പിന്നെ വെറും ഒരു യുദ്ധക്കപ്പൽ (distroyer), വർഷങ്ങൾ പഴക്കമുള്ള, Barymore ഉപേക്ഷിക്കുന്നതിൽ എന്തിനാശങ്ക. ലണ്ടനിൽനിന്ന് വന്ന സന്ദേശമായിരുന്നു അത്.

അതിലെ ഒരുവിധം എല്ലാ സാമഗ്രികളും നാട്ടുകാർ അഴിച്ചെടുത്തു. ഇരുപതിലധികം ബങ്കറുകൾ, ഭിത്തികളിൽ ഉറപ്പിച്ച കട്ടിലുകൾ എല്ലാം അതിൽ ഉൾപ്പെട്ടിരുന്നു.

ഞാൻ മിനിക്കോയിയോട് യാത്ര പറയുമ്പോൾ, അവർ, ദ്വീപുകാർ, എനിക്ക് അവയിൽ ഒന്ന് സമ്മാനമായി തരുകയുണ്ടായി. ഞാനത് നാട്ടിൽ വന്നപ്പോൾ ബാബുവിന് സമ്മാനിച്ചു. നെല്ലായയിൽ (ഞങ്ങളുടെ ഗ്രാമം) വളരെ കൈവിരുതുള്ള കരുവാൻ ഗണപതി, അതിന് നാല് ഇരുമ്പ് കാലുകൾ വെച്ചുപിടിപ്പിച്ചു.

HMS Bary more എന്ന മെഡാലിയൺ (medallion) ഉള്ള ആ സ്പ്രിങ് കട്ടിലിലാണ് അവൻ എന്നും കിടന്നുറങ്ങിയിരുന്നത്, വിവാഹം കഴിക്കുന്നതുവരെ. അത് ഇപ്പോഴും ബാബുവിന്റെ പട്ടത്തുള്ള വീട്ടിലുണ്ട്. അവൻ പലപ്പോഴും അതിലാണ് വിശ്രമിക്കാറ്.

Hoechst എന്ന ഒരു ജർമൻ ചരക്കു കപ്പൽ, കുറെ ജർമൻ സ്റ്റീലും കുറെ ബാരൽ എണ്ണയുമായി പോയിരുന്ന കപ്പൽ, ദ്വീപിൽ കരയ്ക്കു കയറി പൊളിഞ്ഞു. ആൾനാശമുണ്ടായില്ല. എങ്കിലും കോടിക്കണക്കിന് ദ്രവ്യനാശം സൃഷ്ടിച്ച ആ ശ്രദ്ധക്കുറവിന് അന്വേഷണമുണ്ടാവും, നിശ്ചയം. കപ്പിത്താൻ ഒരു കൃത്രിമം ചെയ്തു; എണ്ണക്ക് തീ കൊടുത്തു.

ആളിക്കത്തുന്ന തീ കാരണമാണ് ദ്വീപിലടുപ്പിച്ചത് എന്ന് വരുത്തിത്തീർക്കാൻ.

അത് ഒരാഴ്ചയിലധികം കത്തി. ഓരോ ബാരൽ പൊട്ടുമ്പോഴും കതിന പൊട്ടുന്ന മാതിരി ശബ്ദം കേട്ടിരുന്നുപോൽ.

അന്വേഷണം കഴിയുന്നതുവരെ കപ്പിത്താനും നാവികർക്കും അവിടെ തങ്ങേണ്ടിവന്നു.

എണ്ണ കത്തിയ ചൂടുകൊണ്ട് ജർമൻ സിൽവർ ഉരുകി കടലോരത്ത് ഒരു പാറപോലെ അന്നും (1952), ഞാൻ അവിടെ പ്രവൃത്തി എടുക്കുമ്പോഴും അവിടെ കിടപ്പുണ്ടായിരുന്നു. മാസങ്ങൾ അവിടെ കുടുങ്ങിയ ജർമൻകാർ, ആറ് കുഞ്ഞുങ്ങളെ സമ്മാനിച്ചു. മാലി ഭാഷമാത്രം സംസാരിക്കുന്ന ആ 'സായിപ്പ് ചെറുപ്പക്കാരെ' സമൂഹം സാമോദം ആവാഹിച്ചെടുത്തു.

അഞ്ചുവർഷം മുമ്പ് ബോംബെയിൽ പോയ ഒരു ഇംഗ്ലീഷ് കപ്പലിൽ, നാവികനായി കേറിയ ഒരു തക്രുഫാൻ തിരിച്ചുവന്നു. വളരെ വിലപിടിച്ച സിൽക്കും വെൽവെറ്റും പെർഫ്യൂംസും ഒക്കെ കൊണ്ടുവന്നു സഹധർമിണിക്കു സമ്മാനിച്ചു; സന്തോഷം അടിപൊളിയായി കൊണ്ടാടി. ഒരു വിരുന്നുസൽക്കാരത്തിന് ആശുപത്രി ജീവനക്കാരും ക്ഷണിതാക്കളായിരുന്നു. ഒരുവിധം ഇംഗ്ലീഷ് വശമാക്കിയിരുന്ന ഇബ്രാഹിമിന് ഞങ്ങളോട് സംവദിക്കുവാൻ പ്രയാസമുണ്ടായിരുന്നില്ല. അധികസമയവും രണ്ട് വയസ്സുതോന്നിക്കുന്ന ഒരു കൊച്ചുമുണ്ടായിരുന്നു അയാളുടെ മടിയിൽ. പലതും പറയുന്നതിനിടയിൽ ആ കൊച്ചിനെ താലോലിച്ചുകൊണ്ട് ഞാൻ ചോദിച്ചു, എത്ര നാളായി പുറംരാജ്യത്ത് പോയിട്ട്?

"അടുത്ത പെരുന്നാളിന് ആറു വർഷമാവും!"

"അപ്പോൾ ഈ കുഞ്ഞോ?"

"എന്റെ പൊന്നോമന മകൾ, ആമിന. അവൾ അണിഞ്ഞിരിക്കുന്ന ഡ്രസ് ഫ്രാൻസിൽനിന്ന് വാങ്ങിയതാ."

"അപ്പോൾ നിങ്ങൾ ഭാര്യയെയും കൂടെ കൊണ്ടുപോയിരുന്നോ?"

"ഇല്ല, ഇല്ല. ഞങ്ങളുടെ പെണ്ണുങ്ങൾക്ക് ദ്വീപ് വിട്ടുപോയ്ക്കൂട. റംല ദ്വീപിൽ തന്നെ ഉണ്ടായിരുന്നു".

സ്ത്രീപുരുഷ ബന്ധങ്ങളെപ്പറ്റി അത്ര അയവേറിയ, ഒരു സമീപനമായിരുന്നു അവർക്ക്.

ഒരു ഇരുപതുവയസ്സുകാരി അവിവാഹിത ഗർഭം ധരിച്ചു. അവളെ അമീന്റെ കോടതിയിൽ എത്തിച്ചു. വളരെ ഏറെ ചോദ്യം ചെയ്തപ്പോൾ ലജ്ജാവതിയായി മൊഴിഞ്ഞു.

"അത് മൂന്നുമാസം മുമ്പ് റംസാന്, കുറെ അധികം നിലക്കടല തിന്നു. വയറ്റിളക്കം പിടിച്ചു. അങ്ങനെ പറ്റിയതാ.

കോടതി വൈദ്യനിപുണനായ ഹാക്കിമിനെ വിളിപ്പിച്ചു ചോദിച്ചു.

"റംസാന് നിലക്കടല തിന്നാൽ കന്യകമാർ ഗർഭിണികളാകുമോ?"

ഹക്കിം വളരെ ആലോചിച്ച് പറഞ്ഞു, “റംസാൻ ദിവസം ഉണ്ടാവില്ല. പക്ഷേ അതിന് മുമ്പുള്ള പിറ കണ്ട ദിവസം നിലക്കടല തിന്നാൽ ദുർലഭം അങ്ങനെ സംഭവിക്കാം, അനുഭവമുണ്ട്.”

കന്യകയായ മാതാവിനെ ഒരു കുറവും കൂടാതെ സമൂഹം ഏറ്റു വാങ്ങി.

നൂറുശതമാനം മുസ്ലിം മതവിശ്വാസികളായിരുന്നു മിനിക്കോയിദ്വീപുകാർ. സ്ത്രീകൾക്ക് ഒരുവിധ പർദയും ഉണ്ടായിരുന്നില്ല. പലപ്പോഴും പെട്രോമാക്സ് വെളിച്ചത്തിൽ അവർ ആടിപ്പാടുമായിരുന്നു. ഒരു വിലക്കും ഉണ്ടായിരുന്നില്ല.

* * * * *

27

മിനിക്കോയിയിൽ ഒരു ശസ്ത്രക്രിയ

ഓലമേഞ്ഞ, രണ്ടു വലിയ മുറി മാത്രമുള്ള ആശുപത്രിയിൽ ഞങ്ങൾ അഞ്ചുപേരായിരുന്നു ജീവനക്കാർ.

1. ഡോക്ടർ–ഈ ലേഖകൻ, 2. കമ്പോണ്ടർ– അച്യുതൻനായർ, 3. വാർഡ് ബോയ്– ശങ്കരമേനോൻ 4. മിഡ്വൈഫ് –ത്രേസ്യാമ്മ. 5. ഒരു റാവറി– അവിടത്തുകാരൻ തൂപ്പുകാരൻ.

ഉപകരണങ്ങൾ: 1. മൂന്നു കത്തി – പരു കീറുവാനും മറ്റും (സാധാരണ ഓപ്പറേഷൻ കത്തി മാറ്റിവെക്കാവുന്ന വിവിധ തരത്തിലുള്ള ബ്ലേഡുകളോടു കൂടിയവയാണ്, Bard Parker കത്തി. അത് മിനിക്കോയ് ആശുപത്രിയിലുണ്ടായിരുന്നില്ല).

2. മൂന്ന് Haemostats,- മുറിഞ്ഞ രക്തക്കുഴലുകളിൽ നിന്ന് രക്തസ്രാവം നിർത്തുവാനുള്ള forceps.

വേറെ ഉപകരണങ്ങളൊന്നും തന്നെയുണ്ടായിരുന്നില്ല. ഈതർ ഒഴിച്ച് ബോധംകെടുത്തുവാനുള്ള Schimmel Bush മാസ്ക്കും, ഇഞ്ചക്ഷനുള്ള സിറിഞ്ചുകളും സൂചികളും ഉണ്ടായിരുന്നു. പിന്നെ കുറെ പഞ്ഞിയും വെച്ചുകെട്ടുവാനുള്ള തുണിത്തരങ്ങളും. അണുനാശിനിയായി രണ്ടു കുപ്പി അയഡിൻ (Tinctur Iodine).

കുടലിറക്കം (ആന്ത്രവായു എന്നാണ് വൈദ്യന്മാർ അതിന് നാമകരണം ചെയ്തിട്ടുള്ളത്) ഉള്ള രോഗികളോട് കോഴിക്കോട്ടുപോയി ഓപ്പറേഷൻ ചെയ്യിക്കുവാനാണ് ഉപദേശിക്കുക. ഏത് സമയത്തു വേണമെങ്കിലും അത് ഉദരത്തിലേക്ക് തിരിച്ചുപോകാതെ കുടുങ്ങി എന്നുവരാം. അപ്പോൾ വലിയ വേദന അനുഭവപ്പെടും. മാത്രമല്ല, ഏതാനും മണിക്കൂറുകളിൽ ഓപ്പറേഷൻ നടത്തിയില്ലെങ്കിൽ മരണം സംഭവിക്കാം. ആ അവസ്ഥക്ക് strangulation എന്നാണ് പറയുക.

അങ്ങനെ കുടുങ്ങിപ്പോയ ഒരു (strangulated hernia) രോഗിയെ ഒരു ദിവസം രണ്ടുപേർ എടുത്തുകൊണ്ടുവന്നു. വേദന കാരണം പുളയുന്നു.

എന്ത് ചെയ്യും!

ഓഡിയിൽ കോഴിക്കോട്ടെത്തിക്കുവാൻ, ഏറ്റവും ചുരുങ്ങിയത് മൂന്നുദിവസം വേണം!

ഇംഗ്ലീഷിൽ ഒരു ചൊല്ലുണ്ട്:

When life, sweet life, is on the opposit shore, a leap is worth taking, however wide and deep the chasm. (ജീവിതം, മധുരജീവിതം, മറുകരയിലാണെങ്കിൽ, അത് ചാടിപ്പിടിക്കുവാൻ ശ്രമിക്കുക തന്നെവേണം).

ഞങ്ങളെല്ലാവരും കൂടിയാലോചിച്ചു. ലഭ്യമായ സാഹചര്യങ്ങളിൽ ശസ്ത്രക്രിയക്ക് അവിടെ സാധ്യത കുറവാണ്. പക്ഷേ ഒന്നും ചെയ്തില്ലെങ്കിൽ രോഗിയുടെ മരണം നൂറുശതമാനം സുനിശ്ചിതം.

ഓലമേഞ്ഞ മേൽക്കൂരക്ക് താഴെ വൃത്തിയുള്ള വിരിപ്പുകൾ വലിച്ചുകെട്ടി.

കത്തികൾ മൂർച്ച വെപ്പിച്ചു, ഒബ്സെർവേറ്ററിയിലെ ചില ഉപകരണങ്ങൾകൊണ്ട്. തുണിത്തരങ്ങളും പഞ്ഞിയും വലിയ ചെമ്പിലിട്ട് പുഴുങ്ങി. ആയുധങ്ങൾ ലൈസോളിൽ ഇട്ട് സൂക്ഷിച്ചു.

ഒബ്സെർവേറ്ററിയിലെ വൈദ്യുതി ജനറേറ്ററിന്റെ നടത്തിപ്പുകാരൻ, കൗശലക്കാരൻ, ആലികുഞ്ഞായിരുന്നു സൂത്രധാരൻ.

ഓപ്പറേഷൻ ചെയ്യേണ്ട ഭാഗം ക്ഷൗരം ചെയ്ത്, ബ്രഷും സോപ്പും ഉപയോഗിച്ച് മൂന്നു തവണ കഴുകി വൃത്തിയാക്കി. എല്ലാം ശങ്കരമേനോന്റെ കാർമികത്വത്തിൽ.

നെഞ്ച് പടപടാ അടിച്ചുകൊണ്ട് ഓപ്പറേഷൻ നടന്നു.. ലോക്കൽ അനസ്തീഷ്യ കുത്തിവെച്ച്, ഗ്ലൗസില്ലാതെ, നഗ്നഹസ്തങ്ങൾകൊണ്ട്.

ഒരു മണിക്കൂർ നീണ്ടുനിന്ന അഗ്നിപരീക്ഷ.

മയക്കുമരുന്നു കുത്തിവെച്ചിരുന്നതിനാൽ, രോഗി സുഖസുഷുപ്തിയിൽ.

ഞാൻ ആകാംക്ഷ കാരണം വിയർത്തുകുളിച്ച് ക്ഷീണിതൻ. ശങ്കരമേനോൻ ഒരു കസേരയിൽ എന്നെ പിടിച്ചിരുത്തി. ഇല്ലെങ്കിൽ ഞാൻ വീഴുമായിരുന്നു.

ആശുപത്രിയിലെ രണ്ട് മുറിയിൽ, ഒന്നിൽ ഒരു കട്ടിലും കിടക്കയും തലയിണയും ബെഡ്ഷീറ്റും എല്ലാം ശരിപ്പെടുത്തി, ഒരു പോസ്റ്റ് ഓപ്പറേഷൻ വാർഡ്'.

ഞങ്ങൾ ഊഴമിട്ട് പരിചരിക്കുവാൻ നിശ്ചയിച്ചു. എന്നെ അവർ ഒഴിവാക്കുവാൻ ശ്രമം നടത്തി. "സാർ ഓപ്പറേഷൻ കാരണം ക്ഷീണിതനാണ്. വേണ്ട നിർദേശങ്ങൾ തന്നാൽ മതി"

രോഗി പിറ്റേദിവസം എണീറ്റിരുന്നു കഞ്ഞി കുടിച്ചു. ഒരാഴ്ച കഴിഞ്ഞപ്പോൾ തയ്യലെടുത്ത് വീട്ടിൽപോയി.

രണ്ടാഴ്ച കഴിഞ്ഞ്, രണ്ടാംജന്മം ആഘോഷിക്കുവാൻ ഒരു വിരുന്നൂട്ട് നടത്തി. ഞങ്ങളെയും ക്ഷണിച്ചു. പുറംരാജ്യങ്ങളിൽനിന്ന് കൊണ്ടുവന്ന, വിലകൂടിയ വാസനതൈലം ഞങ്ങളുടെ മേൽ തഴുകി. രണ്ടു മാസം കഴിഞ്ഞ് എം വി റജുല എന്ന കപ്പലിൽ നാവികനായിപ്പോയി.

'ആളൊരു ശുദ്ധനാണ്' എന്നൊരു പ്രയോഗം മലയാളഭാഷയിലുണ്ടായിരുന്നു. ഒരു നിഗൂഢ വിചാരവുമില്ലാത്ത, അത്തരം നിഗൂഢത മറ്റുള്ളവരിൽ കാണുവാൻ കെൽപ്പില്ലാത്ത എന്ന അർഥത്തിലാണ് ആ പ്രയോഗം. ബഹുഭൂരിപക്ഷം മിനിക്കോയ്ക്കാരും ഇത്തരക്കാരാണ്.

അന്നൊക്കെ നാലണ വെള്ളിത്തുട്ടുകളുണ്ടായിരുന്നു. വേനൽ 'സുഭിക്ഷ' കാലമാണ്. കപ്പലോട്ടത്തിന് പോയവർ പലരും പലതരം അത്ഭുതവസ്തുക്കളുമായി വന്നിരിക്കും. അത്തറും പല സുഗന്ധ തൈലങ്ങളും കൊണ്ട് കുട്ടികളെ ആറാടിക്കും. നാലണ വെള്ളിത്തുട്ടുകളിൽ ഒരു കൊളുത്ത് വിളക്കിച്ചേർത്ത്, മാലയാക്കി അണിയിക്കും. വർഷകാലം പഞ്ഞമാസങ്ങളാണ്. പലരും ഒരുനേരത്തെ ആഹാരത്തിന് വഴികാണാതെയാകും. അപ്പോൾ എട്ടും പത്തും നാലണത്തുട്ടുകൾ കൊണ്ടുണ്ടാക്കിയ മാല രണ്ടണക്കും മറ്റും വിൽക്കും. വിലപിടിച്ച Evening in Paris മുതലായ വാസനദ്രവ്യങ്ങൾ വെറും എട്ടണയ്ക്കും. കണ്ണൂരിൽനിന്ന് വന്ന കച്ചവടക്കാർ കണ്ണിൽ ചോരയില്ലാതെ ഈ പാവങ്ങളെ ചൂഷണം ചെയ്യും. നാലണത്തുട്ടിൽ വിളക്കിച്ചേർത്ത കൊളുത്ത് മാറ്റിയാൽ അവയോരോന്നും നാലണ, കാൽ രൂപ തന്നെയാണ് എന്ന പിടിപാടില്ലായിരുന്നു ആ പാവങ്ങൾക്ക്.

ദ്വീപിന്റെ തെക്കെ അറ്റത്ത് ഒരു ചെറിയ കോളണിയുണ്ട്, കുഷ്ഠരോഗികൾക്ക്. എല്ലാ ബുധനാഴ്ചയും മൂന്നരമൈൽ നടന്ന് അവിടെ

പി കെ ആർ വാര്യർ

ചെല്ലണം. വാർഡ് ബോയ് ശങ്കരമേനോനും കൂടെവരും. അന്നൊക്കെ ഈ സുഖക്കേടിന് നീരട്ടി എണ്ണ (chalamugra oil) കുത്തിവെക്കുക, വ്രണങ്ങളിൽ ഈ എണ്ണ തന്നെ പുരട്ടി കെട്ടിവെക്കുക, പഴുപ്പുണ്ടെങ്കിൽ അത് കീറി കെട്ടുക, മുതലായവയാണ് ശ്രമകരമായ ചികിത്സാമുറകൾ.

അവിടെ (തെക്കെ അറ്റത്ത്) കിണറ്റിൽ ഉപ്പുവെള്ളം മാത്രമേ കിട്ടുകയുള്ളൂ. കുടിവെള്ളത്തിന് മഴവെള്ളം സംഭരിക്കുകയാണ് പോംവഴി. ഇതിനായി ഒരു വലിയ കോൺക്രീറ്റ് തടാകം സൃഷ്ടിച്ചിരിക്കുന്നു. അതിൽ ആവുന്നത്ര വെള്ളം സംഭരിക്കുവാൻ, രണ്ട് സാമാന്യംവലിയ കോറിഗേറ്റ് ജി ഐ ഷീറ്റ് ഉണ്ട്.

വേനലിന്റെ അവസാനമാവുമ്പോഴേക്ക് അല്പം പുഴുശല്യമുണ്ടാവും. അവയെ അവർ ചെറുതായി വറുത്തുതിന്നും, നല്ല സ്വാദോടെ.

വടക്കെ അറ്റത്തുള്ള ദീപസ്തംഭക്കാർക്കും ഇത്തരത്തിലുള്ള സംവിധാനമുണ്ട്. കുടിവെള്ളത്തിന് മറ്റെന്ത് ചെയ്യും.

ചന്ദ്രക്കലരൂപത്തിലുള്ള ദ്വീപിന്റെ മധ്യഭാഗത്ത് ചില കിണറുകളിൽ ശുദ്ധജലം കിട്ടും. ജനങ്ങൾ തിങ്ങിപ്പാർത്തിരുന്ന ഇടമായിരുന്നെങ്കിലും കുടിവെള്ളക്ഷാമം ഇവിടെ അനുഭവപ്പെട്ടിരുന്നില്ല.

മൗഢ്യത്തിന്റെ മകുടോദാഹരണം

ഒരു ദിവസം ആമീനും (ദ്വീപിലെ ഭരണാധികാരി) ഗുമസ്തനും ആശുപത്രിയിൽവന്നു. കൂടെ എന്റെ സുഹൃത്ത് ഇബ്രാഹിം മണിക്ഫാനും ദ്വിഭാഷിയായി ഉണ്ടായിരുന്നു.

"ഞങ്ങൾക്ക് കുറച്ച് അയഡിനും പഞ്ഞിയും വേണം."

"എന്താ കാര്യം?"

"നാളെ ഭണ്ഡാരം പ്രദേശത്ത് എലിവേട്ടയാണ്."

വേട്ടക്കിടയിൽ വല്ല മുറിവോ മറ്റോ ഉണ്ടായാൽ പുരട്ടുവാനാണ് എന്ന് ഞാൻ കരുതി.

"അയഡിനേക്കാട്ടിലും ബെൻസോയിൻ (Benzoin) ആയിരിക്കും നല്ലത്. അത് വെച്ചാൽ, പഞ്ഞി ഒട്ടിനിന്നുകൊള്ളും."

"ഓ, എന്നാൽ അങ്ങനെത്തന്നെ ആയിക്കോട്ടെ."

വിശദീകരണം. ഭണ്ഡാരം ദേശം എന്ന് പറയുന്നത് സർക്കാർ (മദിരാശി സർക്കാർ) വക സ്ഥലമാണ്. അവിടെ തെങ്ങുകൾ തഴച്ചുവളരുന്നു. കടലിന്റെ നടുവിലായതുകൊണ്ട് പ്രത്യേക ശുശ്രൂഷയൊന്നും വേണ്ട. സുഭിക്ഷമായി കായ്ക്കും. അവയ്ക്കിടയിൽ പാഴ്മരങ്ങളും ചെടികളുമായി ഒരു നിബിഡമായ കുറ്റിക്കാടാണ്. കാരണം, സർക്കാർ വക സ്ഥലമല്ലെ. ആരും ശ്രദ്ധിക്കാറില്ല. അതിൽ വളരെ ഏറെ എലികളും പെരുച്ചാഴികളും പുറമെനിന്ന് ആരുടെയും ശല്യം കൂടാതെ പെറ്റുപെരുകി. ദ്വീപിൽ പാമ്പ്, കുറുക്കൻ മുതലായവ ഇല്ല. കാക്കയും പരുന്തുമില്ല. അവക്ക് മുന്നൂറ് മൈൽ പറക്കുവാനുള്ള കെൽപ്പില്ലല്ലോ.

ഈ എലികൾ തെങ്ങുകയറി ഇളനീരും, വിളഞ്ഞ തേങ്ങപോലും തുരന്ന് ഭക്ഷിച്ചു. നിബിഡമായ തെങ്ങിൻകാട്ടിൽ നിന്ന് ഒരു തേങ്ങപോലും മനുഷ്യാവശ്യങ്ങൾക്ക് കിട്ടുകയില്ല.

നാലുവർഷം കൂടുമ്പോൾ കോഴിക്കോട്ടെ കലക്ടറുടെ ഇൻസ്പെക്ഷൻ ഉണ്ട്. അങ്ങനെ ഒരവസരത്തിൽ എൽവിസ് സായിപ്പ് ദ്വീപുകാരെ വിളിച്ചുചേർത്ത് പറഞ്ഞു, "കുറ്റിക്കാട് വെട്ടിവൃത്തിയാക്കണം. എലികളെ നിർമാർജനം ചെയ്യണം. എത്ര വലിയ സമ്പത്താണ് അവ നശിപ്പിച്ചു കൊണ്ടിരിക്കുന്നത്."

വലിയ മുറുമുറുപ്പ്. അവസാനം സായിപ്പ് പറഞ്ഞു: "അടുത്ത ഇൻസ്പെക്ഷന് കൊന്ന എലികളുടെ വാൽ സൂക്ഷിച്ചുവെച്ച് വരുമ്പോ കാണിക്കണം. ഓരോന്നിനും എട്ടണവീതം തരാം."

അതാണ് എലിവേട്ടയുടെ ഉറവിടം.

മുൻകൂട്ടി നിശ്ചയിച്ചിരുന്ന ഒരു ദിവസം ദ്വീപുകാർ എല്ലാം ഭണ്ഡാരത്തിൽ തിരച്ചിലിൽ പങ്കുചേരുന്നു. പിടിക്കുന്ന എലികളെ ഖതീബിന്റെ അടുത്തുകൊണ്ടുവരുന്നു. ആ മാന്യൻ 'ബിസ്മി' ചൊല്ലി അതിന്റെ വാൽ മുറിക്കുന്നു. മുറിവിൽ ബെൻസോയിൽ വെച്ചൊട്ടിച്ചുവിടുന്നു. ഒന്നിനുപോലും ജീവഹാനി സംഭവിക്കുന്നില്ല.

"അള്ളാഹു കനിഞ്ഞ് വളർത്തുന്ന കുറ്റിക്കാട്ടിലെ നിവാസികളാണ് അവ."

വാലുകൾ ഫോർമലിനിൽ സൂക്ഷിച്ച് അടുത്ത ഇൻസ്പെക്ഷന് കണക്ക് കൊടുക്കുന്നു. ഹക്കിമിന്റെ കൈവശമാണ് സൂക്ഷിപ്പ്. കാരണം ഈ ആവശ്യത്തിനായി ഓഡിയിൽ പ്രത്യേകം കൊണ്ടുവരുന്ന ഫോർമലിൻ ഹക്കീമിന്റെ സൂക്ഷിപ്പിലാണ്.

നിരുപദ്രവികളായ, നിഷ്കളങ്ക മനസ്സുള്ള, പച്ച മനുഷ്യസമൂഹത്തിനെ വിട്ടുപോരുമ്പോൾ ഞാൻ വിഷമിച്ചു. എന്നാൽ, ദേവകിയുടെയും കുട്ടികളുടെയും അടുക്കലെത്തുവാനുള്ള ത്വരക്ക് പതിന്മടങ്ങ് മുൻതൂക്കം ലഭിച്ചു.

യാത്രയയപ്പിന് ആബാലവൃദ്ധം ഒരു വലിയ ജനക്കൂട്ടം ഉണ്ടായിരുന്നു. കൂട്ടത്തിൽ ഹാജിക്കാക്ക, നിർലജ്ജം കണ്ണീർ പൊഴിച്ചുകൊണ്ട് ഒന്നും ഉരിയാടാതെ നിന്നു. നിഷ്കളങ്ക സ്നേഹത്തിന്റെ പ്രതീകമെന്നോണം.

28

ആതുര ശുശ്രൂഷാരംഗം അന്നും ഇന്നും

1956 നവംബർ ഒന്നാം തീയതി ഞാൻ ഫോർട് കൊച്ചി സർക്കാർ ആശുപത്രിയിൽ ആർ എം ഒ (റസിഡന്റ് മെഡിക്കൽ ഓഫീസർ) ആയിരുന്നു.

സ്വാതന്ത്ര്യത്തിനുമുമ്പ്, ബ്രിട്ടീഷ് കൊച്ചിൻ എന്നായിരുന്നു അതിന്റെ പേർ. രണ്ടു ചതുരശ്ര മൈൽ മാത്രം വിസ്തീർണമുള്ള ആ കൊച്ചു ' നഗരം' ചുറ്റുമുള്ള 'കൊച്ചി' എന്ന 'നാട്ടുരാജ്യ'ത്തെക്കാൾ എല്ലാവിധത്തിലും വളരെയേറെ വികാസം പ്രാപിച്ചതായിരുന്നു. തന്മൂലം ഫോർട് കൊച്ചി ആശുപത്രിക്ക് അതിന്റേതായിട്ടുള്ള മേന്മയുമുണ്ടായിരുന്നു.

കേണൽ കെല്ലി, കേണൽ പൺഡാല മുതലായ പ്രഗല്ഭന്മാരായ ശസ്ത്രക്രിയാവിദഗ്ദ്ധന്മാർ അവിടെ സേവനമനുഷ്ഠിച്ചിട്ടുണ്ട്. കൂട്ടത്തിൽ, അൽപം അഭിമാനത്തോടെ പറയട്ടെ, എന്റെ അച്ഛനും.

മൂന്നുമൈൽ അകലെയുള്ള പള്ളുരുത്തി മഹാരാജാസ് ഹോസ്പിറ്റലിൽ ശസ്ത്രക്രിയാവിദഗ്ദ്ധനായിരുന്ന ഡോക്ടർ ആർ ഡി പൈ എന്റെ ഒരു പഴയ സുഹൃത്ത്, ഒരു ആളെ അയച്ചു, ഒരു എഴുത്തുമായി, ''ഒരുജോഡി ഗ്ലൗസ് കടം തരാമൊ?''

ഒന്നല്ല, രണ്ടു ജോഡി കൊടുത്തയച്ചു. കാരണം സൈസ് വ്യക്തമായിരുന്നില്ല.

പിന്നീട് ഒരു ടീ പാർടിയിൽവെച്ച് ഞാൻ ചോദിച്ചു: 'ഇതെന്താ, ഒരു ജോഡി ഗ്ലൗസിനുവേണ്ടി ആളെ അയച്ചത്. നിങ്ങളുടെ അവിടെ സ്റ്റോക്കില്ലായിരുന്നെന്നോ?''

''ഞങ്ങളുടെ ആശുപത്രികളിൽ ഗ്ലൗസ് സപ്ലൈ ഇല്ല! നഗ്നഹസ്തരായാണ് എല്ലാ ഓപ്പറേഷനും ചെയ്യുക! അന്ന് ഒരു രോഗിയുടെ മലദ്വാരം പരിശോധിക്കുവാൻ വേണ്ടിയാണ് അത് ചോദിച്ചത്!''

സ്വാതന്ത്ര്യത്തിനുമുമ്പ് പാരമ്പര്യമായി ഇന്ത്യൻ രാജകുടുംബങ്ങൾ ഭരിച്ചിരുന്ന 'നേറ്റീവ് സ്റ്റേറ്റ്സ്' (പിന്നീട് പാർട് 'ബി' സ്റ്റേറ്റ്സ്) പല മേഖലകളിലും അവികസിതമായിരുന്നു.

മദിരാശി സംസ്ഥാനത്തിന്റെ ഒരു ഭാഗമായിരുന്ന 'മലബാർ' ഡിസ്ട്രിക്ടിന്റെ അധികാരപരിധിയിലായിരുന്നു ഞങ്ങൾ. കോഴിക്കോട്ടായിരുന്നു ഭരണപരമായ ഞങ്ങളുടെ തലസ്ഥാന നഗരം. മദിരാശി സംസ്ഥാനത്തെ ചിട്ടവട്ടങ്ങൾ ഞങ്ങൾക്കും ബാധകമായിരുന്നു.

ഏറ്റവും ചെറിയ ഹെൽത് സെന്റർ മുതൽ ആശുപത്രിവരെയുള്ള നിബന്ധനകളിലൊന്നായിരുന്നു, അത്യാവശ്യം വേണ്ട ഔഷധങ്ങളും സിറിഞ്ച് മുതലായ ഉപകരണങ്ങളും ഏതുസമയത്തും സജ്ജമായിരിക്കണം എന്നത്. കുറവുവരുമ്പോൾ, മദിരാശി കേന്ദ്രീകൃത ഡെപ്പോയിലേക്ക് ഇൻഡന്റ് അയക്കണം. 72 മണിക്കൂറിനുള്ളിൽ അത് എത്തും. ആശുപത്രിയിൽ ഇവയിൽ പോരായ്മ കണ്ടാൽ, ചാർജ് ഉള്ള ഡോക്ടറുടെ പേരിൽ നടപടി എടുക്കും.

ആതുര ശുശ്രൂഷാരംഗത്ത് ഒരിക്കലും ഒരു പോരായ്മയും ഉണ്ടായിക്കൂടാ എന്നതായിരുന്നു തത്വം.

കേരളപ്പിറവിക്കുശേഷം ഇത്തരത്തിലുള്ള ഒരു 'റുട്ടീൻ ഇൻഡൻഡ്', തിരുവനന്തപുരത്തേക്ക് അയച്ചു. ആവശ്യപ്പെട്ട 'അത്യാവശ്യം' മരുന്നുകൾ കിട്ടിയില്ല. മൂന്നു റിമൈൻഡറുകൾക്കുശേഷം ഒറ്റ വാചകത്തിൽ ഒരു മറുപടി, ''എറണാകുളത്തുള്ള സബ് ഡെപ്പോയെ സമീപിക്കുക''.

അതനുസരിച്ച് കായലിന് അക്കരെയുള്ള 'സബ് ഡെപ്പോ'യിൽനിന്ന് ഇൻഡന്റ് അയച്ചതിന് മറുപടി പ്രതീക്ഷിച്ച് ഞാൻ ഇരുന്നു. റിമൈൻഡറും അയച്ചു. പിന്നെ അവിടെ പോയി. അവിടുത്തെ മേലധികാരി കനിഞ്ഞു. '' നിങ്ങളുടെ ലിസ്റ്റിലുള്ള പലതും ഇവിടെ ഇല്ല''. പിന്നെ കൂട്ടിച്ചേർത്തു, '' സൽഫാഗുവാനഡി''നു പകരം''ലെഡർകിൻ'' തരാം. അത് മുന്തിയ മരുന്നല്ലെ, ലെഡർലി കമ്പനിയുടെ ഉൽപ്പന്നമാണ്''.

നൂറ് സൽഫാഗവാനഡിന് അന്ന് അഞ്ചുരൂപയായിരുന്നു. ഒരു ലെഡർകിൻ ഗുളികയ്ക്ക് അഞ്ചുരൂപയും!

''ഈ കണക്കിന് ഞങ്ങളുടെ ബഡ്ജറ്റ് എലോട്ട്മെന്റ് ഒരുമാസം കൊണ്ട് തീരുമല്ലോ''!

''അതൊക്കെ ഡോക്ടർ ഡി എം ഒ നോട് പറയൂ''. നവംബർ ഒന്നാം തീയതിക്ക് മുമ്പ് ഞങ്ങളുടെ മേലധികാരി, ഡി എം ഒ, കോഴിക്കോട്ടായിരുന്നു. ഇപ്പോൾ എറണാകുളത്താണ്.

ഞാൻ അവിടെ പോയി. അദ്ദേഹം വന്നിട്ടില്ല.

''എപ്പോൾ വരും?''

''അതൊന്നും പറയാൻ വയ്യ''.

രണ്ടുമണിക്കൂർ കാത്തിരുന്നു. അദ്ദേഹം വന്നു, എനിക്ക് സുപരിചിതൻ.

ഞാൻ എന്റെ വിഷമങ്ങൾ ബോധിപ്പിച്ചു.

''പോരായ്മ വരുമ്പോൾ, ലോക്കൽ പർച്ചസിൽ വാങ്ങാമല്ലോ''. പിന്നെ അൽപം താണസ്വരത്തിൽ, ''ചുറ്റുമുള്ള കെമിസ്റ്റ് ഷോപ്പുകൾ അവരുടെ കൃതജ്ഞത പലതരത്തിലും കാണിക്കും.''

''പക്ഷേ, ലോക്കൽ പർചേസ് നാലിരട്ടി ചെലവല്ലെ! ഒരുവർഷത്തെ ബഡ്ജറ്റ് അലോട്ട്മെന്റ് മൂന്നുമാസംകൊണ്ട് തീരില്ലെ?''

''പേഷ്യന്റിനെക്കൊണ്ട് വാങ്ങിപ്പിക്കണം.''

''അതിന് നാലുമണിക്ക് അയാളുടെ ആരെങ്കിലും വന്നിട്ടു വേണ്ടിവരില്ലെ?''

''അയാൾക്ക് കൂട്ടിരുപ്പുകാർ ഉണ്ടാവില്ലെ?''

''ഞങ്ങൾ വിസിറ്റേഴ്സ് ടൈമിലേ അനുവദിക്കാറുള്ളൂ''.

''സായിപ്പിന്റെ എത്തിക്സ് ഒക്കെ നമുക്കും വേണോ? ഞങ്ങൾ അതൊക്കെ പണ്ടേ വേണ്ടാ എന്നുവെച്ചു''.

ഞാൻ ഒരു നെടുവീർപ്പോടെ വിട പറഞ്ഞു.

ഐക്യകേരളത്തിനുവേണ്ടി മുറവിളി കൂട്ടിയപ്പോൾ, നിരന്തരം ഒരു തരം താഴ്ത്തലാണോ നാം ആശിച്ചത്! മറ്റു മേഖലകളിലും ഇത്തരത്തിലുള്ള ശോചനീയാവസ്ഥയാണോ അനുഭവം!! ആണ്, എന്ന് പിന്നീടുള്ള പല അനുഭവങ്ങളും സ്ഥിരീകരിച്ചു.

29

വൈദ്യശാസ്ത്രത്തിനും ആഭിജാത്യമോ!

‘ജാതി ചോദിക്കുന്നില്ല ഞാൻ സോദരീ
ചോദിക്കുന്നു നീർ നാവുവരണ്ടഹോ’
–കുമാരനാശാൻ

എന്റെ ചേച്ചി വിവാഹത്തിനുശേഷം, തൃപ്പൂണിത്തുറയാണ് താമസിച്ചുപോന്നത്. അവരുടെ അകന്ന ബന്ധത്തിലുള്ള ഒരു യാഥാസ്ഥിതിക കുടുംബത്തിൽ ഒരു ആൺകുഞ്ഞ് പിറന്നു. മരുമക്കത്തായത്തിൽ ആഴത്തിൽ അധിഷ്ഠിതമായിരുന്ന, തറവാട് പാരമ്പര്യത്തിൽ അതിയായി അഭിമാനം കൊണ്ടിരുന്ന അമ്മയ്ക്കും അമ്മാമൻമാർക്കും ആൺകുഞ്ഞുങ്ങളോടായിരുന്നില്ല താൽപ്പര്യം. വംശം നിലനിർത്തുവാൻ പെൺപ്രജകളാണ് ആവശ്യം.

അനിശ്ചതന്ത്യൻ ജനകസ്യ ഭാവാന്,
വിനിശ്ചിത മാതുലദാന രീതി’.

(എൻ എൻ പിള്ളയുടെ ഒരു നാടകത്തിലെ ഒരു രംഗം. തറവാട്ടിലെ തലമുതിർന്ന സ്ത്രീ, തന്റെ ജാമാതാവിനോട് പറയുന്ന ഡയലോഗ്)

“അമ്മ ആറുപ്രസവിച്ചു. ആറും ആണുങ്ങൾ, വലിയമ്മാമൻ മനം നൊന്ത് ഏറ്റുമാനൂർ അമ്പലത്തിൽ പതിനാലുദിവസം ഭജനം അനുഷ്ഠിച്ചു. ഒരു വലിയ ഉരുളി വഴിപാടായി കമഴ്ത്തി. അങ്ങനെ ഉണ്ടായതാ, ഞാൻ. എനിക്ക് ഏഴു പെൺമക്കളാണ്.

“എന്താ പങ്ങുണ്ണിനായരേ, മേപ്പട്ട് നോക്കി ഇരിക്കുന്ന്?”

‘‘അല്ല, ഞാനാലോചിക്കായിരുന്നു ഏറ്റുമാനൂര് ആ ഉരുളി മലർത്തിവെച്ചാൽ, ഇപ്പോൾ ലക്ഷ്മിക്കുട്ടിയുടെ വയറ്റിലുള്ള കുട്ടി ആണായിത്തീരുമോ, എന്ന്. ഇതിനുമുമ്പിലത്തെ അഞ്ചും പെണ്ണാണ്).

മാമൂല് പ്രകാരം രണ്ട് മണിക്കൂർ കഴിഞ്ഞ് ആ കരുത്തുറ്റ കോമളക്കുട്ടന് മുലയൂട്ടി. അത് ആർത്തിയോടെ വലിച്ച് കുടിച്ചു. പക്ഷേ ഏതാനും നിമിഷങ്ങൾക്കകം, അതത്രയും ഛർദിച്ചു, അല്പം ശ്വാസ കോശത്തിലേയ്ക്കും കടന്നു. കുഞ്ഞ് ചുമച്ച് അവശനായി. നീലനിറമായി. അല്പം കഴിഞ്ഞ് മുലയൂട്ടിയപ്പോളും ഇതുതന്നെ സംഭവിച്ചു.

കുടുംബഡോക്ടർ, വൈദ്യനാഥ അയ്യർ പരിശോധിച്ചു പറഞ്ഞു.

''ഇത് അത്യപൂർവ്വമായി കാണുന്ന, ജനനാലെയുള്ള ഒരു വൈകല്യമാണ്''.

ആമാശയം ചെറുകുടലുമായി ചേരുന്നിടത്ത് ഒരു കവാടമുണ്ട്, പൈലോറസ് (Pylorus) എന്നാണ് പറയുക. മാംസപേശികൾ അതിനെ വലയം ചെയ്യുന്നു. സാധാരണയായി അത് അടഞ്ഞിരിക്കും. ആഹാരം കഴിച്ചശേഷവും അരമണിക്കൂർനേരം അത് അടഞ്ഞിരിക്കും. ഈ സമയം നിശ്ചലമായ ആമാശയത്തിൽ ദഹന പ്രക്രിയ നടക്കുന്നു. പിന്നീട് കുറേശ്ശെ കുറേശ്ശെയായി പൈലോറസ് തുറക്കുന്നു. അടയുന്നു. പിന്നെയും തുറക്കുന്നു. അല്പാല്പമായി ആമാശയത്തിലെ ദഹിച്ചു കൊണ്ടിരിക്കുന്ന ആഹാരം ചെറുകുടലിലേക്ക് സംക്രമിച്ചുകൊണ്ടേ യിരിക്കുന്നു. അത് പൂർണമാകാൻ രണ്ടുമണിക്കൂറോ അതിലധികമോ എടുക്കുന്നു.

"ഈ കുട്ടിയുടെ പൈലോറസ് തുറക്കുന്നില്ല. അതിനെ വലയം ചെയ്യുന്ന മാംസപേശി relax ചെയ്യുന്നില്ല. മുലയൂട്ടിയ പാൽ ആമാശ യത്തിൽ കെട്ടിക്കിടക്കുന്നു. തടസ്സം മറികടക്കുന്നതിനായി ആമാശയം കൂടുതൽ കൂടുതൽ ശക്തിയായി മർദിക്കുന്നു. വേറെ വഴിയില്ലാതെ അത് മേൽപ്പോട്ടു ശക്തിയായിത്തന്നെ ഛർദിക്കുന്നു. ഈ വെപ്രാളത്തിൽ അല്പമൊക്കെ ശ്വാസകോശത്തിലേക്ക് കവിയുന്നു. കുട്ടി ചുമയ്ക്കുന്നു. അടിയന്തര ശസ്ത്രക്രിയകൊണ്ട് മാത്രമേ കുട്ടിയുടെ ജീവൻ രക്ഷിക്കു വാൻ കഴിയുകയുള്ളു".

ഡോക്ടറും കുട്ടിയുടെ അമ്മൂമ്മയും ചേർന്ന് തറവാട്ടുകാരണവരെ മുഖംകാണിച്ച് കാര്യംപറഞ്ഞു.

"അതെ അതെ, ഇന്നലെ പ്രസവിച്ച കുട്ടിക്ക് ഇന്ന് ഓപ്പറേഷൻ! കേട്ടു കേൾവിയില്ലാത്ത അസംബന്ധം".

"അത് ചെയ്തില്ലെങ്കിൽ കുഞ്ഞ് രണ്ടു ദിവസത്തിൽ കഴിയും".

"കഴിഞ്ഞോട്ടെ. ആണല്ലെ. വംശനാശമൊന്നും വരില്ലല്ലൊ".

അല്പസമയത്തെ കേണപേക്ഷിക്കലിനും ഡോക്ടറുടെ വിശദീക രണങ്ങൾക്കുംശേഷം അമ്മാമൻ കനിഞ്ഞു.

"ന്നാപ്പൊ എവടാ അത് ചെയ്യാ?"

"എറണാകുളത്ത്, ഡോക്ടർ വി ബി മുഹമ്മദ് ഒരു ശസ്ത്രക്രിയാ വിദഗ്ധനാണ്".

"അതെ അതെ. രണ്ടുദിവസം മാത്രം പ്രായമുള്ള കുട്ടിയെ ഒരു ജോനകൻ തൊട്ട് ശുദ്ധം മാറ്റേ! വേണ്ട വേണ്ട. ശുദ്ധം മാറാണ്ടെ അങ്ങട് കഴിഞ്ഞോട്ടെ".

"എങ്കിൽ എറണാകുളത്തുതന്നെ ഡോക്ടർ ഉറുമിസ് ഉണ്ട്, നല്ല സർജനാണ്."

"നസ്രാണി തൊട്ടാലും ശുദ്ധം മാറും. ഒന്നും വേണ്ട".

അപ്പോൾ എന്റെ ചേച്ചി ഇടപെട്ട് പറഞ്ഞു.

"ഫോർട്ട്കൊച്ചിയിൽ എന്റെ അനുജൻ ഉണ്ട്. സർജനാണ്. ഞാൻ കൊണ്ടുപോയി സുഖപ്പെടുത്തി കൊണ്ടുവരാം".

അപ്പോഴേയ്ക്കും നാലുദിവസമായി. ജലപാനം പോലുമില്ലാതെ കുഞ്ഞ് ഉണങ്ങിപ്പോയിരുന്നു. കണ്ണുതുറക്കുവാൻ കഴിയാതെ, കരയുവാൻ പോലും ശേഷിയില്ലാത്ത പരിതാപകരമായ അവസ്ഥ.

പ്രയാസപ്പെട്ട് ഒരു ഞരമ്പിൽകൂടി കതീറ്റർ കയറ്റി. വളരെ സാവകാശം ഉപ്പുവെള്ളം(Saline) തുള്ളിയായി കൊടുത്തു. മൂന്നു മണിക്കൂർകൊണ്ട് അല്പം ജീവൻ വന്നതായിത്തോന്നി. അല്പം മൂത്രം ഒഴിച്ചു. ഡോക്ടർ അലിക്കുട്ടി പറഞ്ഞു, "ഇനി താമസിച്ചിട്ട് കാര്യമില്ല സാർ".

പ്രാദേശിക മരവിപ്പി (local anesthesia)ൽ ഉദരം തുറന്നു. പൈലോറസിനെ കട്ടിയായി വലയംചെയ്തിരുന്ന മാംസപേശി അതീവ ജാഗ്രതയോടെ, അല്പാല്പമായി ഭേദിച്ചു. Ramstedt's operation എന്നാണ് ഇതിന്റെ പേര്. ആമാശയത്തിനും പൈലോറസിനും ചെറുകുടലിനും എല്ലാം എല്ലാം ഏറ്റവും അകത്തെ പാളി (Mucus membrane)ക്ക് ഒരു ദ്വാരംപോലും വീഴാതെ സൂക്ഷിക്കണം എന്നതാണ് ഇതിന്റെ കാതൽ. അവസാനത്തെ മാംസപേശി വലയം ഭേദിച്ചപ്പോൾ, ആമാശയത്തിൽ കെട്ടിക്കിടന്നിരുന്ന പാൽ ചെറുകുടലിലേക്ക് പോകുന്നത് കാണാമായിരുന്നു.

ഒരു മണിക്കൂർ കഴിഞ്ഞപ്പോൾ മുലയൂട്ടി. കുഞ്ഞ് ആർത്തിയോടെ വലിച്ചുകുടിച്ചു. ഛർദ്ദിച്ചില്ല. ഒരംശവും ശ്വാസകോശത്തിലേക്ക് കവിഞ്ഞൊഴുകിയില്ല.

വർഷങ്ങൾക്കുശേഷം ഒരു സർജൻസ് കോൺഫ്രൻസിൽ പങ്കുചേരുവാൻ ഞാൻ ബോംബെയിലെത്തി. ഒരു ദിവസം ഒരു മധ്യവയസ്ക ഒരു ചെറുപ്പക്കാരനുമൊത്ത് താമസസ്ഥലത്തെത്തി. രണ്ടുപേരും എന്റെ കാല്ക്കൽ വീഴുവാൻ ആഞ്ഞു. ഞാൻ തെന്നിമാറി.

"ഞാൻ ആരെയും കാലുവാരാൻ അനുവദിക്കാറില്ല. പിന്നെ എന്റെ തല മുഴവൻ ശൂന്യമല്ല. അങ്ങനെ ഉള്ളവരെക്കുറിച്ചാണല്ലൊ 'കാലുപിടിക്കാം' എന്ന പ്രയോഗം."

അവർ വിഷണ്ണരായി. കണ്ണ് നിറഞ്ഞു. പിന്നെ സഗദ്ഗദം പറഞ്ഞു. "എന്റെ അവിവേകത്തിന് മാപ്പ്". കണ്ണീർ ധാരയായ് ഒഴുകുകയായിരുന്നു. ഞാൻ ഇതികർത്തവ്യതാമൂഢനായിനിന്നു. ആരാണ് ഇത്. എന്താണ് ഈ വ്യഥയ്ക്കു കാരണം. ഞാൻ എന്തുപിഴച്ചു.

അല്പനേരംകൊണ്ട് അവർ ശാന്തയായി. മുഖം തുടച്ച് പറഞ്ഞു.

“ഞാൻ പാർവതിയാണ്. തൃപ്പൂണിത്തുറയാണ്. ഇത് എന്റെ മകൻ, രാധാകൃഷ്ണൻ”.

പിന്നെ അവന്റെ ഷർട് പൊക്കി. അവിടെ നാല് ഇഞ്ച് നീളത്തിൽ ഒരു തഴമ്പ്, ഓപ്പറേഷൻ ചെയ്ത് ഉണങ്ങിയ മുറിവ്. എന്റെ കൈവിരുതിന്റെ തഴമ്പ്! എന്റെ ഭാവനയിൽ അവൻ അഞ്ചുദിവസം മാത്രം പ്രായമായ കുഞ്ഞായി.

എന്റെ കണ്ണ് സജലമായി. ഞാൻ അവനെ ഹൃദയത്തോടുചേർത്തു! ഇതിനുമുമ്പ് ഒരിക്കലും പറ്റാത്ത ഒരു ചാപല്യം.

“ഞാൻ പൂർണത്രയീശനെ സദാ ഹൃദയത്തിൽ ആരാധിക്കുന്ന ഒരുവളാണ്. അതിൽ, തൊട്ടടുത്തുതന്നെ അങ്ങും സ്ഥലം പിടിച്ചു. ഇവന് ജീവൻ കൊടുത്തത് അങ്ങാണ്. അതുകൊണ്ടാണ് ഇവനെ അങ്ങയുടെ പാദങ്ങളിൽ സമർപ്പിക്കണം എന്ന അതിയായ ആശ”.

“എന്താ പ്പോ ബോംബെയിൽ താമസമാക്കിയത്?”

“ഇവന്റെ അച്ഛന് ഇവിടെ ഒരു കമ്പനിയിലായിരുന്നു ജോലി. എട്ടുകൊല്ലം മുമ്പ് ദിവംഗതനായി. ആ ഒഴിവിൽ എന്നെ നിയമിച്ചു. അങ്ങനെയാണ് എന്റെ മകനും ഞാനും ബോംബെക്കാരായത്. ഒഴിവു കിട്ടുമ്പോൾ നാട്ടിൽ പോകും”.

ആറുവർഷങ്ങൾക്കുശേഷം രാധാകൃഷ്ണനും അമ്മയും തിരുവനന്തപുരത്ത് ഞങ്ങളുടെ വീട്ടിൽ വന്നു.

“ഇവൻ വിവാഹിതനാവുകയാണ്. ആലുവയിലാണ് വധൂഗൃഹം. അങ്ങ് ആശീർവദിക്കണം. സാധിക്കുമെങ്കിൽ വിവാഹസമയത്ത് വധൂവരന്മാരെ വന്ന് അനുഗ്രഹിക്കണം”.

30

അവളാണ് വമ്പത്തി

ഏറനാട് താലൂക്കിലെ വളാഞ്ചേരി സ്വദേശിനിയായിരുന്നു അവർ.

അവരുടെ ഭർത്താവ്, ഡോക്ടർ മൊയ്തീൻകുട്ടി, ഫോർട് കൊച്ചി ആശുപത്രിയിൽ എന്റെ അസിസ്റ്റന്റ് ആയിരുന്നു. എൽ എം പി ഡിപ്ലോമക്കാരനായിരുന്നു ആ ഡോക്ടർ. എന്നേക്കാൾ പത്തുവയസ്സിലേറെ പ്രായമുള്ള ഒരു രസികനായിരുന്നു ആ മാന്യദേഹം. ആ രസികത്തരത്തിന്റെ രണ്ടു സാമ്പിൾ,

1. ഒരു ദിവസം ഞാൻ പതിവുള്ള നൈറ്റ് റൗണ്ട്സിന് ആശുപത്രിയിൽ പോയി. ഡോക്ടർ മൊയ്തീൻകുട്ടിക്കായിരുന്നു ഡ്യൂട്ടി. അദ്ദേഹം ഭവ്യതയോടെ ഡ്യൂട്ടി റൂമിൽനിന്നുവന്നു. കൂടെ ഏകദേശം സമപ്രായക്കാരിയായി ഒരു സ്ത്രീയുമുണ്ടായിരുന്നു. എന്നെ പരിചയപ്പെടുത്തി. "സാറെ, സാറെ, ഇതാണ് ഞമ്മടെ ഒറിജിനൽ. ഓള് എപ്ലേങ്കിലുമൊക്കേ വരുള്ളൂ. അപ്പൊ (ഒരു കള്ളചിരിയോടെ) നൈറ്റ് ഡ്യൂട്ടി ആയാൽ എന്തു ചെയ്യും?"

2. ഒരു വിഷമം പിടിച്ച ഓപ്പറേഷൻ ചെയ്യുകയായിരുന്നു. ഡോക്ടർ മൊയ്തീൻകുട്ടിയായിരുന്നു സഹായി. ഡോക്ടർ ദാമോദരൻ, തിയറ്റർ വേഷത്തിൽ കയറിവന്നു. ഡോക്ടർ മൊയ്തീൻകുട്ടി, retractor പിടിച്ചു നില്പാണ് (ഉദരത്തിന്റെ ഉൾവശം എട്ട്ഇഞ്ച് നീളത്തിലുള്ള മുറിവിൽകൂടി കാണുവാനുള്ള ഉപകരണമാണ് retractor). അന്ന് ലാപ്രോസ്കോപി ഒന്നും ഉണ്ടായിരുന്നില്ല.

"എങ്ങനെയുണ്ട്, സാർ?"

മൊയ്തീൻ, "മാപ്പിള പിടിച്ച പുലിവാല് കണ്ടില്ലെ. ഒന്നേറ്റെടുക്കുന്നോ?"

'നായർ പിടിച്ച പുലിവാൽ' എന്ന പടം അരങ്ങു തകർത്തിരുന്ന കാലമായിരുന്നു, അത്. അല്പം വിശദീകരണം:

പണ്ട്, ബ്രിട്ടീഷ് ഭരണകാലത്ത്, മെഡിക്കൽ സ്കൂളുകളും മെഡി

ക്കൽ കോളേജുകളും ഉണ്ടായിരുന്നു. മെഡിക്കൽ സ്കൂൾ പ്രവേശനത്തിന് എസ് എസ് എൽ സി മതിയായിരുന്നു. ഫീസ് ആണ്ടുതോറും 200 രൂപ– ഇരുനൂറ് ബ്രിട്ടീഷ് രൂപ മാത്രം! നാലുവർഷത്തെ അധ്യയനത്തിനുശേഷം L M P, Licentiate in Medical Practice ഡിപ്ലോമയാണ് കിട്ടുക. Sub Assistant Surgeon തസ്തികയിലാണ് നിയമനം. ഇന്ന് ആ തസ്തിക ഇല്ല.

മെഡിക്കൽ കോളേജുകളിൽ ചേരുവാൻ, ഇൻറർമീഡിയറ്റ് പാസ് വേണമായിരുന്നു. ഫീസ് നാനൂറ് രൂപ, വർഷംതോറും. അഞ്ചരവർഷത്തെ അധ്യയനത്തിനുശേഷം MBBS (Bachelor in Medicine and Bachelor in Surgery) ബിരുദമാണ് നേടുക. Assistant Surgeon തസ്തികയിലാണ് ഉദ്യോഗത്തിൽ ചേരുക.

ഒരു സരസൻ ചോദിച്ചിട്ടുണ്ടത്രെ, “അപ്പോൾ സ്ത്രീഡോക്ടർമാർ MMMS ആവും, അല്ലെ; Bachelor ന്റെ സ്ത്രീലിംഗം Maid എന്നല്ലെ?”

ഡോക്ടർ മൊയ്തീൻകുട്ടി എസ് എസ് എൽ സിക്കുശേഷം റോയപ്പുരം മെഡിക്കൽ സ്കൂളിൽ – ഇപ്പോഴത്തെ സ്റ്റാൻലി മെഡിക്കൽ കോളേജ് – അധ്യയനം ആരംഭിച്ചു. അന്നവിടെ മിഡ്വൈഫ് പരിശീലനത്തിനെത്തിയ (Midwife എന്നു പറഞ്ഞാൽ വയറ്റാട്ടി, ഒരുവർഷത്തെ അധ്യയനവേളയിൽ അവരുടെ യൂണിഫോറം ചുമന്ന ബ്ലൗസും, വെള്ള സാരിയുമായിരുന്നു. അതുകൊണ്ട് അവർ “Red Jackets” എന്നാണറിയപ്പെട്ടിരുന്നത്. ഇപ്പോൾ ഈ പദ്ധതിയില്ല) റോസ്മേരി തോമസ് എന്ന “Red Jacket” ഉണ്ടായിരുന്നു. മൊയ്തീൻകുട്ടിക്ക് അവളുമായി അതിയായ പ്രേമം. വളാഞ്ചേരി മമ്മുക്ക, മൊയ്തീൻകുട്ടിയുടെ ബാപ്പ പറഞ്ഞു”, “ഓന് ഇനി ഒരണ ഞമ്മള് കൊടുക്കൂല. ഓളെം കൂട്ടി ഇമ്പടെവന്നാ, രണ്ടിനെയും ബെടിബെച്ചുകൊല്ലും.”

മൂന്നാംവർഷ വിദ്യാർഥിയായ മൊയ്തീൻകുട്ടി മദിരാശി വൊട്ടേരിയിൽ പ്രാക്ടീസ് തുടങ്ങി, മാസം അഞ്ചുറുപ്പിക വാടകയ്ക്ക് ഒരു വീട്ടിൽ. തന്റെ പ്രേമഭാജനത്തെയും കൂടെ താമസിപ്പിച്ചു. പ്രാക്ടീസിൽനിന്ന് പിശുക്കി പിശുക്കി കഴിഞ്ഞുകൂടുവാനുള്ള കാശ് കഷ്ടിച്ച് സമ്പാദിച്ചു. പിന്നെ റോസ്മേരിയുടെ സ്റ്റൈപെൻഡുമുണ്ടായിരുന്നു.

കൗശലക്കാരനായ മൊയ്തീൻകുട്ടി ഇല്ലാത്ത അസുഖങ്ങൾക്ക് വേണ്ടാത്ത നിരുപദ്രവങ്ങളായ ഔഷധപ്രയോഗംകൊണ്ട് വരുമാനം കൂട്ടി. കാരണം, ഏതു ദമ്പതിമാരും അതിയായി ആഗ്രഹിക്കുന്നമാതിരി രണ്ടു കുഞ്ഞിക്കാലുകൾ അവർക്കിടയിൽ വന്നു. അവനെ എങ്ങനെ വെറും പായയിൽ കിടത്തും!! ഒരു മെത്ത വാങ്ങിയേ പറ്റു. അവൻ കമിഴ്ന്നുവീഴാൻ തുടങ്ങി, നീന്തി ആ ഇടുങ്ങിയ മുറിയുടെ മുക്കിലും മൂലയിലും എത്തി പരിശോധന തുടങ്ങി. അല്പംകൂടി കഴിഞ്ഞപ്പോൾ “ഇഴയണേക്കാൾ നല്ലത് മുട്ടുകുത്തുകയല്ലെ എന്നായി”

റോസ്മേരി ചോദിച്ചു, “നമുക്ക് ഇവനെ ഈ ഇടുങ്ങിയ മുറിയിൽ വളർ

ത്തിയാൽ മതിയോ? ഒരു ബാപ്പയും സ്വന്തം മകനെയും മരുമകളെയും വെടി വെയ്ക്കില്ല, ഇപ്പോൾ ഈ കുഞ്ഞിക്കാല് കണ്ടാൽ..., നാട്ടിൽ പോവ്വാ?"

"ഇജ്ജ് അങ്ങനാ പറയണ്?"

"ആ, അതെ. മരണം ഒരിയ്ക്കലേ ഉണ്ടാവുള്ളു. പക്ഷേ ഇവൻ പിച്ചവെച്ച് നടന്ന്, ജീവിതത്തിലേക്ക് അല്പാല്പമായി കയറിപ്പറ്റണത്, പല വർഷങ്ങളിൽ കൂടിയാണ്.

അവർ രണ്ടുംകല്പിച്ച്, വളാഞ്ചേരി മമ്മുക്കന്റെ സാമാന്യം നല്ല പൊരയിലേക്ക് പോയി. അല്പനേരം ഗേറ്റിൽ കാത്തുനിന്നു. ബാപ്പ കോലായിൽ നിന്ന് ഇതികർത്തവ്യതാമൂഢനായി പടിയ്ക്കലേക്ക് നോക്കി.

നേരം നട്ടുച്ച.

പിന്നെ പറഞ്ഞു, "ഇയ്യെന്താ ആ ചെക്കനെ ഇങ്ങനെ വെയില് കൊള്ളിക്കണ്? ബടെ എറേത്തേക്ക് കൊണ്ടുവാ."

റോസ്മേരി, മറിയയായി.

മൊയ്തീൻകുട്ടി സർവീസ്കമ്മീഷൻ പരിക്ഷയ്ക്ക് പോയി, പാസ്സായി. രാമനാട്ടുകര സബ് അസിസ്റ്റന്റ് സർജൻ ആയി നിയമിതനായി. ഭാര്യ മറിയത്തിനോടു പറഞ്ഞു, "ഇജ്ജ് പടിച്ചത് വെറുതെയാക്കണ്ട. ബടെ നിന്ന് പ്രാക്ടീസ് ചെയ്തൊ. ബടെം പെണ്ണുങ്ങള് പ്രസവിയ്ക്കല്ലെ. നാടൻ വയറ്റാട്ടികളെക്കാളും നെനക്ക് വിവരണ്ടലൊ. കസറാം. കാശ് സമ്പാദിയ്ക്കാം. ഞമ്മള് എടക്കെടയ്ക്ക് വരാം."

രണ്ടുവർഷം കഴിഞ്ഞപ്പോൾ ആന്ത്രോത്ത് ദ്വീപിലേക്ക് മാറ്റായി. എടക്കെടയ്ക്ക് വളാഞ്ചേരിക്ക് പൂവാൻ പറ്റില്ല. എന്താ ചെയ്യാ! അവിടെ ഒരു പെണ്ണ് കെട്ടി. "ഞമ്മക്ക് നാല് കെട്ടാന്ന് പറഞ്ഞിട്ടുള്ളതാ. ചോറു വെയ്ക്കാൻ ഒരാളെ ആക്കിയാൽ കാശെത്ര കൊടുക്കണം. കണ്ണ് തെറ്റ്യാ കക്കും ചെയ്യും. ഇത്പ്പൊ അതൊന്നൂല്യല്ലൊ."

സാധാരണയായി ഒരു കൊല്ലം തികയാൻ അക്ഷമയോടെ കാത്തിരിക്കുകയാണ് ഡോക്ടർമാർ പതിവ്. മൊയ്തീൻകുട്ടി ഓരോ ദ്വീപിലും നിയമനം ചോദിച്ചുവാങ്ങി.

"എന്താ സാറെ, ഞമ്മക്ക് പെണ്ണ്കെട്ട് എളുപ്പാ. ഒരു ദ്വീപ്വിട്ട് വേറെ ഒരു ദ്വീപിലേക്ക് പോവുമ്പോൾ ഓളെ മൊഴിചൊല്ലാം. ഇരുപതു ഉറുപ്പികെ ചെലവുള്ളു. പിന്നെ വെപ്പുകാരനെ വെയ്ക്കണന്തിനാ. ഇതല്ലെ എളുപ്പം."

"ദ്വീപുകള് തമ്മില് ഇരുപതും മുപ്പതും മൈൽ ദൂരമെയുള്ളു. ഓടിയിലെ ഒരു ദിവസേ വേണ്ടു.

"പക്കെങ്കില്, ആമിനീന്ന് അവധിയ്ക്ക് പൂവുമ്പം ഒരു പ്രാന്തൻകാറ്റ് നാല്ദിവസം ചുറ്റിച്ചു. പട്ടിണിയായി. നട്ടം തിരിഞ്ഞു. എന്നിട്ട് ഒരുവിധം കരപറ്റി."

"ഒരാഴ്ച കഴിഞ്ഞ് ഒരു പെണ്ണുകെട്ടി. അപ്പളുണ്ട് ആമീന്റെ മോളക്ക് "ഇഗ്രീസ്" പഠിക്കാൻ ഒരു മോഹം. പകല് ആസ്പത്രി പണിില്ലെ. അപ്പൊ പഠിയ്ക്കല് രാത്രിയാക്കി.

"അങ്ങനെ പടിപ്പിച്ചുപടിപ്പിച്ച് ഓളക്ക് പള്ളേലുണ്ടായി. ആദ്യൊക്കെ

കൊറച്ച് പൊല്ലാപ്പ് ആയി. പിന്നെ ഖതീബ് എടപെട്ട് ഞമ്മളെക്കൊണ്ട് ഓളെ കെട്ടിച്ചു. അങ്ങനെ മിനിക്കോയില് രണ്ടു ഭാര്യമാരായി.

"നാല് മാസായപ്പൊ, ഇംഗ്രീസ് പടിച്ചിരുന്നോള് പെറ്റു. ഒരാണ്. എന്തൊരു ചേലായിരുന്നു. ഇതിനുമേലെ ഈ ദുനിയാവില് വേറെ എന്താ വേണ്ടത്.

"അപ്പണ്ട് ഒരു ഓഡീല് ഒരു പെണ്ണു കയറി വന്നീർക്ക്ന്ന്. എല്ലാർക്കും വലിയ അത്ഭുതം. ഞമ്മള് കരേലുണ്ടായിരുന്നു. ഇതാരപ്പാ ഇത്, ഇതിനുമുമ്പ് ഓഡീല് ഒരു പെണ്ണ് വന്നേയ്ക്കണ കേട്ടുകേൾവി ഇല്ല.

"ഞമ്മളും പോയിനോക്കി. കണ്ണുതിരുമ്മി പിന്നേം നോക്കി. ഞമ്മടെ ഒറിജിനലാ. റോസ്മേരി, അല്ല മറിയ! ആറ് കൊല്ലായി കണ്ടിട്ട്ച്ചാലും ഓളെ കണ്ടാ അറിയാണ്ടിരിയ്ക്കൊ!!

"ഇജ്ജ് എന്താപ്പങ്ങട് പോന്ന്നും?"

"ആറ് കൊല്ലായില്ലെ ങ്ങളെ ഒന്നു കാണാൻ കിട്ടീട്ട്. എല്ലാരും പറഞ്ഞു, ഓഡീല് ഒരു പെണ്ണ് പോയ ചരിത്രല്ലാന്ന്. ബാപ്പ പോർട് ആപ്പീസിൽ പോയി ശ്ലി മെനക്കെട്ടിട്ടാ, എന്നെ (പഴയ റോസ്മേരി ഭാഷ ചെലപ്പൊക്കെവരും) ഓല് കേറ്റീത്."

"മറക്കിരിയ്ക്കാനൊക്കെ എന്താ ചെയ്തത്?"

"ഒന്നും പറയണ്ട. കൊറെ ഇരുട്ടാവുന്നതുവരെ കാക്കും. ന്നട്ട് ആരും കാണാണ്ടെ ആ പെട്ടീല് കയറി ഇരിയ്ക്കും. പടച്ചോന്റെ കൃപയാലും ഏശുന്റെ ദയയാലും, കാല് തെറ്റീല്ല. ഇല്ലെങ്കിൽ കടല് ഞമ്മടെ മയ്യത്ത് കൊണ്ടുപൂവാർന്നു."

അസാമാന്യ ധൈര്യം.

"പേരിന് മാത്രം ഭക്ഷണം, അത്യാവശ്യത്തിന്മാത്രം വെള്ളം."

മൊയ്തീൻകുട്ടി ഭാര്യയെ ഒരു പുതിയ കണ്ണോണ്ട് കണ്ടു, ഇത്രയും വർഷങ്ങൾക്ക്ശേഷം.

"ആഹ! ന്നാ പോര്, പൊരേലിയ്ക്ക് വാ. അവടെ കലമ്പൊന്നും ശ്ലിണ്ടാക്കരത്.

അവിടെ രണ്ടു ഭാര്യമാരും, ഒരു ചെറിയ ചെക്കനും വരവേല്ക്കാനുണ്ടായിരുന്നു. അവൾ അക്ഷരാർഥത്തിൽതന്നെ പൊട്ടിത്തെറിച്ചു. ഓടി, ലഗൂണിലേക്ക്.

"ഇതിലും നല്ലത് ചാവാണ്," എന്ന് മുറവിളികൂട്ടി.

വെള്ളത്തിലെത്തിയപ്പോ സ്വന്തം സന്തതിയെ ഓർത്തു. മാതൃഹൃദയം : കുറേനേരം ഇതികർത്തവ്യതാ മൂഢയായി നില്പായി.

മൊയ്തീൻകുട്ടി കുറെനേരം നോക്കിനിന്നു. അവള് കടുംകൈയൊന്നും ചെയ്യില്ലാന്ന് തിർച്ചയായി.

"നെനക്ക് മതിയാവുമ്പൊ വന്നൊ. ഞമ്മന് പയിയ്ക്കണ്" എന്നു പറഞ്ഞ് വീട്ടിൽ പോയി.

കുറേ കഴിഞ്ഞപ്പോൾ മറിയ, വിഷണ്ണയായി, പാത്തും പാളിയും വന്നു.

രണ്ടുമാസം എല്ലാവരുംകൂടി കഴിഞ്ഞു. പിന്നെ തിരൂർക്ക് സ്ഥലമാറ്റമായി.

ദ്വീപ് ഭാര്യമാരെ മൊഴിചൊല്ലി. "ഒറിജിനലിനെ"യും കൂട്ടി ഓഡി കേറി.

"നണക്ക് മറക്കിരിയ്ക്കാൻ തോന്നുമ്പൊ പറഞ്ഞൊ. ഞമ്മള് വന്ന് കാവല് നിന്നോളാം."

വളാഞ്ചേരി എത്തി, എട്ടുദിവസത്തെ ജോയിനിങ് ടൈം സുഖിച്ചു. അതിനിടയിൽ മറിയ ഒരു നാല്പത്തഞ്ചുകാരിയെ കണ്ടുപിടിച്ചു, ഭർത്താവിനുവേണ്ടി.

"അരി വെയ്ക്കാൻ ഓളെംകൊണ്ട് എവടെക്കൊയ്ക്കാന്ന് വെച്ചാ കൊണ്ടു പൊവാം."

ഫോർട്കൊച്ചിയിൽ ആ "സ്റ്റെപ്പിനി' കൂടെ ഉണ്ടായിരുന്നു, മൊയ്തീൻകുട്ടിയുടെ ഭാഷ്യം.

31

കാണമില്ല വിൽക്കുവാൻ എങ്കിലും അവരെ ഒന്നിപ്പിച്ചു

ഈ ലേഖകൻ അന്ന് ഫോർട്ട് കൊച്ചി ഗവൺമെന്റ് ആശുപത്രിയിൽ ആർഎംഒ ആയിരുന്നു. ആശുപത്രി വളപ്പിൽ ഒരു കൊച്ച് ക്വാർട്ടേഴ്സിലായിരുന്നു താമസം, സഹധർമിണിയും രണ്ട് ഓമനക്കുഞ്ഞുങ്ങളുമൊത്ത്. വാർധക്യസഹജമായ പരാധീനതകൾക്ക് പുറമെ വാതരോഗവും, ജന്മനാ ഉള്ള കാഴ്ചക്കുറവുംമൂലം സാമാന്യം അവശയായ അമ്മയും കൂടെയുണ്ടായിരുന്നു. ഒരു മധ്യവർഗ സന്തുഷ്ട കുടുംബം.

ഒരുദിവസം രാവിലെ എന്റെ അനന്തിരവൾ ശ്രീദേവി വന്നു കയറി, ഉടുത്തിരുന്ന പരുക്കൻ സാരി യാത്രാമധ്യേ അല്പം മുഷിഞ്ഞിട്ടുണ്ട്. ഒരു കൊച്ചു ബാഗ് മാത്രമാണ് കൈയിലുണ്ടായിരുന്നത്. കാതിലോ കൈയിലോ കഴുത്തിലോ ഒരു കഴഞ്ച് സ്വർണമുണ്ടായിരുന്നില്ല. പൊട്ട് തൊട്ടിട്ടില്ല. കണ്ണെഴുതീട്ടില്ല. എങ്കിലും എട്ടും പൊട്ടും തിരിയാത്ത പാവാടക്കാരിയായിരുന്നില്ല.

മദിരാശിയിൽ ക്വീൻമേരീസിൽ രണ്ട് വർഷം ബി എ ബിരുദത്തിന് പഠിച്ച് ഒരു വാക്കുപോലുമെഴുതാതെ ഉത്തരക്കടലാസ് തിരിച്ചുകൊടുത്ത് ബിരുദം നിരസിച്ച പ്രബുദ്ധ. കാരണം താൻ ഹൃദയത്തിൽ കുടിവെച്ച ജീവിതപങ്കാളി സാമ്പത്തികമായും ജാതീയമായും അല്പം താഴെയാണ്. “അനുയോജ്യനല്ല” എന്ന് യാഥാസ്ഥിതിക സമൂഹം ജൽപ്പിച്ചു. അത് ചിലർ ഏറ്റുപറഞ്ഞു.

“ബിരുദധാരിയല്ലാത്ത ആൾ വിദ്യാഭ്യാസപരമായും താഴ്ന്നയാളാണ് എന്ന് കൂടി വരരുത്”.

ശ്രീദേവിക്ക് കുളിച്ചീറൻ മാറാനുള്ളതെല്ലാം എന്റെ സഹധർമിണി ദേവകി ശരിപ്പെടുത്തിക്കൊടുത്തു.

രണ്ട് ദിവസം കഴിഞ്ഞ് ഞാൻ ഒരു ഓപ്പറേഷൻ ചെയ്തുകൊണ്ടിരിക്കുമ്പോൾ അറ്റൻഡർ വന്നു പറഞ്ഞു. ''മാഡം ഒരു കുറിപ്പ് കൊടുത്തയച്ചിട്ടുണ്ട്".

"വായിക്കൂ".

"നിങ്ങളെ കാണുവാൻ (അവരെന്നെ ഏത് കാലത്തും 'നിങ്ങൾ' എന്നേ പറയാറുള്ളൂ) ഒരു വിഐപി വന്നിരിപ്പുണ്ട്. കഴിയുന്നതും വേഗം വരാമോ?"

ഞാനത്ഭുതപ്പെട്ടു. ഔദ്യോഗികമായ കാര്യങ്ങൾക്ക് ആരെയും വീട്ടിൽ കേറ്റാറില്ലല്ലൊ.

ആ ഓപ്പറേഷൻ കഴിഞ്ഞപാടെ വേഷംമാറി ഞാൻ പോയി.

അവിടെ ഒരു ചെറുപ്പക്കാരൻ "കുന്നിൽ തടഞ്ഞ പുഴപോലെ, കുഴങ്ങി മദ്ധ്യേ, നിന്നില്ല... ഒട്ടു നടന്നുമില്ല" എന്ന മാതിരി കണ്ടു.

എവിടെയോ കണ്ടിട്ടുണ്ടല്ലോ. എവിടെയോ.

പെട്ടെന്നുതന്നെ ഓർമ്മവന്നു. ഞാൻ ഒരിക്കൽ കോയമ്പത്തൂർക്ക് പോവുകയായിരുന്നു. എന്റെ ഒരു അനന്തിരവൾ സുലോചനയുമുണ്ടായിരുന്നു കൂടെ. ടിക്കറ്റ് ഒലവക്കോട് വരെയേ ഉണ്ടായിരുന്നുള്ളൂ. അത് കോയമ്പത്തൂർക്ക് നീട്ടിക്കിട്ടണം.

എന്റെ അടുത്തുവന്ന് ഭവ്യതയോടെ ടിക്കറ്റ് പരിശോധിച്ച കറുത്ത കോട്ടുധാരിയോട് (ഈ ചൂടുള്ള രാജ്യത്ത് അവരുടെ ഈ ഇരുണ്ട യൂണിഫോമിന്റെ വൈരുദ്ധ്യത്തെപ്പറ്റി പലപ്പോഴും അതിശയിച്ചിട്ടുണ്ട്) ടിക്കറ്റ് നീട്ടിക്കിട്ടേണ്ടതിന്റെ ആവശ്യം പറഞ്ഞു.

''ശരിയാക്കാം'' എന്ന് പറഞ്ഞ് അത് പോക്കറ്റിലിട്ടു. തൃശൂരിൽ ഇറങ്ങിപ്പോയി. ഞാൻ അസ്വസ്ഥനായി.

യഥാർഥത്തിൽ സുലോചനയും ഞാനും അവിടന്നങ്ങോട്ട് കൈയിൽ ടിക്കറ്റില്ലാതെയായിരുന്നു യാത്രചെയ്തത്. എവിടെയെങ്കിലും ഇറക്കിവിടുമോ? ഭീമമായ പിഴ വസൂലാക്കുമോ?

ഷൊർണൂരിൽനിന്നും ആ ചെറുപ്പക്കാരൻ പൂർവാധികം ഭവ്യതയോടെ വന്നു, മാറ്റിയ ടിക്കറ്റും ബാക്കി ചില്ലറയും തന്നു.

ആ ചെറുപ്പക്കാരനാണിത്. അയാൾ ഭവ്യതയോടെ പറഞ്ഞു: "എന്റെ പേര് സേതു എന്നാണ്. സേതുമാധവൻ. നാട്ടിൽ ഞങ്ങൾക്ക് കല്യാണം സാദ്ധ്യമാവില്ല. അതുകൊണ്ടാണ് വന്നത്. അപ്പുമ്മാവൻ ഞങ്ങളെ സഹായിക്കണം".

ഫോർട്ട്കൊച്ചി ഒരു ചെറിയ സ്ഥലമാണ്. എല്ലാവരും എല്ലാവരേയും അറിയും. സുഹൃത്തുക്കളാണ്. രജിസ്ട്രാർ നിയമവശങ്ങൾ പറഞ്ഞു തന്നു. ഒരുമാസം കഴിഞ്ഞുള്ള തീയതി നിശ്ചയിച്ചു.

അന്ന് ഒരു ആർഭാടവും കൂടാതെ ഞങ്ങൾ രജിസ്ട്രാർ ഓഫീസിൽ പോയി, ശ്രീദേവി–സേതുമാധവന്മാരെ ഒന്നിപ്പിച്ചു.

സാക്ഷികളായി ഡോക്ടർ രുഗ്മിണിയും ഡോക്ടർ മുഹമ്മദും ഒപ്പിട്ടു.

ആർഎംഒ ക്വാർട്ടേഴ്സിൽ മടങ്ങിവന്ന് ഒമ്പതുപേരുടെ ഒരു ചെറുസമ്മേളനം. ഒരു മാസത്തെ കാത്തിരിപ്പിനിടയിൽ അമ്മ ഒരു താലി പണിയിച്ചു, അമ്മയുടെ കഴുത്തിൽ കിടന്നിരുന്ന ഒരു മാല ഉരുക്കിയെടുത്ത്. സേതു ശ്രീദേവിയുടെ കഴുത്തിൽ ആ മാല ചാർത്തി, അമ്മ രണ്ടുപേരെയും തലയിൽ കൈവെച്ച് ആശീർവദിച്ചു.

ഗോപാലൻ ഒരുക്കിയ ഒരു ചെറുസദ്യ ഞങ്ങളെല്ലാവരും ഉണ്ടു.

പന്തലിട്ടില്ല, പട്ടും വാങ്ങിയില്ല, പണ്ടം പണിയിച്ചില്ല (അമ്മയുടെ കഴുത്തിൽകിടന്ന മാലകൊണ്ട് താലിപണിതത് ഒഴിച്ചാൽ) പരശ്ശതം വിരുന്നുകാരെ വിഭവസമൃദ്ധമായ സദ്യ ഊട്ടിയില്ല. മുഹൂർത്തം കുറിക്കുവാൻ ഒരു പണിക്കർക്കും ദക്ഷിണ കൊടുത്തില്ല.

തൂപ്പുകാരൻ ഔസേപ്പ് പറഞ്ഞു, ഈ ക്വാർട്ടേഴ്സിൽ മരണം നടന്നിട്ടുണ്ട്. ചില പിറന്നാൾ സദ്യകൾ നടന്നിട്ടുണ്ട്. ഒരു കല്യാണം ഇതാദ്യമായിട്ടാണ് നടക്കുന്നത്".

അന്നത്തെ നവദമ്പതിമാർ ഇന്ന് അമ്മൂമ്മയും അപ്പൂപ്പനുമാണ്. വളരെ സന്തുഷ്ടരാണ്.

32

കെ പി എ സി
ഒളിവിൽ കണ്ട നാടകം

കെ പി എ സി നാടകസംഘത്തിന്റെ ആദ്യകാല ചിത്രം

ഞാൻ അന്ന് ഫോർട്ട്കൊച്ചി സർക്കാർ ആശുപത്രിയിൽ അസി. സർജനായിരുന്നു. കമ്യൂണിസ്റ്റ്പാർട്ടി, വേണമെങ്കിൽ അവിഭക്ത കമ്യൂണിസ്റ്റ്പാർട്ടി എന്ന് പറയാം, അന്ന് നിരോധിക്കപ്പെട്ട കാലമായിരുന്നു. എങ്കിലും ഒളിവിലായിരുന്ന തോപ്പിൽഭാസി രചിച്ച്, സംവിധാനം ചെയ്ത – "നിങ്ങളെന്നെ കമ്യൂണിസ്റ്റാക്കി" എന്ന നാടകം മട്ടാഞ്ചേരിയിൽ ടി ഡി സ്കൂൾ അങ്കണത്തിൽ അരങ്ങേറുന്നു.

ഞാൻ ഒരു സർക്കാർ ഉദ്യോഗസ്ഥൻ, അതൊന്നു കാണുവാൻ അതിയായി ആഗ്രഹിച്ചു. എന്നെ കമ്യൂണിസ്റ്റാക്കിയ സഹധർമിണി ദേവകിയേയും മക്കളെയും കൂടെക്കൊണ്ടുപോകാൻ ധൈര്യം പോര. സി ഐ ഡിക്കാരുടെ (swines എന്ന ഓമനപ്പേരാണ് ഞങ്ങൾ അവർക്ക് കൊടുത്തിരുന്നത്) നോട്ടം ഒരു വശത്ത്; എം കെ രാഘവൻ, മട്ടാഞ്ചേരി കോൺഗ്രസ് പ്രസിഡന്റ് ധാരാസിങ്, ഐ എൻ ടി യു സി പ്രസിഡന്റ് മുതലായ കമ്യൂണിസ്റ്റ് വിരോധികളുടെ 'അലങ്കോലപ്പെടുത്തും' എന്ന ഭീഷണി മറുവശത്തും.

ഞാൻ പാത്തും പതുങ്ങിയും അണിയറയിൽ ചെന്നു. ഡാൻസ് പരിശീലിപ്പിക്കുവാൻ അവരുടെ കൂടെ ഉണ്ടായിരുന്ന കലാമണ്ഡലം ഗംഗാധരനെ കണ്ടു, പണ്ടുണ്ടായിരുന്ന സൗഹൃദം പുതുക്കി. അയാൾ എന്നെ തോപ്പിൽ കൃഷ്ണപിള്ളയ്ക്കും (ഭാസിയുടെ അനുജൻ) കെ എസ് ജോർജിനും ഒ മാധവനും സുലോചനക്കും എല്ലാം പരിചയപ്പെടുത്തി. അവർ സ്റ്റേജിൽ ഒരു വശത്ത് എനിയ്ക്കായി ഒളിവ് ഇരിപ്പിടം ഏർപ്പെടുത്തി. അങ്ങനെ ഒളിവിൽ ആ നാടകം കണ്ടു. കെ പി എ സിയായിട്ടുള്ള അടുത്ത സൗഹൃദം അവിടെ വെച്ചാണ് ആരംഭിച്ചത്.

ഫോർട്ട് കൊച്ചി ഹാർബർ കവാടത്തിൽ രണ്ട് ചതുരശ്രമൈൽ മാത്രം വിസ്തീർണമുള്ള ഒരു 'നഗര'മാണ്. പണ്ട് ബ്രിട്ടീഷ് കൊച്ചിൻ എന്നാണറിയപ്പെട്ടിരുന്നത്. അതുകൊണ്ട് ചുറ്റുപാടുമുള്ള നാട്ടുരാജ്യമായ കൊച്ചി എല്ലാ മേഖലയിലും ഏറെ വികസിച്ചിരുന്നു.

ഫോർട്ട് കൊച്ചി ആശുപത്രി ജീവനക്കാർ (ഡോക്ടർമാർ ഉൾപ്പെടെ) തമ്മിൽ വളരെ അടുത്ത സൗഹൃദം പുലർത്തി പോന്നു. ടെക്നീഷ്യന്മാരായിരുന്ന സി ഡി ജോസഫും പി സി ജോസഫും പറഞ്ഞു. 'നമുക്ക് ഒരു ആശുപത്രി ക്ലബ് ആയിക്കൂടെ?'

അങ്ങനെ മറ്റൊരിടത്തുമില്ലാത്ത ഹോസ്പിറ്റൽ ക്ലബ് തുടങ്ങി ഫോർട്ട് കൊച്ചിയിൽ. എന്റെ സഹധർമ്മിണി ദേവകിയും ഉൾപ്പെട്ടു. എല്ലാവരുടെയും നിർബന്ധംപ്രകാരം ദേവകി അതിന്റെ സെക്രട്ടറിയായി

ഒരു വർഷം ബാഡ്മിന്റൻ, ശീട്ടുകളി, മുതലായവ തുടർന്നു.

അപ്പോൾ ഒരു ആശയം, "നമുക്ക് ഒരു ബാഡ്മിന്റൻ ടൂർണമെന്റ് നടത്താം."

"അതിന് ചെലവ് വളരെയാവില്ലെ?"

"സാറിന് തോപ്പിൽഭാസിയെ പരിചയമുണ്ടല്ലൊ.

ഇപ്പോൾ ഒളിവിൽ നിന്ന് പുറത്തുവന്നു.

മുടിയനായ പുത്രൻ വളരെ ഏറെ സ്റ്റേജുകളിൽ അവതരിപ്പിച്ച് മുന്നേറുകയല്ലെ?"

തോപ്പിൽ ഉടൻ സമ്മതിച്ചു. ഡേറ്റ് തന്നു, ഒന്നരമാസത്തിനുശേഷം അവരുടെ വടക്കെ ഇന്ത്യൻ പര്യടനം കഴിഞ്ഞയുടനെ.

ഒരു പുതിയ ആശയം, പി സി ജോസഫിന്റേത്.

"ദുർലഭം ചില ഉത്സവപ്പറമ്പിലല്ലാതെ, നാടകം മൈതാനത്ത് കളിച്ചിട്ടില്ല. എല്ലാം ഹാളിലാണ്. ആയിരത്തിൽ താഴെയെ ഇരിപ്പിടം ഹാളുകളിൽ ഉണ്ടാവുകയുള്ളു. ഭാരിച്ച വാടകയും വേണ്ടിവരും, തന്നിമിത്തം ടിക്കറ്റ് നിരക്ക് വളരെ കൂടിയിരിക്കും.

"നമുക്ക് പരേഡ് ഗ്രൗണ്ട് മുഴുവൻ ടാർപ്പോളിൻ കൊണ്ട് വളച്ചു കെട്ടാം. എല്ലാവർക്കും ടിക്കറ്റിന് ഒരേ നിരക്ക്, എട്ടണ (ഇന്നത്തെ 50 പൈസ)

"പരേഡ് ഗ്രൗണ്ടിൽ പലരും പുല്ലിൽ ഇരുന്ന് ശീട്ട് കളിയ്ക്കാറുണ്ട്. ചില പ്രമാണിമാർ പോലും. അപ്പോൾ നമുക്ക് കസേര, ബെഞ്ച് മുതലായവ ഒന്നും വേണ്ട.

"ഒരു നല്ല സ്റ്റേജ് കെട്ടി ഉണ്ടാക്കാം."

അങ്ങനെ വർഗവൈരുധ്യങ്ങളെ അതീജീവിച്ച ഒരു "മുടിയനായ പുത്രൻ!"

"വളരെ നല്ല ആശയം. പരിപാടി നടപ്പിലാക്കാൻ നമ്മുടെ തുറമുഖ തൊഴിലാളിയൂണിയനെ സമീപിക്കാം.

ടാർപ്പോളിൻ കൊണ്ട് മറയ്ക്കലും സ്റ്റേജ് സൃഷ്ടിക്കലും എല്ലാം അവർ ഏറ്റെടുത്തു.

കൊച്ചി നഗരസഭയുടെ സമ്മതവും കിട്ടി. പ്രസിഡന്റ് ഹെർഷൽ ഒരു കോൺഗ്രസുകാരനായിട്ടുപോലും. കാരണം ബഹുഭൂരിപക്ഷം നഗര സഭാ മെമ്പർമാരും കമ്യൂണിസ്റ്റുകാരായിരുന്നു.

ആയിരങ്ങൾ ആ നാടകം കാണാൻ എത്തി. കർട്ടൻ മാറ്റുന്നതിനു മുമ്പ് കെ എസ് ജോർജും സുലോചനയും നയിച്ച "ബലികുടീരങ്ങളെ, ബലികുടീരങ്ങളെ" എന്ന സംഘഗാനം ആലപിച്ചു. "നിങ്ങൾ നിന്ന സമരാങ്കണ ഭൂവിൽ നിന്നണിഞ്ഞ കവചങ്ങളുമായി വന്നു ഞങ്ങൾ മലനാട്ടിലെ മണ്ണിൽ, നിന്നിതാ പുതിയ ചെങ്കൊടിനേടി" എന്നെത്തിയപ്പോൾ ആയിരങ്ങളുടെ തൊണ്ടയിൽ നിന്ന് ഇൻകിലാബ് സിന്ദാബാദ് ആ പ്രദേശം മുഴുവൻ മുഴങ്ങി. ആവേശ ഭരിതമായ ഒരന്തരീക്ഷത്തിലാണ് ആ യവനിക പൊന്തിയത്.

എന്റെ അമ്മയ്ക്ക് നാടകത്തിന് വരാൻ ആശ.

പക്ഷെ വാതംകൊണ്ട് കഷ്ടപ്പെടുന്ന അവർക്ക് പുല്ലിൽ ഇരിക്കുവാൻ സാധിക്കില്ല. അതിയായ കാഴ്ചക്കുറവും ഉണ്ടായിരുന്നു.

പരിഹാരമാർഗമായി ഒരു ഉപാധി കെ എസ് ജോർജും സുലോചനയും പറഞ്ഞു.

"നാളെ ഞങ്ങള് സാറിന്റെ വീട്ടിൽ വന്ന് ആ അമ്മയെ നാടകത്തിലെ പാട്ടുകൾ പാടികേൾപ്പിക്കാം."

ആശുപത്രി ക്വാർട്ടേർസിൽ അവരും ജോൺസന്റെ ഓർക്കസ്ട്രാ സംഘവും വന്ന് രണ്ട്മണിക്കൂറിലധികം മുടിയനിലെ പാട്ടുകളും വിപ്ലവഗാനങ്ങളും പാടി.

അങ്ങനെ കെ പി എ സിയായിട്ട് ഒരു ആത്മബന്ധം അരക്കിട്ട് ഉറപ്പിച്ചു.

ആ സൗഹൃദം പുതുക്കി, പലപ്രാവശ്യം.

എനിക്ക് തിരുവനന്തപുരം മെഡിക്കൽ കോളേജിലേക്ക് സ്ഥലംമാറ്റം കിട്ടി. ഞങ്ങൾ പേട്ടയിൽ ഒരു വാടകവീട്ടിൽ താമസിക്കുകയായിരുന്നു.

ഒരു ദിവസം രാത്രി ഒമ്പതുമണിയ്ക്ക് കെ പി എ സി വണ്ടി ഞങ്ങളുടെ ഗെയിറ്റിൽ വന്നു. വിയർത്തുകുളിച്ച് വിഭ്രാന്തനായി കാമ്പിശ്ശേരി വന്നു കയറി.

"സഖാവെ, ഉടൻ വരണം"

"എന്തുപറ്റി?"

"അതൊക്കെ അവിടെയ്ക്ക് പോകുംവഴി പറയാം."

പേട്ട കാർത്തികയിൽ (അന്ന് കുറച്ചുകാലം അവിടെ സിനിമയുണ്ടായിരുന്നില്ല) മുടിയൻ അരങ്ങുതകർക്കുകയായിരുന്നു.

അതിൽ "മാമ്പൂക്കൾ പൊട്ടിവിരിഞ്ഞു.." എന്ന ശോകഗാനം സുലോചന പൊട്ടിക്കരഞ്ഞുകൊണ്ട് പാടി. അവസാനം ബോധംകെട്ടു വീണു. ഉടൻ കർട്ടനിട്ടു. സുലോചന ഒരു അനുഗൃഹീത ഗായികയും നടിയുമായിരുന്നു. താൻ അവതരിപ്പിക്കുന്ന കഥാപാത്രമായി മാറി, എല്ലാ

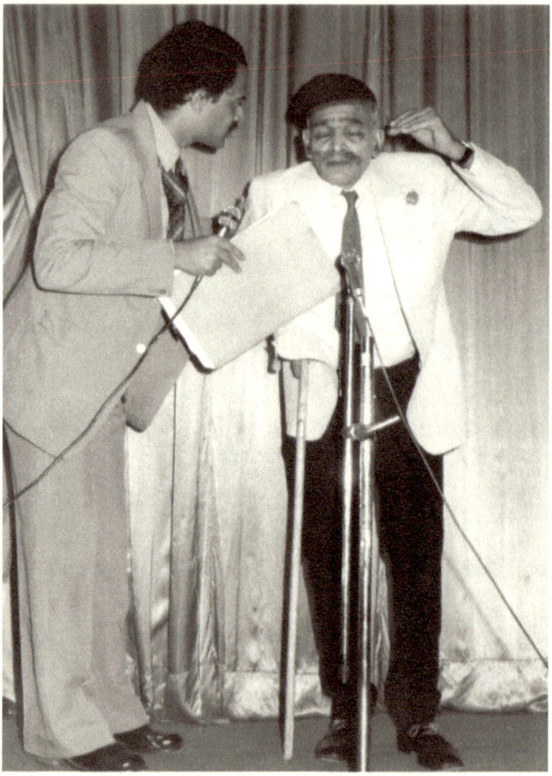

ഡോ. ശ്രീപതി റാവുവിനോടൊപ്പം പി കെ ആർ വാര്യർ പിൽക്കാലത്ത് ഒരു നാടകവേദിയിൽ

വികാരവും അഭിനയിക്കുകയല്ല, അനുഭവിക്കുകയാണ്. ഈ പാട്ട് ഇരുന്നുപാടുമ്പോൾ വികാരവിക്ഷുബ്ധയായി മറിഞ്ഞുവീണു.

ഞങ്ങൾ ഇതിനെ Vasovagal episode എന്നുപറയും. Vagus ഞരമ്പ് ഹൃദയത്തിന്റെ പ്രവർത്തനത്തെ മന്ദീഭവിപ്പിയ്ക്കുന്നു. അതിയായ വികാരം Vagusനെ ഉത്തേജിപ്പിക്കുന്നു. ക്രമാതീതമയാൽ ക്ഷണനേരം ഹൃദയപ്രവർത്തനം അപര്യാപ്തമാവുന്നു. മസ്തിഷ്കത്തിന് ഒരു ഞൊടിയിടപോലും അത് സഹിക്കുവാൻ ആവില്ല. ബോധക്ഷയം സംഭവിക്കുന്നു.

കിടന്നാൽ മസ്തിഷകത്തിന് അത്യാവശ്യം വേണ്ട രക്തം എത്തുന്നു. ബോധം വീണ്ടെടുക്കുന്നു. ഇതാണ് സംഭവിച്ചത്. എന്നെ കണ്ടമാത്രയിൽ വിനയാന്വിതയായി എണീക്കുവാൻ ശ്രമിച്ചു. എണീറ്റ് നിന്നു, നടന്നു.

നാടകം ഒരു പത്തുമിനിട്ട് അസാധാരണ ഇടവേളയ്ക്കുശേഷം തുടർന്നു.

എല്ലാപേരുടെയും മനസ്സമാധാനത്തിനുവേണ്ടി അത് അവസാനിക്കുന്നതുവരെ ഞാൻ അവിടെ ഇരുന്നു, അവരുടെ ചായസൽക്കാരം ഏറ്റുവാങ്ങി.

33

ഒരു മഹാരോഗത്തെ തടുത്ത തലമുറ

പാശ്ചാത്യഭാഷയിലുള്ള ശാസ്ത്രീയ നാമധേയം മാത്രമേ റൂഹ്മാറ്റിസം (Rheumatism) എന്ന മാരകരോഗത്തിന് ഉചിതമായിട്ടുള്ളൂ. അസ്ഥി, സന്ധി വൈകല്യങ്ങളെ ഈ പേരുകൊണ്ട് വിവക്ഷിക്കുന്നത് ഒരുതരത്തിലുള്ള അവഹേളനമാണ്, അറിവില്ലായ്മയാണ്.

ഈ അസുഖം എങ്ങനെ, ആരിൽ വരുന്നു?

വായ തുറന്നു നോക്കിയാൽ, തൊണ്ടയിൽ, നാവിന്റെ കടയ്കൽ, ഗോളാകൃതിയിലുള്ള രണ്ട് മുഴകാണാം. TONSILS അത്രതന്നെ പ്രത്യക്ഷമല്ലാത്ത ഇതേ ഗ്രന്ഥി തൊണ്ടയ്ക്കുചുറ്റും കാണാം. അവയെ adenoids എന്ന് പറയുന്നു. ഇവ പ്രതിരോധ ശക്തിയുള്ള കോശങ്ങളാണ്. ദ്വാരപാലകന്മാരാണ്. അപകടകാരികളായ രോഗാണുക്കളെ ഇവ തടഞ്ഞുവെക്കുന്നു. അവയെ നശിപ്പിക്കാനുള്ള ഘോരയുദ്ധമാണ് പിന്നെ. ചിലപ്പോൾ ആഹാരം കഴിയ്ക്കുവാൻ അല്പം തടസ്സംനേരിട്ടു എന്നും വരും. ഇതാണ് നമുക്ക് സുപരിചിതമായ ടോൺസിലൈറ്റിസ് (Tonsilitis). അനല്പ പനിയും കാണും.

ഈ അവസരങ്ങളിൽ, അണുബാധ തടയുവാനുള്ള പ്രതിരോധ പദാർത്ഥങ്ങൾ (anti bodies) രൂപംകൊള്ളുന്നു. രക്തത്തിൽ കൂടി ചംക്രമിക്കുന്നു. പലതരം രോഗാണുക്കളും തടഞ്ഞുനിർത്തപ്പെടുന്നു. അവയിൽ ഒന്ന് സ്റ്റ്രെപ്റ്റോ കോക്കസിനെ (Streptocoacus Hemo liticus) തടയുമ്പോൾ സംഭവിക്കുന്ന പാർശ്വഫലങ്ങളാണ് സന്ധിവേദന, ഹൃദയ വാൽവിന്റെ കേട് മുതലായവ. ഇതോടു ചേർന്ന് പനിയും സംഭവിക്കുന്നു. സാധാരണയായി കുട്ടികളിലാണ് ഈ Rheumatic fever കണ്ടിരുന്നത്.

'കണ്ടിരുന്നത്' എന്ന് പറയാൻ കാരണമുണ്ട്. പണ്ടൊക്കെ, ഏത് ദിവസവും ഒരു ജനറലാശുപത്രിയിൽ ചെന്നാൽ രണ്ടോ മൂന്നോ ഇത്തരം രോഗബാധിതരായ കുട്ടികളെ കാണാമായിരുന്നു. അതിന്റെ എല്ലാ ലക്ഷ

ണങ്ങളോടും കൂടി (florid) ഇന്ന് അവ ഏകദേശം അപ്രത്യക്ഷമായിരിക്കുന്നു. കുറേക്കൂടി മെച്ചപ്പെട്ട ജീവിത സാഹചര്യങ്ങളാണ് ഇതിന് കാരണം എന്ന് പറയപ്പെടുന്നു. പാശ്ചാത്യരാജ്യങ്ങളിൽ ഈ അസുഖംമൂലം സംഭവിക്കുന്ന ഹൃദ്രോഗങ്ങൾ പ്രായേണ ഇല്ലാതായിരിയ്ക്കുന്നു.

വസ്തുനിഷ്ഠ വിശകലനത്തിൽ, ജീവിതസാഹചര്യത്തിലെ മാറ്റത്തിലധികം, അണുബാധക്കെതിരെ അലക്സാണ്ടർ ഫ്ളെമിങ് തുറന്നിട്ട പ്രതിരോധ ഔഷധകവാടമാണ് ഇതിന് കാരണം. Penicillum Notatum എന്ന പൂപ്പലിൽനിന്ന് അദ്ദേഹം 'വികസിപ്പിച്ച് എടുത്ത Penicillum ആണ് ഇതിനെതിരെയുള്ള വജ്രായുധം. ആദ്യമൊക്കെ പല വിഷമങ്ങളുണ്ടായിരുന്നു. ശീതീകരിച്ച് വെക്കണം, മൂന്ന് മണിക്കൂർ കൂടുമ്പോൾ കുത്തിവെക്കണം, അതിന് നിമിഷങ്ങൾക്ക് മുമ്പു മാത്രമേ എടുത്ത് അലിയിച്ച് കുത്തിവെക്കുവാൻ പാടുള്ളൂ. ഓരോ ദിവസവും എട്ട് കുത്തിവെപ്പ്.

ഞങ്ങൾ ഹൗസ് സർജന്മാരായിരുന്ന കാലത്ത് ഇത് വളരെ ശ്രമകരമായ പ്രവൃത്തിയായിരുന്നു. രാപ്പകൽ അനുഷ്ഠാനം. ഓരോ തവണയും കൈ സോപ്പ് ഇട്ട് കഴുകി ഗ്ലൗവ്സ് ഇടണം. രോഗിയുടെ കൈയിലും തുടയിലും കുത്തിവെപ്പിന് നേരത്തെ പ്ലാൻ ചെയ്യണം. കുഞ്ഞുങ്ങൾ ഉച്ചത്തിൽ നിലവിളിക്കും. ആരെയും ഉറക്കില്ല. ഞങ്ങൾ ഊഴമിട്ട് രാത്രി ഉറങ്ങാതെയാണ് ഇത് ചെയ്തിരുന്നത്. ഇന്നത്തെ ചെറു ഡോക്ടർമാർ വിശ്വസിക്കില്ല. ഇന്ന് ഇതൊന്നും ആവശ്യമില്ല. ദിവസത്തിൽ ഒരു കുത്തിവെപ്പ് മതിയാവും. അതും സിസ്റ്റർമാരാണ് കൊടുക്കുന്നത്. ഞാൻ അവകാശപ്പെടുന്നു, ഞങ്ങളുടെ തലമുറയാണ്, അശ്രാന്ത പരിശ്രമത്തിലൂടെ Rheumatic Heart Diseases എന്ന മഹാരോഗത്തെ തളച്ചത് എന്ന്.

പണ്ടൊക്കെ കുട്ടികൾക്ക് കണ്ഠപിണ്ഡ ശസ്ത്രക്രിയ (Tonsilectomy) സർവസാധാരണമായിരുന്നു. അടിക്കടിയുള്ള തൊണ്ടവേദന കാരണം അതിപ്രധാനമായ ഒരു പ്രതിരോധനിരയാണ് തന്മൂലം എടുത്തുകളയുന്നത്. മാരകങ്ങളായ മറ്റു പല രോഗങ്ങൾക്കും കവാടം തുറന്നിടുകയാണ് അത്. മറ്റു ഗത്യന്തരമൊന്നുമില്ല എങ്കിൽ മാത്രമേ അതിന് തുനിയാവൂ.

34

ഹൃദയ ശസ്ത്രക്രിയ

പ്രണയമയ്യോ പ്രണയം, പ്രപഞ്ചമേ,
നുണപറഞ്ഞെന്നെ എത്ര വഞ്ചിച്ചുനീ,
ഇതിനുമാത്രമിദ്ദേഹമെന്നാകിലോ,
ഹൃദയമെന്തിനോ ബന്ധിച്ചിതീശ്വരൻ!

(ചങ്ങമ്പുഴ കൃഷ്ണപിള്ള)

സംശയിക്കേണ്ട, ഇടപ്പള്ളിക്കവികളിൽ അഗ്രഗണനീയനെന്ന് കരുതപ്പെടുന്ന, ശ്ലോകമുത്തശ്ശിയെ ചവിട്ടി പടിയിറക്കി പിണ്ഡംവയ്ക്കണമെന്ന് ശിഷ്യഗണങ്ങൾ മുറവിളികൂട്ടിയ പ്രസ്ഥാനത്തിന്റെ ഉപജ്ഞാതാവ്, സംസ്കൃതവൃത്തത്തിൽ രചിച്ച ഒരു കവിത.

"ജയദേവന്റെ ഗീതഗോവിന്ദം പെൺകിടാങ്ങൾക്ക് സന്ധ്യാസമയത്ത് അത്യുച്ചത്തിൽ പാടി, അവർക്കും കേൾക്കുന്നവർക്കും നിർവൃതിയടയാമെങ്കിൽ എന്തുകൊണ്ട് എന്റെ കേളുനായരും കുട്ടിമാളുവുമായുള്ള രതിവിക്രിയകൾ പാടിക്കൂടാ! അത് പച്ചമലയാളത്തിൽ, ദ്രാവിഡവൃത്തത്തിലാണ് എന്നതുകൊണ്ടോ?" എന്നു ചോദിച്ച ചങ്ങമ്പുഴ തന്നെ.

എല്ലാ ലോലവികാരങ്ങളുടെയും ഇരിപ്പിടം ഹൃദയമാണെന്നാണ് പൊതുവെ അംഗീകരിക്കപ്പെട്ടിട്ടുള്ള ധാരണ. അതിദാരുണമായ സന്ദർഭങ്ങളും കാഴ്ചകളും "ഹൃദയഭേദകം" എന്നാണ് നാം വിശേഷിപ്പിക്കുക.

ഭക്തിയുടെ ഇരിപ്പിടവും ഹൃദയമാണെന്നാണ് കവിഭാവന. ഹനുമാൻ സംശയാലുക്കൾക്ക് തന്റെ നെഞ്ചുപിളർന്ന് ഹൃദയത്തിൽ കുടിയേറി പാർത്തിരുന്ന രാമനെയും സീതയെയും കാട്ടിക്കൊടുത്തു പോലും!

വാസ്തവത്തിൽ, ദേഹമൊട്ടാകെ രക്തചംക്രമണം നടത്തുന്ന ഒരു പമ്പുമാത്രമാണ് ഹൃദയം. അത് വെള്ളം പമ്പുചെയ്യുന്ന വിഗാർഡിൽ

നിന്ന് വ്യത്യസ്തമായി മാംസപേശികളാൽ നിർമിച്ചതാണ് എന്നുമാത്രം.

എങ്കിലും, മനുഷ്യശരീരത്തിൽ രോഗനിവാരണത്തിന് എല്ലായിടത്തും എത്തുന്ന ശസ്ത്രക്രിയാശസ്ത്രം (the healing knife) ഇരുപതാം നൂറ്റാണ്ടിന്റെ ആദ്യഭാഗത്ത് മാത്രമായിരുന്നു, ഹൃദയത്തിലെത്തിയത്. Soutar എന്ന വിദഗ്ഗ്ധനായിരുന്നു, എന്നുതോന്നുന്നു, അതിന് ധൈര്യപ്പെട്ടത്.

ഒരു കൊച്ചു ബാലികയുടെ ഹൃദയം Rhuematism കാരണം അവശനിലയിലായിരുന്നു. മരണം വളരെ അകലെയല്ല. ഇടത്തെ മേലറയിൽനിന്ന് (Atrium) താഴെ അറയിലേക്കുള്ള കവാടത്തിലെ വാൽവ് അടഞ്ഞുപോകാറായി. അത് അൽപ്പമെങ്കിലും തുറന്നില്ലെങ്കിൽ, ആ ബാലികയ്ക്ക് അധികം താമസിയാതെ മരണം സുനിശ്ചിതം. വല്ലവിധേനയും ആ വാൽവ് അൽപ്പമെങ്കിലും പ്രവർത്തനക്ഷമമാക്കിയാൽ താൽക്കാലികമായിട്ടെങ്കിലും ആ ജീവൻ നീട്ടിക്കിട്ടും.

ആ സംരംഭം വിജയിച്ചില്ല.

പക്ഷേ, പിന്നീട് വളരെ ഏറെ വികസിച്ച് പന്തലിച്ച ഹൃദയശസ്ത്രക്രിയാ ശാസ്ത്രത്തിന് നാന്ദികുറിക്കുകയായിരുന്നു Soutar.

ബിഷപ്പുമാരുടെ കിരീടത്തിന് രണ്ടു പാളികളാണുള്ളത്. അതിന് Mitre എന്നാണ് പേര്. അതുകൊണ്ട് രണ്ട് പാളികളുള്ള ഇതിന് Mitral Valve എന്ന് ഭാവനാസമ്പന്നനായ ഒരു ശാസ്ത്രജ്ഞൻ നാമകരണം ചെയ്തു.

പിന്നീട്, Closed Mitral Valvotomy എന്ന ശസ്ത്രക്രിയ സർവസാധാരണമായി. ഇതിന് അസ്തിവാരമിട്ടത് Sir Russel Brohk ആണ്, ലണ്ടനിലെ Bromton ആശുപത്രിയിൽ.

Atrium എന്നു പറയുന്ന മേലറകൾക്ക് ഒരു പൊടുപ്പുണ്ട്. ഇതിന് ചെവിയുടെ ആകൃതിയായതിനാൽ Auricle- എന്ന നാമധേയത്തിൽ അറിയപ്പെടുന്നു. ശരീരശാസ്ത്രജ്ഞന്മാർ (Anatomists) കവിഹൃദയമുള്ളവരാണ്. അതിൽ ഒരു കിഴുത്തയുണ്ടാക്കി അതിൽക്കൂടി വിരൽ Atriumത്തിന്റെ അകത്തുകൂടി കടത്തുന്നു. Mitral Valve തപ്പിനോക്കി, അതീവ ശ്രദ്ധയോടെ, ഒട്ടിയ പാളികൾ വേർപെടുത്തുന്നു.

ഇതുകൊണ്ട് ഒട്ടിയ പാളികൾ മുഴുവൻ വേർപെടുത്താൻ സാധിച്ചു എന്നുവരില്ല. അതിന് പിന്നീട് ഒരു വ്യത്യാസം വരുത്തി. താഴെ അറയുടെ (Ventricle) ഭിത്തിയിൽ ഒരു ദ്വാരം ഉണ്ടാക്കി അതിൽകൂടി Tubb's Dilator എന്നൊരു ഉപകരണം കടത്തുന്നു. Atriumത്തിലുള്ള വിരൽകൊണ്ട് അതിന്റെ അഗ്രഭാഗം പാളികൾക്കിടയിൽ കൊണ്ടുവന്നു വികസിപ്പിക്കുന്നു. ഇതാണ് പിന്നീട് ലക്ഷോപലക്ഷം,ലോകമൊട്ടുക്ക് നടത്തിയ, നടത്തിക്കൊണ്ടിരിക്കുന്ന ശസ്ത്രക്രിയ.

ഇന്ത്യയിൽ ഇത് ആദ്യമായി ചെയ്തത് മലയാളിയായ ഡോക്ടർ ടി തോമസാണ്, വെല്ലൂരിൽ.

തിരുവനന്തപുരം മെഡിക്കൽ കോളേജിൽ സർജറി അസോസിയേറ്റ്

പ്രൊഫസറായിരുന്ന ഡോക്ടർ എൻ ബൽസലത്തിനെ ഇത്തരത്തിലുള്ള പരിശീലനത്തിന് വെല്ലൂർ സി എം സിയിലേക്ക് നിയോഗിച്ചു. അദ്ദേഹം തിരിച്ചുവന്ന് 1959ൽ തിരുവനന്തപുരം മെഡിക്കൽ കോളേജിൽ ആദ്യത്തെ Mitral Valvotomy വിജയകരമായി ചെയ്തു. കേരളത്തിൽ ഹൃദയശസ്ത്രക്രിയക്കുള്ള നാന്ദിയായിരുന്നു അത്. പിന്നീട് അതും, മറ്റു ഹൃദയശസ്ത്രക്രിയകളും സർവസാധാരണമായി.

കോഴിക്കോട്ട് ഡോ. എസ് അച്ചുതൻനായരും കോട്ടയത്ത് ഡോ. ചന്ദ്രമോഹനും (ഇപ്പോൾ കണ്ണൂർ സർവകലാശാലാ വൈസ് ചാൻസലർ) Cardio Thorasic Surgery വിഭാഗങ്ങൾ സ്ഥാപിച്ച് പ്രശസ്ത സേവനം കാഴ്ചവച്ചു; വളരെ ഏറെ വികസിപ്പിച്ചു.

ഇനി റൂമാറ്റിസത്തെപ്പറ്റി രണ്ടുവാക്ക്. ജീവിതത്തിന്റെ മധ്യാഹ്നത്തിലും വാർധക്യത്തിലും തേയ്മാനം കാരണം അനുഭവപ്പെടുന്ന അസ്ഥിസന്ധി വീക്കങ്ങളും വേദനകളും അല്ല Rheumatism. വൈദ്യന്മാർ “വാതം” എന്നു പറയുന്നതിന്റെ പര്യായമല്ല അത്. മധ്യവയസ്കർക്ക് Rheumatism പിടിപെടുകയില്ല. ബാല്യത്തിലും യൗവനത്തിലുമാണിതു ബാധിക്കുക.

ബാല്യകാലത്ത് കാണാറുള്ള തൊണ്ടവേദനയാണ് ഇതിന്റെ തുടക്കം. Tonsils ഉം Adenoidsഉം പലപ്പോഴും വീങ്ങിയിരിക്കും. കുട്ടി ആഹാരം കഴിക്കാൻ പണിപ്പെടും. ഇത് ബാല്യകാലത്ത് പലതവണ ആവർത്തിച്ചു എന്നുവരാം. അണുബാധയാണ് കാരണം. അവയുടെ അഭാവത്തിൽ അണുബാധ ദേഹമാസകലം പടർന്നു എന്നുവരാം. മാരകമായ സെപ്റ്റിസീമിയ സംഭവിച്ചുവെന്നുവരാം. Tonsilsഉം Adenoidsഉം തൊണ്ടയെ വലയംചെയ്യുന്ന കൊച്ചുകൊച്ചു “ടോൺസിലുകളും” ഇത്തരത്തിലുള്ള അണുബാധയെ തടയാനുള്ള പ്രതിരോധനിരയാണ്. Waldiers ring എന്നാണ് അതിനു പേർ. ഈ അവബോധം കാരണമാണ്, പണ്ടൊക്കെ “സ്വർണഖനി” എന്നു വിശേഷിപ്പിക്കപ്പെട്ടിരുന്ന Tonsilectomy ഇപ്പോൾ മിക്കവാറും അപ്രത്യക്ഷമായിരിക്കുന്നത്.

ടോൺസിലൈറ്റിസിന്റെ ഒരു പാർശ്വഫലമാണ് Rheumatic fever. അതിന്റെ പ്രത്യേകത കാൽമുട്ടിലോ കൈമുട്ടിലോ രണ്ടിലുമോ നീർവീഴ്ചയാണ്. ഇതോടൊപ്പം Rheumatism ഹൃദയത്തെയും ബാധിക്കുന്നു, Rheumatic Carditis.

സന്ധികളിലെ നീർവീഴ്ച ഏതാനും ദിവസങ്ങൾക്കകം ഭേദപ്പെടും. കുട്ടി പണ്ടത്തെ മാതിരി ഓടിനടക്കും. എന്നാൽ, ഹൃദയത്തിലെ വീക്കം കുറയുകയല്ല, അൽപ്പാൽപ്പം കൂടിക്കൊണ്ടേ ഇരിക്കുകയാണ് ചെയ്യുക. ഒരു ചൊല്ലുണ്ട്, “Rheumatism licks the joints but bites the heart.”

ഹൃദയത്തിൽ ഏറ്റവും കഠിനാധ്വാനംചെയ്യുന്നത് Mitral Valve ആണ്. മിനുട്ടിൽ എഴുപതുതവണ 120 മില്ലീമീറ്റർ മർദ്ദത്തിൽ ദേഹമാസകലം രക്തചംക്രമണം നടത്തുന്നു, ഒരുവിധ ഒഴിവുമില്ലാതെ. ദേഹാ

ധ്വാനസമയത്ത് എണ്ണത്തിലും മർദ്ദത്തിലും വർധന അനുഭവപ്പെടുന്നു. അതുകൊണ്ട് Rheumatism ഏറ്റവുമധികം ബാധിക്കുന്നത് ഈ വാൽവിനെയാണ്. വീങ്ങി തുടുത്ത പാളികൾ അന്യോന്യം ഒട്ടുക മാത്രമല്ല Ventricleന്റെ പ്രവർത്തനപാരമ്യത്തിൽ അൽപ്പാൽപ്പം ലീക്ക് ചെയ്തു എന്നും വരാം. ഒരു സങ്കീർണാവസ്ഥ. ഇതിന് ആ വാൽവ് മാറ്റിവയ്ക്കുക മാത്രമേ പോംവഴിയുള്ളൂ.

ലോഹംകൊണ്ട് നിർമിച്ച Starr Edward Valve ആണ് ആദ്യം രംഗപ്രവേശംചെയ്തത്. ലോഹത്തിൽ തട്ടിയാൽ രക്തത്തിന് കട്ടപിടിക്കാൻ പ്രവണതയുണ്ട്. ഇത് ആപൽക്കരമായ പല ഭവിഷ്യത്തുകൾക്കും ഇടയാക്കും. അതുകൊണ്ട് രോഗി ഏതുകാലത്തും അതിന് പ്രതിവിധിയായി ആസ്പിരിനോ തത്തുല്യമായ ഔഷധങ്ങളോ ശീലിച്ചുകൊണ്ടേയിരിക്കണം. ഈ മരുന്നുകൾ സേവിയ്ക്കുമ്പോൾ ഒരു മുറിവുണ്ടായാൽ ക്രമാതീതമായ രക്തസ്രാവം സംഭവിച്ചു എന്നുവരാം. അതുകൊണ്ട് സദാ ജാഗരൂകരായിരിക്കണം.

ഇതുകാരണം വാൽവിന് വളരെയേറെ പരിഷ്കാരങ്ങൾ വന്നുകൊണ്ടേയിരിക്കുന്നു.

പന്നിയുടെ വാൽവാണ് അധികം പരീക്ഷിച്ചുനോക്കിയത്. എന്റെ സുഹൃത്ത് അശോക് കനീറ്റ്കർ പശുവിന്റെ വാൽവുകൊണ്ട് പല പരീക്ഷണങ്ങളും നടത്തി; വിജയിച്ചില്ല. മനുഷ്യശരീരം അവയെ അന്യം എന്ന് തിരിച്ചറിഞ്ഞ് പുറന്തള്ളാൻ ശ്രമിക്കുന്നു.

ഇതിന് ഒരു പോംവഴിയായിട്ടാണ് മനുഷ്യന്റെ വാൽവ് ഇപ്പോൾ ഉപയോഗിച്ചുതുടങ്ങിയിരിക്കുന്നത്. അത്തരം Tissue Valveകൾ മറ്റ് എല്ലാ വാൽവുകളേക്കാളും അഭികാമ്യമാണ് എന്നാണ് കാണുന്നത്.

ഇപ്പോൾ, തിരുവനന്തപുരത്ത് ശ്രീചിത്തിര തിരുനാൾ ഇൻസ്റ്റിറ്റ്യൂട്ടിൽ (Sri Chitra Thirunal Institute of Medical Sciences) ഒരു ടിഷ്യു വാൽവ് ബാങ്ക് പ്രവർത്തനമാരംഭിച്ചിട്ടുണ്ട്.

മരണാനന്തര നേത്രദാനം സാധാരണമായിട്ടുണ്ട്. ആ തരത്തിൽ മരണാനന്തര ഹൃദയവാൽവ് ദാനം ഒരു മഹാപ്രസ്ഥാനമാക്കി വളർത്തിയെടുക്കേണ്ടതുണ്ട്. മരണാനന്തരം ശ്രീ ചിത്തിര ഇൻസ്റ്റിറ്റ്യൂട്ടിൽ വിവരം അറിയിച്ചാൽ മറ്റെല്ലാം അവർ ചെയ്തുകൊള്ളും, മതപരമായ മരണാനന്തര ചടങ്ങുകൾക്ക് വിഘ്നമാകാത്തവിധം. "Spare part surgery' ഒരു ജീവകാരുണ്യ പ്രവർത്തനമാണ്.

പ്രശസ്ത കണ്ണുരോഗവിദഗ്ധ ഡോക്ടർ വിജയലക്ഷ്മി പറഞ്ഞ ഒരു അനുഭവം.

“ഞാൻ ബിരുദാനന്തരബിരുദ പഠനത്തിന് ലണ്ടനിൽ Moorfield ആശുപത്രിയിൽ പരിശീലനത്തിലായിരുന്നു. മരണാനന്തരം കണ്ണ് സംഭരിക്കുന്ന പ്രവൃത്തിക്ക് അന്ന് എന്റെ ഊഴം ആയിരുന്നു. ഉച്ചകഴിഞ്ഞ് ഒരു കോൾ വന്നു. എല്ലാ സാമഗ്രികളുമായി അവിടെ ചെന്നു.

ഒരു വിവാഹാനന്തര സൽക്കാരത്തിന്റെ അന്തരീക്ഷം. നവവധുവിന്റെ വേഷവിധാനത്തിൽ ഒരു സുന്ദരി ആദ്യരാത്രിക്കുവേണ്ടി ഒരുക്കിയ കട്ടിലിൽ കിടക്കുന്നു. പ്രതിശ്രുതവരൻ ശോകമൂകനായി അരികിൽ കൈപിടിച്ചിരിക്കുന്നു. വിവാഹത്തിന് പള്ളിയിൽ പോകുന്ന വഴിയിൽ ഒരത്യാഹിതത്തിൽപ്പെട്ട് മരണമടഞ്ഞ പ്രതിശ്രുതവധുവായിരുന്നു ദാതാവ്.

വികാരവിക്ഷുബ്ധമായ മനസോടെ ഞാൻ എന്റെ കർത്തവ്യം നിറവേറ്റി. സഹായിച്ചത് പ്രതിശ്രുതവരൻ".

നമ്മുടെ കണ്ണുകളും വൃക്കകളും ഹൃദയ വാൽവുകളും ലിവറും ജീവിച്ചിരിക്കുന്ന, രോഗത്തോടു മല്ലടിക്കുന്ന പരശതം മനുഷ്യാത്മാക്കൾക്ക് ഉപകരിക്കും. അവ വൃഥാ കത്തിച്ചുകളയുകയോ കുഴിച്ചുമൂടുകയോ ചെയ്യണമോ?

35

അവിടെ ആരോഗ്യം പൗരന്റെ ജന്മാവകാശം

രണ്ടാംലോകമഹായുദ്ധത്തിന് മുമ്പ്, സോവിയറ്റ് നാട്ടിലൊഴികെ മറ്റെല്ലാ രാജ്യങ്ങളിലും ആരോഗ്യസംരക്ഷണത്തിന് സാധാരണ പൗരന്മാർക്ക് വളരെയേറെ പണം ചെലവഴിക്കേണ്ടി വന്നിരുന്നു. തന്നിമിത്തം സംജാതമാകുന്ന പട്ടിണിയും മരണങ്ങളും സാഹിത്യകൃതികളിൽ പ്രതിഫലിച്ചിരുന്നു. ഉദാരമതികളായ അപൂർവം ഭിഷഗ്വരന്മാർ പാവങ്ങളിൽനിന്ന് വാങ്ങുന്ന ഫീസിൽ ഇളവ് വരുത്തുകയോ ഫീസ് പൂർണമായി 'ത്യജിക്കുക'യോ ചെയ്യുന്നത് പാടിപ്പുകഴ്ത്തപ്പെട്ടിരുന്നു.

യുദ്ധം കഴിഞ്ഞ് നടന്ന തെരഞ്ഞെടുപ്പിൽ ബ്രിട്ടനിൽ ക്ലമന്റ് ആറ്റ്ലിയുടെ നേതൃത്വത്തിൽ അധികാരമേറ്റ ലേബർ സർക്കാർ ഈ ശോച്യാവസ്ഥയെപ്പറ്റി ഗാഢമായി ചർച്ച നടത്തി, ആരോഗ്യമന്ത്രിയായ അന്യൂറിൻ ബിവാനെ ഒരു പദ്ധതി രൂപകല്പനചെയ്യുവാൻ ഏല്പിച്ചു.

കൂലങ്കഷമായാണ് പദ്ധതി തയാറാക്കിയത്. അത് പിന്നീട് ലേബർ പാർട്ടിയിൽ സനിഷ്കർഷം ചർച്ചചെയ്യപ്പെട്ടു. വേണ്ട ഭേദഗതികൾ വരുത്തി, പാർലമെന്റിൽ അവതരിപ്പിച്ച് ബഹുഭൂരിപക്ഷത്തോടെ പാസാക്കി നടപ്പാക്കി – ബ്രിട്ടന്റെ സുപ്രസിദ്ധ 'ദേശീയ ആരോഗ്യ പരിപാടി'.

കാതലായ വ്യവസ്ഥകൾ

1. സ്വകാര്യ പ്രാക്ടീസ് ചെയ്യുന്ന എല്ലാ ഡോക്ടർമാരെയും സർക്കാർ ജീവനക്കാരായി ഏറ്റെടുക്കുന്നു. അവരാണ് ഈ പദ്ധതിയുടെ ആണിക്കല്ല്. അവർ 'ജിപി'മാർ (ജനറൽ പ്രാക്ടീഷണർമാർ, സ്വകാര്യ പ്രാക്ടീഷണർമാർ അല്ല) ആണ്. ജി പി എന്നതാണ് അവരുടെ തസ്തിക. അവരുടെ ക്ലിനിക്കുകൾ (സർജറി എന്നാണ് ഇംഗ്ലണ്ടിൽ പേർ) പ്രവർത്തനക്ഷമമായി നിലനിർത്തണം. മാത്രമല്ല വിപുലീകരിക്കുകയും ആവാം.

എ) ഇതിനുവേണ്ട എല്ലാ ചെലവും ആരോഗ്യ പദ്ധതിയിൽനിന്ന് കണക്കുപ്രകാരം വാങ്ങാം.

ബി) പരിശോധന – ചികിത്സാ ചെലവ് മുഴുവനും, പ്രതിഫലവും പദ്ധതിയിൽനിന്ന് ഏറ്റവുവാങ്ങാം.

2. ഓരോ പൗരനും അവരവർക്ക് ഇഷ്ടമുള്ള ജി പിയുടെ രജിസ്റ്ററിൽ പേർ ചേർക്കേണ്ടുന്നതാണ്. ഓരോ ജി പി യുടെ രജിസ്റ്ററിലെ എണ്ണം ആയിരിക്കും അയാളുടെ ശമ്പളത്തിന്റെ തോത് കണക്കാക്കുക. ചികിത്സക്കും പ്രതിരോധ പ്രവർത്തനത്തിനും, രജിസ്റ്റർ ചെയ്തിട്ടുള്ള ജി പിയുടെ അടുത്ത് ചെല്ലേണ്ടതാണ്. ഓരോ വിസിറ്റിനും ഹാഫ് ക്രൗൺ (രണ്ടര ഷില്ലിംഗ്) മാത്രം കൊടുത്താൽ മതി.

3. വിദഗ്ധാഭിപ്രായം വേണമെങ്കിൽ അത് ശരിപ്പെടുത്തി ക്കൊടുക്കേണ്ടത് ജി പിയുടെ ചുമതലയാണ്. അതിനുവേണ്ട എല്ലാ ഏർപ്പാടുകളും ജി പി ചെയ്യണം. പദ്ധതിയുടെ വാഹനവ്യൂഹങ്ങൾ എല്ലാ ജില്ലകളിലുമുണ്ടാവും. അവിടെ ഫോൺ ചെയ്താൽ രോഗിയെ എത്തിക്കേണ്ട സ്ഥലത്ത് എത്തിച്ചുകൊള്ളും; പ്രതിഫലം കൂടാതെ.

4. ആശുപത്രികളിൽ കിടത്തി ചികിത്സിക്കുവാനുള്ള ഭക്ഷണം ഉൾപ്പെടെ എല്ലാ ചെലവും ദേശീയ ആരോഗ്യ പദ്ധതി വഹിക്കുന്നതാണ്.

ദേശീയാരോഗ്യനിധി

1. ഓരോ പൗരനും അയാളുടെ വരുമാനത്തിനനുസരിച്ച് ദേശീയ ആരോഗ്യനിധിയിലേക്ക് അടയ്ക്കേണ്ട തുകയുടെ തോത് നിജപ്പെടു ത്തിയിരിക്കും.

2. വരുമാന സ്രോതസിൽ വെച്ചുതന്നെ ഈ തുക വസൂലാക്കു ന്നതാണ്. ആ സമയം, ആ തുകക്ക് പകരം ഒരു മുദ്ര ലഭിക്കും. അത് ആ പൗരന്റെ തിരിച്ചറിയൽ കാർഡിൽ ഒട്ടിച്ചു വെക്കാവുന്നതാണ്, കണക്ക് സൂക്ഷിക്കുവാൻ, പരിശോധിക്കുവാൻ.

3. ബ്രിട്ടനിൽ മൂന്നുമാസത്തിലധികം താമസമുള്ള സന്ദർശകർക്കും ഇത് ബാധകമാണ്.

ഇത് ബ്രിട്ടനിലെ സുപ്രസിദ്ധ ദേശീയ ആരോഗ്യപദ്ധതിയുടെ ഒരു വളരെ സംക്ഷിപ്ത അവലോകനം മാത്രമാണ്.

അനുഭവങ്ങൾ

ഈ ലേഖകൻ ലണ്ടനിൽ ഒരു ഹ്രസ്വകാല പരിശീലനത്തിന് പോവുകയുണ്ടായി. അവിടെ ഒരു മൈലിന് നാല് എന്ന തോതിൽ വർത്തമാനപത്രക്കട (Kiosk) കൾ ഉണ്ടായിരുന്നു. ഓരോന്നിന്റെയും മുൻവശത്ത് രണ്ട് സന്ദേശങ്ങൾ, എല്ലാവർക്കും കാണുവാനും അനുവർത്തിക്കുവാനുമായി, വലിയ അക്ഷരത്തിൽ പ്രദർശിപ്പിച്ചിരുന്നു.

"ബ്രിട്ടിനിലെ ഓരോ പൗരന്റെയും ആരോഗ്യസംരക്ഷണവും ഉത്ത രോത്തര അഭിവൃദ്ധിയും (positive health care) സർക്കാരിന്റെ പ്രാഥമിക

ചുമതലയാണ്. അതിനായി ഓരോ പൗരനും തനിക്കിഷ്ടമുള്ള ജി പിയുടെ രജിസ്റ്ററിൽ പേർ ചേർക്കുക".

ഒരു അടിക്കുറിപ്പുണ്ടായിരുന്നു. "ഇംഗ്ലണ്ടിൽ മൂന്നുമാസത്തിലധികം തങ്ങുവാനിടയുള്ള ആഗതരും ഇത് ചെയ്യണമെന്ന് അഭ്യർഥിക്കുന്നു".

ഹോൾബോണിൽ (HOLBORN) ഒരു ജി പിയുടെ ബോർഡ് കണ്ട് അവിടെചെന്നു. Dr. Cadogan, ഒരു ഫോം തന്നു പൂരിപ്പിക്കുവാൻ. പേര്, വിലാസം, ഏത് രാജ്യക്കാരൻ മുതലായവയും ധനാഗമമാർഗവും ഇതെല്ലാം രജിസ്റ്ററിൽ സസന്തോഷം ചേർത്തു. ഞാൻ ഒരു വിദ്യാർഥിയാണെന്നും നാട്ടിൽനിന്ന് National Grindlay Bank മുഖേന മാസം തോറും അയക്കുന്ന തുകയാണ് ധനാഗമ സ്രോതസ് എന്നും. പിന്നെ രണ്ടര ഷില്ലിംഗ് വിലമതിക്കുന്ന ഒരു മുദ്ര തന്നു. ഒരു തിരിച്ചറിയൽ കാർഡും.

അതിൽ അന്നേദിവസത്തെ കള്ളിയിൽ മുദ്ര ഒട്ടിച്ചു പറഞ്ഞു. " ഇതാണ് നിങ്ങളുടെ ആഴ്ചതോറും അടയ്ക്കേണ്ട ദേശീയ ആരോഗ്യ പദ്ധതിയിലേക്കുള്ള സംഭാവന. ദയവ്ചെയ്ത് ഈ മുദ്ര എല്ലാ ആഴ്ചയും വാങ്ങി വിഹിതം അടയ്ക്കുക. പിന്നെ എന്തസുഖമുണ്ടെങ്കിലും ഇവിടെ വരണം, വേണ്ട ചികിത്സക്ക്. അതിന് ഒരു ഷില്ലിംഗ് മാത്രമാണ് ഫീസ്".

പിന്നെ ഹാർദമായി കൈതന്നിട്ട് പറഞ്ഞു. "ഒരിക്കലും സുഖക്കേടുകാരനായി വരാതിരിക്കട്ടെ".

ഒരിക്കൽ എന്റെ കാൽവിരലിന്റെ ഇടയിൽ ഒരു ചൊറി. ഞാൻ എന്റെ ജി പിയുടെ അടുത്തുചെന്നു. അദ്ദേഹം കാര്യമായി പരിശോധിച്ചു. പിന്നെ അതിൽനിന്നും കുറച്ച് ചുരണ്ടിയെടുത്ത് ഒരു സ്ലൈഡിൽ ഉറപ്പിച്ചു, മൈക്രോസ്കോപ്പിൽ പരിശോധിച്ചു. ഒരു ഓയിന്റ്മെന്റ് എഴുതിത്തന്നു. എന്റെ ഐഡന്റിറ്റി കാർഡിൽ ആ ആഴ്ചവരെയുള്ള 'ദേശീയ ആരോഗ്യ പദ്ധതിയിലേക്കുള്ള അടവ് മുദ്രണം ചെയ്തിട്ടുണ്ടോ എന്ന് നോക്കി. പിന്നെ പറഞ്ഞു. "ഇനി ഈ ചികിത്സക്കുള്ള ഫീസ് ഒരു ഷില്ലിംഗ്. ഈ പ്രിസ്ക്രിപ്ഷൻ ഏത് മരുന്നുഷോപ്പിൽനിന്നും വാങ്ങാവുന്നതാണ്."

അടുത്തുള്ള കെമിസ്റ്റ്ഷോപ്പിൽ അതു കൊടുത്തു. ഒരു അളുക്കിൽ കുറച്ച് ഗുളികയും പുരട്ടുവാൻ ഒരു ക്രീമും തന്നു. പിന്നെ ബില്ലും. മൂന്നര പവൻ. ഞാൻ ഇതികർത്തവ്യതാമൂഢനായിത്തീർന്നു.

ആ സ്ത്രീ, എന്റെ വെപ്രാളം കണ്ട് പൊട്ടിച്ചിരിച്ചു. അത് കണക്കുവെക്കുവാൻ വേണ്ടിയാണ്. ഏത് ഉരുപ്പടിക്കും ഒരു ഷില്ലിംഗാണ് ചാർജ്. ആ ബില്ലിലെ സംഖ്യ ഇന്നുതന്നെ ദേശീയ ആരോഗ്യ പദ്ധതിയിൽനിന്ന് ഈടാക്കും. ബില്ല് കണ്ട് പേടിച്ച് ഔഷധപ്രയോഗം വേണ്ടെന്ന് വയ്ക്കരുത്".

എന്തത്ഭുതം. ഇന്നലെവരെ ചൂഷണത്തിലധിഷ്ഠിതമായ സാമ്രാജ്യത്വവീരനായിരുന്ന ബ്രിട്ടനിൽ ആരോഗ്യരംഗം തികച്ചും സർക്കാരിന്റെ ചുമതല. അതിനുവേണ്ട സാമ്പത്തികം ഓരോ പൗരനിൽനിന്നും ഈടാക്കുന്നു.

യുദ്ധകാലത്ത് സ്പിറ്റ്ഫയർ എന്ന യുദ്ധവിമാന ഉൽപ്പാദനം വഴി പരശതം കോടി പവൻ മിച്ചമൂല്യം സമ്പാദിച്ച ലോർഡ് ബീവർബ്രൂക്കി (Lord Beverbrook) ന് ആഴ്ചതോറും അടയ്ക്കേണ്ടി വരുന്ന സംഖ്യ ഇരുനൂറ്റിയമ്പത് പവൻ. മാസംതോറും ഒരായിരം പവൻ.

Anurin Bevan: ‘‘നിങ്ങൾ നിങ്ങളുടെ അസുഖചികിത്സക്ക് വേണ്ടിയല്ല ചെലവിടേണ്ടത്, ചികിത്സ ആവശ്യം വരാത്ത, ആരോഗ്യ പരിപാലനത്തിനുവേണ്ടിയാണ്”.

അതിനുവേണ്ട ചെലവ് ഭാരിച്ചതാണ്. അത് ഏറ്റവും ഉന്നതന്മാരായ പ്രഭുവർഗങ്ങളുടെ കൈയിൽനിന്നും ഏറ്റവും താഴ്ന്ന വരുമാനക്കാരിൽ നിന്നും ഈടാക്കുന്നു.

“ഈ പദ്ധതി ലേബർപാർട്ടിയുടെയോ ഈ ഗവൺന്റിന്റെയോ മാത്രമല്ല, ബ്രിട്ടനിലെ ഓരോ പൗരന്റെയുമാണ്. ഓരോ പൗരനും അതിനുള്ള ചെലവ് വഹിക്കുന്നു. ആരോഗ്യം അവന്റെ ജന്മാവകാശമാണ്. ‘ധർമാശുപത്രി’ എന്നുള്ളത് മഹാപഴഞ്ചനാണ്. അത് ചൂഷകവർഗങ്ങൾക്ക് അല്പം മനസ്സമാധാനത്തിനുവേണ്ടി സൃഷ്ടിച്ച ഒരു പരിപാടിയാണ്”.

36

കാനഡയും സ്വീഡനും ഡെൻമാർക്കും പകർത്തിയ ആരോഗ്യപദ്ധതി

നഫീൽഡ് കോളേജിലെ ഹ്രസ്വകാല പരിശീലനം കഴിഞ്ഞ് Rochdale ൽ സീനിയർ ഹെൽത്ത് ഓഫീസർ ആയി പ്രവർത്തനമാരംഭിച്ചു. ശമ്പളം എല്ലാ ആഴ്ചയും ഒരു പാക്കറ്റായിട്ടാണ് കിട്ടുക. അതിൽ നാലുപവനും ഒരു പവന്റെ പദ്ധതിമുദ്രയുമാണ് ഉണ്ടാവുക.

ലണ്ടനിലെ HAKNY ആശുപത്രിയിൽ (1960)
നടുവിൽ ഡോ. സി കെ രാമചന്ദ്രൻ

മുദ്ര ആരോഗ്യപദ്ധതിയുടെ തിരിച്ചറിയൽ കാർഡിലെ നിശ്ചിത തീയതിക്കു താഴെ ഒട്ടിക്കുവാൻ. ആഴ്ചതോറും ശമ്പളം അഞ്ച് പവൻ. ദേശീയ ആരോഗ്യപദ്ധതി സംഭാവന ഒരു പവൻ.

എത്ര ലളിതം. അക്കൗണ്ട്സ് ഡിപ്പാർട്മെന്റും രജിസ്റ്ററുകളും ഗുമസ്തന്മാരും ഒന്നും ആവശ്യമില്ല. പദ്ധതി നടത്തിപ്പിന് സാമ്പത്തിക ഞെരുക്കം ഒരിക്കലും അനുഭവപ്പെട്ടില്ല.

ആറുമാസത്തിനുള്ളിൽ ഞാൻ എഫ് ആർ സി എസ് ബിരുദം കരസ്ഥമാക്കി. എനിക്ക് ഉദ്യോഗക്കയറ്റം കിട്ടി. ഞാൻ സർജിക്കൽ രജിസ്ട്രാറായി. ആഴ്ചതോറുമുള്ള ശമ്പളം ഏഴരപവനായി. പദ്ധതി വിഹിതം ഒന്നരപവനും.

പിന്നെയും ആറുമാസം കഴിഞ്ഞപ്പോൾ ഹൃദയ ശസ്ത്രക്രിയയിലെ പ്രത്യേക പരിശീലനത്തിന്റെ പേരിൽ ഞാൻ സീനിയർ രജിസ്ട്രാർ തസ്തികയിലേക്ക് ഉയർത്തപ്പെട്ടു. ആഴ്ചശമ്പളം 10 പവനായി. പദ്ധതി വിഹിതം 2 പവനും.

ഹാർലി സ്ട്രീറ്റ് പ്രമാണിമാർ (ഏറ്റവും ഉയർന്ന സമ്പന്നന്മാരായ വിദഗ്ധരുടെ തെരുവാണ് ഹാർലി സ്ട്രീറ്റ്) ചന്ദ്രഹാസം ഇളക്കി. ബ്രിട്ടനിലെ ആതുര ശുശ്രൂഷാരംഗം മുഴുവൻ സ്തംഭിപ്പിക്കും എന്നെല്ലാം അവർ ആക്രോശിച്ചു. ചില ഡോക്ടർമാർ പണിമുടക്കി. ടിവിസ്റ്റോക് സ്ക്വയറിലുള്ള ബ്രിട്ടീഷ് മെഡിക്കൽ അസോസിയേഷൻ കെട്ടിടത്തിൽ വൻതിരക്ക്, ചർച്ചകൾ.

ആരോഗ്യമന്ത്രി അനുറിൻ ബെവാൻ പ്രഖ്യാപിച്ചു, "മഹാറാണിയുടെ ഗവൺമെന്റിന് (അത് അവരുടെ ഒരു ശൈലിയാണ്, എല്ലാം ബ്രിട്ടീഷ് ക്രൗണിന്റെ ഉടമസ്ഥതയിൽ എന്ന ഭാവന). ഡോക്ടർ സമൂഹത്തോട് അളവറ്റ ബഹുമാനമാണ്. അനാരോഗ്യത്തിനെതിരെ നടത്തുന്ന ഈ കുരിശുയുദ്ധത്തിൽ ആദ്യത്തെ അന്ധാളിപ്പിനുശേഷം അവർ പൂർണമായി പങ്കുചേരും. ഏറ്റെടുത്ത് മുന്നോട്ടു കൊണ്ടുപോകുമെന്നതിൽ സംശയമില്ല".

ഹൈഡ്പാർക്കിലും കെന്നിങ്ടൺ ഓവലിലും എന്നു വേണ്ട, ബ്രിട്ടനിൽ അങ്ങോളമിങ്ങോളം ലേബർപാർട്ടിയുടെ നേതൃത്വത്തിൽ ബോധവൽക്കരണ യോഗങ്ങൾ നടന്നു. "മാരകങ്ങളായ രോഗങ്ങൾക്കെതിരെയുള്ള കുരിശുയുദ്ധം" എന്ന് അതിനെ നാമകരണം ചെയ്തു.

വെറും രണ്ടുമാസത്തിനുള്ളിൽ ഡോക്ടർ സമൂഹത്തിന്റെ അങ്കലാപ്പ് തീർന്നു. അവർക്ക് സ്വന്തം പ്രയത്നത്താൽ സ്വകാര്യ പ്രാക്ടീസിൽ കൂടി സമ്പാദിക്കുവാൻകഴിഞ്ഞിരുന്നതിൽ കൂടുതലല്ലാതെ കുറവു വന്നില്ല. അധ്വാനക്കുറവ്, വരുമാനത്തെപ്പറ്റിയുണ്ടായിരുന്ന അനിശ്ചിതത്വം ഇല്ല!

ലണ്ടൻ ക്ലിനിക്ക് എന്ന അതിസമ്പന്നന്മാരുടെ സ്ഥാപനം മാത്രം ഈ പദ്ധതിയിൽ കൊണ്ടുവന്നില്ല. പല പ്രഭുക്കളും വിശ്രമത്തിനു വേണ്ടി മാത്രം അവിടെ പോയിക്കിടക്കുമായിരുന്നു, ദിവസം 500 പവനോ,

അതിലധികമോ ചെലവു ചെയ്ത്. (വില്യം വൈലർ ക്ലിയോപാട്രാ ചിത്രം എടുക്കുന്നതിനിടയിൽ എലിസബത്ത് ടെയ്‌ലറിന് ഒരു പല്ലുവേദന. നാലുദിവസം ലണ്ടൻ ക്ലിനിക്കിൽ കിടത്തി വിദഗ്ധ ചികിത്സ നടത്തി. ചെലവ് 12,000 പവൻ).

സങ്കീർണങ്ങളായ പല ഹൃദയശസ്ത്രക്രിയകളിൽ ഞാനും ഭാഗഭാക്കായിരുന്നു. ഒരു രോഗിക്കു ഒരു ഫാർതിങ്ങ് (ഫാർതിങ്-ഒരു പെനിയുടെ നാലിൽ ഒരു ഭാഗം) പോലും ചെലവു വന്നില്ല. നമ്മുടെ നാട്ടിൽ വർത്തമാന പത്രങ്ങളിൽ പലപ്പോഴും ഇത്തരം ശസ്ത്രക്രിയ കൾക്ക് ഉദാരമതികളിൽനിന്നു സംഭാവനക്കുള്ള അഭ്യർഥന കാണുന്നു. ഒന്നു മുതൽ മൂന്നുലക്ഷം രൂപ വരെയാണ് സർക്കാർ ആശുപത്രികളിൽ ചെലവ്.

എന്റെ പത്തുവയസ്സായ പൊന്നോമന മകൾക്ക് ഒരു രാത്രി വയറുവേദന. രണ്ടു തവണ ഛർദ്ദിച്ചു. അപ്പെൻഡിസൈറ്റിസ് ആണോ എന്ന് ഭയന്ന് ഞാൻ ആശുപത്രിയിലേക്ക് കൊണ്ടോടി. വിദഗ്ധ പരി ശോധനയും സങ്കീർണങ്ങളായ പരീക്ഷണങ്ങളും അന്നുരാത്രി നടത്തി. ശസ്ത്രക്രിയ വേണ്ടിവരുമെന്ന് ഞാൻ ഭയന്നു. രാവിലെ ഇതല്ലാം കൂട്ടിവച്ച് Prof. Rummage വയറു തടവി പറഞ്ഞു, "ഇത് അപ്പെൻ ഡിസൈറ്റിസ് അല്ല. വൈറൽ ആണ്. കുടലിന് ജലദോഷം പിടിച്ചതാണ്. ഓപ്പറേഷനൊന്നും വേണ്ട. നാളേക്ക് പൂർണ സുഖം പ്രാപിക്കും. അതുവരെ, കുടലിന്റെ ജലദോഷം മാറുന്നതുവരെ, ഇവിടെ കിടക്കട്ടെ." ഒരു ഫാർതിങ് ചെലവിടേണ്ടി വന്നില്ല.

അറുപത്തിയഞ്ചു കഴിഞ്ഞ ആ കുടവയറുകാരനോട് എങ്ങനെ യാണ് എന്റെ അതിയായ ആശ്വാസം പ്രകടമാക്കുക! കെട്ടിപ്പിടിച്ച് ഉമ്മവച്ചാലോ!

പിന്നീട് വന്ന ഹരോൾഡ് മക്മില്ലൻ സർക്കാരും മാർഗരറ്റ് താച്ചറും ഈ പദ്ധതി തകിടം മറിക്കുവാൻ ആവുന്നതും ശ്രമിച്ചു. കഴിഞ്ഞില്ല. അത് ജനകീയമായിക്കഴിഞ്ഞിരുന്നു. കുറേ വെള്ളം ചേർക്കാൻ മാത്രമാണ് സാധിച്ചത്. പദ്ധതി ഇന്നും വലിയ കോട്ടം തട്ടാതെ തുടരുന്നു, അരനൂറ്റാണ്ടിലൂടെ.

കാനഡയിലും സ്വീഡനിലും ഡെൻമാർക്കിലും ഈ പദ്ധതിയുടെ മാതൃകയിലാണ് ആരോഗ്യ രംഗം പുനർസംവിധാനം ചെയ്തിട്ടുള്ളത്. ഡോക്ടർ സി ഒ കരുണാകരൻ ഈ രാജ്യങ്ങളിലെല്ലാം പോയി ആരോഗ്യരംഗം വിലയിരുത്തി, അന്താരാഷ്ട്ര പ്രസിദ്ധീകരണങ്ങളിൽ വളരെയേറെ പ്രകീർത്തിച്ചു. പിന്നെ ഇങ്ങനെ കൂട്ടിച്ചേർത്തു. "ആറ്റ്ലി സർക്കാരിന്റെ, ലേബർ പാർട്ടിയുടെ അചഞ്ചലമായ രാഷ്ട്രീയ ഇച്ഛാ ശക്തിയാണ് ഈ പദ്ധതിയുടെ അത്ഭുതകരമായ അംഗീകാരത്തിനും വിജയത്തിനും കാരണം".

നമ്മുടെ ഭരണഘടന "ജനാധിപത്യസോഷ്യലിസ്റ്റാ"ണ്പോലും. എന്നാൽ കേരളപ്പിറവിക്കുശേഷം ആതുരശുശ്രൂഷാ രംഗത്ത് സ്വകാര്യ

മേഖല പൊതുമേഖലയെ മുക്കാൽ ഭാഗവും പുറംതള്ളിയിരിക്കുന്നു. 11–ാം പഞ്ചവത്സര പദ്ധതി രൂപരേഖ ആവർത്തിച്ചു പറയുന്നു, "out of pocket expenditure", സർക്കാർ ആശുപത്രിയെ അഭയം പ്രാപിക്കുന്ന രോഗികൾക്ക്, ഇതാണോ ജനാധിപത്യ സോഷ്യലിസ്റ്റ് മാതൃക!

ക്ലമന്റ് ആറ്റ്ലിയോ അനുറിൻ ബെവാനോ ബ്രിട്ടീഷ് സർക്കാരോ സോഷ്യലിസ്റ്റ് മാതൃക അവകാശപ്പെട്ടിട്ടില്ല. അവകാശപ്പെടുന്നില്ല, അവരുടെ ഭരണം അവകാശപ്പെടുന്നത്, ഒരു ക്ഷേമ രാഷ്ട്രം മാത്രമാണ്. ഒരു രോഗിക്കുപോലും "out of pocket" ചെലവ് വേണ്ടിവരുന്നില്ല.

37

സമയം ഒരു അമൂല്യ സമ്പത്ത്

അന്ന് ഈ ലേഖകൻ മദിരാശി സ്കൂളിൽ ചെറിയ ക്ലാസിൽ പഠിക്കുകയായിരുന്നു. ഇന്നത്തെ മാതിരി റേഡിയോ, ടി വി മുതലായവയൊന്നും ലോകത്ത് എവിടെയും ഉണ്ടായിരുന്നില്ല. വർത്തമാന കടലാസുകൾ അവർക്ക് പ്രത്യേകം സംവിധാനം ചെയ്തിരുന്ന കമ്പിയില്ലാകമ്പി വഴിയാണ് പുതുപുത്തൻ വാർത്തകൾ സംഭരിച്ച് അച്ചടിച്ച് വിതരണം ചെയ്തിരുന്നത്.

എൻെറ ജ്യേഷ്ഠത്തി ജാനകി, ആ ചെറുപ്രായത്തിൽപോലും ദിവസവും രാവിലെ പത്രത്തിനുവേണ്ടി ഗേറ്റിൽ കണ്ണും നട്ടിരിക്കുമായിരുന്നു.

ഒരു ദിവസം രാവിലെ ബ്രിട്ടീഷ് സാമ്രാജ്യത്വത്തിൻെറ പത്രമായിരുന്ന, *The Mail* പൊക്കിപ്പിടിച്ച്, ആകാംക്ഷാഭരിതയായി ഓടിവന്നു. ആ പത്രത്തിൻെറ മുൻ പേജിൽ, കറുത്ത ബോർഡർകൊണ്ട് വലയംചെയ്ത വാർത്ത ഞെട്ടിപ്പിക്കുന്നതായിരുന്നു.

"ബ്രിട്ടീഷ് ചക്രവർത്തി അന്തരിച്ചു. ചക്രവർത്തി നീണാൾ വാഴട്ടെ."
(എന്തൊരു വിരോധാഭാസം!!)

ബ്രിട്ടീഷ് സാമ്രാജ്യത്വം ഒരു നിമിഷംപോലും 'അനാഥ'മാവാൻ പാടില്ല എന്ന ശാഠ്യം അവരുടെ പല പ്രത്യേകതകളിൽ ഒന്നുമാത്രം.

താഴെ വിശദാംശങ്ങൾ കൊടുത്തിരുന്നു. ദുഃഖാചരണത്തിന് ഒരു ദിവസംപോലും "പാഴാക്കിക്കൂട" എന്നത് അവരുടെ പ്രത്യേകത. അതുകൊണ്ടാണ് ചരമവാർത്തയോടൊപ്പം "സാമ്രാട്ട് നീണാൾ വാഴട്ടെ" എന്ന പ്രാർഥന. എല്ലാ പ്രവർത്തനങ്ങളും സാധാരണഗതിയിൽ അന്നും തുടർന്നു.

"സമയം അമൂല്യമാണ്. അത് പാഴാക്കിയാൽ വീണ്ടെടുക്കാൻ ഒരു കാലത്തും സാധ്യമാവില്ല." എന്നതായിരുന്നു അവരുടെ അലിഖിത ശാസ്ത്രം.

കാൻററർബറി ആർച്ച്ബിഷപ്പ് ഒരു പ്രൗഢഗംഭീരമായ അനുശോചനസന്ദേശം പ്രസിദ്ധീകരിച്ചു. പിന്നെ ലോകത്തെ പല രാജ്യങ്ങളിലെയും തലവന്മാർ വിവിധങ്ങളായ രീതിയിൽ അനുശോചിച്ചു. പലരും അന്ത്യയാത്രയ്ക്ക് അനുഗമിക്കുവാൻ ലണ്ടനിൽ എത്തി. അന്ന് വിമാനസർവീസ് ഉണ്ടായിരുന്നില്ല എങ്കിലും. വർഷങ്ങൾ പലതുകഴിഞ്ഞു. അന്ന് ചക്രവർത്തിയായി വാഴിച്ച ജോർജ് അഞ്ചാമനും വിട പറഞ്ഞു. സാധാരണഗതിയിൽ കട്ടികൂടിയ കറുത്ത ബോർഡറിൽ വലയംചെയ്ത വാർത്തവന്നു.

"ചക്രവർത്തി ദിവംഗതനായി.

ചക്രവർത്തി നീണാൾ വാഴട്ടെ".

അന്ന് ഉപരിപഠനത്തിന് ലണ്ടനിൽ താമസിച്ചിരുന്ന ഡോക്ടർ അനന്തനാരായണൻ പറയുകയുണ്ടായി, "ഒരു ദിവസം മൈക്രോസ്കോപ്പിൽ കൂടി നോക്കി വളരെ നേരം നിരീക്ഷിച്ചു കഴിഞ്ഞപ്പോൾ, കണ്ണിനും കഴുത്തിനും അൽപ്പം ആയാസം കിട്ടുവാൻ തലപൊക്കി എതിർവശത്തുള്ള കെട്ടിടത്തിൻെറ മുകൾവശത്തേക്ക് നോക്കി. അവിടെ ഒരു യൂണിയൻ ജാക്ക് പകുതി താഴ്ത്തിക്കെട്ടിയിരിക്കുന്നു. അടുത്തുള്ള സഹപാഠിയോട് കാര്യം അന്വേഷിച്ചു.

"കുറച്ചുമാസം ശയ്യാവലംബിയായിരുന്ന ചക്രവർത്തി തിരുമനസ്സ് അൽപ്പസമയം മുമ്പ് അന്ത്യശ്വാസം വലിച്ചു. "ചക്രവർത്തി നീണാൾ വാഴട്ടെ".

"എന്നിട്ട് ദുഃഖാചരണത്തിന് അവധിയില്ലെ?"

"അങ്ങനെ ഒരു പതിവ് ഞങ്ങൾക്കില്ല. വൈകിട്ട് പ്രവർത്തിസമയത്തിനുശേഷം ഒരു അനുശോചനയോഗം നടത്തും."

അന്ന്- Prince of Wales ആയിരുന്ന എഡ്വേർഡ് – എഡ്വേർഡ് എട്ടാമനായി അൽപ്പദിവസം ബ്രിട്ടീഷ് സിംഹാസനത്തിലിരുന്നു. പക്ഷെ ഒരു എടങ്ങേറ്, അത് ഒരു കീറാമുട്ടിയായി. ആ മാന്യദേഹത്തിന് ഒരു പ്രേമഭാജനമുണ്ടായിരുന്നു. മൂന്നു പ്രാവശ്യം വിവാഹിതയായി, അടുത്തയിടെ വിവാഹമോചനം നേടിയ Mrs. Simson. സുഹൃത്തുക്കളും പള്ളിമേധാവികളും രാജാവിൻെറ മുകളിൽ വളരെയേറെ സമ്മർദംചെലുത്തി. പാർലമെൻറിൻെറ ഇരുസഭകളും വികാരനിർഭരമായ ചർച്ചകൾക്ക് സാക്ഷ്യംവഹിച്ചു.

"ഞാൻ ഈ രാജഭാരം ഉപേക്ഷിക്കാൻ തയ്യാർ. എന്നാലും എൻെറ പ്രേമഭാജനത്തെ കൈവെടിയാൻ സാധ്യമല്ല."

അങ്ങനെ ബ്രിട്ടീഷ് ചരിത്രത്തിൽ ആദ്യമായി ഒരു രാജാവ് സ്വമേധയാ സിംഹാസനം വിട്ടിറങ്ങി, Abdicate ചെയ്തു. അന്ന് പ്രധാനമന്ത്രിയായിരുന്ന Baldwin വിലപിച്ചു.

"The pity of it, oh, the pity of it, for him to have abandoned, a hope, so high and a trust so great."

എഡ്വേർഡ് എട്ടാമന് Duke of Windsor എന്ന പദവി നൽകി. അനുജൻ, ജോർജ് ആറാമനായി കിരീടം ധരിച്ചു.

ഇതിനെല്ലാം എത്രയോ മുമ്പ് ഹെൻറി എട്ടാമൻ അഞ്ചുതവണ വേട്ടു. അവരിൽ Anny Bolin എന്ന രാജ്ഞിയെ ലണ്ടൻ ടവറിൽ കൊണ്ടുപോയി

പി കെ ആർ വാര്യർ

ഗളഛേദം ചെയ്തു. ഈ ചെയ്തികളെ ചോദ്യം ചെയ്ത പോപ്പിനോട് (Pope) വിട പറഞ്ഞ് സ്വതന്ത്രമായ ചർച്ച് ഓഫ് ഇംഗ്ലണ്ട് രൂപീകരിച്ചു. അതെല്ലാം പഴയകഥകൾ. അവയ്ക്കൊന്നും പാവം എഡ്വേർഡിൻെറ ദിവ്യപ്രേമം സാധൂകരിക്കുവാൻ സാധിച്ചില്ല.

ദശാബ്ദങ്ങൾ റോയൽ കോളേജ് ഓഫ് സർജൻസിൽ എമെറിട്ടസ് പ്രൊഫസറായിരുന്ന സർ. ഗോർഡൻ ഗൊർഡൻ ടെയ്ലർ 84–ാമത്തെ വയസിൽ ആകസ്മികമായി അന്തരിച്ചു. ജീവിതത്തിൻെറ മുക്കാൽ ഭാഗവും, രാപകൽ നിസ്വാർത്ഥസേവനം അനുഷ്ഠിച്ച മിഡിൽസെക്സ് ആശുപത്രിയുടെ വാതുക്കലിൽ ഒരു കാറ് കയറിയിട്ടാണ് മരിച്ചത്.

ഇത് റോയൽ കോളേജിൻെറ നോട്ടീസ് ബോർഡിൽ, കറുത്ത ബോർഡറോടുകൂടിയ ഒരു അറിയിപ്പായി പ്രത്യക്ഷപ്പെട്ടു. വൈകിട്ട് ഏഴുമണിക്ക് അനുശോചന യോഗത്തിൽ Dean Harold Atkins, Sir Gordon ന്റെ അമൂല്യ സംഭാവനകളെ പ്രകീർത്തിച്ചു. റോയൽ കോളേജിൻെറ ജേർണൽ ഒരു പ്രത്യേക പതിപ്പ് ഇറക്കി.

ഇത്രയും എഴുതിയത്, വെള്ളക്കാരോടുള്ള പ്രതിപത്തി കാരണമോ, ബ്രിട്ടീഷ് സാമ്രാജ്യത്തോടുള്ള വിധേയത്വംകൊണ്ടോ അല്ല. അവരുടെ സ്വഭാവവിശേഷങ്ങളിൽ, സമയത്തിന് കൽപ്പിച്ചിട്ടുള്ള വിലയോടുള്ള മതിപ്പുകൊണ്ടാണ്. അതുകാരണം അവർക്ക് സമയനിഷ്ഠ പാലിക്കുന്നതിലുള്ള നിഷ്കർഷതയും പ്രകടമാണ്.

ഞാൻ ഹൃദയശസ്ത്രക്രിയയിൽ പരിശീലനത്തിനുവേണ്ടി ഇംഗ്ലണ്ടിൽ നാലുവർഷം ചെലവഴിച്ചു. അതിൽ രണ്ടുവർഷം സ്റ്റോക്ക് ഓൺ

ട്രൻറിൽ Max Sanderson ൻെറ കീഴിലായിരുന്നു. എല്ലാ വെള്ളിയാഴ്ചയും പുതിയ പുതിയ മാനങ്ങൾ കണ്ടെത്തുവാൻ ബെർമിംഗ്ഹാമിൽ ക്യൂ ഇ സർവകലാശാലയിൽ ചെലവഴിക്കുമായിരുന്നു. രാവിലെ ആറു മണിക്ക് സാൻഡേഴ്സണിൻെറ കാറിലായിരുന്നു യാത്ര. ഞാൻ രാവിലെ അഞ്ചുമണിക്ക് ആശുപത്രിയിൽ പോയി ഓപ്പറേഷൻ ചെയ്ത രോഗികളെ എല്ലാം പരിശോധിച്ച്, വേണ്ട നിർദേശങ്ങൾ കൊടുത്ത് ബോസിന്റെ വീട്ടുപടിക്കൽ എത്തുക എന്നതായിരുന്നു പതിവ്. ശീതകാലത്ത് രാവിലെ ആറുമണി അർദ്ധരാത്രിപോലെയാണ്.

ഒരു ദിവസം ഞാൻ എത്തിയപ്പോൾ ഒരൽപ്പം താമസിച്ചു. വീടിന്റെ ഗേറ്റിൻെറ വെളിയിൽ കാറിൽ ആ മാന്യദേഹം കാത്തിരിക്കുന്നു.

ഞാൻ എത്തിയപ്പോൾ വാച്ചുനോക്കി പറഞ്ഞു, "നാം ആറുമണിക്കാണ് പുറപ്പെടേണ്ടിയിരുന്നത്. ഇപ്പോൾ എട്ടുമിനിട്ട് വൈകിപ്പോയി".

സമയനിഷ്ഠയിലെ കാർക്കശ്യം! പിന്നെ കൂട്ടിച്ചേർത്തു. "നാം കൃത്യസമയം പാലിച്ചില്ലെങ്കിൽ, മറ്റൊരാളുടെ വിലപ്പെട്ട സമയമാണ് അപഹരിക്കുന്നത്, അപഹർത്താക്കളായിത്തീരുകയാണ്."

ഒരു അനുബന്ധം: നമ്മുടെ നാട്ടിൽ, തിരുവനന്തപുരത്ത് നടന്ന ഒരു സംഭവം.

അന്ന് ശാസ്ത്രസാഹിത്യ പരിഷത്തിൻെറ പ്രസിഡൻറ് സഖാവ് പി ടി ഭാസ്കരപ്പണിക്കരായിരുന്നു. യൂണിവേഴ്സിറ്റി കോളേജ് അങ്കണത്തിൽ ഒരു യോഗം അഞ്ചുമണിക്ക് ചേരുവാൻ നിശ്ചയിച്ചിരുന്നു. അന്നത്തെ വൈസ് ചാൻസിലർ, ശ്രീ. അയ്യപ്പനെയായിരുന്നു അദ്ധ്യക്ഷനായി നിശ്ചയിച്ചിരുന്നത്. അദ്ദേഹം അത് ഏൽക്കുകയും ചെയ്തിരുന്നു. മൂന്ന് മഹത് വ്യക്തികൾ പ്രഭാഷണത്തിനും ഏറ്റിരുന്നു. അഞ്ചുമണിക്ക് അങ്കണം മുക്കാലും നിറഞ്ഞിരുന്നു. പ്രഭാഷണക്കാരിൽ രണ്ടുപേരും വന്നെത്തിയിരുന്നു.

വൈസ് ചാൻസിലറെ കാൺമാനില്ല. പി ടി ബി സ്റ്റേജിൽ കയറി പറഞ്ഞു, ശ്രീ. അയ്യപ്പനാണ് ഈ അദ്ധ്യക്ഷ കസേരയിലിരിക്കേണ്ടത്. എന്തോ കാരണവശാൽ അദ്ദഹം എത്തുവാൻ വൈകുന്നു.

"നിങ്ങളുടെ എല്ലാം സമ്മതം പ്രതീക്ഷിച്ച് ഞാൻ ഈ കസേരയിൽ ഇരുന്ന് യോഗം ആരംഭിക്കാം. വൈസ് ചാൻസിലർ വരുമ്പോൾ ഈ വേദി അദ്ദേഹത്തിന് കൈമാറിക്കൊള്ളാം".

അദ്ദേഹം ആറേകാലിനെത്തി. പി ടി ബി അദ്ദേഹത്തെ ആദരപൂർവം വരവേറ്റ് അധ്യക്ഷവേദിയിൽ ഔപചാരികമായി ഇരുത്തി.

38

ഡോക്ടർ എം ആർ ശ്രീധരമേനോൻ

ആയിരത്തി തൊള്ളായിരത്തി അമ്പതുകളിൽ കേരളത്തിൽ ശസ്ത്രക്രിയാശാസ്ത്രം നെഞ്ചിനകത്ത് എത്തിക്കഴിഞ്ഞിരുന്നില്ല. ഈ പോരായ്മ നികത്തുവാൻ അന്ന് സർജറി പ്രൊഫസറായിരുന്ന ഡോ. എൻ ബൽസലം കാർഡിയോ തൊറാസിക് സർജറിയിൽ പ്രത്യേക പരിശീലനത്തിനായി വെല്ലൂരിൽ ക്രിസ്ത്യൻ മിഷൻ മെഡിക്കൽ കോളേജിൽ നിയോഗിക്കപ്പെട്ടു. റവ. എച്ച് ബെറ്റ്സ് എന്ന വിദഗ്ധന്റെ കീഴിൽ രണ്ടു വർഷത്തെ പിശീലനത്തിനുശേഷം തിരിച്ചുവന്ന് 1958ൽ അദ്ദേഹം കേരളത്തിലെ ആദ്യത്തെ ഹൃദയശസ്ത്രക്രിയ വിജയകരമായി ചെയ്തു. എങ്കിലും മുഖ്യചുമതല സർജറി പ്രൊഫസറായിത്തന്നെ. ശനിയാഴ്ചതോറും ഒന്നോ രണ്ടോ ഓപ്പറേഷനു സമയവും സൗകര്യങ്ങളും ലഭ്യമാക്കി. സഹായത്തിന് അപ്പോൾ സന്നദ്ധരായ സർജറി ബിരുദാനന്തര ബിരുദ വിദ്യാർഥികളിൽ ഒരാൾ ഓപ്പറേഷൻ കഴിഞ്ഞുള്ള ശുശ്രൂഷയും മറ്റു പ്രവർത്തനങ്ങളോടൊപ്പം നടത്തുകയായിരുന്നു.

ഇംഗ്ലണ്ടിലെ പരിശീലനം കഴിഞ്ഞ് തിരിച്ചുവന്ന ഈ ലേഖകൻ പ്രൊഫസർ ബൽസലത്തിന്റെ സഹായിയായി നിയമിതനായി, 1962ൽ. തസ്തിക 'ജനറൽ സർജറി അസിസ്റ്റന്റ് പ്രൊഫസർ'. ആഴ്ചതോറും ഒരു ഓപ്പറേഷൻ ടേബിൾ എന്നത് മാറി ആഴ്ചയിൽ രണ്ടുദിവസം ഓരോ ടേബിൾ എന്നായി ഉയർത്തി. മറ്റു സഹായത്തിന് അന്നത്തെ ജനറൽ സർജറി ബിരുദാനന്തര ബിരുദ വിദ്യാർഥികൾ മാത്രം. പലരും വളരെയേറെ ഊർജസ്വലരായി മുന്നോട്ടുവന്ന് നിസ്വാർഥസേവനം കാഴ്ചവച്ചു. ഇവരിൽ പലരും എന്റെ പഴയ മനസിൽ ഇന്നും തങ്ങിനിൽക്കുന്നു.

1. ഡോക്ടർ ചാക്കോ വലയിൽ, പിന്നീട് കോട്ടയം മെഡിക്കൽകോളേജിൽ സർജറി പ്രൊഫസറായി, അടുത്തൂൺ പറ്റി. അധികം താമസിയാതെ ഓർമ്മമാത്രമായി.

2. ഡോക്ടർ സുകുമാരപ്പണിക്കർ, ഇപ്പോൾ ആലുവയിൽ സ്വന്തം ആശുപത്രി സ്ഥാപിച്ച് ആതുരശുശ്രൂഷാരംഗത്ത് സ്വന്തം വ്യക്തിമുദ്ര പതിപ്പിച്ച് മുന്നേറുന്നു.

3. ഡോക്ടർ ജോസ്, വർഷങ്ങളായി തൃശൂർ അമല മെഡിക്കൽ കോളേജിൽ തുടരുന്നു.

4. രഞ്ജിത്കുമാർ ഗ്രോവർ, ഇപ്പോൾ തൃപ്പൂണിത്തുറയിൽ സ്വന്തം അമ്മ സ്ഥാപിച്ച ആശുപത്രിയിൽ വിദഗ്ദ്ധ ശസ്ത്രക്രിയാ പ്രവർത്തനം തുടരുന്നു.

5. എം ആർ ശ്രീധരമേനോൻ, ജനറൽ സർജറി പി ജി യായിരുന്നപ്പോൾ അദ്ദേഹം ഓടിച്ചു നടന്നിരുന്ന കൊച്ചു സിംഗർ (Singer) കാറാണ് എന്നെ ആദ്യം ആകർഷിച്ചത്. ആറടി പൊക്കമുള്ള ശരീരം 'ഗ' എന്ന ആകൃതിയിൽ മടക്കി നിഷ്പ്രയാസം ഡ്രൈവർ സീറ്റിൽ ഒതുക്കുന്നത് ഞാൻ പലപ്പോഴും നോക്കിനിന്നിട്ടുണ്ട്. അധിക സമയവും അടുത്ത സീറ്റിൽ സഹപാഠി ഡോക്ടർ ഒ എസ് മേനോനും. അദ്ദേഹത്തിന് കേറി ഇരിക്കുവാൻ സ്റ്റിയറിങ് വീലിന്റെ തടസ്സമില്ല. രണ്ടുപേരും വലിയ കൂട്ടായിരുന്നു. പലപ്പോഴും പലരും അവരെപ്പറ്റി പറഞ്ഞിരുന്നത് കേട്ടിട്ടുണ്ട്, "ഒ എസ് മേനോനും മിസിസ് മേനോനും" എന്ന്. 'എം ആർ എസ്' എന്നത് 'മിസ്സിസ്' എന്നതിന്റെ ഹ്രസ്വഭാവമാണല്ലോ.

രണ്ടുപേരും എംഎസ് ബിരുദം നേടി. ആയിടെ ഡോക്ടർ ബൽസലം കോട്ടയത്ത് പ്രൊഫസറും സർജറി മേലധികാരിയുമായി മാറിപ്പോയി. കാർഡിയോ തൊറാസിക് സർജറിയിൽ ഞാൻ ഏകനായി.

എം ആർ എസ് മേനോൻ ആദ്യത്തെ കാർഡിയോ തൊറാസിക് അസിസ്റ്റന്റ് പ്രൊഫസറായി നിയമിതനായി. അതിനുമുമ്പില്ലാത്ത ഡിപ്പാർട്മെന്റ് അങ്ങനെ രൂപവൽക്കരിക്കപ്പെട്ടു. അതിലെ ആദ്യത്തെ നിയമനം ഡോ. എം ആർ എസ് മേനോന്റേത് ആയിരുന്നു.

ശസ്ത്രക്രിയയ്ക്ക് ബുദ്ധിയും പരിജ്ഞാനവും കൈവിരുതും ചേരേണ്ടതുണ്ട്. എങ്കിലേ ആംഗലേയഭാഷയിൽ Born Surgeon ആവുകയുള്ളൂ. ഈ ബഹുമതിക്ക് പൂർണമായും യോഗ്യരായവർ വിരളമാണ്. എന്നെപ്പോലുള്ള സർജന്മാർ രണ്ടാംതരം പ്രവർത്തനംകൊണ്ട് വലിയ ആപത്തുകളുടെ പരമ്പര വരുത്തിവയ്ക്കാതെ കഴിഞ്ഞുകൂടുന്നു എന്നു മാത്രം. ഈയിനത്തിൽ- Born Surgeon- അഗ്രഗണ്യനായി ഞാൻ കരുതിയിരുന്നത് മദിരാശിയിൽ ഡോക്ടർ സി പി വിശ്വനാഥമേനോനെയാണ്. അദ്ദേഹത്തെ അസിസ്റ്റ് ചെയ്യാൻ എനിക്ക് ഏറെ അനുഗൃഹീത അവസരങ്ങൾ കിട്ടിയിട്ടുണ്ട്.

(1946ൽ എഫ് ആർ സി എസിലെ പ്രൈമറി പരീക്ഷ മദിരാശിയിൽ നടത്തുകയുണ്ടായി. സർജറിയിൽ അന്ന് തലതൊട്ടപ്പൻ എന്ന് കരുതിയിരുന്ന Sir Henege Ogilve അതിന്റെ നടത്തിപ്പിനായി വന്നിരുന്നു. അതിനിടയിൽ അവിടത്തെ പല ശസ്ത്രക്രിയകളും നിരീക്ഷിക്കുകയുണ്ടായി. ഡോക്ടർ വിശ്വനാഥമേനോന്റെ ഒരു ആമാശയ ശസ്ത്രക്രിയ കണ്ടുകഴിഞ്ഞിട്ട് പറഞ്ഞു, "ഇതിനോട് കിടപിടിക്കാൻ ഞാൻ ആരെയും കണ്ടിട്ടില്ല, not even Sir Norman Taylor.")

എന്റെ അസിസ്റ്റന്റ് ആയിരുന്ന എം ആർ എസ് മേനോന്റെ പാടവം ഞാൻ അതിനോടാണ് താരതമ്യപ്പെടുത്തുക.

ആയിടെ ഡൽഹിയിൽ ഓൾ ഇന്ത്യാ ഇൻസ്റ്റിറ്റ്യൂട്ടിൽ രണ്ടുകൊല്ലം പ്രവർത്തിച്ച് എം സി എച്ച് ബിരുദം നേടി.

പിന്നീട് ഓസ്ട്രേലിയയിൽ Rowan Nicksന്റെയും Cartmillന്റെയും അടുത്ത് സങ്കീർണങ്ങളായ പലതും പരിശീലിച്ചു. ഹൃദ്രോഗ ശസ്ത്രക്രിയയിൽ ആ Complete Cardio Thorasic Surgeonന്റെ വിദഗ്ദ്ധഹസ്തങ്ങളിലാണ് അടിത്തൂൺപറ്റി പിരിഞ്ഞപ്പോൾ എന്റെ ഡിപ്പാർട്മെന്റ് ഏൽപിച്ചത്.

6. ഡോക്ടർ ജോൺ തരിയൻ, ശസ്ത്രക്രിയാപാടവം ജന്മസിദ്ധമായ മറ്റൊരു വ്യക്തി. ഇപ്പോൾ ഓസ്ട്രേലിയയിൽ കാൻബറയിൽ തൊറാസിക് സർജറി കൺസൾടന്റ്.

എം ആർ എസ്ന്റെ ബലിഷ്ഠഹസ്തങ്ങളിൽ കാർഡിയോ തൊറാസിക് സർജറി തഴച്ചുവളർന്നു.

1973ൽ അസോസിയേഷൻ ഓഫ് സർജൻസ് ഓഫ് ഇന്ത്യയുടെ വാർഷികസമ്മേളനം തിരുവനന്തപുരത്ത് നടന്നു. പ്രൊഫ. എൻ ബൽസലമായിരുന്നു മുഖ്യസംഘാടകൻ. അതിന്റെ നടത്തിപ്പിനുവേണ്ടി ഡോക്ടർ എം ആർ എസ് അശ്രാന്തപരിശ്രമം കാഴ്ചവച്ചു. അതോടുകൂടി അതിന്റെ ഒരു കേരളഘടകം (Chapter) രൂപീകൃതമായി. സ്വാഭാവികമായി ഡോക്ടർ ബൽസലം പ്രസിഡന്റായും ഡോക്ടർ എം ആർ എസ് മേനോൻ സെക്രട്ടറിയായും തെരഞ്ഞെടുക്കപ്പെട്ടു, ഏകകണ്ഠമായി.

ശസ്ത്രക്രിയ എല്ലാ അർത്ഥത്തിലും ഒരു ശാസ്ത്രമായി പരിപോഷിപ്പിക്കുക, ആ രീതിയിൽ കേരളത്തിലെ ഓരോ മുക്കിലും മൂലയിലും എത്തിക്കുക, ഈ മേഖലയിലെ ബിരുദാനന്തരബിരുദ വിദ്യാർഥികൾക്ക് ആണ്ടിലൊരിക്കൽ പ്രത്യേക സമ്മേളനങ്ങൾ സംഘടിപ്പിക്കുക, അതിൽ മറ്റു സംസ്ഥാനങ്ങളിൽനിന്നുള്ള വിദ്യാർത്ഥികളെയും അധ്യാപകരെയും പങ്കെടുപ്പിക്കുക, മുതലായവയായിരുന്നു സുചിന്തിതമായ പരിപാടികൾ. ഇവ ഓരോന്നും ശസ്ത്രക്രിയാശാസ്ത്രത്തിന്റെ പുരോഗതിയിൽ ഓരോ നാഴികക്കല്ലായി എന്നത് സംഘടനയുടെ ആദ്യകാല ഭാരവാഹികളുടെയും പിൻതലമുറക്കാരുടെയും നിസ്വാർത്ഥസേവനത്തിന് പൂച്ചെണ്ടുകളായി മാറി.

ഈ ബഹുമുഖപ്രവർത്തനങ്ങൾക്കിടയിലും എം ആർ എസ് സഹകരണാടിസ്ഥാനത്തിൽ വേറെ ഒരു ആതുരശുശ്രൂഷാകേന്ദ്രം പടുത്തുയർത്തുവാൻ സമയം കണ്ടെത്തി. അതാണ്, ഇന്ന് 'കോസ്മോപൊളിറ്റൻ ആശുപത്രി' എന്ന് അറിയപ്പെടുന്ന സ്ഥാപനം. പക്ഷേ, അത് പൂർണമായി പ്രവർത്തനക്ഷമമാകുന്നതിന് മുമ്പ് ആ ബഹുമുഖപ്രതിഭ അനന്തതയിലേക്ക് യാത്രയായി. ആ ആശുപത്രിയിൽ കയറിച്ചെല്ലുന്നിടത്ത് മന്ദസ്മേരവദനനായി, ആശ്വാസം തേടി വരുന്നവരെ വീക്ഷിക്കുന്ന ഒരു ഫോട്ടോ ഉണ്ട്. അതിന്റെ മുമ്പിൽ നിന്ന് ഞാൻ ആരും കാണാതെ പലവുരു അശ്രുപൂജ ചെയ്തിട്ടുണ്ട്.

39

ചില്ലിക്കാശ് ചെലവില്ലാതെ ഹൃദയശസ്ത്രക്രിയ

എല്ലാ ലോലവികാരങ്ങളുടെയും ഭയത്തിന്റെയും ഭക്തിയുടെയും ഇരിപ്പിടം ഹൃദയമാണെന്നാണ് കവിഭാവന.

ബാബു (എം എസ് ദേവദാസ്)വിന്റെ അമ്മ ബാബുവിന്റെയും കമലാക്ഷിയമ്മയുടെയും മക്കളുടെയും കൂടെയായിരുന്നു അവസാന നാളുകളിൽ താമസിച്ചിരുന്നത്. ആ സാധ്വി ഒരിക്കൽ പറഞ്ഞു: "എല്ലാം എല്ലാം കൃഷ്ണനോടു ചോദിച്ചിട്ടേ ഞാൻ ചെയ്യൂ."

ഞാൻ ഒരു കുസൃതിച്ചോദ്യം ചോദിച്ചു, "അങ്ങേരെ കാണാൻ എവിടെയാണ് പോവ്വാ?" നെഞ്ചു കാണിച്ച് അവർ പറഞ്ഞു, "എവടേം പോണ്ട, ദാ ഇവിടെണ്ട് സദാസമയവും."

"ഞാൻ കുറെ ഹൃദയങ്ങളുടെ ഉള്ളറകൾ തുറന്നു നോക്കിയിട്ടുണ്ട്. അവിടെ ഒന്നും കാർവർണനെ കാണുകയുണ്ടായില്ല."

ഒരു സാധാരണസ്ത്രീയായിരുന്നെങ്കിൽ കോപംകൊണ്ട് കലിതുള്ളിയേനെ. എന്നാൽ, സ്നേഹനിധിയായിരുന്ന ആ അമ്മ ഉറക്കെ ചിരിച്ചു. പിന്നെ പറഞ്ഞു, "ഡോക്ടർക്ക് വേണ്ടത്ര ഉപാസനയില്ലാത്തതുകൊണ്ടാണ് കണ്ണനെ കാണാൻ കഴിയാത്തത്."

"വെണ്ണേം തൈരും കട്ടുകഴിച്ച് മുട്ടുകുത്തി നടന്നിരുന്ന ആ കൊച്ചിന് ജനനാൽ കാര്യമായ ഹൃദ്രോഗമുണ്ടായിരുന്നുവോ?".

കാരണം ജനനാൽ ഉണ്ടാകുന്ന ചില ഹൃദ്രോഗങ്ങളുടെ ലക്ഷണമാണ് ശൈശവത്തിൽ കാണാറുള്ള നീലിപ്പ്. ബ്ലൂ ബേബി സിൻഡ്രോം എന്നാണ് പറയുക. പക്ഷേ, ആ കുഞ്ഞുങ്ങൾക്ക് കാളിയമർദനം മുതലായ സാഹസകൃത്യങ്ങൾ സാധ്യമാകുകയില്ല, ശസ്ത്രക്രിയകൊണ്ട് ആ വൈകല്യത്തിന് പ്രതിവിധിചെയ്യാതെ.

ആയിടയ്ക്ക് മഞ്ഞപ്പിത്തം പിടിപെട്ട് ഞാൻ പത്തുദിവസം കിടപ്പായിരുന്നു.

ഞാൻ മദ്യപാനിയല്ല, 'കാമിലാരി' കൊള്ളയിനത്തിലേക്ക് ഒരു നയാ പൈസ പോലും സംഭാവന ചെയ്തിട്ടുമില്ല, പ്രതിദിനം 20 സിഗററ്റ് വലിച്ചിരുന്നെങ്കിലും. അത് ലിവറിനെ ബാധിക്കുമെന്ന് എവിടെയും പറഞ്ഞു കേട്ടിട്ടില്ല.

ഒരുവിധം സുഖമായി തിരിച്ചുവന്നപ്പോൾ എട്ടാംനമ്പർ വാർഡിൽ ഒരു ബാലിക കിടക്കുന്നു. കണ്ടാൽ പത്തുവയസ്സേ തോന്നിയ്ക്കുകയുള്ളൂ. ആ വാർഡ് സ്ത്രീകളുടെ വാർഡാണ്. "ഇതെന്താ, ഈ കുട്ടിയെ ഇവിടെ കിടത്തിയിരിക്കുന്നത്, എസ്എടിയിൽ സ്ഥലമില്ലാഞ്ഞിട്ടാണോ?"

എന്റെ ഉറ്റ സുഹൃത്ത്, അസോസിയേറ്റ് പ്രൊഫസർ ഡോ. എം ആർ എസ് മേനോൻ പറഞ്ഞു. "അവൾക്ക് 15 വയസ്സാണ്, കണ്ടാൽ തോന്നില്ലെങ്കിലും. കോട്ടയം മെഡിക്കൽ കോളേജിൽനിന്ന് റഫർ ചെയ്തിരിക്കുകയാണ്. പത്താംക്ലാസ് വിദ്യാർഥിനിയാണ്".

നാലാംക്ലാസുവരെ വീടിനടുത്തുള്ള സ്കൂളിൽ കൂട്ടുകാരികളുടെ കൂടെ പോകുമായിരുന്നു. പിന്നെ അതും പ്രയാസമായി. ഹൈസ്കൂൾ കുറച്ച് അകലെയാണ്. ഒരു തേരി കയറണം, പിന്നെപ്പിന്നെ അതിനു വിഷമമായി.

കോട്ടയം മെഡിക്കൽ കോളേജിൽ തുടർച്ചയായി ചികിത്സയിലാണ്. "ഇനി ഓപ്പറേഷൻചെയ്യുകയേ നിർവാഹമുള്ളൂ" എന്ന് അവർ പറഞ്ഞു. സാറിന് ഒരു എഴുത്തുകൊടുത്ത് അവിടെനിന്ന് വിട്ടതാണ്. Falot's Tetrology എന്ന ജനനാലേ ഉണ്ടാകുന്ന വൈകല്യമായിരുന്നു അത്. തന്മൂലം രക്തത്തിൽ Carbondioxide അടിഞ്ഞുകൂടുന്നു, ശ്വാസകോശത്തിലെ രക്തചംക്രമണം വേണ്ടത്ര പോരാത്തത് കാരണം. അതു കാരണമാണ് നീലനിറം (Cyanosis). വേറെയും പല പാർശ്വ അവസ്ഥകളും ഉണ്ടാകുന്നു. അതിന്റെ എല്ലാം ഫലമായി രോഗി അവശനിലയിലാകുന്നു. രാധയ്ക്ക് (അതായിരുന്നു അവളുടെ പേർ) മൂത്രമൊഴിക്കാൻ ടോയ്ലെറ്റിലേക്കു നടക്കാൻപോലും പ്രയാസമായിരുന്നു. അപ്പോഴെല്ലാം നീലനിറം കടുക്കും, (Cyanotic spell); ശ്വാസംമുട്ടും. രക്തത്തിൽ Carbon dioxide ന്റെ ആധിക്യവും പ്രാണവായുവിന്റെ കുറവും കാരണവും പേശികൾക്ക് വേണ്ടവിധത്തിൽ വളരാൻ സാധിക്കുന്നില്ല. അതുകാരണമാണ് പതിനഞ്ചുകാരിക്ക് പത്തുവയസ്സ് മാത്രം തോന്നിക്കുന്നത്; കരിവാളിച്ച് അവശയാകുന്നത്. കാർബൺഡൈഓക്സൈഡിന്റെ ആധിക്യംകാരണം നീലനിറവും കരിവാളിപ്പും സംഭവിക്കുന്നു.

ഈ വിഷമാവസ്ഥ അൽപ്പമെങ്കലും മറികടക്കാൻ പ്രകൃതി ചില സൂത്രപ്പണികൾ ചെയ്യുന്നു. ശ്വേതാണുക്കളുടെ എണ്ണം കൂട്ടുന്നു. അവയിലെ Haemoglobin വർധിപ്പിക്കുന്നു. 15 വയസ്സായ ആരോഗ്യമുള്ള ഒരു പെൺകുട്ടിക്ക് പന്ത്രണ്ടോ പതിനാലോ ഗ്രാം ഹീമോഗ്ലോബിനാണ് സാധാരണ വേണ്ടത്, മാസമുറയിൽ നഷ്ടപ്പെടുന്നത് കണക്കാക്കിയാൽ. രാധയുടെ രോഗസ്ഥിതികാരണം ആർത്തവം ഉണ്ടായിട്ടേ ഇല്ല. എന്നിട്ടും ഹീമോഗ്ലോബിന്റെ അളവ് പത്തൊമ്പതാ

യിരുന്നു. ശ്വേതാണു ബാഹുല്യം കാരണം, നേരിട്ട് ഹൃദയ ശസ്ത്രക്രിയ അക്കാലത്ത് ആലോചിക്കാൻപോലും സാധ്യമായിരുന്നില്ല.

അക്കാലത്ത് എന്നു പറയാൻ കാരണവുമുണ്ട്. രാധ ചികിത്സയ്ക്കായി വന്നത് നാലു പതിറ്റാണ്ട് മുമ്പാണ്. ശാസ്ത്രം അതിവേഗം പാഞ്ഞു. ഇന്ന് ഇത്തരത്തിലുള്ള സങ്കീർണങ്ങളായ ശസ്ത്രക്രിയകൾ എന്റെ സുഹൃത്ത്, കൃഷ്ണമനോഹർ, ശ്രീചിത്ര ഇൻസ്റ്റിറ്റ്യൂട്ടിൽ നവജാത ശിശുക്കളിൽ സാധാരണമായി ചെയ്തുപോരുന്നു. ആ കുഞ്ഞുങ്ങളുടെ വളർച്ച സാധാരണഗതിയിൽ മുന്നേറുന്നു. മറ്റു കുട്ടികളെപ്പോലെ അവരും ഓടി, തേരി കയറി, സ്കൂളിൽ പോകുന്നു.

(പണ്ടുകാലത്തെ *ബാലൻ* എന്ന സിനിമയിൽ സെബാസ്റ്റ്യൻ കുഞ്ഞുകുഞ്ഞു ഭാഗവതർ കാഴ്ചബംഗ്ലാവിൽ കുരങ്ങന്മാരെ നോക്കി പാടുന്നു. "നമ്മൾ കൂട്ടുകാരായിരുന്നു. കാലചക്രം അതിവേഗംപാഞ്ഞു, കുറഞ്ഞുമാഞ്ഞുവാലും. ചാലെ, സഹജരെ വാ", എന്ന്. ഈ ലേഖകനും ഇന്നത്തെ ശസ്ത്രക്രിയാ വിദഗ്ധരും തമ്മിൽ അത്രമാത്രം അന്തരമുണ്ട്).

രാധയുടെ ശ്വാസകോശങ്ങൾ കേഴുകയായിരുന്നു, "ഞങ്ങൾക്ക് വേണ്ടത്ര രക്തം എത്തിച്ചുതരൂ, അവളുടെ നിറവും ശ്വാസം മുട്ടലും വളർച്ചക്കുറവും മാറാൻ ഞങ്ങളാകുന്നത് ചെയ്യാം".

ഇടത്തെ കൈയിലേക്കു പോകുന്ന മുഖ്യ artery കൊണ്ടുവന്ന് ശ്വാസകോശത്തിലേക്കു പോകുന്ന pulmonory artery യായി ബന്ധിപ്പിച്ചു. Blalock എന്ന ശസ്ത്രക്രിയാ വിദഗ്ധനും Helen Tousing എന്ന ഹൃദ്രോഗ വിദഗ്ധയുംകൂടി രൂപകൽപ്പനചെയ്ത ഓപ്പറേഷനാണ് ഇത്. അതുകൊണ്ട് Blalock Tousing shunt എന്നാണ് ഈ ഓപ്പറേഷന്റെ പേര്.

ഓപ്പറേഷൻ കഴിഞ്ഞ് രാധയ്ക്ക് വിഷമമൊന്നും ഉണ്ടായിരുന്നില്ല. രണ്ടാമത്തെ ദിവസം അവൾ പരസഹായം കൂടാതെ മൂത്രമൊഴിക്കാൻ പോയിത്തുടങ്ങി. വലിയ സന്തോഷം. നാലുദിവസം കഴിഞ്ഞു. വാർഡിലെല്ലാവരുമായി ചങ്ങാത്തം സ്ഥാപിച്ച് ഓടി നടന്നു. നീലനിറത്തിന്റെ ലാഞ്ഛന പോലുമില്ല. ശ്വാസംമുട്ടലുമില്ല. എല്ലാവരും സന്തോഷിച്ചു. പത്തുദിവസം കഴിഞ്ഞ് പേരുവെട്ടി വീട്ടിൽപോകുംമുമ്പ് അവൾ ആശുപത്രി മുഴുവൻ നടന്നുകണ്ടു; സുസ്മേരവദനരായ അച്ഛനും അമ്മയുമൊത്ത് വീട്ടിൽപോയി.

മാസങ്ങൾ പലതുകഴിഞ്ഞു. ഞങ്ങൾ Review ക്ലിനിക്കിൽ തിരക്കിലായിരുന്നു. വാതുക്കൽ ഒരു സുന്ദരിബാലിക എന്നെ നോക്കി പലതവണ പുഞ്ചിരിച്ചു. വല്ലാത്ത മുഖപരിചയം തോന്നി.

അവളുടെ ഊഴം വന്നു. പഴയ കേസ്ഷീറ്റ് തുറന്നുനോക്കിയപ്പോൾ, ഞാൻ വികാരവിക്ഷുബ്ധനായി കസേരയിൽനിന്ന് എണീറ്റു. അവളുടെ പുറത്ത് സ്നേഹത്തോടെ തട്ടി. അന്ന് കരുവാളിച്ച് അനങ്ങാൻ പോലും പ്രയാസമായിരുന്ന രാധയായിരുന്നു ആ യുവതി.

ഞാൻ സന്തോഷാശ്രു പൊഴിച്ച പല സന്ദർഭങ്ങളുമുണ്ടായിട്ടുണ്ട്. എന്നാൽ ഇത്, ഈ നിമിഷം, എന്റെ ജീവിതാവസാനംവരെ എന്റെ മനസ്സിൽ സൂക്ഷിക്കും, സംശയമില്ല.

അന്ന് ഞങ്ങൾ വലിയ വിജയങ്ങളായി കരുതിയിരുന്ന ഇത്തരം ഓപ്പറേഷനുകൾ ചരിത്രത്തിന്റെ താളുകളിൽ സുഖസുഷുപ്തിയിലാണ്ടുപൊയ്ക്കൊണ്ടിരിക്കുന്നു.

എന്നാൽ, വേറെ ഒരു മൗലികമായ വ്യത്യാസം സംഭവിച്ചുകൊണ്ടിരിക്കുന്നു. അന്ന് രാധയ്ക്ക്, രാധയുടെ അച്ഛനമ്മമാർക്ക് ആശുപത്രിയിൽ ഒരു നയാപൈസ ചെലവിടേണ്ടി വന്നില്ല. ഇത്തരത്തിൽ പതിനായിരക്കണക്കിനു സങ്കീർണങ്ങളായ ചികിത്സാമുറകൾ ഒരുചെലവും ഇല്ലാതെ സർക്കാർ ആശുപത്രികളിൽ ലഭ്യമായിരുന്നു. ഇന്നാണെങ്കിലോ!

ഇന്ന് ചുമയോ പനിയോ വയറുവേദനയോ ആയി ആശുപത്രികളിൽ അഭയംതേടേണ്ടി വന്നാൽ ഭീമമായ ചെലവുവഹിക്കേണ്ടി വരുന്നു. നാം എങ്ങോട്ട്, മുന്നോട്ടോ പിറകോട്ടോ.

ഇത് എഴുതിക്കൊണ്ടിരുന്നപ്പോൾ ഒരു മധ്യവയസ്ക കയറിവന്നു. എന്റെ കാൽ പിടിക്കാൻ ശ്രമിച്ചു. ഞാൻ തെന്നിമാറി. കാലു പിടിക്കൽ ഒരു ഫ്യൂഡൽ അവശിഷ്ടമാണെന്ന് ഞാൻ കരുതുന്നു. അവർ നിറകണ്ണുകളോടെ പറഞ്ഞു, "എന്റെ പേര് ഗിരിജ. എനിക്ക് 12 വയസായിരുന്നപ്പോൾ സാർ എന്റെ ഹൃദയത്തിൽ ഒരു ഓപ്പറേഷൻചെയ്തു. അതുകൊണ്ടാണ് ഇത്രയുംകാലം പ്രവൃത്തിയെടുക്കാൻ സാധിച്ചത്. അതിന്റെ നന്ദി അറിയിക്കാനാണ് വന്നത്."

"അന്ന് എന്തുചെലവായി?''

"ചിറയിൻകീഴിൽനിന്ന് ഇവിടെ വന്നു തിരിച്ചുപോകാൻ, അച്ഛനും അമ്മയ്ക്കും എനിക്കും വണ്ടിക്കൂലിമാത്രം".

ആലോചിച്ച്, ''പിന്നെ അച്ഛനും അമ്മയ്ക്കും പത്തുദിവസം ഇവിടെ ഭക്ഷണച്ചെലവും. എനിക്ക് എല്ലാം ആശുപത്രിയിൽനിന്നുതന്നെയായിരുന്നു.''

40

ഹൃദയശസ്ത്രക്രിയയും ഗർഭസ്ഥശിശുവിന്റെ ലിംഗനിർണയവും

ഹൈമവതി അന്ന് എട്ടുവയസുമാത്രം പ്രായമുള്ള ഒരു പെൺ കൊച്ചായിരുന്നു. ഞങ്ങളുടെ ഉറ്റ സുഹൃത്ത് കുട്ടൻ ഒരു ദിവസം അവളെയും അവളുടെ മാതാപിതാക്കളെയും ഞങ്ങളുടെ വീട്ടിൽ കൊണ്ടുവന്നു. ദേവകി ചായസൽക്കാരത്തിനുശേഷം നാട്ടുവർത്തമാനമൊക്കെ ചോദിച്ചു.

പിന്നെ കുട്ടിയുടെ അച്ഛൻ പറഞ്ഞു. "ഇവൾക്ക് എടക്കെടയ്ക്ക് കൊരയും ശ്വാസംമുട്ടലും വരും. അപ്പോൾ ഒന്നും കഴിക്കാണ്ടാവും. കണ്ടില്ലേ കോലം. ഡോക്ടർ വേണുവാണ് ഇങ്ങോട്ടയച്ചത്".

ഞാൻ അല്പം പരുഷമായി പറഞ്ഞു. "ഞാൻ വീട്ടിൽവെച്ച് ആരെയും പരിശോധിക്കാറില്ല".

കുട്ടൻ പരിഭ്രാന്തനായി പറഞ്ഞു."അയ്യൊ അങ്ങനെ ദുഷ്ടവിചാരം കൊണ്ടൊന്നുമല്ല. ഇദ്ദേഹം രാമൻ നമ്പൂതിരിയാണ്. അപ്പുമ്മാമൻ അറിയും എന്ന് വിചാരിച്ചു".

പിന്നീട് അവർ ആശുപത്രിയിൽ വന്നു, എസ് എ ടി ആശുപത്രിയിൽ. അവിടെ അഡ്മിറ്റ് ചെയ്തു. ഓപ്പറേഷൻ വിജയകരമായി ചെയ്തു. ചുമ മാറി. പത്താംദിവസം വീട്ടിൽ, അല്ല ഇല്ലത്തേക്ക് പറഞ്ഞയച്ചു.

ആ കുഞ്ഞിന്റെ അസുഖകാരണം പി ഡി എ ആയിരുന്നു. ഗർഭസ്ഥശിശു അതിന്റെ ശ്വാസകോശത്തിൽകൂടിയല്ല ശ്വാസോച്ഛ്വാസം ചെയ്യുന്നത്. പൊക്കിൾക്കൊടി വഴി, മറുപിള്ളവഴി മാതാവിന്റെ ശ്വാസകോശങ്ങളിൽ കൂടിയാണ്.

ഇവിടെ ഒരു സാധാരണ തെറ്റിദ്ധാരണ ശരിയാക്കേണ്ടതുണ്ട്. മാതാവിന്റെയും ശിശുവിന്റെയും രക്തം ഒരു സ്ഥലത്തും ഒത്തുചേരുന്നില്ല. വളരെ നേർത്ത രക്തക്കുഴലുകൾ വഴി ഓക്സിജനും കാർബൺ ഡയോക്സൈഡും പോഷകവസ്തുക്കളും വിരേചനവസ്തുക്കളും

കൈമാറുന്നേയുള്ളൂ. ഇരുവരുടെയും രക്തഗ്രൂപ്പുകളും ഒന്നായിരിക്കണമെന്നില്ല.

ഗർഭസ്ഥശിശുവിന്റെ ശ്വാസകോശം രക്തശുദ്ധീകരണ പ്രക്രിയയിൽ ഒരു പങ്കും വഹിക്കുന്നില്ലെങ്കിലും ആ അവയവത്തിന്റെ നിലനിൽപ്പിനായി, അല്പം ശുദ്ധരക്തം കിട്ടിയേ തീരൂ. അതിനായി Ductus Arteriorus എന്ന ഒരു കുഴൽ അയോർടയും ശ്വാസകോശ രക്തക്കുഴലും തമ്മിൽ ബന്ധിപ്പിക്കുന്നു. സാധാരണഗതിയിൽ, പ്രസവം കഴിഞ്ഞ് കുട്ടി ഉറക്കെ കരയുമ്പോഴാണ്, ആദ്യമായി ശ്വാസകോശങ്ങൾ ശുദ്ധവായു കൊണ്ട് നിറയുന്നത്. ആ സമയത്ത് 99 ശതമാനം നവജാത ശിശുക്കളിലും ഡക്റ്റസ് അടഞ്ഞ് ഒരു നേർത്ത ചരടുപോലെ ആയിത്തീരും (ligamentum Arteriorus). ഏകദേശം ഒരു ശതമാനം ശിശുക്കളിൽ ഡക്റ്റസ് അടയാതെ തുടരും. അതുകാരണം ഹൃദയത്തിന് ആവശ്യത്തിലധികം ജോലി ചെയ്യേണ്ടതായി വരുന്നു. കാലക്രമത്തിൽ ഹൃദയത്തിന് താങ്ങാനാകാത്ത ഭാരമായിത്തീരുന്നു എന്ന് വരാം. അപ്പോൾ ഇടയ്ക്കിടെ ചുമയും ശ്വാസംമുട്ടലും തജ്ജന്യമായി രുചിക്ഷയവും അനുഭവപ്പെടും.

ഹൈമവതിക്ക് ഇതാണ് സംഭവിച്ചുകൊണ്ടിരുന്നത്. ഇതിന്റെ ചികിത്സ ഡക്റ്റസ് ഭേദിച്ച് രണ്ടു വശവും ഭദ്രമായി തയ്ക്കുക എന്നതാണ്. ഇതുകൊണ്ട് നൂറുശതമാനം രോഗികൾക്കും നൂറുശതമാനം ശാശ്വത പരിഹാരം കിട്ടും. വേറെ പല രോഗങ്ങളിലും ലഭിക്കാത്ത ഒരു ഗ്യാരന്റി!

വർഷങ്ങൾക്ക് ശേഷം അതിസുന്ദരിയായ ബി എ ബിരുദധാരിയായ ഹൈമവതി എന്റെ മുമ്പിൽ വന്നു. അച്ഛനമ്മമാർ കൂടെ ഉണ്ടായിരുന്നതുകൊണ്ടുമാത്രമാണ് എനിക്കവളെ തിരിച്ചറിയുവാൻ സാധിച്ചത്. അവൾ അരോഗദൃഢഗാത്രയായിരുന്നു. കായികമത്സരങ്ങളിൽ തരക്കേടില്ലാത്തവിധം പങ്കെടുത്തിരുന്നു. ഷട്ടിൽബാഡ്മിന്റണിൽ പെൺകുട്ടികളുടെ വിഭാഗത്തിൽ ചാമ്പ്യനായി. തൂക്കത്തിലും ഉയരത്തിലും ഒരു സാധാരണ ഇരുപതുകാരി. കല്യാണാലോചനകൾ വരുന്നു.

"ഡോക്ടർ, അന്നു ചെയ്ത ഹൃദയശസ്ത്രക്രിയ കാരണം ദാമ്പത്യ ജീവിതത്തിന്റെ, ഗർഭധാരണത്തിൽ, പ്രസവത്തിൽ, വിഷമമുണ്ടാക്കുമോ?"

"അന്ന് ചെയ്ത ആ ശസ്ത്രക്രിയ ഒരു തരത്തിലും വിനയാവില്ല. ധൈര്യമായിട്ട് ദാമ്പത്യജീവിതത്തിലേക്ക് കാലുകുത്തട്ടെ. അഭിവാദനങ്ങൾ".

ഏതാനും മാസങ്ങൾക്ക് ശേഷം, പ്രതിശ്രുത വരനും (പാലക്കാട് ഒരു കോളേജിലെ അസിസ്റ്റന്റ് പ്രൊഫസർ) മാതാപിതാക്കളും വന്നു, സംശയം തീർക്കാൻ. ഞാൻ അവരോടും പറഞ്ഞു. "ഒരു സംശയവും വേണ്ട. മറ്റേതൊരു സ്ത്രീയെയുംപ്പോലെ ഹൈമവതിയും ദാമ്പത്യ ജീവിതത്തിനും, ഗർഭധാരണത്തിനും, പ്രസവത്തിനും, പ്രാപ്തയാണ്".

രണ്ടുമാസത്തിനുശേഷം വിവാഹം നടന്നു. ഞാൻ ഹൃദയംനിറഞ്ഞ അനുമോദനം അറിയിച്ചു. ഒന്നരവർഷത്തിനുശേഷം ആദ്യത്തെ കുഞ്ഞിനെ പ്രസവിച്ചു. പെൺകുഞ്ഞ്! ഇല്ലത്ത് ഒരു മൗഢ്യം.

രണ്ട് വർഷത്തിനുശേഷം പിന്നെയും പ്രസവിച്ചു. അതും പെണ്ണ്.

പല പ്രായശ്ചിത്തങ്ങളും ചെയ്തു. എഴുത്തശ്ശന്റെ അടുത്തുപോയി അഷ്ടമംഗല്യപ്രശ്നം നടത്തി.

"ആരൂഢവും ഉദയവും ഒന്നുതന്നെ. കന്നിരാശി, ശസ്ത്രകാരകനായ ചൊവ്വയുടെ പൂർണ്ണ ദൃഷ്ടിയുണ്ട്".

നിഗമനം: കുഞ്ഞുന്നാളിൽ ചെയ്ത ഹൃദയശസ്ത്രക്രിയ പുരുഷ പ്രജയെ ഉൽപ്പാദിപ്പിക്കുവാനുള്ള ലഗ്നത്തിന്റെ കെല്പ് നശിപ്പിച്ചു.

ശാസ്ത്രജ്ഞനും ഫിസിക്സ് പ്രൊഫസറുമായ ഭർത്താവ് അത് അപ്പാടെ വിശ്വസിച്ചു.

അച്ഛൻ നമ്പൂതിരി ഉറഞ്ഞുതുള്ളി. "കുഞ്ഞിലേ ചെയ്ത ശസ്ത്ര ക്രിയയുടെ ഭവിഷ്യത്ത് ഞങ്ങളിൽനിന്ന് ഒളിച്ചുവെച്ചല്ലേ വേളിയൊരു ക്കിയത്!"

അവൾക്കും കുഞ്ഞുങ്ങൾക്കും ഒരുതരം വീട്ടുതടങ്കലായിരുന്നു പിന്നെ.

ഹൈമവതിയുടെ അച്ഛൻ തൃശൂരിൽ ആശുപത്രിയിൽ മരണശയ്യ യിൽ കിടന്നു വിതുമ്പി, "എന്റെ മോള് ഇത്ര അടുത്തുണ്ടായിട്ടും, മരിക്കണേന് മുമ്പൊന്ന് കാണാൻ കഴിയുന്നില്ല. ഞാൻ എന്ത് മഹാപാപ മാണ് ചെയ്തത് ഭഗവാനെ!"

മകളെ കാണാതെ, മകളുടെ ഓമന മക്കളെ കാണാതെ അദ്ദേഹം കണ്ണടച്ചു.

ഞാൻ ഫിസിക്സ് പ്രൊഫസറെ തേടി പാലക്കാട്ടുപോയി, സ്വയം പരിചയപ്പെടുത്തി. നീരസമാണ് അദ്ദേഹത്തിന്റെ മുഖത്ത് കണ്ടത്.

"ഞാൻ അല്പം സംസാരിക്കാനാണ് വന്നത്".

"എനിക്ക് നിങ്ങളോട് സംസാരിക്കണമെന്നില്ല".

"ഒരു ശാസ്ത്രജ്ഞൻ എന്ന നിലയ്ക്ക്, അതൊരു നിഷേധാത്മക സമീപനമല്ലെ? ആദ്യംതന്നെ പറയട്ടെ, ഹൃദയത്തിനോ ഹൃദയത്തിന്റെ പാർശ്വഭാഗങ്ങൾക്കോ ഗർഭസ്ഥശിശുവിന്റെ ലിംഗനിർണയത്തിന് ഒരു പങ്കുമില്ല."

"പുരുഷബീജത്തിന്റെ 'X' ഉം 'Y' ഉം ക്രോമസോമുകൾ ആണ് അത് നിശ്ചയിക്കുന്നത്."

"സ്ത്രീ ബീജവുമായി ചേരുവാനുള്ള പന്തയത്തിൽ 'Y' ക്രോമസോം വാഹിയായ പുരുഷബീജമാണ് വിജയിക്കുന്നത് എങ്കിൽ, ഉൽപ്പാദിപ്പിക്കപ്പെടുന്ന ശിശുവിന് 'X' 'Y' ക്രോസോമായിരിക്കും; പുരുഷനായിരിക്കും. 'X' ക്രോമസോം വാഹിയാണ് വിജയിക്കുന്നത് എങ്കിൽ ഭ്രൂണത്തിൽ 'X' 'X' ക്രോമസോമായിരിക്കും, സ്ത്രീ പ്രജ".

"ശിശുവിന്റെ ലിംഗനിർണയം പൂർണമായും പുരുഷബീജത്തെ ആശ്രയിച്ചാണ്. അത് ക്രോമസോം 'X' ഓ 'Y' ഓ വിജയിയ്ക്കുന്നത് എന്നതിനെ ആശ്രയിച്ചിരിയ്ക്കും. സ്ത്രീബീജത്തിൽ 'X' ക്രോമസോമുകൾ മാത്രമാണുള്ളത്. കൊച്ചുന്നാളിൽ സ്ത്രീ ഒരു ഹൃദയ ശസ്ത്രക്രിയക്ക് വിധേയമായി എന്നതുകൊണ്ട് ഭർത്താവിന്റെ ഏത് ബീജമാണ് ഉൽപ്പാദനപ്രക്രിയയിൽ ഏർപ്പെട്ടത് എന്നുള്ളത് നിയന്ത്രിക്കുവാൻ അവളുടെ ശരീരം തികച്ചും അശക്തയാണ്."

"ഏതോ എഴുത്തശ്ശന്റെ അന്ധവിശ്വാസജടിലമായ വാക്കുകേട്ട് സ്വന്തം ഭാര്യയെ ത്യജിക്കുന്നത് ഒരു ശാസ്ത്രജ്ഞന്, വരുംതലമുറകൾക്ക് ശാസ്ത്രവിജ്ഞാനം പകർന്നുകൊടുക്കുന്ന പ്രൊഫസർക്ക്, ചേർന്നതാണോ?"

അദ്ദേഹം കുറേ നേരം മൗനിയായി, ചിന്താവിഷ്ടനായി, പിന്നെ എണീറ്റു വന്ന് എനിക്ക് കൈ തന്നു.

"വളരെ നന്ദി, എന്റെ കണ്ണ് തുറപ്പിച്ചതിന്. എന്റെ ഭാര്യയെ ഞാൻ വളരെ അധികം പഴി പറഞ്ഞു. ജ്യോത്സ്യരുടെ വാക്ക് വിശ്വസിച്ചു. ഇനി ഞാൻ അവരെ ഏറ്റെടുക്കും, ഒരു സന്തുഷ്ട കുടുംബമായി ഞങ്ങൾ ജീവിക്കും".

41

സമാനതയില്ലാത്ത പണക്കൊതി

അന്ന് ഞങ്ങൾ മദിരാശി മൈലാപൂരിൽ ലസ് ചർച്ച് റോഡിൽ ഒരു കൂറ്റൻ ബംഗ്ലാവിലായിരുന്നു താമസം. ഒരുദിവസം അമ്മ പറഞ്ഞു. "അപ്പൂന് ഒരു പുതുപുത്തൻ മരുമകളെ വേണോ?

"പിന്നെ, വേണം. മായിറ്റ്യേടത്തിടെ (മാധവിക്കുട്ടി ജ്യേഷ്ഠത്തി എന്നുള്ളതിന്, ഞങ്ങൾ ചെറിയ കുട്ടികളുടെ പാഠഭേദം) കുട്ടി അല്ലെ!"

അത് 1930 മാർച്ച് 5-ാം തീയതിയായിരുന്നു.

പോയി കണ്ടപ്പോൾ, സാധാരണ നവജാത ശിശുക്കളെ അപേക്ഷിച്ച് വളരെ ചെറിയതുതന്നെ. ഏട്ടൻ (എന്നേക്കാളും പതിനാല് വയസ്സ് കൂടും) അവളെ ഒരു കൈക്കുള്ളിൽ കിടത്തി.

"മധൂട്ടിക്ക് നല്ല എളുപ്പാ, ഒരു കൈയിൽ എടുത്തുനടക്കാം."

പക്ഷേ, വളർന്നപ്പോൾ അവൾ വീരശൂര പരാക്രമങ്ങളിൽ ഒരു കാന്താരി മൊളകാണ്, ഇപ്പോഴും.

അന്ന് മദിരാശി സംസ്ഥാനത്തിന്റെ ഒരു ഡിസ്ട്രിക്ട് മാത്രമായിരുന്നു 'മലബാർ'. ആണ്ടുതോറും മെഡിക്കൽകോളേജുകളിൽ പതിനൊന്നു സീറ്റ് വിഹിതമേ ഉണ്ടായിരുന്നുള്ളൂ. പ്രവേശനം ഇന്റർമീഡിയറ്റ് പരീക്ഷയിലെ മാർക്കിന്റെ അടിസ്ഥാനത്തിൽ മാത്രം.

സാവിത്രിയുടെ (ആ ചീനമുളകിന്റെ) പരീക്ഷാഫലം വരുന്നദിവസം എല്ലാവരും ആകാംക്ഷാഭരിതരായി *ഹിന്ദു*പത്രം കാത്തിരുന്നു.

അച്യുതേട്ടൻ ഗേറ്റിൽപോയി പത്രം വാങ്ങിവന്നു. "സാവിത്രിയുടെ നമ്പറില്ല." എന്ന് പ്രഖ്യാപിച്ചു. എല്ലാവരും സ്തബ്ധരായി.

പാറുക്കുട്ടി ഏടത്തി പത്രം എടുത്ത് പരിശോധിച്ചുപറഞ്ഞു. "സാവിത്രിക്ക് ഫസ്റ്റ്ക്ലാസ് പാസ്. ഈ അച്യുതേട്ടൻ ഫസ്റ്റ്ക്ലാസ് ലിസ്റ്റ് നോക്കിയില്ല." എല്ലാവരും പത്രത്തിന് പിടിയും വലിയുമായി.

സാവിത്രിക്ക് പ്രശസ്തവിജയം. അക്കാലത്ത് ആരും ഫസ്റ്റ്ക്ലാസിൽ പാസായ ചരിത്രം ആ നാട്ടിൽ ഉണ്ടായിട്ടില്ല.

അങ്ങനെ പതിനൊന്നു സീറ്റിൽ രണ്ടാമത്തേതിന് ഞങ്ങളുടെ ചീനിമുളക് സ്റ്റാൻലി മെഡിക്കൽ കോളേജിൽ ഉപവിഷ്ടയായി. അഞ്ചരവർഷത്തിനുശേഷം (അന്ന് പ്രീ-രജിസ്ട്രേഷൻ എന്നൊരു ആറുമാസത്തെ കടമ്പയുണ്ടായിരുന്നു) എം ബി ബി എസ് ബിരുദധാരിണിയായി.

പല ആതുരശുശ്രൂഷാകേന്ദ്രത്തിലും പ്രശസ്ത സേവനം കാഴ്ചവച്ച് ഒറ്റപ്പാലം ഗവൺമെന്റ് ആശുപത്രിയിൽ എത്തി 1972ൽ. രാപ്പകൽ വ്യത്യാസമില്ലാതെ ജോലി ചെയ്തു.

അന്ന് പ്രവർത്തിസമയം എട്ടുമണിക്കൂർ എന്ന് നിജപ്പെടുത്തണമെന്ന പ്രക്ഷോഭം ആതുര ശുശ്രൂഷാരംഗത്ത് ഉന്നയിച്ചിരുന്നില്ല. ഫയലുകളോ യന്ത്രങ്ങളോ അല്ലല്ലോ മനുഷ്യനും അവന്റെ പാരവശ്യങ്ങളും.

അങ്ങനെ ഒരുദിവസം ഒരു പൂർണ ഗർഭിണി അവശനിലയിലായി എത്തി. വാണിയം കുളത്തുകാരി.

അൽപ്പം സാങ്കേതികത-

സാധാരണ ശിശു തലകീഴായാണ് ഗർഭപാത്രത്തിൽ വളരുന്നത്. എന്നാൽ, ഗർഭപാത്രത്തിനുള്ളിൽ പല കസർത്തും കാണിക്കും. ഗർഭിണിയുടെ ഉദരത്തിൽ കുറച്ചുനേരം കൈവച്ചാൽ ആർക്കും ശിശുവിന്റെ ചവിട്ടും കുത്തും ആസ്വദിക്കാം. ഇതിനിടയിൽ അപൂർവസന്ദർഭങ്ങളിൽ ഒരു മലക്കംമറിച്ചിലിലൂടെ തല മേൽപ്പോട്ടാക്കി ഇരുന്നെന്നുവരാം. അപ്പോൾ തലയ്ക്കുപകരം പൃഷ്ഠമാകും പ്രസവസമയത്ത് ആദ്യം വരുന്നത്. പൂർണ ഗോളാകൃതിയിലുള്ള തല പ്രസവപഥം വികസിപ്പിക്കുന്ന മാതിരി, പൃഷ്ഠത്തിന് പറ്റില്ലല്ലോ.

ഒറ്റപ്പാലത്ത് അന്നുരാത്രി പ്രസവത്തിന് എത്തിയ സ്ത്രീ ഈ അവസ്ഥയിലായിരുന്നു.

അരമണിക്കൂറിനുള്ളിൽ പരിശോധനകളെല്ലാം പൂർത്തിയാക്കി. ഗർഭപാത്രം അടിക്കടി ശക്തിയായി കോൺട്രാക്ട് ചെയ്യുന്നു. എന്നാൽ, കുഞ്ഞിന്റെ പൃഷ്ഠം താഴോട്ടുപോകുന്നില്ല- obstructed breach. ഇനി താമസിച്ചാൽ ഗർഭപാത്രം പൊട്ടി എന്നുവരും. രക്തപ്രവാഹത്താൽ മരണം സംഭവിച്ചെന്നുവരാം.

സാവിത്രിയും കൂട്ടുകാരും തീരുമാനിച്ചു, ഉടൻ തന്നെ ഉദരം തുറന്ന് കുട്ടിയെ പുറത്തെടുക്കാൻ.

ഉദരം കഴുകി വൃത്തിയാക്കി. കീടങ്ങളെ നശിപ്പിക്കുന്ന ലേപനം രണ്ടു തവണ പുരട്ടി കീടവിമുക്തമാണെന്ന് ഉറപ്പുവരുത്തി.

ഓപ്പറേഷൻ മുറിയിലേക്കു മാറ്റി മയക്കുമരുന്നു കൊടുത്തു. ഓപ്പറേഷൻ ആരംഭിച്ചു.

ആ നിർണായക നിമിഷത്തിൽ ഒറ്റപ്പാലം പ്രദേശത്തു മുഴുവൻ വൈദ്യുതി പ്രവാഹം നിലച്ചു.

കൗശലശാലിയായ ഒരു ജീവനക്കാരൻ ഒരു ടോർച്ചുകൊണ്ടുവന്നു. വെട്ടം തീരെ കുറവ്. അടുത്തവീട്ടിൽ നായാട്ടിന് കൂടെക്കൂടെ പോകാറുള്ള ഒരു മാന്യന്റെ കൈവശം അഞ്ച് ബാറ്ററികൊണ്ട് പ്രവർത്തിക്കുന്ന ടോർച്ച്

കണ്ട ഓർമ്മയുള്ള അയാൾ അങ്ങോട്ടോട്ടി. രണ്ട് കൂറ്റൻ ബാറ്ററി വിളക്കുമായി തിരിച്ചെത്തി.

ആ വെട്ടത്തിൽ ഓപ്പറേഷൻ പൂർത്തീകരിച്ചു. ബ്ലീഡിങ് കൺട്രോൾ ചെയ്ത് ഉദരം മുഴുവൻ വൃത്തിയാക്കി. ഗർഭപാത്രം തയ്ച്ചു.

ഇനിയും ഗർഭം ധരിക്കേണ്ടതാണ്. ഇനിയും അതിന്റെ ശക്തിയുള്ള മർദ്ദംകൊണ്ട് ശിശുവിനെ പ്രസവിക്കേണ്ടതാണ്.

എല്ലാം ശുഭം. വിയർത്തുകുളിച്ച ഡോക്ടർ സാവിത്രിയും സഹപ്രവർത്തകരും ആശുപത്രി മുറ്റത്ത് തെല്ലിട വിശ്രമിച്ചു. നെടുവീർപ്പിട്ടു.

(ഇതെഴുതുമ്പോൾ എന്റെ മനസ്സിൽ തെളിഞ്ഞുകണ്ടത് 1930–ലെ ആ ദിവസം എന്റെ ജ്യേഷ്ഠത്തിയുടെ അരികിൽ കിടന്ന് കൈകാലിട്ടടിച്ച് ള്ളേ, ള്ളേ വിളിച്ചിരുന്ന ഏകദേശം രണ്ടുകിലോ തൂക്കമുണ്ടായിരുന്ന കുഞ്ഞിപ്പെണ്ണിനെയാണ്.)

പത്തുദിവസം കഴിഞ്ഞ് തുന്നലൊക്കെ എടുത്ത് ആ സാധ്വി വീട്ടിലേക്കു യാത്രയായി.

രണ്ടുവർഷം കഴിഞ്ഞ് അവർ വീണ്ടും ഗർഭം ധരിച്ചു. നിഷ്പ്രയാസം പൂർണതയിലെത്തി. സുഖപ്രസവത്തിലൂടെ പുത്രൻ ജാതനായി.

ഒരു ചെറിയ ദുഃഖം. കുഞ്ഞ് ഒരു മുച്ചുണ്ടനായിരുന്നു. അണ്ണാക്കും പിളർന്നിരുന്നു. Hare lip and cleft palate; മുയലിന് മേൽച്ചുണ്ട് രണ്ടാണ്. അതുകൊണ്ട് ഹെയർലിപ് എന്ന പേര്.

ഇത് ജനനാലേ ഉണ്ടാകുന്ന ഒരു അപൂർവ വൈകല്യമാണ്. മറ്റെല്ലാ വൈകല്യങ്ങളെയുംപോലെ ഇതിനെപ്പറ്റിയും വളരെ ഏറെ ഗവേഷണങ്ങൾ നടന്നിട്ടുണ്ട്. ഇപ്പോഴും നടത്തിക്കൊണ്ടിരിക്കുന്നു. ഇതിനു കാരണക്കാരനായ ഒരു 'ജീനി'നെയും മാതാവിലോ പിതാവിലോ ഒളിച്ചിരിക്കുന്നതായി നാളിതുവരെ കണ്ടുപിടിച്ചിട്ടില്ല.

ശൈശവത്തിൽത്തന്നെ ശസ്ത്രക്രിയയിലൂടെ പൂർണമായി സ്വസ്ഥിതിയിലേക്ക് എത്തിക്കാൻ സാധിക്കുന്നു. ഇന്ന് സർവസാധാരണമാണ് ഈ ശസ്ത്രക്രിയ.

അടുത്തിടെ നമ്മെ വിട്ടുപിരിഞ്ഞ ഡോക്ടർ രാമൻനായരെ ഈ അവസരത്തിൽ ഓർക്കുന്നു. ആദരാഞ്ജലികൾ അർപ്പിക്കുന്നു. ഇന്ത്യയിൽത്തന്നെ ആദ്യത്തെ പീഡിയാട്രിക് സർജറി പ്രൊഫസറായ ആ മഹാരഥൻ, ഈ തരത്തിലുള്ള പരശ്ശതം ശസ്ത്രക്രിയകൾചെയ്തിട്ടുണ്ട്. വാണിയംകുളക്കാരൻ ഈ കുഞ്ഞിനും ആ വൈദഗ്ധ്യം അന്ന് ലഭ്യമായി. സൂക്ഷിച്ചുനോക്കിയാൽ മേൽച്ചുണ്ടിൽ ഒരു നേരിയ കലമാത്രം കാണാം. കേന്ദ്രഗവൺമെന്റ് ജീവനക്കാരനായ ഭർത്താവിന് ബറോഡയിലേക്കു സ്ഥലംമാറ്റമായി. ആ സ്ത്രീ മൂന്നാമതും പ്രസവിച്ചു. കഷ്ടകാലമെന്നു പറയട്ടെ, നവജാത ശിശുവിന്റെ ഒരു കാലിൽ ഒരു വൈകല്യം. ഇംഗ്ലീഷിൽ ക്ലബ് ഫൂട്ടെന്നു പറയും. വിദഗ്ദ്ധർ അതിന് ടേലിപെസ് എന്നാണ് നാമകരണംചെയ്തിരിക്കുന്നത്. അതിലെ വകഭേദങ്ങളിലേക്കു കടക്കുന്നില്ല. എല്ലാംതന്നെ തക്കസമയത്ത് വേണ്ടവിധത്തിൽ ചികിത്സിച്ച് മാറ്റാവുന്നതാണ്.

ചില ദുരാഗ്രഹകുക്ഷികൾ ഈ അവസരം പാഴാക്കാതെ രംഗത്തെത്തി, ആ പിതാവിനെ പറഞ്ഞ് തിരിപ്പിക്കാൻ.

ഈ രണ്ടു കുട്ടികളുടെ വൈകല്യങ്ങൾക്കും അന്ന് ഒറ്റപ്പാലത്തുവച്ച് വെറും ടോർച്ച് വെളിച്ചത്തിൽ നടത്തിയ സിസേറിയനാണു കാരണം. 'വെളിച്ചക്കുറവുകാരണം ഗർഭപാത്രം വേണ്ടവിധത്തിൽ വൃത്തിയാക്കാതിരുന്നിരിക്കാം.'

ചോറും കറിയുമൊക്കെ പാചകംചെയ്യുന്ന പാത്രങ്ങൾ മാതിരി ഒന്നാണ് ഗർഭപാത്രമെന്നത് പരമമായ തെറ്റിദ്ധാരണയാണോ? പരമമായ മൗഢ്യമാണോ? അല്ല, തീർച്ച. കാരണം അത്രവലിയ മൂഢന്മാർക്ക് ഒരു ഉദ്യോഗം ലഭിക്കാനും അത് വർഷങ്ങളോളം ഭരിക്കാനും സാധ്യമാവുകയില്ല.

കാപട്യത്തിലൂടെ പണം ആർജിയ്ക്കുവാനുള്ള ഒരു ശ്രമമായിരുന്നു അത്. തന്റെ കുട്ടികളുടെ അവശതയിൽക്കൂടി ലാഭം കൊയ്യുവാനുള്ള ഹീനശ്രമമായിരുന്നു അത്.

സിസേറിയൻചെയ്ത വിദഗ്ദ്ധയുടെ പേരിൽ നഷ്ടപരിഹാരത്തിന് കോടതിയെ സമീപിക്കാനുള്ള തീരുമാനത്തിലെത്തി. എന്തിനുവേണ്ടി? അവിഹിത അർഥസമ്പാദനത്തിനുവേണ്ടി.

"ഏഴെട്ടുകാശിന്റെ
ഉന്മാദത്തള്ളലേ,
പാഴുറ്റ നിൻതല
താഴില്ലെന്നോ!"

അത് പൊങ്ങിക്കൊണ്ടേ ഇരിക്കുന്നു. അംബാനിമാരും ബിർളമാരും ടാറ്റാമാരുമാണ് നിശ്ചയിക്കുന്നത് പല കോടി ഇന്ത്യക്കാരുടെ അധ്വാനശേഷിക്ക് എന്ത് കൂലി കൊടുക്കാമെന്ന്. അധ്വാനശേഷിയുടെ വിലയുടെ സിംഹഭാഗം ഒരു പിടി സമ്പന്നർക്ക്.

ഈ ചൂഷണാടിസ്ഥാനത്തിലുള്ള രാഷ്ട്രീയം, ഒരു ജനകീയ ജനാധിപത്യവിപ്ലവത്തിൽക്കൂടി മാത്രമേ മാറ്റാൻ കഴിയൂ. അതിൽക്കൂടി മാത്രമേ ഇരുപത്തൊന്നാം നൂറ്റാണ്ടിലെ ഇന്ത്യക്ക് സോഷ്യലിസത്തിലേക്ക്, തൊഴിലാളിവർഗ മേധാവിത്വത്തിലേക്ക് മുന്നേറാൻ കഴിയുകയുള്ളൂ. ഇന്നത്തെ മൂലധനഭീമന്മാരുടെ ഇന്ത്യയിൽ സാവിത്രിമാർ ഊണുമുറക്കവും ഇല്ലാതെ, ജീവൻ രക്ഷാപ്രവർത്തനം നടത്തുന്നതിൽനിന്ന് കൊള്ളയടിക്കാൻ തക്കംപാത്ത് കാത്തിരിക്കുന്നവരെത്ര!

ബറോഡാ മജിസ്ട്രേട്ട് കോടതിയിൽ സാവിത്രിക്കെതിരെ അവർ ലക്ഷങ്ങൾ നഷ്ടപരിഹാരത്തിന് കേസ് കൊടുത്തു. കോടതി കേസ് ഫയലിൽ സ്വീകരിച്ചു.

സാവിത്രിക്കും ഭർത്താവിനും എറണാകുളത്ത് പ്രാക്ടീസ് ചെയ്യുന്ന വക്കീൽ മകനും പലതവണ ബറോഡയിലെ കോടതിയിൽ പോകേണ്ടിവന്നു.

പ്രതിയായിട്ട്, സാക്ഷിയായിട്ടല്ല. കുറ്റകൃത്യംചെയ്ത പ്രതിയായി!!

അവർക്ക് കേസ് പിൻവലിക്കേണ്ടിവന്നു. ബറോഡയിലേക്കുള്ള യാത്രച്ചെലവും അനുബന്ധ ചെലവുകളും കുറ്റവിമുക്തയായെങ്കിലും 'പ്രതിയായതുകൊണ്ട്' സാവിത്രി സഹിക്കേണ്ടിവന്നു.

42

ഒരു തുള്ളി ചുടുകണ്ണീർ, പിന്നെ...

എന്റെ പ്രേമഭാജനത്തിന്റെ ഉറ്റ സുഹൃത്തുക്കളായിരുന്നു സഹപാഠികളായിരുന്ന പാറുക്കുട്ടിയമ്മയും അമ്മിണിക്കുട്ടിയും. മദിരാശി കിൽപ്പോക്കിലെ എൽ ഐ എം വൈദ്യവിദ്യാലയത്തിൽ, വിദ്യാർഥികളായിരുന്ന മൂന്നുപേരും ഹോസ്റ്റലിൽ ഒരേ മുറിയിലായിരുന്നു താമസം.

ഭർതൃവിയോഗത്തിനുശേഷം, ഒരു തൊഴിൽ ചെയ്തു ജീവിക്കുവാൻ വേണ്ടിയാണ് പാറുക്കുട്ടിയമ്മ എൽ ഐ എം വിദ്യാലയത്തിൽ ചേർന്നത്. സ്വാഭാവികമായും മറ്റു രണ്ട് റൂംമേറ്റുകൾക്കും അവർ വാത്സല്യനിധിയായ ജ്യേഷ്ഠത്തിയായിത്തീർന്നു. എന്ത് സംശയമുണ്ടെങ്കിലും 'പാറുക്കുട്ടിയമ്മയോട് ചോദിക്കാം' എന്നായിരുന്നു സഹപാഠികളുടെ സമീപനം. അങ്ങനെ ദേവകിയും അമ്മിണിക്കുട്ടിയുടെ കാമുകൻ സഹപാഠി ശിവദാസനും ദേവകിയുടെ കാമുകൻ ഞാനും പാറുക്കുട്ടിയമ്മയുടെ കനിഷ്ഠ സഹോദരങ്ങളായി, കൂട്ടാളികളായി.

ശിവദാസൻ കറകളഞ്ഞ കോൺഗ്രസുകാരനായിരുന്നു. രാഷ്ട്രീയമായി ഞങ്ങൾ രണ്ടു ധ്രുവങ്ങളിൽ. പക്ഷേ, വാസുസ്ട്രീറ്റിലെ വനിതാ ഹോസ്റ്റൽ ഗേറ്റിലെ തപസ്യയിൽ ഞങ്ങൾ ഉറ്റ കൂട്ടുകാരായി. (ഒരു ചെറിയ ഇന്റർലൂഡ് ഇല്ലാതെ തുടരുവാൻ പ്രയാസം. വർഷങ്ങൾക്കുശേഷം, ട്രിപ്ലിക്കേനിൽ ഘോഷാ ആശുപത്രിയിൽ പാറുക്കുട്ടിയമ്മ ഡോക്ടറായി ജോലിചെയ്യുമ്പോഴാണ് ഞങ്ങളുടെ സീമന്തപുത്രൻ അവിടെവച്ച്, 1948 ആഗസ്ത് 31 ന് ജനിച്ചത്. പാറുക്കുട്ടിയമ്മയാണ് ആ പ്രസവം എടുത്തത്. അപ്പോൾ പറഞ്ഞുപോലും "ദേവകിയുടെ പുത്രൻ കൃഷ്ണൻ ആണിത്" എന്ന്. ഞങ്ങൾ അത് സഹർഷം സ്വീകരിച്ചു. ഇന്ന് അവന് ഷഷ്ടിപൂർത്തിയായി.)

ഡോക്ടർ ശിവദാസൻ ഒരു ഇടത്തരം കുടുംബത്തിലെ അംഗം, അബലനായിരുന്നു. 'ജാതിപ്പിശാചിന്റെ പല്ലിളി കണ്ടിട്ട്' ഭയന്ന് സ്വന്തം

നാട്ടിൽ, അച്ഛനമ്മമാരുടെ തൃപ്പാദങ്ങളിൽ വണങ്ങി താൻ പ്രേമിച്ച പെണ്ണിനെ വേൾക്കുവാൻ സാധ്യമല്ലായിരുന്നു.

വർഷങ്ങൾക്കുശേഷം ഭാര്യയെയും ഓമനമകളെയും കൂട്ടി അച്ഛനമ്മമാരുടെ സമ്മതത്തോടെ വീട്ടിൽ ചെന്നു, മകളെ അവരുടെ മടിയിൽ കിടത്താൻ. വഴിക്കുവെച്ച് 'സമുദായനേതാക്കൾ' തടഞ്ഞു. ശിവദാസൻ തലയിൽ വെട്ടേറ്റു വീണു. ചില സുഹൃത്തുക്കൾ അമ്മിണിക്കുട്ടിയെയും കുഞ്ഞിനെയുംകൊണ്ട് ഓടി രക്ഷപ്പെട്ടു. അമ്മിണിക്കുട്ടി വിങ്ങിക്കരഞ്ഞുകൊണ്ട് അപേക്ഷിച്ചു, "നിങ്ങൾ ഈ കുഞ്ഞിനെ രക്ഷപ്പെടുത്തൂ. ഞാൻ അദ്ദേഹത്തിന്റെ കൂടെ മരിക്കുകയാണെങ്കിൽ കൂട്ടായി മരിച്ചുകൊള്ളാം."

അതവർ ചെവിക്കൊണ്ടില്ല. ശിവദാസൻ രണ്ടാഴ്ചത്തെ ആശുപത്രി ചികിത്സക്കുശേഷം ഭാര്യയുടെ അടുക്കൽ തിരിച്ചെത്തി. ആശുപത്രിയിൽ കൂട്ടിരിപ്പിന് അവർ കേണിരുന്നപ്പോൾ "ആപത്താണ്" എന്നു പറഞ്ഞ് സുഹൃത്തുക്കൾ വിട്ടില്ല.'

വർഷങ്ങൾ പലതു കഴിഞ്ഞു. ഡോക്ടർമാർ അമ്മിണിയും ശിവദാസനും ഒരു കൊച്ചു ആശുപത്രിവെച്ച് ആതുരശുശ്രൂഷാരംഗത്ത് ബദ്ധശ്രദ്ധരായി. മകൾ ആഷ, എപ്പോഴും ക്ലാസിൽ മികച്ച അഞ്ചു കുട്ടികളിൽ ഒരാളായി സ്ഥാനം പിടിച്ചു. എസ് എസ് എൽ സിക്ക് റാങ്ക് നേടി. ഇന്റർമീഡിയറ്റിൽ ബയോളജി ഐച്ഛികവിഷയമായെടുത്തു. പരീക്ഷയിൽ പ്രശസ്തവിജയം കൈവരിച്ചു. മദിരാശി മെഡിക്കൽ കോളേജിൽ പ്രവേശനം സുനിശ്ചയം.

സമുദായനേതാക്കൾ ഇടപെട്ടു. സ്ത്രീകൾക്ക് ഭർതൃപരിചര്യയാണ് മനുസ്മൃതിയിൽ വിധിച്ചിരിക്കുന്നത്. "നഃ സ്ത്രീ സ്വാതന്ത്ര്യമർഹതി.' ആലുവയിലെ ശേഖരൻ മുതലാളിയുടെ മകൻ, എറണാകുളം ജനറൽ ആശുപത്രിയിൽ സമർഥനായ ഡോക്ടറാണ്, ആശക്ക് പറ്റിയ ആളാണ്, ആലോചിയ്ക്ക.

"ആശക്ക് ഡോക്ടർ ആവണം"

അത് വിവാഹശേഷം ആവാമല്ലോ. വരൻ ഡോക്ടർ അല്ലെ. മൂന്ന് ജ്യോത്സ്യന്മാർ ജാതകപ്പൊരുത്തം നോക്കി. മൂന്നുപേരും അഭിപ്രായപ്പെട്ടു. "കേമം, കെങ്കേമം, ഈ ലഗ്നങ്ങൾ കൂടിച്ചേരേണ്ടവരാണ്."

'സമുദായം' സഹർഷം സ്വാഗതം ചെയ്തു. സ്ത്രീധനം എത്ര എന്ന് പല വിലപേശലുകൾക്കുശേഷം നിശ്ചയിച്ചു. വിവാഹം അതിഗംഭീരമായി. ആശ ഭർതൃഗൃഹത്തിൽ സിൽക്ക് സാരിയിൽ പൊതിഞ്ഞ അടുക്കളക്കാരിയായി. ആശയുടെ മെഡിക്കൽ മനപ്പായസം ഭദ്രമായി അടച്ചു അട്ടത്ത് കേറ്റി.

ശിവദാസൻ ആശുപത്രി അമ്മിണിയെ ഏൽപ്പിച്ച് പലപ്പോഴും മകളെ കാണാൻ ഓടി എത്തും.

മരുമകനെയും മകളെയും സഹായിക്കുവാൻ എന്ന നാട്യേന.

"സാർ വരൊന്നും വേണ്ടായിരുന്നു."

"മകളെ കാണാനും, അവളുണ്ടാക്കുന്ന വിഭവങ്ങൾ കൂടെ ഇരുന്ന് കഴിക്കുവാനും ഇതൊക്കെ ഒരവസരമല്ലെ'.'

അമ്മിണിക്കുട്ടി മൂന്നു തവണ മകളുടെ കൂടെ പാർത്തു. അവൾ സന്തുഷ്ടയായിരുന്നു. ഡോക്ടർ ആവാൻ സാധിച്ചില്ല എന്ന നിരാശപോലും പ്രകടമായിരുന്നില്ല.

മകൾക്ക് ആദ്യത്തെ കുഞ്ഞു പിറന്നപ്പോൾ അമ്മിണിക്കുട്ടിയും ശിവദാസനും ആഹ്ലാദത്താൽ മതിമറന്നു. പേരക്കുട്ടിയെ എടുക്കുകയും താലോലിക്കുകയും അവന്റെ ഓരോ ചലനവും കണ്ട് സന്തോഷിക്കുകയും ചെയ്തിരുന്ന അവർക്ക് കുഞ്ഞിനെയും കൊണ്ട് ആശ ഭർതൃഗൃഹത്തിലേക്ക് തിരിച്ചുപോകുമെന്ന് ചിന്തിക്കുവാൻ മടി തോന്നി.

ആശ രണ്ടാമതും ഗർഭിണി ആണെന്ന് കേട്ടപ്പോൾ ആശുപത്രിയുടെ നടത്തിപ്പ് ഒരു സുഹൃത്തിനെ ഏൽപ്പിച്ച് അവളെ പരിപാലിക്കുന്നതിനും പേരക്കുഞ്ഞിന്റെ കൂടെ കളിക്കുന്നതിനുമായി അവർ ഓടിയെത്തി. മൂന്നാഴ്ച സന്തോഷത്തിമിർപ്പായിരുന്നു പിന്നെ.

ആറുമാസം കഴിഞ്ഞ് ഒരു കമ്പിസന്ദേശം, "ആശയെ ആശുപത്രിയിൽ പ്രവേശിപ്പിച്ചിരിക്കുകയാണ്"

അമ്മിണിക്കുട്ടിയും ശിവദാസനും പരിഭ്രാന്തരായി. ആ അച്ഛൻ ഇടം വലം നോക്കാതെ അടുത്ത ബസ്സിന് യാത്രയായി. തളർവാതം കാരണം ആഴ്ചകളോളം ശയ്യാവലംബിയായിരുന്ന അമ്മിണിക്കുട്ടി അനിശ്ചിതത്വത്താൽ പ്രകമ്പനംകൊള്ളുന്ന മനസ്സോടെ കണവനെ യാത്രയാക്കി.

ആശുപത്രിയിൽ, അതീവ ഗുരുതരാവസ്ഥ തരണം ചെയ്ത് ക്ഷീണിതയായ മകളെയാണ് ശിവദാസൻ കണ്ടത്. അച്ഛനെ കണ്ട മാത്രയിൽ വാടിയ മുഖപദ്മം വികസിച്ചു. അവൾ എഴുന്നേൽക്കുവാൻ ശ്രമിച്ചു. ശിവദാസൻ വിലക്കി. "നിനക്ക് മുഴുവൻ സുഖമായി, വീട്ടിൽ കൊണ്ടുപോയി ആക്കീട്ടേ ഞാൻ പോവുള്ളൂ."

"അമ്മക്ക് എങ്ങനെയുണ്ട്?"

"ക്രച്ചസ് വെച്ച് വിഷമിച്ചാണെങ്കിലും ആശുപത്രിയിൽ റൗണ്ട്സിന് എത്തുന്നുണ്ട്. മോൾക്ക് പൂർണ സുഖമായിട്ടേ തിരിച്ചുവരാവൂ എന്നാണ് ഓർഡർ"

ഒരാഴ്ച കഴിഞ്ഞ് ആശയെ ഡിസ്ചാർജ് ചെയ്തു. ശിവദാസൻ ഒരാഴ്ച പേരക്കുട്ടികളെ താലോലിച്ച് മോളുടെ കൂടെ കൂടി. ദിവസവും ട്രങ്ക്കാൾ വിളിച്ച് അമ്മിണിക്കുട്ടിയോട് സംസാരിക്കും. പക്ഷേ, എത്ര ദിവസം ആ പാവത്തെ വിട്ടുനിൽക്കുവാൻ പറ്റും!

"ഇനി അച്ഛൻ പോട്ടെ."

മകളുടെ മുഖം വാടി. പിന്നെ നിസ്സഹായയായ അമ്മയെ ഓർത്തു. ഉണക്കി മടക്കിവെച്ചുകൊണ്ടിരുന്ന അച്ഛന്റെ മുണ്ടിൽ ഒരു തുള്ളി ചുടുകണ്ണീർ വീണു.

'അച്ഛാ... അച്ഛാ എന്നെയും കൂടെ കൊണ്ടുപോവ്വോ"

മനുഷ്യന്റെ മനസ്സ് സംശയങ്ങളുടെ വിളനിലമാണ് ഉഴുതുമറിയ്ക്കപ്പെട്ട ശിവദാസന്റെ മനസ്സിൽ സംശയത്തിന്റെ പല മേനി വിളഞ്ഞു.അതിന്റെ വിത്ത് പാകിയത് ആശുപത്രിയിലെ ഡോക്ടർ ആയിരുന്നു. അയാൾ വളരെ രഹസ്യമായി പറഞ്ഞു. "ആശക്ക് Pheno barbitone ഓവർഡോസ് ആയിരുന്നു ബോധക്ഷയത്തിന് കാരണം. അതു കൊണ്ടാണ് ഉടനെ വയറുകഴുകിയത്. അതിനുശേഷമാണ് കുറേശ്ശെ കുറേശ്ശെയായി ബോധം വീണ്ടുകിട്ടിയത്. തക്കസമയത്തായതുകൊണ്ട് ജീവൻ വീണ്ടെടുക്കുവാൻ പറ്റി.

"പക്ഷേ ഇത് ഞങ്ങൾ പരമ രഹസ്യമായി വെച്ചിരിക്കുകയാണ്. പലവുരു ആലോചിച്ചിട്ടാണ് stomach wash കെമിക്കൽ അനാലിസിസിന് അയക്കാതിരുന്നത്. അയച്ചിരുന്നുവെങ്കിൽ ടെസ്റ്റ് പോസിറ്റീവ് ആയിരുന്നുവെങ്കിൽ പിന്നെ പൊലീസ് കേസാവും. വലിയ പൊല്ലാപ്പുമാവും.

"ആശയുടെ husband (അയാളുടെ പേർ പറയാൻ ഞാൻ ഇഷ്ടപ്പെടുന്നില്ല) ഞങ്ങളുടെ സഹപ്രവർത്തകനല്ലെ."

വിങ്ങിത്തുടുത്ത മിഴി രണ്ടിലും അശ്രു ചിതറി ശിവദാസൻ പറഞ്ഞു, "മോളെ, ആശാ, നിന്നെ ഞാൻ ഇപ്പോൾ കൊണ്ടുപോയാൽ തിരിച്ചു കൊണ്ടുവരുവാൻ അയാൾ വന്നില്ലെങ്കിലോ? ഞങ്ങൾക്കുമില്ലേ ചില തറവാടിത്തം?"

മാസങ്ങൾ പലതു കഴിഞ്ഞു. ആശ ആഴ്ചയിൽ രണ്ട് കത്ത് എഴുതും. അവ മക്കളുടെ ചേഷ്ടാവിവരങ്ങളാൽ സമ്പുഷ്ടമായിരുന്നു. പിന്നെ അമ്മയുടെ മുടന്തിനെപ്പറ്റിയുള്ള ആകാംക്ഷ. "എനിക്ക് ഒരു അനുജത്തി ഉണ്ടായിരുന്നെങ്കിൽ! അവൾ അച്ഛന് വേണ്ടതെല്ലാം ചെയ്തുതരുമായിരുന്നു. അമ്മയെ നോക്കുമായിരുന്നു." പിന്നെ ഒരു സ്ഥിരം വാചകം, "ചേട്ടന് വിശേഷമൊന്നുമില്ല."

കണിക്കൊന്ന പിന്നെയും പൂത്തു.

ആശയെ പൊള്ളലേറ്റ് അഡ്മിറ്റ് ചെയ്തു എന്ന് വിവരം കിട്ടി.

ശിവദാസൻ ബസ്സിനൊന്നും കാത്തില്ല. ഒരു ടാക്സി കാറിൽ മകളുടെ അടുത്തേക്ക് കുതിച്ചു. അമ്മിണിക്കുട്ടിയോട് "വേഗം തിരിച്ചുവരാം" എന്നു മാത്രം പറഞ്ഞു. ആശുപത്രിയിൽ എത്തിയപ്പോൾ പൊള്ളലേറ്റ് വികൃതമായ മകളുടെ ജഡം മാത്രമാണ് കാണുവാൻ സാധിച്ചത്. അന്ന് സംശയത്തിന്റെ വിത്തുപാകിയ ഡോക്ടർ പറഞ്ഞു"അടുക്കളയിൽ സ്റ്റൗവ് പൊട്ടിത്തെറിച്ചു. ദേഹത്ത് ഏകദേശം അറുപത് ശതമാനം പൊള്ളലേറ്റിരുന്നു."

നിരാലംബനായി വീഴാൻ പോയ ശിവദാസനെ കസേരയിലിരുത്തി പറഞ്ഞു, "കരയൂ മിസ്റ്റർ, കരയൂ ഇവിടെ നമ്മൾ രണ്ടുപേർ മാത്രമേയുള്ളു. അതിയായ ദുഃഖത്തിന് വേറൊരു മരുന്നില്ല. മയക്കുമരുന്നുകളും മദ്യവും താൽക്കാലിക ആശ്വാസം മാത്രമാണ്. അതിന്റെ ഫലം തീരുമ്പോൾ ദുഃഖവും പതിന്മടങ്ങ് ശക്തിയോടെ തിരിച്ചുവരും, ആത്മനിന്ദയും."

കരകൾ കവിയുമാറായ് വെള്ളമേന്തും കുളത്തി
ന്നൊരു വഴി പരിരക്ഷക്കോവുവെക്കുന്നതല്ലെ
തെരുതെരെ യഴൽതിങ്ങും മാനസത്തി
ന്നുറക്കെ കരയുകിലതുതന്നെ
തെല്ലൊരാശ്വാസഹേതു.

ശിവദാസൻ അമ്മിണിക്കുട്ടിക്ക് കമ്പിയടിച്ചില്ല. അവർ ആകാംക്ഷാ ഭരിതയായിരിക്കെ, തകർന്ന ഹൃദയവുമായി, പിച്ചുംപേയും പറഞ്ഞു കൊണ്ട് അയാൾ തിരിച്ചെത്തി.

അലമുറ കേട്ടുനിന്നവരും വികാരഭരിതരായി. വളരെ പ്രയാസപ്പെട്ടാണ് അവർക്ക് ആ ഹതഭാഗ്യരായ മധ്യവയസ്ക ദമ്പതിമാരെ ഒരല്പം വെള്ളം കുടിപ്പിക്കുവാൻ സാധിച്ചത്. പിന്നെ ഊഴമിട്ട് അവർ രാപ്പകൽ കൂട്ടിരുന്നു. “വല്ല കടുംകൈയും ചെയ്താലോ.”

രണ്ടുപേരും ആശുപത്രിയിൽ പോയി കാര്യം മുഴുവൻ മനസ്സിലാക്കാൻ. അവിടത്തെ ഡോക്ടർ ഒരു വാചകത്തിൽ സംഭവം ഒതുക്കി.

“അത് ഒരു തിരിയിട്ട് കത്തിക്കുന്ന സ്റ്റൗ ആയിരുന്നു.”

വർഷങ്ങൾക്കുശേഷം ദേവകിക്ക് ഒരു ഫോട്ടോ പതിച്ച കാർഡ് വന്നു, ചെറുതുരത്തി ഒരു വൃദ്ധസദനത്തിൽ നിന്ന്.

“ഇന്ന് ഈ ഏകാകിയുടെ എഴുപത്തിയഞ്ചാം പിറന്നാളാണ്.

“രണ്ടു പേരക്കുട്ടികളെ ഒരു നോക്കു കാണുവാൻ പോലും അവർ സമ്മതിച്ചില്ല.

“ഈ പഴയ സഹപാഠിയെ വല്ലപ്പോഴും ഓർക്കുമല്ലോ.”

കൃത്യാന്തര ബാഹുല്യത്താൽ, രണ്ടുമാസം കഴിഞ്ഞേ ചെറുതുരുത്തി ആ വൃദ്ധസദനത്തിലെത്തുവാൻ കഴിഞ്ഞുള്ളൂ. ശിവദാസന്റേതായിരുന്ന മുറി ഒഴിഞ്ഞുകിടന്നു. അവിടെ ഞങ്ങളെ കണ്ടവർ, ദേവകിയെയും എന്നെയും സാകൂതം നോക്കി പറഞ്ഞു.

“നാലുദിവസം മുമ്പ് ആശുപത്രിയിൽ കൊണ്ടുപോയി. ഇന്നലെ ആയിരുന്നു..”

അബലൻ, എല്ലാവിധത്തിലും അബലൻ. അബലയായിരുന്ന കൂട്ടുകാരി ഒരു വർഷം മുമ്പ് യാത്രയായിരുന്നു.

സ്ത്രീ, സാധാരണക്കാരിയായ സ്ത്രീ, അബലയാണ്, നാനാ അർഥത്തിൽ.പുരുഷനും, സാധാരണക്കാരനായ ശിവദാസന്മാരും അബലരാണ്, ചൂഷണാധിഷ്ഠിത വർഗവൈരുധ്യങ്ങൾ നിലനിൽക്കുന്ന ലോകത്ത്.

43

അബല-അബലൻ

എനിയ്ക്കന്ന് പത്തുവയസ്സായിക്കാണും. അച്ഛൻ മദിരാശി സംസ്ഥാനത്ത് മെഡിക്കൽ ഡിപ്പാർട്മെന്റിൽ ഒരു ഇന്ത്യക്കാരന് എത്താൻ കഴിയുന്ന ഏറ്റവും ഉന്നതസ്ഥാനത്ത് എത്തിക്കഴിഞ്ഞിരുന്നു. ഞങ്ങൾ മാമ്പലത്ത് ഗോപതി നാരായണസ്വാമി റോഡിൽ, ലൂസിൻഡിൻ എന്നു പേരുള്ള ഒരു വീട്ടിൽ വാടകക്ക് താമസിക്കുകയായിരുന്നു. ഇതിന്റെ നേരെ പുറകിലായിരുന്നു വീട്ടുടമസ്ഥൻ മേസൺ എന്ന ചട്ടക്കാരനും കുടുംബവും താമസിച്ചിരുന്നത്. ഇതിനിടയിൽ ഒരു വശത്ത് അങ്ങകലെ, ഒരു ചെറ്റക്കുടിലിൽ മധ്യവയസ്കനായിരുന്ന പളനിസ്വാമിയും ഭാര്യ വള്ളിയമ്മയും ഇളംപ്രായമായ, പതിനഞ്ചുവയസിന് താഴെ എന്നു തോന്നിക്കുന്ന രണ്ടു പെൺമക്കളും താമസമുണ്ടായിരുന്നു.

മേസണിന്റെ വീട്ടുജോലികൾ പളനിസ്വാമിയുടെ ഭാര്യയുടെ ചുമതലയായിരുന്നു. മക്കൾ, ഉസ്മാൻ റോഡിലെ രാമകൃഷ്ണമിഷ്യൻ സ്കൂൾ വിദ്യാർഥിനികൾ.

ഒരു ദിവസം മേസണിന്റെ വീട്ടിൽനിന്ന് ദീനരോദനം കേട്ട് എന്റെ രണ്ടുചേച്ചിമാരും ഞാനും അങ്ങോട്ടോടി.

പളനിസ്വാമി അവശനായി, രക്തവും ചെളിയും പുരണ്ട് മണ്ണിൽ കിടന്നുരുളുന്നു. മേസൺ ഒരു ചൂരൽ വാക്കിങ്സ്റ്റിക്കുകൊണ്ട് പളനിസ്വാമിയെ പിന്നെയും പിന്നെയും അടിക്കുന്നു- തലയിലും നെഞ്ചിലും പുറത്തുമെല്ലാം. ഇടയ്ക്ക് ഷൂസിട്ട കാലുകൊണ്ട് ചവിട്ടുന്നു. കൂടെ നിന്നിരുന്ന അയാളുടെ ഭാര്യ മിസിസ് മേനോൻ "പോര, ഇനിയും കൊടുക്ക്" എന്ന് പറഞ്ഞ് ഉത്സാഹപ്പെടുത്തുന്നു. വള്ളിയമ്മ കണ്ണീരിൽകുളിച്ച്, ദേഹമാസകലം ചെളിപുരണ്ട് "പോറും സ്വാമി, അവൻ ഒരു തപ്പും ശെയ്യവില്ലെയെ. പോറും. അവൻ ഇറന്തു പോനാൽ നാങ്ക എന്ന ശെയ്യുവോം" എന്ന് വിലപിച്ച് മേസണിന്റെ കാലിൽപോയി പിടിച്ചു. അയാൾ

നിർദാക്ഷിണ്യം ചവിട്ടിത്തെറിപ്പിച്ചു, ആ പാവത്തെ. വള്ളിയമ്മയുടെ വായിൽനിന്ന് രക്തം ഊറുന്നുണ്ടായിരുന്നു.

എട്ടു പതിറ്റാണ്ടുകഴിഞ്ഞിട്ടും ആ ചിത്രം, അടിമത്തത്തിന്റെ ദാരുണചിത്രം, എന്റെ മനസ്സിൽ മങ്ങാതെ, മായാതെ കുടികൊള്ളുന്നു. പിന്നീട് എന്നെ വൈരുധ്യാധിഷ്ഠിത ചിന്തയിലേക്ക് നയിച്ചത് അതായിരിക്കാമോ!

എന്നാൽ വർഗങ്ങൾ തമ്മിലുള്ള വൈരുധ്യം മാതിരിയാണോ സ്ത്രീ–പുരുഷബന്ധം? അല്ലേ അല്ല. ആ ബന്ധത്തിൽ വർഗവൈരുധ്യത്തിന്റെ പ്രാകൃത അംശങ്ങൾ കടന്നുവന്നു, മനഃപൂർവം കടത്തിവിട്ടു എന്നതാണു ശരി. പ്രാകൃത മനുഷ്യന് തന്റെ അധ്വാനശേഷി എങ്ങനെ ഉല്പാദനക്ഷമമാക്കാം എന്ന് അറിയില്ലായിരുന്നു. നൂറ്റാണ്ടുകളുടെ നിരീക്ഷണ പരീക്ഷണങ്ങളിൽ കൂടിയാണ് അതു കണ്ടുപിടിച്ചത്. പ്രകൃതി കനിഞ്ഞു തരുന്ന വിഭവങ്ങൾ സമാഹരിച്ച് ഉപജീവിക്കാം എന്ന് അവൻ അനുഭവത്തിൽനിന്ന് പഠിച്ചു. അത് സംഭരിച്ചുവെക്കാം എന്ന് അവന് അറിഞ്ഞുകൂടായിരുന്നു.

യുഗങ്ങളിലൂടെ അവന്റെ മസ്തിഷ്കം അല്പാല്പം സ്പന്ദിച്ചു.

സംഭരിച്ചുകൊണ്ടുവരുന്ന ധാന്യങ്ങളിൽ ചിലത്, ചിലപ്പോൾ താഴെ വീണുപോകുന്നു. ഇവ മഴ വരുമ്പോൾ മുളച്ചു ചെടിയാവുന്നു, കതിരുവരുന്നു, അവന്റെ കൈയിൽ നിന്നുവീണ ധാന്യത്തിന്റെ തൽസ്വരൂപത്തിൽ കതിർമണികൾ ഉതിരുന്നു. അവ ഭക്ഷ്യയോഗ്യമായിരുന്നു.

പരീക്ഷണാർഥം അയാൾ കുറച്ചു ധാന്യം ഒരു സ്ഥലത്തിട്ടു. മഴ വന്നപ്പോൾ അവ എല്ലാം മുളച്ചു, ചെടിയായി, "പൂ വന്നൂ, കാ വന്നു." എണ്ണത്തിൽപതിന്മടങ്ങ്. സ്വാദിനും വ്യത്യാസമില്ല. മസ്തിഷകത്തിൽ പിന്നെയും സ്പന്ദനങ്ങൾ. എങ്കിൽ പിന്നെ ഇതെന്തുകൊണ്ട് കൂടെക്കൂടെ ചെയ്തുകൂട. ദിവസം മുഴുവൻ തെണ്ടിനടക്കേണ്ട ആവശ്യമില്ല. ധാരാളം സമയവും മിച്ചം വന്നു. കൃഷി അവൻ വശമാക്കി.

കായികപ്രവൃത്തികൊണ്ട് വികസിച്ച ബുദ്ധി, കൃഷി ഉപകരണങ്ങൾ, നവംനവങ്ങളായ ആയുധങ്ങൾ ഉല്പാദിപ്പിക്കുന്നതിലേക്കു തിരിഞ്ഞു. അവന് അത്യാവശ്യം വേണ്ടതിൽ കൂടുതൽ ഉല്പാദിപ്പിക്കപ്പെട്ടു. മറ്റു ഗോത്രങ്ങളുമായി ഉല്പന്നങ്ങൾ കൈമാറാൻ തുടങ്ങി.

ഉല്പാദന ക്ഷമതകൂടി. മിച്ചം വന്നു. 'സ്വത്ത്' എന്ന സങ്കല്പം കുറേശെ കുറേശ്ശെയായി ആ പ്രാകൃത സമൂഹത്തിൽ രൂപപ്പെട്ടു. ഈ 'സ്വത്ത്' തന്റെ കാലശേഷം ആർക്ക് കൈമാറാം, അത് ആരുടേതാവും!

ആംഗ്യങ്ങളിൽ കൂടിയും വിവിധ ശബ്ദങ്ങളിൽ കൂടിയും ആശയവിനിമയം സാധിച്ചു.

പിന്നെയും യുഗങ്ങളിലൂടെ 'സ്വന്തം മക്കൾ' എന്ന പ്രതിഭാസം ഉരുത്തിരിഞ്ഞു.

വേട്ടയാടിക്കൊണ്ടുവരുന്ന മൃഗങ്ങൾ, അവയുടെ ഇറച്ചി എല്ലാം ഗോത്രത്തിന്റേത്. സ്ത്രീ–പുരുഷ ഇണചേരലിൽക്കൂടി ഉൽപ്പാദിപ്പിക്കപ്പെടുന്ന കുഞ്ഞുങ്ങൾ ഗോത്രത്തിന്റേത്. അവർക്ക് മുലയൂട്ടാൻ, പ്രസവിച്ച അമ്മക്ക്

മാത്രമേ പറ്റൂ. ആ ജോലി അവൾ നിർവഹിച്ചു, എല്ലാ മൃഗങ്ങളിലും എന്നപോലെ. "പത്തുമാസം ചുമന്ന് പ്രസവിച്ചൊരമ്മ" അമ്മ തന്നെ. സംശയമില്ല. എന്നാൽ, കുഞ്ഞിനെ ഉല്പാദിപ്പിച്ച അച്ഛൻ ആര്? വ്യക്തതയില്ല.

പിന്നെ ആർ, ആർക്ക് സ്വത്ത് കൈമാറും!

ഇതാണ് സ്ത്രീയുടെ അടിമത്തത്തിന്റെ ഉറവിടം. സ്ത്രീയും ഒരു സ്വകാര്യ സ്വത്തായെങ്കിൽ മാത്രമേ തലമുറകളെ സൃഷ്ടിക്കുവാൻ സാധ്യമാവുകയുള്ളൂ എന്നായി. സ്വകാര്യ സ്വത്താണ്, സ്ത്രീയെ അടിമയാക്കിയത്. ഒരുദാഹരണം.

പ്രൊഫസർ ശങ്കരമേനോന് മൂന്നുമക്കളാണ്. നടുവിലത്തേത് മകൾ. അവളെ അദ്ദേഹം ജോലിത്തിരക്കിനിടയിൽ വന്ന് തലയിൽ വെക്കും (കഷണ്ടിയായതുകൊണ്ട് പേനരിക്കില്ല). താലോലിക്കും. മഹാമിടുക്കി. എസ് എസ് എൽ സിക്കും ഇന്റർമീഡിയറ്റിനും പ്രശസ്ത വിജയം വരിച്ചു. മെഡിക്കൽ കോളേജിൽ പ്രവേശനം സുനിശ്ചിതം.

"പെണ്ണ് പുരനിറഞ്ഞ് നിൽക്കല്ലെ. കല്യാണം കഴിഞ്ഞിട്ടും ആവാലോ മെഡിക്കൽ വിദ്യാഭ്യാസം."

പല പ്രശസ്ത നായർ തറവാടുകളിലും ആലോചിച്ചു. ജാതകങ്ങൾ പലതും നോക്കിച്ചു. "ഇത്ര ചേർച്ചയുള്ള രണ്ടു ജാതകങ്ങൾ ഞാൻ കണ്ടിട്ടില്ല." എന്ന് ശങ്കരൻ എഴുത്തശ്ശൻ.

"ശരിയാ. ഇവരെ യോജിപ്പിച്ചില്ലെങ്കിൽ കഷ്ടാ"- കരുണാകരപ്പണിക്കർ.

ഒറ്റപ്പാലത്ത് സർ ശങ്കരൻ നായർ ഓഡിറ്റോറിയത്തിൽ സന്തോഷം തളംകെട്ടിനിൽക്കുന്ന അന്തരീക്ഷത്തിൽ വിവാഹം നടന്നു. (അക്കാലത്ത് മലബാർ പ്രദേശത്ത് നായന്മാരുടെ ഇടയിൽ സ്ത്രീധന സമ്പ്രദായം നിലവിൽവന്നുകഴിഞ്ഞിരുന്നില്ല.)

ഏകദേശം അഞ്ചുമാസം കഴിഞ്ഞ്, പ്രൊഫസർ മേനോൻ തീൻമേശക്കരികിൽ ഇരുന്നുകൊണ്ട്:

"കുഞ്ചുട്ട്യേ, നമുക്ക് മോളെ ഒന്നുപോയി കാണണ്ടെ?"

"പിന്നേ്യാ, ഒരാഴ്ച അവളുടെ കൂടെ പാർക്കണം. ഇങ്ങള് ഒരാഴ്ച ലീവ് എടുക്ക്'.

"ശനിയാഴ്ച രാവിലെ പത്തുമണിക്ക് എത്തും. ഊണു കരുതണം" എന്ന് കമ്പിയടിച്ചു. (ആ കാലത്ത് എസ് ടി ഡി സർവസാധാരണമായിക്കഴിഞ്ഞിരുന്നില്ല. സെൽഫോൺ മുതലായവ ഭാവനയിൽപോലുമുണ്ടായിരുന്നില്ല.)

പറഞ്ഞ ദിവസം രാവിലെ പത്തുമണിക്കു മുമ്പ് മേനോൻ ദമ്പതിമാർ മകളുടെ (എന്ന് കരുതിയിരുന്ന) വീടിന് മുമ്പിൽ എത്തി. ഗേറ്റ് പൂട്ടിയിരിക്കുന്നു. അകത്തേക്ക് നോക്കിയപ്പോൾ മുൻവശത്തെ കതകും പൂട്ടിയിരിക്കുന്നു.

എന്തുപറ്റി. കമ്പി കിട്ടിയില്ല എന്ന് വരുമോ. ഛെ, അങ്ങനെ വരില്ല. രണ്ടുദിവസം മുമ്പടിച്ചതല്ലെ.

വ്യാകുലപ്പെട്ടുനിൽക്കുമ്പോൾ മുകളിലത്തെ ജനാലിൽകൂടി മോള് വിളിച്ചു,"അച്ഛാ അച്ഛാ."

"എന്താ മോളെ ഇത്?"

വിങ്ങിവിങ്ങിക്കരഞ്ഞുകൊണ്ട്:

"അവര് മോണിങ് ഷോവിന് പോയിരിയ്ക്കാ."

മേനോൻ കലിതുള്ളി. കുഞ്ചുകുട്ടി പണിപ്പെട്ടു, അയാൾ സാഹസമൊന്നും ചെയ്യാതിരിക്കാൻ. പിന്നെ ഉച്ചത്തിൽ വിളിച്ചു പറഞ്ഞു, "മോളെ, ഞങ്ങളിപ്പൊ പൂവ്വാ. ഒരു മണിക്ക് അവര് തിരിച്ചുവരുമ്പോ വരാം."

അവർ വന്നപ്പോൾ മരുമകനും, അയാളുടെ അച്ഛനമ്മമാരും സ്വീകരണമുറിയിൽ സോഫയിൽ ഇരിക്കുന്നു. പ്രൊഫസറെ കണ്ടപ്പോൾ, എണീറ്റ് വന്ന് ഭവ്യതയോടെ, "വരൂ, ഊണു കഴിക്കാം."

"വേണ്ട ഞങ്ങള് മകളെയും കൊണ്ട് പൂവാ."

പിന്നെ ഒന്നാലോചിച്ചു, "അവളെ ലാളിച്ചുവളർത്തി നിങ്ങളെ ഏൽപ്പിച്ചത്, ആടുമാടുകളെപ്പോലെയും അൽസേഷ്യൻ പട്ടിയെപ്പോലെയും അടച്ചുപൂട്ടി സൂക്ഷിക്കാനല്ല. വരട്ടെ?"

ഉടുതുണിക്ക് മറുതുണിയില്ലാതെ രണ്ടുമാസം ഗർഭിണിയായിരുന്ന ആ വധു സ്വന്തം അച്ഛനമ്മമാരുടെ കൂടെ ഇറങ്ങിപ്പോയി.

44

ഹൃദയം കുളിർക്കുന്ന നിമിഷങ്ങൾ

സ്വന്തം ഭാര്യയെ ദേഹോപദ്രവം ഏൽപ്പിക്കുന്നതാണ് ഏറ്റവും അക്ഷന്തവ്യമായ കുറ്റകൃത്യം. *വാഴ്‌വേമായം* എന്ന സിനിമയിൽ ഒരു സന്ദർഭമുണ്ട്. സമ്പന്നമായ മട്ടുപ്പാവിന് താഴെ ഒരു ചെറ്റക്കുടിലിൽ ഭർത്താവ് ഭാര്യയെ അടിക്കുന്നു. ഭാര്യ വാവിട്ട് കരയുന്നതുകേട്ട് സമ്പന്ന ദമ്പതിമാർ താഴെ ഇറങ്ങിവന്ന് ആ ഭർത്താവിനോട് പറയുന്നു, "നിങ്ങളിങ്ങനെ ഭാര്യയെ അടിക്കരുത്".

അടിയേറ്റു മുറവിളികൂട്ടിയ ഭാര്യയാണ് മറുപടി പറയുന്നത്–

"പിന്നെ അങ്ങേര് അടുത്ത വീട്ടിലെ പെണ്ണിനെയാണോ തല്ലേണ്ടത്?"

കഴുത്തിൽ താലികെട്ടിയാൽ പിന്നെ, തലേദിവസംവരെ മാതാപിതാക്കൾ ഓമനിച്ച് വളർത്തിയ പെണ്ണിനെ തല്ലാനും കൊല്ലാനും ഭർത്താവിന് അവകാശമുണ്ട്, എന്ന പ്രാകൃതനിയമം പുരുഷൻ മാത്രമല്ല സ്ത്രീയും അംഗീകരിച്ചിരിക്കുന്നു!

പൂർണ ഗർഭിണിയായ സീതയെ രാമന്റെ ആജ്ഞപ്രകാരം കാട്ടിൽ ഉപേക്ഷിച്ച് പോകുന്ന ലക്ഷ്മണനോട് സീത പറയുന്നു, "ആരുടെ മുമ്പിൽ വെച്ചാണോ എന്റെ ചാരിത്രശുദ്ധി അഗ്നിപരീക്ഷയിൽകൂടി തെളിയിക്കപ്പെട്ടത്, ആ രാജാവ് തന്നെയാണോ പൂർണഗർഭിണിയായ എന്നെ ഘോരവനത്തിൽ ഏകാകിനിയായി ത്യജിക്കുവാൻ ആജ്ഞാപിച്ചത്!"

പിന്നെ ചിന്തിക്കുന്നു, "സൗമ്യനായ അദ്ദേഹത്തെ പഴിച്ചിട്ടു കാര്യമില്ല. എന്റെ ജന്മാന്തര പാതകത്തിന്റെ ഫലമായിട്ട് അനുഭവിക്കേണ്ടി വരുന്ന ശിക്ഷയാണ് ഇതെല്ലാം".

ഭാനുമതി ഇത്തരം സർവംസഹയായ ഒരു നിർഭാഗ്യവതിയായിരുന്നു. പ്രായം ഇരുപത്തിയെട്ട്. ഏഴും അഞ്ചും വയസുള്ള രണ്ട് കുഞ്ഞുങ്ങളുടെ

അമ്മ. ഭർത്താവോ തന്റെ ഭാര്യയെ എന്തും ചെയ്യുവാൻ തനിക്ക് അധികാരമുണ്ട് എന്ന് ആഴത്തിൽ വിശ്വസിച്ചിരുന്ന ഒരു മൂർഖൻ.

ഭർത്താവ് പലപ്പോഴും കിടപ്പറയിൽ ഭീകരമായി മർദ്ദിക്കുമായിരുന്നു. ചിലപ്പോൾ വടികൊണ്ടും മടലുകൊണ്ടും. ദേഹത്ത് പല ഇടങ്ങളിലും രക്തം കട്ടപിടിക്കും. അല്ലെങ്കിൽ പൊട്ടി ഒലിക്കും.

ഒരുദിവസം കള്ളുകുടിച്ച് ലക്കില്ലാതെ അർധരാത്രിക്കാണ് കേറിവന്നത്. വന്നപാടെ കിടന്നുറങ്ങി. പിറ്റേന്ന് ഭാനുമതി സസ്നേഹം അടുത്തു ചേർന്നുനിന്നുകൊണ്ട് ചോദിച്ചു, "ഇന്നലെ എന്തെ അത്ര വൈകിയത്?"

"നീയാരാടീ ചോദിക്കാൻ".

അവളെ തള്ളി. അവൾ വീണു. അവിടെ ഇട്ട് ചവിട്ടി, പലവട്ടം. അവൾ വാവിട്ട് കരഞ്ഞു.

ഒരു റബർ ടാപ്പർ ആയിരുന്നു അയാൾ. റബർപാലിൽ ചേർക്കാനുള്ള ഫോർമിക് ആസിഡ് കുപ്പി എടുത്തുകൊണ്ടുവന്നു. വാവിട്ടു കരഞ്ഞു കൊണ്ട് അവൾ തന്റെ ജീവനുവേണ്ടി കേണപേക്ഷിച്ച് എഴുന്നേറ്റ് ഓടുവാൻ ശ്രമിച്ചു. പിന്നെയും തട്ടിയിട്ട് നെഞ്ചിൽ കയറിയിരുന്നു.

അവൾ വാ അടച്ചുപിടിച്ചു. അയാൾ മൂക്ക് പൊത്തിപ്പിടിച്ചു. ഗത്യന്തരമില്ലാതെ അവൾ വാ തുറന്നു. ആ സമയം ആസിഡ് വായിലൊഴിച്ചു. അവൾ ചുമച്ചു തുപ്പി.

ദീനരോദനം കേട്ട് അയൽവാസികൾ വന്ന് അയാളെപിടിച്ചുമാറ്റി. തീരെ അവശയായ അവളെ താലൂക്ക് ആശുപത്രിയിൽ എത്തിച്ചു. അവിടെ പ്രഥമശുശ്രൂഷ കൊടുത്തു. അസഹ്യവേദന അല്പം കുറയ്ക്കുവാൻ കുത്തിവെച്ചു. വായ കഴുകി. ഒരു ആന്റിബയോട്ടിക് ദ്രാവകം ഒഴിച്ചു. ഡ്രിപ്പ് കൊടുത്തു. അതിനുശേഷം മെഡിക്കൽ കോളേജിലേക്ക് അയച്ചു.

മെഡിക്കൽ കോളേജിലെത്തുമ്പോൾ വായയിലും തൊണ്ടയിലും ഗുരുതരമായ പൊള്ളലേറ്റ നിലയിലായിരുന്നു. മൂക്കിൽക്കൂടി ഒരു ട്യൂബ് ഇടുവാൻ ശ്രമിച്ചു. സാധിച്ചില്ല. പരമപ്രധാനം വായയിലും തൊണ്ടയിലുമുണ്ടായ പൊള്ളൽ ചികിത്സിക്കുകയാണ്. അത്രയും കാലം ദ്രവമായി പ്രത്യേകം നിർമിച്ച് അണുവിമുക്തമായ ദ്രാവകങ്ങൾ വേണ്ടയളവിൽ കൊടുക്കണം.

ഇതിന് ഹാർടിന് അടുത്ത് Vena caraയിൽ ഒരു catheter നിക്ഷേപിച്ചു. (കാരണം അത്തരം പദാർഥങ്ങൾ കൈയിലെ ചെറുരക്തക്കുഴലിലൂടെ അധികനാൾ കൊടുത്താൽ അവ കട്ടപിടിച്ചു അടഞ്ഞു പോയെന്നു വരും.) ഈ രീതിയിൽ ആഴ്ചകൾ ആരോഗ്യം നിലനിർത്താം.

ദഹനപ്രക്രിയ നടക്കുന്ന വായമുതൽ ഗുദംവരെയുള്ള അവയവങ്ങൾ അലിമെന്ററി കനാൽ ആണ്. ഈ പ്രക്രിയ കുത്തിവെപ്പിൽക്കൂടി നടത്തുന്നതിന് parenteral alimentation എന്നാണ് പറയുക. എന്നാൽ ഭക്ഷണ പദാർഥങ്ങൾ വേണ്ടവിധത്തിൽ പാകപ്പെടുത്തിയെടുക്കുവാൻ വലിയ ചെലവ് വരും. അണുബാധ ഒഴിവാക്കുവാൻ നിതാന്തജാഗ്രതയും വേണം.

വായിലെ ഉമിനീരും വ്രണങ്ങളിൽനിന്നുള്ള പഴുപ്പും തൊണ്ടയിൽ കെട്ടിക്കിടന്ന് ശ്വാസകോശങ്ങളിലേക്ക് കവിഞ്ഞൊഴുകി അടിക്കടി ചുമയും കഠിനവേദനയും മാരകമായ ന്യൂമോണിയയും ബാധിക്കുന്നത് ഒഴിവാക്കുവാൻവേണ്ടി, തൊണ്ടയിൽനിന്ന് പുറത്തോട്ട് ഒരു വഴി തുറക്കേണ്ടി വന്നു, (Pharyo stomy) കഴുത്തിൽക്കൂടി. മൂന്നാഴ്ചത്തെ തീവ്രപരിചരണംകൊണ്ട് ഭാനുമതിയുടെ ആരോഗ്യം സാധാരണ ഗതിയിലായി. എന്നാൽ ഇത് അധികകാലം തുടരുവാൻ പ്രയാസമായിരുന്നു. സവിസ്തര പരിശോധനയിൽ കണ്ടു, അന്നനാളം മുക്കാലും കരിഞ്ഞുപോയിരിയ്ക്കുന്നു എന്ന്.

ആമാശയത്തിൽനിന്ന് ഒരു കുഴൽ പുറത്തേക്ക് എടുത്തു (Stams gastrostomy) അതിൽക്കൂടി ഒരുവിധം പോഷകാഹാരം ക്രമപ്പെടുത്തി. എന്നാൽ വേണ്ടത്ര ആരോഗ്യം മെച്ചപ്പെട്ടില്ല. ഇതിന് രണ്ട് കാരണങ്ങളാണ്. സ്വാദാസ്വാദിക്കുന്നത് ദഹനപ്രക്രിയക്ക് ഒരു ഘടകമാണ്. ഉമിനീരിലുള്ള ദഹനദ്രവ്യങ്ങൾ ആഹാരപദാർത്ഥങ്ങളിൽ ചേരാത്തത് രണ്ടാമത്.

സ്വാദുള്ള പദാർഥങ്ങൾ വായിൽ ചവച്ച് ഇറക്കുക, അത് Pharyngeostomy ൽകൂടി ഒരു പാത്രത്തിൽ ശേഖരിച്ച് gastrostomy വഴി കൊടുത്തുതുടങ്ങി. വളരെ വേഗം ആരോഗ്യം മെച്ചപ്പെട്ടു. വളരെ സങ്കീർണമായ ശസ്ത്രക്രിയക്ക് തയ്യാറായി. anaesthetist ന് സമ്മതമായി.

നെഞ്ച് തുറന്നുനോക്കിയപ്പോൾ, അന്നനാളം മുഴുവൻ കരിഞ്ഞ് അടഞ്ഞുപോയിരുന്നു. പിന്നെ വയറ് തുറന്ന് വൻകുടലിന്റെ (എനീമകൊടുത്തു ശുദ്ധമാക്കി അണുവിമുക്തമാക്കിയ) ഒരു ഭാഗം ഹൃദയത്തിന്റെ മുന്നിൽകൂടി കഴുത്തിലുള്ള pharyngeostomy ൽ തുന്നിക്കൂട്ടി ഭദ്രമാക്കി; മറ്റേ അറ്റം ആമാശയത്തിലും ചേർത്തു.

രണ്ടുദിവസം കഴിഞ്ഞ് അല്പം വെള്ളം കുടിച്ചു. പിറ്റേദിവസം പൊടിയരിക്കഞ്ഞി കുടിച്ചു. ഭാനുമതിക്ക് അത്യന്തം ആഹ്ലാദം.

ഒരാഴ്ച കഴിഞ്ഞ് ആശുപത്രി വിടാറായി. അമ്മ രണ്ടുമക്കളെയും കൊണ്ടുവന്നു. എല്ലാവരും ആഹ്ലാദാശ്രുക്കൾ തൂകി, കെട്ടിപ്പിടിച്ചു.

ഒരു സർജന്റെ ഹൃദയം കുളിർത്ത നിമിഷങ്ങൾ.

45

ഭർത്തൃഭക്തിയുടെ വിചിത്രപ്രക്രിയ

ജോർജ് ഗ്രേടേണർ. ശസ്ത്രക്രിയാശാസ്ത്രത്തിലെ ദ്രോണാചാര്യർ പറഞ്ഞു, "ഒരു ശസ്ത്രക്രിയാ വിദഗ്ധന് സ്ത്രീയുടെ മൃദുസ്പർശം വേണം, കൃഷ്ണപ്പരുന്തിന്റെ ക്രാന്തദൃഷ്ടി വേണം, സിംഹത്തിന്റെ പതറാത്ത ഹൃദയവും വേണം".

ഇതിൽ ഏതെങ്കിലും എനിക്ക് അവകാശപ്പെടുവാൻ ഉണ്ടോ? ആത്മനിഷ്ഠമായി വിലയിരുത്തുന്നത് ശാസ്ത്രീയ വിശകലനത്തിൽ തുലോം അപ്രസക്തമാണ്.

ഭാനുമതി അനുഭവിച്ച അതിദാരുണമായ പീഡനം വേറെ ഒരു സ്ത്രീയും ഏറ്റുവാങ്ങിയിട്ടുണ്ടാവും എന്നു തോന്നുന്നില്ല. ഇനി ഒരിക്കലും അതു സംഭവിക്കരുത്. പ്രഥമശുശ്രൂഷ കൊടുത്ത താലൂക്ക് ആശുപത്രിയിൽനിന്ന് അവർ പൊലീസിൽ റിപ്പോർട്ട് ചെയ്തിരുന്നു. ഞങ്ങളുടെയെല്ലാം കാലത്ത് കാര്യമായ ക്ഷതം ഏറ്റ് ഒരു രോഗിയെ കൊണ്ടുവന്നാൽ അത് ഉടൻ തന്നെ പൊലീസിൽ അറിയിക്കണമായിരുന്നു. അതിന് ഫെയർകോപ്പി എന്ന ഇരട്ട താളുകളായിരുന്നു. കാർബൺപേപ്പർ അതിനിടയിൽവെച്ചാണ് എഴുതുക. ഫെയർ അവർ ചീന്തിയെടുക്കും. കാർബൺ കോപ്പി ആശുപത്രിയിൽ സൂക്ഷിക്കണം, കൃത്രിമങ്ങൾ ഒഴിവാക്കുവാൻ വേണ്ടി.

ഒരു ദിവസം കഴിഞ്ഞപ്പോൾ, മജിസ്ട്രേട്ട് മെഡിക്കൽ കോളേജിൽ വന്നു, ഭാനുമതിയുടെ ഡയിങ്ങ് ഡിക്ലറേഷൻ എടുക്കുവാൻ വേണ്ടി. അവശയായ അവർക്ക് സംസാരിക്കുവാൻ സാധ്യമല്ലായിരുന്നു. ചോദിക്കുന്ന ചോദ്യങ്ങൾക്ക് മറുപടി എഴുതിയാൽ മതി എന്ന് പറഞ്ഞ് മജിസ്ട്രേറ്റിന്റെ സീലോടുകൂടിയ കടലാസ് കൊടുത്തു.

"ആരാണ് ആസിഡ് കുടിപ്പിച്ചത്?"

"അറിയില്ല".

"ആത്മഹത്യക്ക് തന്നത്താൻ കുടിച്ചതാണോ?"

"അല്ല."

"പിന്നെ ആരാണ് കുടിപ്പിച്ചത്?"

"അറിഞ്ഞുകൂടാ."

"അദ്ദേഹത്തിന്റെ പേര് എന്താണ്?"

"പറയില്ല."

പിന്നെ ഇങ്ങനെ എഴുതി.

"ഒരു ഹിന്ദുഭാര്യക്ക് ഭർത്താവ് കാണപ്പെട്ട ദൈവമാണ്. അദ്ദേഹം ഏൽപ്പിക്കുന്ന ഏത് ശിക്ഷയും സസന്തോഷം ഏറ്റുവാങ്ങുകയാണ് അവളുടെ കർത്തവ്യം."

ഭാനുമതി അറിയാതെ നിജസ്ഥിതി വ്യക്തമാക്കി. ന്യായാധിപന് അത്രമാത്രമേ വേണ്ടിയിരുന്നുള്ളു. സാക്ഷിയായി എന്റെയും മറ്റൊരാളുടെയും കൈയൊപ്പുവാങ്ങി. കേസ് രണ്ടുകൊല്ലത്തിലധികം നടന്നു. ഭാനുമതിയെ രണ്ടു തവണ കോടതിയിൽ ഹാജരാക്കേണ്ടതായി വന്നു. അവസാനം ആ മനുഷ്യാധമന് പത്തുകൊല്ലം കഠിനതടവ് വിധിച്ചു.

ഭാനുമതി വിതുമ്പി.

ഭാനുമതി ചോറുവാരി തിന്നുന്നത് കണ്ടിട്ട് ഞാൻ അത്യധികം ആഹ്ലാദിച്ചു. അവരുടെ ആരോഗ്യം മെച്ചപ്പെട്ടു.

"ഡോക്ടർ കർശനമായി പറയുകയുണ്ടായി. 'വയറുനിറഞ്ഞാൽ കിടക്കരുത്. ഒന്നരമണിക്കൂർ ഇരിക്കുകയോ നടക്കുകയോ വേണം' എന്ന്. ഇനിയും ആ വ്രതം പാലിക്കണമോ?"

"അന്നനാളത്തിന്റെ താഴത്തെ അറ്റത്ത് ഒരു വാൽവ് ഉണ്ട്. അതിൽ വയറ്റിൽനിന്ന് മേലോട്ടുള്ള ഗതി തടയുന്നു. തലകീഴായിനിന്നാൽപോലും. ഭാനുമതിയുടെ അന്നനാളം വൻകുടൽകൊണ്ട് സൃഷ്ടിച്ചതാണ്. അതുകൊണ്ട് അതിന് വാൽവ് ഇല്ല. കിടന്നാൽ കഴിച്ച ആഹാരം മേൽപ്പോട്ട് വന്നു എന്ന് വരാം. ഈ വ്രതചര്യ ആജീവനാന്തം പാലിക്കണം".

"അനുഷ്ഠിച്ചോളാം, ഡോക്ടർ. അദ്ദേഹം ജയിൽ മോചിതനായി വരുമ്പോൾ കാണണം എന്നതാണ് എന്റെ മനസിൽ. അതിനുവേണ്ടി എന്ത് വ്രതവും എത്ര കഠിനമായാലും ഞാൻ പാലിക്കാം".

ഭർതൃഭക്തി ഇത്രമാത്രം അന്ധവും രൂഢമൂലവുമാക്കിയ പ്രക്രിയ എന്താണ്, മതമാണോ?

ആയിരിക്കാം. എന്നാൽ സ്ത്രീയെ പൂർണമായും അടിമയാക്കിയത് സ്വത്തിന് പിൻതുടർച്ചാവകാശി എന്ന കരിംഭൂതമാണ്.

ഭാനുമതി പൂർണ ആരോഗ്യവതിയായി കുട്ടികളെ സ്നേഹിച്ചു വളർത്തി. ആറുമാസം കൂടുമ്പോൾ ഫോളോഅപ്പിന് ആശുപത്രിയിൽ വരുമായിരുന്നു. 'ഭർത്താവ്' എന്ന ഘാതകൻ ജയിൽ വിമുക്തനാവുന്നത് കാത്തിരുന്നു. എഴുവർഷം കഴിഞ്ഞ് പരിശോധനക്ക് വന്നപ്പോൾ അല്പം ശ്വാസംമുട്ടൽ. നടക്കുമ്പോൾ കിതപ്പ്.

പരിശോധിച്ചപ്പോൾ, വലതുവശത്ത് നെഞ്ചിൽ നീര്. അത് കുത്തിയെടുത്ത് പരിശോധിച്ചപ്പോൾ, കാൻസർകോശങ്ങൾ. കരിഞ്ഞു

പോയ, ഓപ്പറേഷൻ സമയത്ത് മാറ്റാതെ അവിടെത്തന്നെ വിട്ടുപോന്ന അന്നനാളത്തിലായിരുന്നു കാൻസർ ഉത്ഭവിച്ചത്.

പിന്നീട് റേഡിയേഷൻ, കീമോതെറാപ്പി എല്ലാമായിരുന്നു പദ്ധതി. എട്ടുവർഷംകൊണ്ട് വീണ്ടെടുത്ത ആരോഗ്യം മുക്കാലും നശിച്ചു. ഭാനുമതി പിന്നെയും അവശയായി. ഞാൻ എന്നെത്തന്നെ ശപിച്ചു. അന്ന് കുറെ ഏറെ മെനക്കെട്ടിരുന്നുവെങ്കിൽ, ആ കരിഞ്ഞ അന്നനാളം മാറ്റാമായിരുന്നു, അപകടസാധ്യത പതിയിരുന്നുവെങ്കിലും, അതിന് മെനക്കെടാതെ പിൻമാറിയ എന്റെ ഭീരുത്വത്തെ ഞാൻ അതിയായി പഴിച്ചു.

ഭർത്താവ് ജയിൽവിമുക്തനാവുന്നതിന് മുമ്പ്, കുഞ്ഞുങ്ങളെ ബന്ധുക്കളെ ഏൽപ്പിച്ച് ഭാനുമതി യാത്രയായി.

അനുബന്ധം

ഏതാനും വർഷങ്ങൾക്ക്ശേഷം ഞാൻ പൂണെയിൽ ആംഡ് ഫോഴ്സസ് മെഡിക്കൽ കോളേജിൽ മെഡിക്കൽ കൗൺസിൽ ഇൻസ്പെക്ടറായി പോവുകയുണ്ടായി. അവിടെ ബ്രിഗേഡിയർ കനേറ്റ്കർ ഭാനുമതിയുടെതുപോലൊരു അനുഭവം പറയുകയുണ്ടായി. ഒരു വ്യത്യാസം. ആത്മഹത്യാശ്രമമായിരുന്നു അത്. ഹതഭാഗ്യൻ ഒരു പുരുഷൻ. ചൗക്കിദാർ ആയിരുന്നു. അയാളും ആറുവർഷങ്ങൾക്കുശേഷം കരിഞ്ഞുപോയ അന്നനാള കാൻസറായിട്ടാണ് മൃതിയടഞ്ഞത്.

പൂണെയിലെ തന്നെ ബി ജെ മെഡിക്കൽ കോളേജിലെ സർജറി പ്രൊഫസർ മിസിസ് മേത്തയായിരുന്നു (അവരുടെ ഭർത്താവ് അവിടെത്തന്നെ അനസ്തീഷ്യ പ്രൊഫസറായിരുന്നു, ഒരു അസാധാരണ കോമ്പിനേഷൻ ആയി അന്ന് തോന്നി).

അവരും ഇത്തരത്തിൽ ഒരു കേസ് അവതരിപ്പിച്ചു. പക്ഷേ അവർ കരിഞ്ഞുപോയ അന്നനാളം വളര ജാഗ്രതയോടെ, പ്രയാസപ്പെട്ട് നീക്കം ചെയ്തു. ഒമ്പത് മണിക്കൂറിന്റെ ശ്രമമായിരുന്നുപോലും. പിന്നെ അവർ രണ്ടു പഠനങ്ങളുടെ റിപ്പോർട്ട് ഉദ്ധരിച്ചു.

"പൊള്ളലേറ്റ് ഉണങ്ങിയ കട്ടികൂടിയ തഴമ്പ് (Keeloid) പിന്നീട് കാൻസറിന്റെ ഉറവിടമാകാൻ സാധ്യത ഏകദേശം മുപ്പത് ശതമാനമുണ്ട്. തൊലിപ്പുറത്തുണ്ടാവുന്ന ആ മാറ്റം സുപരിചിതമാണ്, തിരക്കേറിയ ആശുപത്രികളിൽ. നാം അതിനെ Marjolins ulcer എന്ന് പറയുന്നു. അവ മുറിച്ചുമാറ്റി വേറെ തൊലി വെച്ച് പിടിപ്പിക്കുന്നത് അപൂർവമല്ല. അന്നനാളത്തിലും ഇതുതന്നെയാണ് സഭവിക്കുന്നത്. എല്ലായ്പ്പോഴുമല്ല, ചിലപ്പോൾ".

മിസിസ് മേത്ത, കനേറ്റ്കറിന്റെയും എന്റെയും കണ്ണ് തുറപ്പിച്ചു. ഞങ്ങൾക്ക് പറ്റിയ അമളി പരസ്യമായി സമ്മതിച്ചു. ഇനി അത്തരം ഒരനുഭവം ഉണ്ടാവരുതേ എന്ന് ആശിച്ചു.

ഞങ്ങൾ കത്തി താഴെവെച്ചിട്ട്, ഗ്ലൗസ് എന്നന്നേക്കുമായി ഊരിയിട്ട് വർഷങ്ങളേറെയായി.

46

ഒരു ഫുട്ബോൾ കളിയുടെ ബാക്കിപത്രം

വില്യം വയലറിന്റെ *ക്ലിയോപാട്ര* എന്ന സിനിമ ശ്രീകുമാർ തിയേറ്ററിൽ ഓടിക്കൊണ്ടിരിക്കുകയായിരുന്നു. ബാബു (എന്റെ മകൻ) അതു കണ്ടു. അവന് അതിന്റെ മേന്മ പറഞ്ഞിട്ടും പറഞ്ഞിട്ടും മതിവരുന്നില്ല. എന്നാൽ അതൊന്നു കണ്ടു കളയാം എന്ന് നിശ്ചയിച്ചു. ഒരു സുഹൃത്തിന്റെ കാർ കടം വാങ്ങി. മകൾ അനസൂയയും സഹധർമ്മിണി ദേവകിയും ഞാനും ഫസ്റ്റ് ഷോയ്ക്ക് പോയി, ബാബുവിനെ വീട് കാവലിനാക്കീട്ട്. അവൻ കണ്ട പടമായിരുന്നല്ലോ അത്.

വിളക്ക് അണച്ച് പരസ്യങ്ങൾ തുടങ്ങി. അതിനിടയിൽ ഒരു വിജ്ഞാപനം, "ഡോക്ടർ വാരിയരെ അടിയന്തിരമായി കാണുവാൻ രണ്ടു പേർ ലോബിയിൽ എത്തിയിരിക്കുന്നു".

ഞാൻ ഉടനെ തന്നെ എഴുന്നേറ്റു പോയി. ബാബുവും ഡോക്ടർ രാഘവപ്പണിക്കരുമായിരുന്നു, അവർ. ഡോക്ടർ പണിക്കർ പറഞ്ഞു, "ഒരു ചെറുപ്പക്കാരനെ നെഞ്ചിൽ കുത്തേറ്റ്, രക്തം വാർന്നുകൊണ്ടു കൊണ്ട് വന്നിട്ടുണ്ട്. സാർ ഉടനെ വരണം."

ബാബുവിനെ അവിടെ ഇരുത്തി ഞാൻ പണിക്കരുടെ കൂടെ പോയി. മൊബൈലും സെൽഫോണും മറ്റും അന്ന് കേട്ടുകേൾവിപോലും ഇല്ല.

അന്ന് ജി വി രാജാ സ്റ്റേഡിയത്തിൽ ഒരു വാശിയേറിയ ഫുട്ബോൾ മാച്ച് നടക്കുകയായിരുന്നു. അതിൽ ഒരു ഗോളിനെപ്പറ്റി വാശിയേറിയ വിവാദം. കളികഴിഞ്ഞ് ആൾക്കാർ പിരിഞ്ഞുപോകുമ്പോഴും വാഗ്വാദം. അത് മൂത്ത് കയ്യാങ്കളിയായി. അതിനിടയിൽ ഒരു ചെറുപ്പക്കാരന് മാരകമായി കുത്തേറ്റു. അയാളെ രക്ഷിക്കുവാനായിരുന്നു രാഘവപ്പണിക്കരുടെ പരക്കംപാച്ചിൽ.

ഹൃദയശസ്ത്രക്രിയയുടെ ആദ്യകാലമായിരുന്നു അത്. ഞാൻ മാത്രമാണ് അതിൽ പരിശീലനം നേടിയ സർജൻ, തിരുവനന്തപുരത്ത്.

ഡോക്ടർ ബൽസലം (Balsalam) ആണ് എനിക്ക് മുമ്പ് ഈ ശാഖ ഇവിടെ ആരംഭിച്ചത്. പക്ഷേ അദ്ദേഹം ജനറൽ സർജറി പ്രൊഫസറായി ഉദ്യോഗക്കയറ്റം കിട്ടി കോട്ടയത്തേക്ക് പോയിരുന്നു.

പതിനേഴ് വയസ്സ് മാത്രം പ്രായമുള്ള കോളേജ് വിദ്യാർഥിയായിരുന്നു രോഗി. നെഞ്ചിൽ വലതുവശത്തായി അല്പം മുകളിൽക്കൂടിയായിരുന്നു കുത്ത്. ഒരുപാട് രക്തം വാർന്നുപോയിരുന്നിരിക്കണം. അയാളുടെ അച്ഛൻ ഒരു ആംബുലൻസ് ഡ്രൈവറായിരുന്നു. അതിവേഗം പലയിടത്തുംപോയി ഇരുപത്തിരണ്ടു രക്തദാതാക്കളെ കൊണ്ടുവന്നു. രക്തഗ്രൂപ്പുകളെപ്പറ്റിയുള്ള ധാരണയും വിവിധ ഗ്രൂപ്പുകളുള്ള ആളുകളെ പലപ്പോഴുമായി തേടിപ്പോയ പരിചയവും കാരണമാണ് ഇത് സാധിച്ചത്. ഞങ്ങൾ എത്തുന്നതിന് മുമ്പ് രണ്ടു കുപ്പി കയറ്റിക്കഴിഞ്ഞിരുന്നു. അല്ലായിരുന്നെങ്കിൽ മരണം അതിന് മുമ്പ് നടന്നിരിക്കുമായിരുന്നു.

കുറെയധികം രക്തം കൊടുക്കുന്നതിൽ പല ആപത്തുകളും ഉണ്ട്. അതിൽ ഗണ്യമായ ഒന്ന്, വിവിധ ദാതാക്കളിൽനിന്ന് എടുത്ത രക്തം തമ്മിലുള്ള ചേർച്ചയുടെതാണ്.

Landsteiner നാലു ഗ്രൂപ്പുകളേ വേർതിരിച്ചിട്ടുള്ളൂ. A,B, AB, O. ഒരേ ഗ്രൂപ്പിൽപ്പെട്ട രക്തമായാലും അത് കൊടുക്കുന്നതിന് മുമ്പ് cross match ചെയ്യേണ്ടതുണ്ട്. കാരണം ഓരോ ഗ്രൂപ്പിൽതന്നെയും ചില പ്രകടമല്ലാത്ത sub-groups ഉണ്ടാകാം. അവ തമ്മിൽ പൊരുത്തപ്പെടാതെ വന്നു എന്ന് വരാം. ഈ അവസ്ഥ വിവിധ ദാതാക്കളിൽനിന്ന് ശേഖരിച്ചവയ്ക്കുമുണ്ടാവാം. അവ എല്ലാം കൂട്ടിച്ചേർത്താൽ അപകട സാധ്യത ഉണ്ട്. ഇരുപത്തിരണ്ട് കുപ്പിരക്തം. രണ്ടെണ്ണം കൊടുത്തു കഴിഞ്ഞു. ഇനി ബാക്കി ഉള്ളവ എല്ലാം തമ്മിൽ തമ്മിൽ പൊരുത്തപ്പെടുമോ എന്ന് നോക്കണം. വളരെ ശ്രമകരമായ പ്രവൃത്തി. മാത്രമല്ല, അതിന് പ്രാവീണ്യവും പ്രത്യേകം ഉപകരണങ്ങളും വേണം. ഞങ്ങളുടെ രക്തബാങ്ക് അരമണിക്കൂറിൽ ഇത് സാധിച്ചു. പതിനാലെണ്ണം തമ്മിൽ ചേർക്കാം. ആറെണ്ണം ത്യാജ്യമാണ്.

ഇത്രയും രക്തത്തിന്റെ ബലത്തിൽ വലത്തെ നെഞ്ച് തുറന്നു.

ഹൃദയത്തിന്റെ വലത്തെ മേലറയിൽ കൂടിയാണ് കുത്ത് പോയിരിക്കുന്നത്. അങ്ങനെ അതിൽ രണ്ട് കിഴിത്ത. അത് രണ്ടും നിഷ്പ്രയാസം തുന്നി ശരിപ്പെടുത്തി. എന്നിട്ടും രക്തം വന്നുകൊണ്ടേയിരിക്കുന്നു.

നെഞ്ചും വയറും വേർതിരിക്കുന്ന മാംസളമായ ഒരു തിരശ്ശീലയുണ്ട് (diaphram). അതിന്റെ പ്രവർത്തനം ശ്വാസോച്ഛ്വാസത്തിന് പ്രധാനമാണ്.

അപ്പോൾ വയറ് തുറക്കേണ്ടിവന്നു. കത്തി ചെന്നുനിന്നിരുന്നത് ലിവറിലാണ്. തലനാരിഴകൊണ്ട് പോർട്ടൽ വെയിൻ രക്ഷപ്പെട്ടിരുന്നു. വീനാക്കേവയ്ക്കും ബൈൽ ഡക്ടിനും കുത്തേറ്റിട്ടില്ല.

കിഴിത്തകളെല്ലാം സശ്രദ്ധം തയ്ച്ചു. ലിവറും ഡയഫ്രവും കുത്തി

കെട്ടി. വലിയ മാനസിക പിരിമുറുക്കം അയഞ്ഞു. കിഴക്ക് വെള്ളകീറിയിരുന്നു. മനസിനുണ്ടായ ആഹ്ലാദവും ഒരു വലിയ വെല്ലുവിളി സമർഥമായി നേരിട്ടതിന്റെ തിമിർപ്പും ഞങ്ങളുടെ ശാരീരിക പാരവശ്യം വളരയേറെ കുറച്ചു. സിസ്റ്റർമാർ തന്ന കാപ്പി ആർത്തിയോടെ കുടിച്ചു. ഞങ്ങൾ, ആറുപേർ, അന്യോന്യം കൈകൊടുത്തു.

ദേവകിയും മക്കളും *ക്ലിയോപാട്രയുടെ* മാസ്മരവലയത്തിൽപ്പെട്ട് വീട്ടിൽ മടങ്ങിയെത്തി സുഖസുഷുപ്തിയിലാണ്ടിരിക്കും.

ദാമോദരൻ (അതായിരുന്നു ആ മഹാഭാഗ്യവാന്റെ പേര്) പതിനാലു പേരുടെ രക്തം ധമനികളിൽ ചംക്രമിച്ചുകൊണ്ട് അതിവേഗം സുഖം പ്രാപിച്ചു. അവനെ കരകയറ്റിയതിൽ അവന്റെ യൗവനത്തിന്റെ പങ്ക് കുറച്ചല്ല.

രോഗിക്കോ അയാളടെ ബന്ധുക്കൾക്കോ ഒരു നയാപൈസപോലും ആശുപത്രിയിൽ ചെലവ് വന്നില്ല അന്ന്, അയാളുടെ ഭക്ഷണത്തിനു പോലും.

ഏകദേശം ആറ് വർഷങ്ങൾക്ക് ശേഷം ഒരു ചെറുപ്പക്കാരൻ ഞങ്ങളുടെ വീട്ടിൽ വന്നു. തീരെ അപരിചിതൻ. അയാൾ പോക്കറ്റിൽ നിന്ന് എന്തോ എടുക്കുവാൻ ശ്രമിച്ചപ്പോൾ ഞാൻ പരുഷമായി പറഞ്ഞു, “എന്നെ വിലയ്ക്ക് വാങ്ങാൻ പറ്റില്ല. ഉടൻ സ്ഥലം വിട്ടില്ലെങ്കിൽ ഞാൻ അടിച്ചു എന്നു വരും.”

ഒരു ആകർഷകമായ പുഞ്ചിരിയോടെ അയാൾ ഷർട്ട് ഊരാൻ തുടങ്ങി. ഞാൻ കൈയോങ്ങി. എന്റെ സഹധർമിണി കൈപിടിച്ചില്ലായിരുന്നെങ്കിൽ അടി വീണേനെ. അല്പം പോലും കൂസാതെ, അയാൾ ഷർട് ഊരി. നെഞ്ചിൽ വലത്തുവശത്ത് ഒരു നീണ്ട കല. എന്റെ ഓർമ്മയിൽ ചില അവ്യക്തചിത്രങ്ങൾ ഉയർന്നു. വ്യക്തത വന്നില്ല. അത് മനസിലാക്കിയിട്ടായിരിക്കണം, അയാൾ ഉദരത്തിലുള്ള വേറെ ഒരു മുറിവുണങ്ങിയ പാടും കാണിച്ചു. ഞൊടിയിടകൊണ്ട് ആ രാത്രിയിലെ ജീവൻമരണ പോരാട്ടത്തിന്റെ എല്ലാ നൈരാശ്യങ്ങളും അവയ്ക്കെല്ലാം മകുടം ചാർത്തിയ ജയഭേരിയും ഒരു സിനിമയിലെന്നപോലെ എന്റെ മനസിൽ തെളിഞ്ഞു.

ഞാൻ ആ ചെറുപ്പക്കാരനെ നെഞ്ചോടടുപ്പിച്ചു. അയാൾ എന്റെ കാൽക്കൽ വീഴാൻ ശ്രമിച്ചു. ഞാൻ തെന്നിമാറി. പിന്നെ ചോദിച്ചു, “ഇപ്പോൾ എന്തുചെയ്യുന്നു?”

“ഞാൻ ബോംബെയിൽ ഒരു കമ്പനിയിൽ ക്ലാർക്കാണ്. ഞങ്ങളുടെ ഓഫീസ് സൂപ്രണ്ട് ശങ്കരമേനോനും സാറും ഒരുമിച്ച് ഒരു ഫസ്റ്റ്ക്ലാസ് കമ്പാർട്മെന്റിൽ യാത്ര ചെയ്തു. സാറ് കാട്പാടിയിൽ രാവിലെ അഞ്ച് മണിക്ക് ഇറങ്ങിപ്പോയി. കണ്ണാടി മറന്നുവെച്ചു. അത് സാറിനെ ഏല്പിക്കുവാൻ പറഞ്ഞു. അതാണ് ഇത്”.

ഞാനോർത്തു, വെല്ലൂരിൽ ഒരു പരീക്ഷകനായി പോവുകയായിരുന്നു ഞാൻ. ബോംബെ മെയിലിലാണ് യാത്ര തിരിച്ചത്. അന്ന്

കാട്പാടിയിൽ അതിരാവിലെ എത്തും. ഞാൻ സഹയാത്രികനെ ഉണർത്താതെ ഇറങ്ങിപ്പോയി. അപ്പോൾ കണ്ണാടി എടുക്കാൻ മറന്നു. വെല്ലൂരിൽ അവർ കണ്ണ് ടെസ്റ്റ് ചെയ്ത് പത്തുമണിക്ക് മുമ്പ് മറ്റൊരു കണ്ണാടി ശരിപ്പെടുത്തിത്തന്നു.

രണ്ടു വർഷത്തിനുശേഷം ദാമോദരൻ പിന്നെയും വന്നു. അയാളുടെ കല്യാണത്തിന് ക്ഷണിക്കുവാൻ.

ആ മഹാഭാഗ്യവാന്റെ അനുഗൃഹീതയായ വധുവിനെ കാണാൻ ആശീർവദിക്കുവാൻ സാധിച്ചില്ല. മഞ്ഞപ്പിത്തം എന്നെ ശയ്യാവലംബിയാക്കിയ കാലമായിരുന്നു അത്.

* * * * *

47

ഒരു അഗ്നി പരീക്ഷ

അന്ന് കോഴിക്കോട്ട് കാർഡിയോ തൊറാസിക് സർജറിയില്ല. പിന്നെയും നാലു വർഷത്തിനുശേഷമാണ് ഡോ. എസ് അച്ചുതൻനായർ എം എസ്, എം സി എച്ച് വെല്ലൂരിൽ ക്രിസ്റ്റ്യൻ മെഡിക്കൽ കോളേജിൽ ഈ ശാഖയിൽ തീവ്ര പരിശീലനം നേടി, കോഴിക്കോട് മെഡിക്കൽ കോളേജിൽ നിയമിതനായത്. അദ്ദേഹത്തിന്റെ നൈപുണ്യവും കരവിരുതും അശ്രാന്ത പരിശ്രമവും കാരണമാണ് കോഴിക്കോട്ട് ഈ വിഭാഗം സ്ഥാപിതമായത്. അദ്ദേഹം ആ ഡിപ്പാർടുമെന്റിനെ ഇന്ത്യയിൽ ഏതു മെഡിക്കൽ കോളേജിനോടും കിടപിടിക്കത്തക്ക മികവാർന്ന വിഭാഗമായി ഉയർത്തി.

ഡോക്ടർ എസ് അച്ചുതൻനായർക്ക് എന്റെ എളിയ പൂച്ചെണ്ട്.

ഇപ്പോൾ അടുത്തൂൺപറ്റി എറണാകുളത്ത് മകളുടെ കൂടെയാണ്. അവിടെ ഒരു സ്വകാര്യ ആശുപത്രിയിൽ തന്റെ വിദഗ്ദ്ധസേവനം ലഭ്യമാക്കിയിട്ടുണ്ട്.

കോഴിക്കോട് മെഡിക്കൽ കോളേജിൽ ഒരു മൂന്നാംവർഷ വിദ്യാർത്ഥിക്ക് കുറേകാലമായി ചുമ. പേർ വിചിത്രം, നളകൂബരൻ! എക്സ്റേ പരിശോധനയിൽ ശ്വാസകോശത്തിന്റെ വലത്തുവശത്തെ മുകളിലത്തെ ലോബിലാണ് തകരാറ്. ടി ബിയാണ് എന്നനുമാനിച്ചു, ചികിത്സിച്ചു. കഫം പലവുരു പരിശോധിച്ചു. രണ്ടുതവണ കൾച്ചർ (culture) ചെയ്തു. ടി ബി ആണ്, വലിയ തറവാടിയാണ്. സാധാരണ ഭക്ഷണത്തിൽ (culture medium) വളരില്ല. വളരെ പ്രത്യേകം സജ്ജമാക്കിയ മീഡിയത്തിലേ അത് വളരുകയുള്ളൂ. എന്നിട്ടും ആ തറവാടി കുറെ ഏറെ കാലം എടുക്കും പെരുകുവാൻ.

ആറേഴുമാസം ചികിത്സയും പ്രത്യേക പോഷകാഹാരവും കൊടുത്തു. ചുമ കുറയുന്നില്ല. എക്സ്റേയിലും കാര്യമായ മാറ്റമൊന്നും

കണ്ടില്ല. അങ്ങനെയാണ് തിരുവനന്തപുരത്തുള്ള മെഡിക്കൽകോളേജി ലേയ്ക്ക്, കേരളത്തിലുണ്ടായിരുന്ന ഏക കാർഡിയോ തൊറാസിക് വി ഭാഗത്തിലേയ്ക്ക്, റഫർ ചെയ്യപ്പെട്ടത്.

അന്നേവരെ ചെയ്യാത്ത ഒരേയൊരു പരിശോധന ശ്വാസകോശങ്ങളെ നേരിട്ടു കണ്ട് പരിശോധിക്കുക (Broncho scopy) ആണ്. അതു ചെയ്തു. വലതുവശത്തെ മുകളിലത്തെ ലോബിന്റെ ശ്വാസക്കുഴലിൽനിന്ന് ഒരു മാംസളമായ വളർച്ച മുഖ്യശ്വാസക്കുഴലിലേയ്ക്ക് എത്തിനോക്കുന്നു.

അതിൽനിന്ന് ഒരു തുണ്ട് പരിശോധനയ്ക്കെടുക്കുകയാണ് ചെയ്യേ ണ്ടത്. എന്നാൽ വലിയ ആശങ്ക. അതിയായ രക്തസ്രാവം ഉണ്ടായാൽ രോഗി അയാളുടെ തന്നെ രക്തത്തിൽമുങ്ങി വീർപ്പുമുട്ടി മരിച്ചു എന്നു വരാം.

ചില പ്രത്യേക മുൻകരുതലുകളോടെ ഒരു തുണ്ട് എടുത്തു. Bi-opsy. നല്ലകാലത്തിന് ഭയപ്പെട്ട പ്രയാസങ്ങളൊന്നും സംഭവിച്ചില്ല.

റിപ്പോർട്ട് 'Carcinoid' എന്നായിരുന്നു. അതൊരു പ്രത്യേകതരം ഗ്രന്ധിയാണ്. വിശദാംശങ്ങൾ വിവരിച്ചാൽ വിരസമായേക്കാം. അത് മാറ്റി യില്ലെങ്കിൽ ചുമ മാറില്ല, ചില പാർശ്വ അസുഖങ്ങളും സംഭവിക്കാം, അത് പൂർണമായും മാറ്റണം. പക്ഷേ അതിന് സാങ്കേതികമായി വളരെ ഏറെ പ്രയാസമാണ്. എന്റെ സഹപ്രവർത്തകർ, എം ആർ എസ് മേനോനും ജോൺ തരിയനുമായി ആലോചിച്ചു. ലൈബ്രറിയിൽ കിട്ടാ വുന്ന എല്ലാ പ്രസിദ്ധീകരണങ്ങളും വായിച്ചു.

വലതുവശത്തെ മുകളിലത്തെ ലോബും മെയിൻ ശ്വാസക്കുഴലിന്റെ Sleeve ഉം മാറ്റണം. ഞങ്ങൾക്ക് ഇതിൽ മുൻപരിചയമില്ല. പക്ഷേ അത് ചെയ്തില്ലെങ്കിൽ ആ ഗ്രന്ഥി ക്രമേണ രോഗിയുടെ മരണത്തിലേയ്ക്ക് നയിക്കും.

നളകൂബരന്റെ അച്ഛനമ്മമാരുമായി വിശദമായി സംസാരിച്ചു. ഇതിൽ ഞങ്ങളുടെ പരിചയക്കുറവ് തുറന്നു പറഞ്ഞു. മദിരാശിയിലും വെല്ലൂരിലും ഡൽഹിയിലും അന്വേഷിച്ചു. അവർക്കും ഇതിൽ മുൻപരി ചയം ഇല്ല.

"എ ഐ ഐ എം എസിൽ ഡോ. ഗോപിനാഥ് എന്റെ സുഹൃത്താ ണ്. ഞാൻ അദ്ദേഹത്തിനു റഫർ ചെയ്യാം. അതായിരിക്കും നല്ലത്."

ആ അച്ഛൻ എന്റെ കാൽക്കൽ വീഴാൻ ശ്രമിച്ചു. ഞാൻ തെന്നി മാറി. അമ്മ പാവം മോഹാലസ്യപ്പെട്ടുവീണു. ഡോ. തരിയൻ അവരുടെ പരിചരണത്തിൽ മുഴുകി.

"ഇവൻെറ ജ്യേഷ്ഠൻ പുരന്തരദാസ് (അസാധാരണ പേരുകളോട് പ്രിയം!) ഏതാനും വർഷങ്ങൾക്കുമുമ്പ് വസൂരി പിടിച്ചു മരിച്ചു. ഇനി ഇവൻ മാത്രമാണ് ഞങ്ങൾക്ക് അവലംബം.

അവനെ സാറിൻെറ കൈയിൽ ഏൽപ്പിക്കുകയാണ്. സാർ ആ ഓപ്പ റേഷൻ നടത്തണം. വിജയിക്കും. ഞങ്ങൾക്ക് സംശയമില്ല.

"ഞങ്ങൾക്ക് അവനെ വേറെ ഒരിടത്തും കൊണ്ടുപോകാൻ ധൈര്യം തോന്നുന്നില്ല."

എം ആർ എസ് മേനോന്റെ വിദഗ്ധ സഹായത്തോടെ നാലുമണിക്കുർകൊണ്ട് ശസ്ത്രക്രിയ ചെയ്തു തീർത്തു. പലപ്പോഴും 'പട പട' എന്നടിച്ചിരുന്നു എന്റെ ഹൃദയവും ആ അഗ്നി പരീക്ഷയിൽ വിജയിച്ചു.

അന്ന് ഞങ്ങൾക്ക് ഐ സി യു ഒന്നും ഉണ്ടായിരുന്നില്ല. ബോധം തെളിയുന്നതുവരെ തിയറ്ററിന്റെ ഒരു ഭാഗത്തുതന്നെ കിടത്തുകയായിരുന്നു പതിവ്. പിന്നീട് ഏഴാം വാർഡിലേക്ക് മാറ്റും. നളകൂബരനേയും മൂന്നുമണിക്കൂറിന്റെ നിരീക്ഷണത്തിനുശേഷം ഏഴാം നമ്പർ വർഡിലേക്ക് മാറ്റി. നാലുദിവസം കഴിഞ്ഞ് നളകൂബരൻ അഞ്ചാം വാർഡിൽ പോയി സിസ്റ്റർമാരോട് സമ്പർക്കം പുനരാരംഭിച്ചു. അവിടെയായിരുന്നു ഓപ്പറേഷനുമുമ്പ് കിടന്നിരുന്നത്. സാമ്പത്തികമായി ഒട്ടും കുറവ് ഇല്ലാത്തവരായിരുന്നു അവർ എങ്കിലും ആ അപൂർവ അച്ഛനമ്മമാർ മകനെ ജനറൽ വാർഡിൽതന്നെ ഡിസ്ചാർജ് ആവുന്നതുവരെയും കിടത്തുവാൻ താൽപ്പര്യപ്പെട്ടു.

പത്തുദിവസം കഴിഞ്ഞ് തയ്യലെടുത്തു. അതുകൊണ്ട് അഞ്ചാം വാർഡിലേക്കുതന്നെ മാറ്റി. ഈ ശസ്ത്രക്രിയയ്ക്ക് ഒരു കുപ്പി രക്തംമാത്രമാണ് നളകൂബരനു കൊടുത്തത്. (ഇത് അടിവരയിടുവാൻ ഒരു പ്രത്യേക കാരണമുണ്ട്. അത് പിന്നീട്).

പതിനഞ്ചു ദിവസം കഴിഞ്ഞ് ആ ചെറുകുടുംബം സസന്തോഷം കോഴിക്കോട്ടേയ്ക്ക് തിരിച്ചുപോയി.

ഈ സങ്കീർണചികിത്സയ്ക്ക്, കോഴിക്കോട്ടും തിരുവനന്തപുരം മെഡിക്കൽ കോളേജിലും അന്ന് ഒരു ചെലവും അവർക്ക് ആയില്ല.

ഇന്നായിരുന്നെങ്കിലോ!

നളകൂബരനെയും കൂട്ടുകാരെയും ശല്യം ചെയ്തിരുന്ന ചുമ നിശ്ശേഷം മാറി. തുടർന്നുള്ള ഔഷധപ്രയോഗങ്ങളൊന്നുമില്ലാതെ അയാൾ കോഴിക്കോട്ട് മെഡിക്കൽ വിദ്യാഭ്യാസം തുടർന്നു. ഇടവേളയിൽ നഷ്ടപ്പെട്ട ക്ലാസ്സുകളിലെ പാഠവിഷയങ്ങൾ നികത്തുവാൻ കുറേ ഏറെ മിഡ്നൈറ്റ് ഓയിൽ കത്തിക്കേണ്ടിവന്നു.

48

ഒരു തുടർക്കഥപോലെ

നളകൂബരൻ നഷ്ടപ്പെട്ട ക്ലാസുകളിലെ വിഷയങ്ങളെല്ലാം അതിവേഗം നികത്തി, മുന്നേറി മറ്റു വിദ്യാർഥികളുടെ ഒപ്പം എത്തി. അഛനമ്മമാരുടെ ഹൃദയം കുളിർത്തു. അധ്യാപകരും സന്തോഷിച്ചു. നിശ്ചിത സമയത്തിൽ എം ബി ബി എസ് ബിരുദധാരിയാവും. എന്നാൽ ഏകദേശം മൂന്നുമാസം കഴിഞ്ഞപ്പോൾ അവന് വയ്യ. കൂടെക്കൂടെ പനി. 'സാരമില്ല അതങ്ങ് പോയ്ക്കോളും' എന്ന് അനുമാനിച്ചു. പനികാരണം, മൂത്രം അൽപ്പം മഞ്ഞനിറമായി. കുറച്ചുദിവസംകൂടി കഴിഞ്ഞ് ഒരുദിവസം ഷേവ് ചെയ്യുവാൻ കണ്ണാടിയിൽ നോക്കിയപ്പോൾ, കണ്ണിലും മഞ്ഞനിറം.

ജോൺഡിസ്. അതൊരു രോഗമല്ല. രോഗലക്ഷണം മാത്രമാണ്. ലിവറിന്റെ പ്രവർത്തനത്തിലുള്ള ഒരു പോരായ്മയാണ്, തൊണ്ണൂറ്റൊമ്പത് ശതമാനവും. ഒരു ശതമാനം ജന്മനാ ഉള്ള പിത്ത സംയോജനവൈകല്യം, Gilberts diseases. മാരകമല്ല. അതിനെ വിടാം.

കരള് വീക്കം Hepatitis ആണ്. അതിന്റെ എല്ലാ വകഭേദങ്ങളും അപ്രസക്തമാണ്. നളകൂബരന് ബാധിച്ചത് B Hepatitis ആയിരുന്നു. അയാൾക്ക് ഓപ്പറേഷൻ സമയത്ത് ഒരു കുപ്പി രക്തം കൊടുത്തിരുന്നു.

അന്നൊന്നും ഞങ്ങൾക്ക് A, B, C Hepatitis അണുക്കളെപ്പറ്റി വലിയ അറിവില്ലായിരുന്നു. ദാതാവിന്റെ രക്തം സ്ക്രീൻ ചെയ്യാറുണ്ട്. മുഖ്യമായും Syphilis മുതലായ രോഗങ്ങളുണ്ടോ, ഉണ്ടായിട്ടുണ്ടോ എന്നായിരുന്നു നോക്കിയിരുന്നത്. അവ നിശ്ചയമായും നിഷ്കാസനം ചെയ്യപ്പെടുമായിരുന്നു. നളകൂബരന് കൊടുത്ത രക്തത്തിൽകൂടിയാണ് ബി അണുബാധയുണ്ടായത്. അന്ന് അതിന്റെ പേർ Serum Hepatitis എന്നായിരുന്നു.

അതിസൂക്ഷ്മങ്ങളായ വൈറസുകളോട് പോരാടാൻ അന്ന് വലിയ 'ആയുധങ്ങ'ളൊന്നുമുണ്ടായിരുന്നില്ല.

(ഇന്ന് അതിനായുള്ള ഓരോ കുത്തിവെയ്പ്പിനും ഇരുപതിനായിരത്തിലധികം രൂപ ചിലവുവരുന്ന, സമ്പന്നന്മാർക്കുമാത്രം ലഭ്യമാകുന്ന ഔഷധങ്ങളുണ്ട്. സമ്പന്നന്മാരുടെ ലോകം!)

ഇരുപത്തിരണ്ടുദിവസം ആ വൈദ്യവിദ്യാർഥി, മാതാപിതാക്കളുടെ ഏകസന്തതി, തന്റെ ജീവനുവേണ്ടി പോരാടി. പൂർണത്രയീശൻ അയാളെ കൈവെടിഞ്ഞു. ആ വൈദ്യവിദ്യാർഥി എല്ലാവരോടും പൂർണത്രയീശനോടും വിടപറഞ്ഞു യാത്രയായി.

George Grey Turner, ശസ്ത്രക്രിയാശാസ്ത്രത്തിന്റെ ദ്രോണാചാര്യർ, പറഞ്ഞു, 'ശസ്ത്രക്രിയ ഒരു തൊഴിലായി സ്വീകരിക്കുന്ന ഒരാൾക്ക് ഒരു സിംഹത്തിന്റെ ഹൃദയം ഉണ്ടാവണം.' സങ്കീർണമായ ഒരു ഓപ്പറേഷൻ വിജയം വരിച്ച്, ആ യുവാവിന് സുദീർഘമായ ആതുരശുശ്രൂഷാ സേവനത്തിനു വഴിയൊരുക്കിക്കൊടുത്തു എന്ന് ഊറ്റംകൊള്ളുമ്പോഴാണ് ആ virus ആ വിലപ്പെട്ട ജീവൻ അപഹരിച്ചത്. ഞാൻ തളർന്നു. ഞാൻ ഒരു സിംഹമല്ലല്ലോ!

വർഷങ്ങൾ പലതുകഴിഞ്ഞു. നളകൂബരൻ എന്റെ ജീവിതായോധനത്തിനിടയിൽ അൽപ്പാൽപ്പം മങ്ങിയ ഓർമ്മയായി. ആ ഓർമ്മ പുതുക്കിക്കൊണ്ട് വേറൊരു വൈദ്യവിദ്യാർഥി എന്റെ മുൻപിലെത്തി, മെഡിസിൻ പ്രൊഫെസർ റെഫർ ചെയ്തത്.

പേര് ജേക്കബ് ഈപ്പൻ. അന്ന് ഹൈവേ ചീഫ് എഞ്ചിനീയർ ആയിരുന്ന എന്റെ സുഹൃത്ത് കെ സി ഈപ്പന്റെ മകൻ. അദ്ദേഹവും സഹധർമിണിയും എന്റെ മുറിയിൽ കാത്തിരിപ്പുണ്ടായിരുന്നു.

"ഞങ്ങൾ ഇങ്ങനെ വന്നുകയറിയതിനു ക്ഷമിക്കണം. ഇവൾക്ക് വല്ലാത്ത ഒരു ആധി. ജേക്കബിനു കൂടെക്കൂടെ ചുമയും അൽപ്പം പനിയും തുടങ്ങിയിട്ട് ഏകദേശം ഒരു കൊല്ലമായി. എല്ലാ ടെസ്റ്റുകളും ചെയ്തു. ഡോക്ടർ മാത്യു റോയി പല ചികിത്സയും നടത്തി. പുലയനാർകോട്ടയിലെ ടിബി സെന്ററിലെ കൊച്ചുരാമൻപിള്ളയെ കാണിച്ചു. കഫം പലതവണ ടെസ്റ്റുചെയ്തുനോക്കി. രണ്ടുതവണ കൾച്ചർചെയ്തു. പിന്നെയും വഞ്ചി തിരുനക്കരതന്നെ. അങ്ങനെയാണ് സാറിന് റെഫർ ചെയ്തത്."

പിറ്റേദിവസം Bronchoscopy ചെയ്തു. വലത്തെ മുകളിലത്തെ ലോബിൽനിന്ന് ഒരു ഗ്രന്ഥി പാളിനോക്കുന്നു (വള്ളുവനാടൻ ഭാഷയിൽ), നളകൂബരനിൽ കണ്ട മാതിരി. എല്ലാ മുൻകരുതലുകളോടുംകൂടി ബയോപ്സി ചെയ്തു.

റിപ്പോർട്ട് Carcinoid.

ഈ ഗ്രന്ഥിയെപ്പറ്റി അൽപ്പം വിശദീകരണം. Carsinoma എന്നത് ഉഗ്രപ്രതാപിയായ ഒരു ക്യാൻസർ ആണ്. അതിനോട് പല സാദൃശ്യങ്ങളുമുണ്ടെങ്കിലും ഇത് തുലോം വ്യത്യസ്തമാണ്.

ഇത് കുടലിലോ കുടൽജന്യ അവയവങ്ങളിലോ മാത്രമേ കാണുകയുള്ളൂ. (ഭ്രൂണദശയിൽ (embrio) കുടലിൽനിന്ന് രണ്ട് മൊട്ടുകൾ പോലെ വികസിച്ച് വളരുന്നതാണ് ശ്വാസകോശങ്ങളായി തീരുന്നത്).

കുടലിലുണ്ടാകുന്ന ഈ ഗ്രന്ഥിയിൽ 5 H T (5 Hydroxy Triptomine) എന്നൊരു പദാർഥം സാധാരണമാണ്. അത് ചിലപ്പോൾ കുടലിന്റെ ചലനം അൽപ്പം ദ്രുതഗതിയിലാക്കും.

ഇത് ലിവറിലേക്ക് വ്യാപിച്ചാൽ പല പാർശ്വഫലങ്ങളും ഉണ്ടാക്കി എന്നുവരാം. ഹൃദ്രോഗംവരെ. Bronchus ൽ ഉണ്ടാകുന്ന ഗ്രന്ഥിയിൽ ഇത് ഉണ്ടാകുന്നില്ല. അത് ശ്വാസകോശത്തിൽ ഉണ്ടാക്കുന്ന തടസ്സമാണ് ചുമയ്ക്ക് കാരണം.

Carcinoma യോടുള്ള സാദൃശ്യം കാരണമാണ് ഇത് Carcinoid എന്ന പേർ സമ്പാദിച്ചത്. ഇതെല്ലാം ഉൽക്കണ്ഠാകുലരായ മാതാപിതാക്കളെ പറഞ്ഞുമനസിലാക്കി.

(ഇത്രയും സങ്കീർണമായ ഒരു വിഷയം ഒരു മണിക്കൂറിൽ മലയാളത്തിൽ വിശദീകരിക്കാൻ എനിക്ക് സാധിച്ചു എന്നത് എന്നെ അത്ഭുതപ്പെടുത്തി. അവർ കാണാതെ ഞാൻ എന്റെ പുറത്തുതട്ടി സ്വയം അനുമോദിച്ചു).

“ഇതിന് മരുന്നില്ല. ശസ്ത്രക്രിയ ചെയ്ത് മാറ്റുക മാത്രമേ പോംവഴിയുള്ളൂ.” ഞാൻ അയാളെ വെല്ലൂരിലോക്കോ ഡൽഹിയിലേക്കോ റഫർ ചെയ്യാം എന്നുപറഞ്ഞു.

“ഒന്നും വേണ്ട. ജേക്കബിനെ ഡോക്ടറുടെ കൈയിൽ ഏൽപ്പിക്കുകയാണ്. നിരസിക്കരുതേ! അത് എത്രയും വേഗം ചെയ്യണം, ഡോക്ടർ.”

ഈ മറുപടി കേട്ടിരുന്ന ഞാൻ ഒരുനിമിഷം നളകൂബരന്റെ മാതാപിതാക്കളെ ഓർത്തുപോയി. എന്റെ രണ്ടാമത്തെ Sleeve resection lobectomy. രണ്ടും മെഡിക്കൽ വിദ്യാർഥികളിൽ!

ഡോക്ടർ ജേക്കബ് ഈപ്പൻ ഇന്ന് പ്രശസ്ത ശിശുരോഗ വിദഗ്ധൻ. ഫിലിപ്പൈൻസിലും മറ്റ് സ്ഥലങ്ങളിലും പ്രശസ്ത സേവനം അനുഷ്ഠിച്ചു. ഇപ്പോൾ അൻമേഡ കൗണ്ടിയിലുള്ള വാഷിങ്ടൺ ഹെൽത്ത് കെയർ സിസ്റ്റത്തിന്റെ ഡയറക്ടർ ബോർഡ് അംഗമാണ്. ഈ മഹാനെ ഞാനൊരിക്കൽ പഠിപ്പിച്ചിട്ടുണ്ട്, ചികിത്സിച്ചിട്ടുണ്ട്!

49

ആതുരസേവനത്തിന് ഉഴിഞ്ഞുവെച്ച ജീവിതം

ഹോസ്റ്റൽ വിട്ടിറങ്ങി രണ്ടുവർഷം കഴിഞ്ഞു. കെ നാരായണപൈ എംബിബിഎസ് പരീക്ഷയിൽ പ്രശസ്തവിജയം കൈവരിച്ചു. ഡോക്ടർ കെ എൻ പൈ ആയി.

യുദ്ധം മൂർഛിക്കുന്ന കാലമായിരുന്നു. അവസാനവർഷ വിദ്യാർഥികൾക്ക് Kings commission സമ്പാദിച്ച് സെക്കൻഡ് ലഫ്റ്റനന്റ് ആയി പരീക്ഷയ്ക്കുമുമ്പ് ഹൗസ് സർജനായി പരിശീലനം നേടാമായിരുന്നു. ക്വാർട്ടേഴ്സിൽ ചെലവില്ലാതെ ജീവിക്കാമായിരുന്നു. പാസാകണം എന്നുള്ളത് നിർബന്ധവുമായിരുന്നു. മിക്ക വിദ്യാർഥികളും ഈ മാർഗം സ്വീകരിച്ചു. ചെലവില്ലാതെ ജീവിക്കാം, പരിശീലനം നേടാം, പരീക്ഷയിൽ തോൽക്കുന്ന പ്രശ്നമേയില്ല!

ടെറസിൽ തലയുയർത്തിനിന്നിരുന്ന ദേശീയപതാകയ്ക്കുവേണ്ടി 'ജീവൻ ത്യജിക്കാൻ തയ്യാർ' എന്ന് Stot സായിപ്പിനോട് പറഞ്ഞ ദേശസ്നേഹി, സാമ്രാജ്യത്വത്തിന്റെ ഈ ഔദാര്യങ്ങളൊക്കെ പുച്ഛിച്ചുതള്ളി. പരീക്ഷയിൽ തോൽപ്പിക്കുമോ എന്ന് ഞങ്ങളിൽ പലർക്കും സംശയം തോന്നിയിരുന്നു. എന്നാൽ അതുണ്ടായില്ല; സായിപ്പിന്റെ സത്യസന്ധത (Integrity) യുടെ തിളങ്ങുന്ന ഒരു ഉദാഹരണം. ഹൗസ് സർജൻ പരിശീലനം അവിടെ വേണ്ട എന്നു നിശ്ചയിച്ച് നാട്ടിലേക്ക് തിരിച്ചുപോയി. അന്ന് ഹൗസ് സർജൻസി നിർബന്ധമായിരുന്നില്ല MBBS ബിരുദം നേടാൻ.

വർഷങ്ങൾക്കുശേഷം കോഴിക്കോട്ട് IMA സമ്മേളനത്തിനെത്തിയപ്പോഴാണ് ഞങ്ങൾ പിന്നീട് കണ്ടുമുട്ടിയത്.

"ഡോക്ടർ പൈ ഇപ്പോൾ എവിടെയാ?"

"വടക്കേപറവൂരിൽ ഒരു അസിസ്റ്റന്റ് സർജനാ. വാരരോ?"

"ഞാൻ കോയമ്പത്തൂർ ഡിസ്ട്രിക്ട് ആശുപത്രിയിൽ അസിസ്റ്റന്റ് സർജനാ".

"എനിക്ക് അസൂയയാവുന്നു."

"അതെന്താ?"

"അത് പാർട് എ സ്റ്റേറ്റാ. എല്ലാറ്റിനും അടുക്കുംചിട്ടയുമൊക്കെ കാണും. ഞങ്ങൾ പാർട് ബി സ്റ്റേറ്റാ. എല്ലാം ഒരു കുത്തഴിഞ്ഞ മട്ടാ. പല മരുന്നുകളും അത്യാവശ്യം പഞ്ഞിയും പരുത്തിയും ബാൻഡേജു പോലും–"

ഞാൻ അദ്ഭുതപ്പെട്ടു. എന്റെ ഹ്രസ്വ അനുഭവത്തിൽ ഒരു രോഗിക്ക് ഒരു മുക്കാലുപോലും (കാലണ) ചെലവിടേണ്ടിവന്ന സന്ദർഭമുണ്ടായിട്ടില്ല, യുദ്ധക്കെടുതി മൂലമുണ്ടായിരുന്ന ക്ഷാമകാലത്തുപോലും.

എന്തൊരു ദുരവസ്ഥ പൈസാറിന്റേത് !!

പിന്നെയും വർഷങ്ങൾക്കുശേഷമാണ് ഞങ്ങൾ കണ്ടുമുട്ടുന്നത്, തിരുവനന്തപുരം മെഡിക്കൽ കോളേജിൽവച്ച്.

അദ്ദേഹം മൂന്നുകൊല്ലം ലണ്ടനിൽ പരിശീലനം കഴിച്ചു. MRCP ഡിപ്ലോമ നേടി തിരിച്ചുവന്നു. 1952 ൽ തുടങ്ങിയ തിരുവനന്തപുരം മെഡിക്കൽ കോളേജിൽ അസിസ്റ്റന്റ് പ്രൊഫസറായി നിയമിതനായി, 'പൈ സാറാ'യി. സൗമ്യതയ്ക്കും ഔദാര്യത്തിനും ആൾരൂപമായ ആ വൈദ്യശാസ്ത്രവിദഗ്ദ്ധൻ വിദ്യാർഥികൾക്കും സഹപ്രവർത്തകർക്കും മാത്രമല്ല, അദ്ദേഹത്തെ ആരാധിച്ചിരുന്ന എല്ലാവർക്കും 'പൈ സാറാ' യി. വഞ്ചിയൂരിൽ പ്രാക്ടീസ് ചെയ്ത് ജനപ്രീതി നേടിയ എന്റെയൊരു സുഹൃത്ത് 'വഞ്ചിയൂർ പൈസാർ' എന്നറിയപ്പെട്ടു! പ്രഗൽഭന്മാരായ വളരെയേറെ ഭിഷഗ്വരന്മാരെ തിരുവനന്തപുരം നെഞ്ചിലേറ്റിയിട്ടുണ്ട്. അവരാരും തന്നെ 'സാർ' ആയിട്ടില്ലായിരുന്നു. ഡോക്ടർമാർ ആർ കേശവൻനായർ, ഗോവിന്ദൻ, തളിയത്ത്, ശങ്കരരാമൻ, അച്യുതൻപിള്ള, കുമാരപിള്ള മുതലായവർ. അവരാരും 'സാർ' കൂട്ടി സാധാരണ സംഭാഷണത്തിൽ അറിയപ്പെട്ടിരുന്നില്ല.

ഇ എം എസിന് ഒരു വല്ലാത്ത അസുഖം പിടിപെട്ടു; വയറുവേദനയും അൽപ്പം അതിസാരവും. പൈ സാർ ദിവസം പലപ്രാവശ്യം ശാന്തിനഗർ പത്താം നമ്പർ വീട്ടിൽ പോയി പരിശോധിക്കും. ചികിത്സയിൽ അത്യാവശ്യം വേണ്ട മാറ്റങ്ങൾ വരുത്തും. മലം മൂന്നുപ്രാവശ്യം culture ചെയ്തു. കുടലിൽ സാധാരണ കണ്ടുവരുന്ന അണുക്കൾ മാത്രം. Xray മുതലായ പരിശോധനകളെല്ലാം negative. എല്ലാവരും പലവട്ടം കൂടിയാലോചിച്ചു. അന്ന് CT, Colonoscopy, MRI മുതലായ അത്യാധുനികമുറകളൊന്നും നമ്മുടെ രാജ്യത്ത് പ്രചാരത്തിൽ വന്നുകഴിഞ്ഞിരുന്നില്ല. രോഗം ഒരേമട്ടിൽ തുടരുന്നു. എന്തുചെയ്യാം!

സർജറി പ്രൊഫസർ പറഞ്ഞു: "തുറന്നുനോക്കാം".

പൈ സാറിന്റെ നെറ്റി ചുളിഞ്ഞു. ഞാൻ ഇതിനുമുമ്പൊരിക്കലും കണ്ടിട്ടില്ലാത്ത ഒരു പരുഷഭാവത്തിന്റെ ലാഞ്ഛന ആ മുഖത്ത് മിന്നിമറഞ്ഞു. സ്വതവെ പതിഞ്ഞ സ്വരം. ഏതാനും decible കൂടി.

"തുറന്നിട്ട് എന്താചെയ്യാ?"

"അത് എന്തുകണ്ടു എന്നുള്ളതിനെ ആശ്രയിച്ചിരിക്കും".

"അങ്ങനെ തുറന്നുനോക്കി അടയ്ക്കാവുന്ന ഒരു പെട്ടിയല്ല മനുഷ്യശരീരം. എനിക്കതിനോട് യോജിക്കാൻ പറ്റില്ല".

ഇത് ഞാൻ എങ്ങനെ ഇത്ര കൃത്യമായി ഓർക്കുന്നു! ആ സംഭാഷണം ഇതേ രീതിയിലായിരിക്കണമെന്നില്ല. ഞാൻ ഇ എം എസിന്റെ ആരോഗ്യത്തിൽ, വ്യക്തിപരമായി involved ആയിരുന്നു. അത് ഒരു പാർട്ടി മാൻഡേറ്റായിരുന്നു.

പൈ സാറിന്റെ ആ ദൃഢനിശ്ചയമാണ് ഇ എം എസിനെ അപകട സാധ്യത പതിയിരുന്ന ഒരു വിഷമഘട്ടത്തിൽനിന്ന് രക്ഷിച്ചത്.

രണ്ടുദിവസത്തിനുള്ളിൽ എ കെ ജി പറന്നുവന്നു, ഇഎമ്മിനെ ജി ഡി ആറിൽ വിദഗ്ദ്ധചികിത്സയ്ക്ക് കൊണ്ടുപോകാനുള്ള എല്ലാ ഏർപ്പാടുകളുമായിട്ട്.

(അന്ന് സോവിയറ്റ് യൂണിയന് മാർക്സിസ്റ്റ് പാർട്ടിയോട് വൈമുഖ്യമായിരുന്നു. പി സുന്ദരയ്യ, എ കെ ജി, കെ ദാമോദരൻ മുതലായ സഖാക്കൾക്ക് സോവിയറ്റ് യൂണിയനിൽനിന്നാണ് വിദഗ്ദ്ധ പരിചരണം സിദ്ധിച്ചിരുന്നത്. അത് ഇന്ത്യയിലെ കമ്യൂണിസ്റ്റ് പാർട്ടി പിളരുന്നതിനു മുമ്പായിരുന്നു.)

ഒരിക്കൽ ഞങ്ങൾ, ദേവകിയും ഞാനും, പാളയത്തുള്ള സലിം ബേക്കറിയിൽ ചെന്നു, റൊട്ടിവാങ്ങാൻ. പൈ സാറുമുണ്ടായിരുന്നു, ഒരു കസേരയിൽ, ആരെയോ കാത്ത്. ഞങ്ങളെ കണ്ടപ്പോൾ ഒരു ചമ്മല്.

"എന്താ ഇവിടെ ഇരിക്കുന്നത്?"

ബേക്കറിക്കാരന് ഒരു കള്ളച്ചിരി.

പൈ സാർ, അപ്പം കട്ടുതിന്നത് കണ്ടുപിടിക്കപ്പെട്ട ഒരു കുട്ടിയുടെ നിഷ്കളങ്ക പരിഭ്രമത്തോടെ പറഞ്ഞു: " കൊറേ നാളായി വൈഫ് ശാഠ്യം പിടിക്കുന്നു, പത്മനാഭയിലോടുന്ന സിനിമ കാണാൻ. ഇന്ന് ലാസ്റ്റ് ഡേ ആണ്. വീട്ടിൽ പോയാൽ അവിടെ പെടും, കുറെ പേഷ്യൻസ് വെയിറ്റ് ചെയ്യുന്നുണ്ടാവും. അപ്പോൾ ഇവിടെ മീറ്റ് ചെയ്യാൻ അറേഞ്ച് ചെയ്തിരിക്കാ".

തിരിച്ചുപോകുമ്പോൾ ഹോട്ടലിൽനിന്ന് ഒരു ലഘുഭക്ഷണം കഴിച്ചു. ആ രാത്രി വീട്ടിൽനിന്ന് ആളൊഴിഞ്ഞപ്പോൾ ഒരുമണി കഴിഞ്ഞിരുന്നത്രെ!

എന്നിട്ടും പിറ്റേദിവസം രാവിലെ എട്ടുമണിക്ക് ബിരുദാനന്തരബിരുദ വിദ്യാർഥികളുടെ ഇടയിൽ കേസ് ഡിസ്കഷൻ തുടങ്ങി.

ആതുരശുശ്രൂഷയ്ക്കും വൈദ്യശാസ്ത്ര പുരോഗതിക്കും വേണ്ടി ജന്മംകൊണ്ട ഒരു ജീവിതം. ഇതു പറയാൻ കാരണമുണ്ട്. ഈ തിരക്കിനെല്ലാം ഇടയിൽ ശാസ്ത്രത്തിന്റെ ഓരോ കാൽവെപ്പും അപ്പോഴപ്പോൾ സ്വായത്തമാക്കാനുള്ള കഴിവ് അപാരമായിരുന്നു അദ്ദേഹത്തിന്. അൽപ്പമെങ്കിലും ദൈവവിശ്വാസിയായിരുന്നു എങ്കിൽ, ഞാൻ ആ കഴിവിനെ, 'ദൈവികം' എന്ന് വിശേഷിപ്പിച്ചേനെ.

പൈ സാർ ഒരു സന്ധ്യക്ക് ഞങ്ങളുടെ വീട്ടിൽ വന്നു. മുഖം വികാര വിക്ഷുബ്ധമായിരുന്നു.

"വാരിയർ സാറ് എന്റെ കൂടെ ഒന്നുവരാമോ?"

പൈ സാറിന്റെ മൂത്തമകൻ കൃഷ്ണാനന്ദ ഒരു ഹീമോഫീലിയ (Hemophilia) രോഗിയായിരുന്നു. ഒരു ചെറിയ ക്ഷതം ഉണ്ടായാൽ രക്തം വാർന്നുപോകും, തൊലിമുറിഞ്ഞിട്ടില്ലെങ്കിൽ കെട്ടിക്കിടന്ന് വേദനയുണ്ടാകും. ആഴ്ചകൾകൊണ്ട് കട്ടപിടിക്കും. സന്ധികൾ പലതും ഉറച്ചുപോയി എന്നുവരാം.ആനന്ദ ആലപ്പുഴ ടി ഡി മെഡിക്കൽ കോളേജിൽ വിദ്യാർഥിയായിരുന്നു.

"ആനന്ദന് ഇന്ന് hip joint ൽ രക്തസ്രാവം ഉണ്ടായി. വലിയ വേദനയാണെന്ന് ഫോൺ ചെയ്തിരിക്കുന്നു. ഞാൻ പൂവ്വാ. വാരിയർസാറുകൂടെ ഉണ്ടായാൽ വലിയ ആശ്വാസം."

അദ്ദേഹം അന്ന് പ്രൊഫസർ, എച്ച് ഒ ഡി, ഡയറക്ടർ എല്ലാം ആയിരുന്നു. ഞാൻ ഒരു പാവം അസോസിയേറ്റ് പ്രൊഫസർ. പക്ഷേ, ആ വിനയം കണ്ടാൽ ഞങ്ങളുടെ അവസ്ഥ നേരെ വിപരീതമാണ് എന്നേ തോന്നിക്കുകയുള്ളൂ.

അയാളെ തിരുവനന്തപുരത്ത് കൊണ്ടുവന്ന് വേണ്ട ചികിത്സ കൊടുത്തു, ഭേദമായി.

സർവീസിൽനിന്ന് വിരമിച്ചതിനുശേഷം, ആ ഭിഷഗ്വരൻ പൂജപ്പുരയിലുള്ള സ്വവസതിയിൽ പ്രാക്ടീസ് തുടർന്നു. ആ പരമസാത്വികൻ, ശ്രീകൃഷ്ണഭക്തൻ, മാർക്സിസത്തിൽ വിശ്വാസമർപ്പിച്ച കർമയോഗി, എറണാകുളത്ത് സുധീന്ദ്രാ ആശുപത്രിയിൽ തന്റെ വിശ്രമരഹിതമായ ജീവിതത്തിന് അന്ത്യംകുറിച്ചു.

ഞാൻ അവസാനമായി കണ്ടു ആ മുഖം, നിശ്ചേതനമായി തിരുവനന്തപുരം മെഡിക്കൽകോളേജിൽ ഒരു വലിയ ആരാധകസമൂഹത്തിന്റെ നടുവിലായിരുന്നു.

ലാൽ സലാം, ഞാൻ മന്ത്രിച്ചു.

50

വയലാർ രാമവർമ

എന്റെ സുഹൃത്തും പ്രശസ്ത കഥാകൃത്തുമായ ബാലകൃഷ്ണൻ എവിടെയോ എന്നെപ്പറ്റി എഴുതുകയുണ്ടായി, "നേതാക്കന്മാരുടെ ഹൃദയ മിടിപ്പുകൾ ഒപ്പിയെടുക്കുന്ന സ്റ്റെതസ്കോപ്പ് കഴുത്തിൽ തൂക്കി നടക്കുന്ന ഒരു ഉത്സാഹി" എന്ന്. ആ ഉത്സാഹമാണ് എന്നെ അന്ന് കമ്യൂണിസ്റ്റ് പാർട്ടി ഓഫീസ്കാറിൽ ആലപ്പുഴയിൽ എത്തിച്ചത്.

അവിടെ ഗ്രീൻഗാർഡൻ ആശുപത്രിയിൽ വയലാർ രാമവർമ അർധ ബോധാവസ്ഥയിൽ കിടക്കുകയായിരുന്നു. ഡോക്ടർ എ കെ പിള്ള യായിരുന്നു ചികിത്സകൻ. അദ്ദേഹം എന്നെ വിളിപ്പിച്ചതായിരുന്നു.

വർഷങ്ങൾക്ക് മുമ്പ് എറണാകുളത്ത് മദ്രാസ് കഫേയിലാണ് ഞാൻ വയലാറിനെ ആദ്യമായി, എം ആർ ബിയോടൊപ്പം, കാണുന്നത്. എം ആർ ബി സ്വതഃസിദ്ധ ശൈലിയിൽ പരിചയപ്പെടുത്തി. "വയലാർ രാമവർമയാണ്. കണ്ടാൽ ഒരു പയ്യൻ. പക്ഷേ അതിവിശാലമായ ഭാവനാവൈഭവം. കവിത കേമാ, കെങ്കേമാ."

പിന്നീട് രണ്ടോ മൂന്നോ തവണ തോപ്പിൽഭാസിയോടൊരുമിച്ച് ഞങ്ങളുടെ വീട്ടിൽ വന്നിട്ടുണ്ട്. ചില മനോഹര കവിതാശകലങ്ങൾ ആലപിച്ചിട്ടുണ്ട്. പിന്നീട് വയലാറിൽ പോയി കുട്ടന്റെ അമ്മയെ കാണുകയുണ്ടായി. സർ സി പി യുടെ കിങ്കരന്മാർ ഉതിർത്ത ചില വെടിയുണ്ടകൾ ഏറ്റുവാങ്ങിയ തെങ്ങും കണ്ടു. ആ മണ്ണിൽനിന്ന്, വയലാറിന്റെ കണ്ഠത്തിൽ നിന്നുതന്നെ രണ്ടു മനോഹര ഈരടികൾ ആലപിച്ചുകേട്ടു.

ആ കുട്ടൻ ഞങ്ങൾ പറയുന്ന ഹെപ്പാറ്റിക് പ്രീകോമയിൽ (hepatic Precoma) അവശനായി കിടക്കുകയാണ്.

നാം കഴിക്കുന്ന ആഹാര പദാർഥങ്ങൾ ദഹന പ്രക്രിയയിൽക്കൂടി കോശങ്ങൾക്ക് ഏറ്റുവാങ്ങുവാൻ പറ്റിയ പരുവത്തിൽ ആക്കുന്നത്

ആമാശയവും ചെറുകുടലുമാണ്. അങ്ങനെ ദ്രവപദാർഥമാക്കിക്കഴിഞ്ഞ വസ്തു ചെറുകുടലിന്റെ ഭിത്തിയിലുള്ള ചെറിയ രക്തക്കുഴലുകളിലേക്ക് ആവാഹിക്കപ്പെടുന്നു. ഈ ചെറിയ രക്തക്കുഴലുകൾ (നമുക്ക് അവയെ വിന്യുൽസ് - venules -എന്നു വിളിക്കാം) കുറെ ഏറെ, കൂടിച്ചേർന്ന് പോർടൽവെയിൻ വഴി കരളിലേക്ക് യാത്രയാവുന്നു.

കരളിലെ കോശങ്ങൾ ദ്രവീകരിച്ച ആഹാര പദാർഥങ്ങളെ ശുദ്ധീ കരിക്കുന്നു, ഹാനികരമായ പലതും മാറ്റി സ്വീകാര്യമാക്കുന്നു. കരളിന്റെ ഈ പ്രവർത്തനം, ഒരുവിധത്തിൽ പറഞ്ഞാൽ വളരെ പ്രാധാന്യമുള്ള കർമമാണ്. അതിനെ വേണമെങ്കിൽ ഒരു കാവൽക്കാരന്റെ പ്രവൃ ത്തിയോട് ഉപമിക്കാം.

ചില പദാർഥങ്ങൾ ഇതിനിടയിൽ കരളിന്റെ കോശങ്ങളെ ഹനിച്ചു എന്നുവരാം. നിർജീവമാക്കപ്പെട്ട ഈ കോശങ്ങൾ കുറേക്കാലംകൊണ്ട് കലകളായി മാറും. അവ ചുരുങ്ങും. ചുരുങ്ങുക എന്നത് കലകളുടെ ധർമമാണ്. അങ്ങനെ പോർടൽവെയിനിന്റെ പോഷക വെയിനുകൾ ചുരുങ്ങി, കരളിലെ സാധാരണ രക്തചംക്രമണത്തിന് വിഘ്നം സൃഷ്ടി ക്കുന്നു. ഇതാണ് ഹെപ്പാറ്റിക് പോർടൽ സിറോസിസ് (Portal Cirhosis). തടസ്സം കാരണം കരളിലെ രക്തക്കുഴലുകളിലെ മർദ്ദം കൂടുന്നു. പോർടൽ ഹൈപ്പർ ടെൻഷൻ അന്നനാളത്തിന്റെയും ചെറുകുടലിന്റെയുമെല്ലാം ഭിത്തിയിലുള്ള വെയിനുകളിൽ പ്രതിഫലിക്കുന്നു. ഇത് കൂടിയാൽ അവ ചിലത് പൊട്ടി രക്തസ്രാവം ഉണ്ടാകുന്നു.

രക്തം ഛർദിക്കലും രക്തം വിരേചിക്കലും സംഭവിക്കുന്നു. കരളിൽ രക്തക്കുറവു വരുന്നു. കാവൽക്കാരന് ശേഷികുറയുമ്പോൾ, മറ്റെല്ലാ അവയവങ്ങളുടെ പ്രവർത്തനവും മന്ദീഭവിക്കുന്നു, മസ്തിഷ്ക ത്തിന്റെയും. പ്രികോമ, കോമ എല്ലാം അനുഭവപ്പെടുന്നു.

ഈ അവസ്ഥയ്ക്ക് ഒന്നിലധികം കാരണങ്ങളുണ്ട്. ഒരു മുഖ്യ കാരണം തുടരെത്തുടരെയുള്ള മദ്യപാനം അനിയന്ത്രിതമായ അളവിൽ.

പരമപ്രധാനമായ അടിയന്തിര ചികിത്സ രക്തസ്രാവം തടയുക യാണ്. അന്നനാളത്തിലേതാണ് ഏറ്റവും അധികം. കാരണം നെഞ്ചിലെ ന്യൂനമർദ്ദം രക്തം മേല്പോട്ടു വലിച്ചെടുക്കുന്നു. ഇത് കുറയ്ക്കുവാൻ അന്നനാളത്തിലെ മർദ്ദം കൂട്ടണം. ഇതിന് ഒരു പ്രത്യേകതരം ട്യൂബ് ഉപയോഗിക്കുന്നു-. Sangstaken-Blakemore Trilumen tube.

ഇതുപയോഗിച്ച് വയലാറിന്റെ രക്തസ്രാവം നിർത്തി. എന്നാലിത് തുടർച്ചയായി ദിവസങ്ങളോളം ഉപയോഗിച്ചാൽ പാർശ്വഫലങ്ങൾ ഉണ്ടായി എന്നു വരാം. അന്നനാളത്തിന്റെ ഭിത്തിയിന്മേലുള്ള തുടർച്ച യായ അമർച്ച ഹാനികരമാണ്.

രക്തസ്രാവം നിർത്തിയശേഷം ഒരു ആംബുലൻസിൽ തിരുവനന്ത പുരത്തേക്കു കൊണ്ടുവന്നു. ട്യൂബിലെ മർദ്ദം കുറച്ചപ്പോൾ പിന്നെയും രക്തസ്രാവം. ഇനി എന്ത്?

പോർടൽ വെയിൻ Inferior venacava യുമായിട്ട് ചേർക്കാം. പക്ഷേ കരളിനെ പൂർണമായി bypass ചെയ്യുന്നത് കരളിന്റെ പ്രവർത്തനം പിന്നെയും തകരാറിലാക്കി എന്നുവരാം. ലാബ് പരിശോധനകൾ പ്രകാരം ഇപ്പോൾതന്നെ കരളിന്റെ പ്രവർത്തനം വളരെ മോശമായിരിക്കുന്നു. Spleenൽ നിന്ന് വരുന്ന വെയിൻ ഇടത്തെ വൃക്കയിൽനിന്നുവരുന്ന Renal Vein മായി ബന്ധിപ്പിച്ചു. രക്തസ്രാവം നിലച്ചു. ഞങ്ങളെല്ലാവരും സന്തോഷിച്ചു.

സിനിമക്കാർ പലരും വളരെ ഏറെ വ്യാകുലപ്പെട്ടു പലപ്പോഴും വന്നു ചോദിക്കും, വയലാറിന് ഇപ്പോൾ എങ്ങനെ? അവർ അടുത്ത് ഒരു മുറി വാടകയ്ക്കെടുത്ത് താമസമായിരുന്നു. അവരോട് ഞാൻ പറയും, ഒന്നും പറയാറായിട്ടില്ല. അവർ തിരിച്ചുപോയി. വ്യസനം കുറയ്ക്കുവാൻ ഓരോ പെഗ് കഴിക്കും. ഒ എൻ വി കുറുപ്പും പി ഭാസ്കരനും ശ്രീകുമാരൻ തമ്പിയും വന്നു ചോദിച്ച് കുറച്ചുനേരം മൗനമായി ഇരുന്ന് പോകുമായിരുന്നു.

ഓപ്പറേഷന്റെ പിറ്റേ ദിവസം വയലാർ കണ്ണുതുറന്നു നാലുപാടും നോക്കി. ഒന്നു ചിരിച്ചു. മദിരാശിയിൽ സിനിമാ ലോകവുമായി വളരെ ബന്ധമുണ്ടായിരുന്ന എ കെ ജി (സഖാവ് അല്ല) പുറത്തുകാത്തിരുന്നു. ഞാൻ അദ്ദേഹത്തോടു പറഞ്ഞു, "ഇപ്പോൾ ബോധം തെളിഞ്ഞു. രക്തസ്രാവം പൂർണമായി നിലച്ചു. ആശയ്ക്ക് വകയുണ്ട്". ഇത് കേട്ടപാടെ അദ്ദേഹം പുറത്തേക്കോടി. അദ്ദേഹം പോയത് വാടകമുറിയിൽ കാത്തിരുന്നിരുന്ന സുഹൃത്തുക്കളെ സന്തോഷവാർത്തമാനം അറിയിക്കാനായിരുന്നു. സന്തോഷം കൊണ്ടാടുവാൻ ഒരു പെഗ് അല്ല, പല പെഗ് വേണ്ടിവന്നു.

പക്ഷേ, ആ സ്ഫുലിംഗം അധികം താമസിയാതെ അണഞ്ഞു.

വയലാർ യാത്രയായി, അനശ്വരതയിലേക്ക്.

ഏതാനും വർഷങ്ങൾക്കുശേഷം, ദേവകിയും ഞാനും നുങ്കമ്പാക്കത്ത് ഒരു സുഹൃത്തിന്റെ വീട് അന്വേഷിച്ച് നടക്കുകയായിരുന്നു. നേരം സന്ധ്യ മയങ്ങുന്നു. ഒരു കാർ കടന്നുപോയി, നിന്നു. അതിൽനിന്ന് ഒരാൾ ഇറങ്ങിവന്നു ചോദിച്ചു.

"എന്താ ഡോക്ടർ ഇവിടെ ഇങ്ങനെ നടക്കുന്നത്?"

എനിക്ക് മനസിലായില്ല. അദ്ദേഹം അതറിഞ്ഞു പറഞ്ഞു "വയലാർ ആശുപത്രിയിൽ കിടക്കുമ്പോൾ ഞാൻ പലപ്പോഴും വന്നു കണ്ടിട്ടുണ്ട്. എന്റെ വീട് ഇവിടെ അടുത്താണ്. ഒന്നു കേറി പോകാം?

ഞങ്ങൾ പോയി അദ്ദേഹത്തിന്റെ കൂടെ, ഒരു വലിയ ബംഗ്ലാവിലെ വിശാലമായ സൽക്കാര മുറിയിലേക്ക്.

"അപ്പോൾ, ഡോക്ടർ എന്താ കഴിക്കാ?"

"ഇപ്പോൾ ഒന്നും വേണമെന്നില്ല."

"ആയ്, അങ്ങനെ പറഞ്ഞാൽ പറ്റില്ല. ആദ്യമായി എന്റെ വീട്ടിൽ വരവല്ലെ. എന്റെ വൈഫ് ഡോക്ടറുടെ ഒരു സ്റ്റുഡന്റ് ആയിരുന്നു. ചന്ദ്രിക. ഒരു അരമണിക്കൂറിൽ വരും."

"ന്നാ പിന്നെ ഒരു കപ്പ് ചായ ആയിക്കോട്ടെ."

"ഹായ്, ഹായ്, ഈ നേരത്ത് ചായയൊ! അത് ചന്ദ്രിക വന്നിട്ട് അവർ സ്ത്രീകൾ കഴിച്ചോട്ടേ. നല്ല സ്കോച്ചുണ്ട്. ഏത് വേണം? pope വേണോ? Vat 69 ഞാൻ അങ്ങനെയാ പറയാ. അതോ റോയൽ സെല്യൂട്ട് വേണോ?"

അദ്ദേഹം കപ്ബോർഡ് തുറന്നു. വരിവരികളായി കുപ്പികൾ ഏതു വേണമെങ്കിലും എടുക്കാം.

"വയലാർ എത്രപ്രാവശ്യം ഈ കാർപെറ്റിൽ കിടന്നുരുണ്ടിട്ടുണ്ട്. വയലാറിനെ കൊല്ലാൻ ഞാനും കൂടിയിട്ടുണ്ട്".

വയലാറിനെ കൊല്ലാൻ.

ഹൊ, എന്തൊരു ഹൃദയശൂന്യത.

ഇന്നായിരുന്നെങ്കിൽ ഇതുകൂടി പറഞ്ഞേനെ, രണ്ടു കാമിലാരി കഴിച്ചാൽ പിന്നെ എത്രവേണമെങ്കിലും കുടിക്കാം.

മദ്യം ഹൃദയത്തെയും കഠിനമാക്കുമോ.

51

‘ബാബു’വിന്റെ സ്നേഹോപഹാരം

ബാബു–എനിക്ക് വളരെയേറെ പ്രിയമുള്ള ഒരു ഓമനപ്പേരാണ് അത്. പ്രതിപാദ്യ പുരുഷന്റെ യഥാർഥ മുഴുവൻ പേര്, മണ്ണത്താഴത്തെ ശങ്കുണ്ണി ദേവദാസ്. പരക്കെ അറിയപ്പെട്ടിരുന്ന പേര് എം എസ് ദേവദാസ്. ‘അറിയപ്പെട്ടിരുന്ന’ എന്നു പറയാൻ കാരണം, കഴിഞ്ഞ രണ്ട് ദശകങ്ങളായി ഉറ്റ സുഹൃത്തുക്കളുടെ, ആരാധകരുടെ ഓർമ്മകളിൽമാത്രം അവശേഷിക്കുന്നു എന്നതാണ്.

1987 ഒക്ടോബർ 23–ാം തീയതി സഹധർമിണി ദേവകിയുമൊത്ത് ഞാൻ ആ മാർക്സിസ്റ്റ് ആചാര്യനെ കാണാൻപോയി. അത് അവസാനത്തെ കൂടിക്കാഴ്ചയാണെന്ന് അന്ന് തീരെ കരുതിയില്ല. ആദ്യത്തെ കുശലപ്രശ്നങ്ങൾക്കുശേഷം ബാബു എണീറ്റ് അകത്തേക്കു പോയി. ഞാൻ ഭയന്നു, അരുതാത്തതു വല്ലതും ഞാൻ തട്ടിവിട്ടുവോ? പലപ്പോഴും ഞാൻ അബദ്ധജടിലമായ രാഷ്ട്രീയനിലപാട് സ്വീകരിച്ചാൽ ബാബുവിന്റെ മുഖം തുടുക്കും, ഇരുന്നിടത്തുനിന്ന് എഴുന്നേൽക്കും, അൽപ്പം വിറയോടെ പറയും, “വായിക്കണം”. ആ ചൂണ്ടാണിവിരലും തള്ളവിരലും അഗ്രഭാഗങ്ങളിൽ കൂട്ടി ഒട്ടും, പിന്നെ ഒട്ടിയ വിരലുകൾ മുന്നിൽ കാണിച്ച് പറഞ്ഞതിന്റെ തെറ്റ് പറഞ്ഞുതരും. എനിക്ക് മനസിലായി എന്ന് ബോധ്യപ്പെട്ടാൽ ആ ഒട്ടിയ വിരലുകൾ പൂർവസ്ഥിതി പ്രാപിക്കും. മുഖം പ്രസന്നമാകും.

പക്ഷേ, ഒരിക്കലും എഴുന്നേറ്റുപോവുകയുണ്ടായിട്ടില്ല. ഞാൻ മണ്ടത്തരമൊന്നും പറഞ്ഞതായിട്ടും തോന്നിയില്ല.

അൽപ്പനേരത്തിനുശേഷം സുസ്മേരവദനനായി പുറത്തുവന്നു. കൈയിൽ വളരെ ചെറുതല്ലാത്ത ഒരു പുസ്തകമുണ്ടായിരുന്നു. ആ പുസ്തകം വെച്ചുനീട്ടി. ഞാൻ കൈനീട്ടി.

“അതുപോരെ. രണ്ടാൾക്കുംകൂടിയാണ്, ഒരു ഉപഹാരം.”

ബാബു രചിച്ച *ലോക കമ്യൂണിസ്റ്റ് പ്രസ്ഥാനത്തിന്റെ ചരിത്രം* എന്ന പുസ്തകമായിരുന്നു അത്.

ആദ്യപേജിൽ സ്വന്തം കൈപ്പടയിൽ എഴുതിയിരുന്നു:

"Presented with profound respect and deep love and abiding affection, by the author of this book to Dr. P.K.R. Warrier and his wife Smt. Devaki Warrier, this day, 23rd of October 1987.

Sd/- Devadas

M.S. Devadas, "Kamalalayam', Chalakuzhi Road, Pattom.

ഞങ്ങളുടെ കണ്ണുകൾ സജലങ്ങളായി. ആ വിറയാർന്ന കൈകളിൽ നിന്ന് ഞാൻ, അല്ല ഞങ്ങൾ, ആ പുസ്തകം ആദരവോടെ വാങ്ങി, ഒരു നിധിപോലെ. ഞങ്ങളോടുള്ള അതിയായ സ്നേഹത്തിന്റെ ബഹിർസ്ഫുരണമായിരുന്നു വിറ. വെറും സാധാരണക്കാരായ ഞങ്ങളോട് മാർക്സിസ്റ്റ് അതികായനായ ബാബുവിന് "Profound respects'-!

വികാരവിക്ഷുബ്ധമായിരുന്ന ആ കൂടിക്കാഴ്ച അവസാനത്തേതായിരുന്നു.

സകുടുംബം ടിവി കണ്ടുകൊണ്ടിരിക്കുമ്പോഴാണ് ആ ഡിസംബറിൽ യാത്രയായത്. "തൻ പാതിമെയ്യോടവസാനവാക്ക്, ഉത് ബാഷ്പദൃക്കായ് ഉരചെയ്തിടാതെ."

1945 ഏപ്രിൽ, രണ്ടാംലോക മഹായുദ്ധത്തിന്റെ അവസാനകാലമായിരുന്നു അത്. ക്ഷാമവും കൊടുംപട്ടിണിയും പകർച്ചവ്യാധികളും പലയിടത്തും നടമാടി, മലബാർ മേഖലയിലും. വിദ്യാർത്ഥി ഫെഡറേഷൻ ഒരു മെഡിക്കൽ സ്ക്വാഡ് മധ്യവേനൽക്കാലത്ത് അങ്ങോട്ട് അയക്കുകയുണ്ടായി. ഈ ലേഖകൻ അതിന്റെ ലീഡറായി നിയുക്തനായി. എവിടെയെല്ലാമാണ് ക്യാമ്പ് അത്യാവശ്യമെന്ന് നിശ്ചയിക്കാൻ കോഴിക്കോട്ട് കമ്യൂണിസ്റ്റ് പാർട്ടി ഓഫീസിൽ പോയി ആരായണം എന്നായിരുന്നു നിർദേശം. ഞാൻ അവിടെച്ചെന്ന് രാജനെ (സഖാവ് സി ഉണ്ണിരാജയെ) അന്വേഷിച്ചു.

"ആ സഖാവ് *ദേശാഭിമാനി* എഡിറ്ററുമായി ഒരു പ്രധാന ചർച്ചയിലാണ്. കുറച്ച് ഇരിക്കൂ" എന്ന് ഓഫീസ് സെക്രട്ടറി പറഞ്ഞു.

അടുത്ത മുറിയിൽ രാജൻ വേറെ ഒരു സഖാവുമായി കൈയും കലാശവുമായി സംസാരിക്കുന്നത് കാണാമായിരുന്നു. അപരൻ ഇടയ്ക്ക് എണീക്കും. വലത്തെ തള്ളവിരലും ചൂണ്ടാണിവിരലും ചേർത്തുവച്ച് എന്തൊക്കെയോ തറപ്പിച്ച് പറയുന്നത് കാണാമായിരുന്നു. കുറച്ചുകഴിഞ്ഞ് എന്നെ വിളിപ്പിച്ചു. രാജൻ പരിചയപ്പെടുത്തി, "ഇത് സഖാവ് എം എസ് ദേവദാസ്, *ദേശാഭിമാനി* എഡിറ്റർ."

അദ്ദേഹം എഴുന്നേറ്റു, ഒട്ടിയ വലത്തെ ചൂണ്ടാണിവിരലും തള്ളവിരലും പൊക്കിപ്പിടിച്ചുകൊണ്ട് രാജനെ നോക്കി അൽപ്പം പരുഷമായി പറഞ്ഞു. "ഇതാണ് നിങ്ങടെയൊക്കെ തകരാറ്. സായിപ്പന്മാർ ശപ്പന്മാരാണ്. പക്ഷേ, അവരിൽനിന്ന് ചില നല്ല പെരുമാറ്റച്ചട്ടങ്ങൾ പഠിച്ചാ

തരക്കേടൊന്നുമില്ല. പരിചയപ്പെടുത്തൽ ഒരു ദിശയിലല്ല വേണ്ടത് എന്നത് അതിലൊന്നാണ്."

"ഓഹോ, സോറി, ഇത്..."

ഞങ്ങൾ അന്യോന്യം കൈപിടിച്ചു കുലുക്കി. എത്രയോ തവണ ആവർത്തിക്കാനിരുന്നതിന്റെ തുടക്കം.

പിന്നീട് ഞങ്ങൾ കല്ലായി റോഡിൽ കോമളവിലാസം കാപ്പി ക്ലബിൽ പോയി. രാജനും ഞാനും തൈരുവട പറഞ്ഞു. ബാബു പറഞ്ഞു,"തൈരിൽ മുക്കി കൊല്ലാത്ത ഉഴുന്നുവട രണ്ടെണ്ണം"

ബില്ല് വന്നപ്പോൾ ഞാൻ മുഴുവൻ തുകയും എടുത്തുകൊടുത്തു.

ബാബു പറഞ്ഞു, "തനി പെറ്റിബൂർഷ്വ". പിന്നെ പാർട്ടിയിൽ ചേരുമ്പോൾ ഡീക്ലാസ് ചെയ്യേണ്ട ആവശ്യകതയെപ്പറ്റി വാചാലമായി, "ദൃഷ്ടി മുതലാളിത്ത ധൂർത്തിലേക്കാണ്. അവിടെ എത്താൻ പറ്റാത്ത ഭഗ്നാശയുടെ ഇടവേള. പിന്നെ തൊഴിലാളിവർഗ കൂട്ടുകെട്ടിലേക്കുള്ള വരവ്. ഇതാണ് പെറ്റിബൂർഷ്വാ ചാഞ്ചാട്ടം."

ബാബുവിന് പൂർണമായി ഡീക്ലാസ് ചെയ്യുവാൻ കഴിഞ്ഞില്ല. അണ്ണാമല സർവകലാശാലയിൽ, ആംഗലഭാഷയിൽ ബിഎ ഓണേഴ്സിന് പ്രശസ്തവിജയം നേടി വന്ന ചുറുചുറുക്കുള്ള ചെറുപ്പക്കാരന് പല കാരണങ്ങളാലും നിരാശാരോഗം പിടിപെട്ടു. സിംഗപ്പൂർക്ക് കപ്പൽ കയറി. ഇന്ന് ഗൾഫ് രാജ്യങ്ങളിലേക്ക് പറക്കുന്നു. അന്ന് പറക്കുവാൻ നിർവാഹമുണ്ടായിരുന്നില്ല. ("നിന്നരികിൽ പറന്നെത്താൻ ചിറകില്ലല്ലോ" എന്ന കാലമായിരുന്നു)

എ കെ ജി തൊഴിലാളിവിപ്ലവപ്രസ്ഥാനത്തിന് ധനശേഖരണാർഥം സിംഗപ്പൂരിൽ എത്തിയപ്പോൾ, സാമാന്യം ഭേദപ്പെട്ട നിലയിൽ കഴിഞ്ഞിരുന്ന ബാബു ഒരു പണക്കിഴിയുമായി കാണാൻ ചെന്നു. പലതും പറയുന്നതിനിടയിൽ എ കെ ജി പറഞ്ഞു, "അതെയ്, ഈ കങ്കാണിമാരുടെയിടയിൽ പാഴാക്കിക്കളയാനുള്ളതല്ല ബാബുവിന്റെ ജീവിതം. *ദേശാഭിമാനി* ദിനപത്രമാക്കാൻ പ്ലാനുണ്ട്. ബാബു അതിന്റെ പത്രാധിപസമിതിയിൽ പ്രവൃത്തി എടുക്കണം."

അങ്ങനെയാണ് സാമാന്യം നല്ല വരുമാനമുണ്ടായിരുന്ന ജോലി ഉപേക്ഷിച്ച് കോഴിക്കോട്ട് ചെറിയ ശമ്പളത്തിന് വന്നത്, പാർട്ടി വേജിൽ വേലചെയ്യുവാൻ, ആ തലയിൽ നിഷ്പ്രഭമായി കൂട്ടിവച്ചിരുന്ന താത്വികസമ്പത്ത് പൂർവാധികം വർധിപ്പിക്കാൻ, പ്രസ്ഥാനത്തിന്റെ സ്വത്താക്കി മാറ്റുവാൻ. ഒളിവിലും തെളിവിലും എത്രയെത്ര ക്ലാസുകൾ.

(ആനുഷംഗികമായി പറയട്ടെ; ക്ലാസുകൾ എന്ന പ്രയോഗത്തിനോട് എനിക്ക് അൽപ്പം ഇഷ്ടക്കേടുണ്ട്. നമ്മുടെ ശത്രുക്കൾ പറയുന്ന ഒരു വാക്കുണ്ട്, അടിച്ചേൽപ്പിക്കൽ എന്ന്. ഹിറ്റ്ലർ അങ്ങനെയാണ് ലക്ഷോപലക്ഷം ജർമൻ യുവാക്കളെ ആത്മഹത്യാ സ്ക്വാഡുകളിൽ ചേർത്തത്; ടാകജീറാ ഓനിഷി (Takajera Onishi) എന്ന പട്ടാളമേധാവി പതിനഞ്ചും പതിനാറും വയസുള്ള ജപ്പാൻകുട്ടികളെ

കാമികാഷി (Kamikashi) എന്ന ആത്മഹത്യാ സ്ക്വാഡുകളിലേക്ക് ആകൃഷ്ടരാക്കി അവ സംഘടിപ്പിച്ചത്. സ്വന്തം മസ്തിഷ്കത്തെ തമസ്കരിച്ച് പകരം അന്ധമായ വിശ്വാസപ്രമാണങ്ങൾ അടിച്ചേൽപ്പിക്കുകയാണ് Indoctrination. തൊഴിലാളിവർഗവിപ്ലവ പ്രസ്ഥാനത്തിന് അത് ആവശ്യമില്ല. അന്തിമമായ കമ്യൂണിസ്റ്റ് സമൂഹത്തിലേക്കുള്ള പ്രയാണത്തിന്റെ പൂർണതയാണ് ലക്ഷ്യം. ആ അവബോധത്തിന് ഒരു മറയോ നിർബന്ധമോ ഒന്നും ആവശ്യമില്ല.

ഒന്നുരണ്ട് തിക്താനുഭവത്തിന്റെ ഫലമായാണ് 'ക്ലാസ്' എന്ന പദത്തോട് ഇഷ്ടക്കുറവുണ്ടായത്.

ചെറുകാട് ഒരവസരത്തിൽ പറഞ്ഞു: ബാബുവിനെ ഒളിവിൽ മാനേജ് ചെയ്യുന്നത് ദുഷ്കരമായിരുന്നു. പാലൂർ ഒരു ഡെന്നിൽനിന്ന് മറ്റൊരു ഡെന്നിലേക്ക് (ഒളിത്താവളങ്ങളെ, ഡെൻ എന്നാണ് പറഞ്ഞിരുന്നത്) മാറ്റേണ്ട ആവശ്യം വന്നു. ഇരുട്ടിൽ ഒരു മുൾച്ചെടിയിൽ ചവിട്ടി.

"എനിക്കിനി നടക്കാൻവയ്യ. ഞാൻ ഇവിടെ ഇരിക്കാ."

ചെറുകാട് പറഞ്ഞു, "സഖാവിനെ ഫുട്ബോൾ കളിക്കാനല്ല കൊണ്ടുപോന്നത്. ആ തലച്ചോറിലുള്ളത് ചോർത്തി എടുക്കാനാ. ഞാൻ പിടിക്കാം കൊക്കിനടന്നാൽ മതി".

കമ്യൂണിസ്റ്റ് പാർട്ടി പിളർന്നപ്പോൾ ബാബു പറഞ്ഞുപോലും:

"ലെനിന്റെ സംഘടനാതത്വത്തിൽ കാതലായിട്ടുള്ളത് ജനാധിപത്യ കേന്ദ്രീകരണമാണ്. ബി ടി ആറും പി സുന്ദരയ്യയും എ കെ ജിയും ബസവപുന്നയ്യയുമൊക്കെ കേമന്മാരാണ്. എനിക്ക് വലിയ ബഹുമാനമാണ്. പക്ഷേ, അവർ കേന്ദ്രകമ്മിറ്റിയിൽനിന്ന് ഇറങ്ങിപ്പോയത് ആ തത്ത്വത്തിനെതിരാണ്. എന്ത് റിവിഷനിസ്റ്റ് വ്യതിയാനമുണ്ടായാലും അത് തുടർന്നുള്ള ചർച്ചകളിൽക്കൂടി പരിഹരിക്കാവുന്നതേയുള്ളൂ. ഞാൻ ഈ പാർട്ടിയിൽതന്നെ ഉറച്ചുനിൽക്കും. എസ് എ ഡാങ്കേയ്ക്ക് ചാഞ്ചാട്ടമുണ്ടായാൽ അത് ശരിപ്പെടുത്തേണ്ടത് ഓരോ പാർട്ടി മെമ്പറുടെയും കടമയാണ്, ഓടിപ്പോകലല്ല".

ആരോ പിറുപിറുത്തുപോലും, "മണ്ണത്താഴത്തെ ജന്മിയുടെ തറവാടിത്തം."

52

സ്കെലിറ്റനാവാൻ വിസമ്മതിച്ച ബാബു

കമ്യൂണിസ്റ്റ് പാർട്ടി പിളർന്നതിനുശേഷം കുറെ നാൾ ബാബു (എം എസ് ദേവദാസ്) ഉൾവലിഞ്ഞു. അൽപ്പബുദ്ധികളായ ഞങ്ങളോട് മഹാപണ്ഡിതനായ ബാബുവിന് വിദ്വേഷമോ!

ഞങ്ങൾ ബാബുവിന്റെ വീട്ടിൽ പോയി. ഞങ്ങളെ സൽക്കരിച്ചിരുത്തിയതിനുശേഷം, ഒരു ചോദ്യം, “ചാരു മജുംദാറിന്റെ* ശിഷ്യന്മാരുടെ ശിഷ്യർ തോക്ക് കൊണ്ടുവന്നിട്ടുണ്ടോ?” എനിക്ക് വളരെ വേദനിച്ചു. ഞാൻ പോയി അൽപ്പം ബലമായി ബാബുവിനെ കസേരയിലിരുത്തി.

“വലതുപക്ഷ റിവിഷണിസത്തിനെപ്പറ്റിയും ഇടതുപക്ഷ തീവ്രവാദത്തിനെപ്പറ്റിയൊന്നും പറയാൻ ഞങ്ങൾക്കറിയില്ല. അതിനെയെല്ലാംപറ്റി ബാബുവിന്റെ പാണ്ഡിത്യത്തിന്റെ ഒരു ശതമാനംപോലും ഞങ്ങൾക്കില്ല. അതിനെയെല്ലാം പറ്റി ഞങ്ങൾക്ക് ബാബു പറഞ്ഞുതരണം. എന്ത് വ്യതിയാനമുണ്ടായാലും, അത് പാർട്ടി ഘടകത്തിൽ തുറന്ന് ചർച്ച ചെയ്തിരിക്കണം എന്നല്ലേ ലെനിന്റെ തത്ത്വം”.

ബാബു മന്ദഹസിച്ചു. അതിൽ അൽപ്പം പരിഹാസം കലർന്നിരുന്നുവോ!

“മൂടുകുലുക്കിപ്പക്ഷി, അല്ലേ?”

“അതെന്താ?”

“അത് മൂടുകുലുക്കുന്നതുകൊണ്ടാണ് ഭൂമി തിരിയുന്നതും, സൂര്യോദയവും അസ്തമയവും ദിനരാത്രങ്ങളും ഉണ്ടാകുന്നതും എന്നാണ് അതിന്റെ വിചാരം”.

ഇംഗ്ലീഷിൽ Pithy retort എന്നു പറയുന്ന ഇത്തരം പ്രതികരണങ്ങൾ ബാബുവിന്റേത് പലതാണ്. അതെല്ലാം ഒന്നു ക്രോഡീകരിച്ചുവച്ചിരുന്നെങ്കിൽ!

---

* ചാരുമജുംദാർ നക്സൽബാരി കലാപത്തിന്റെ ഉപജ്ഞാതാവ്

പിന്നെ വളരെക്കഴിഞ്ഞ് ഒരു ദിവസം ബാബു വന്നു. എന്തോ ഒരു പരുങ്ങല്.

"ദേവകിയില്ലേ?"

ദേവകി ഒരു കപ്പ് ചായയുമായി വന്നു.

"ആ ഷുഗർ ബൗളും വേണം".

"ബാബുവിന്റെ കപ്പിൽ രണ്ട് സ്പൂൺ പഞ്ചസാര അധികം ഇട്ടിട്ടുണ്ട്. എനിക്കറിയില്ലേ ബാബുവിന്റെ Vitriolic tongue അതി മധുരപ്രിയവുമാണ് എന്ന്".

"പിന്നെ, ഞാൻ വന്നത് ശകുന്തളയുടെ കല്യാണം പറയാനാണ്".

നല്ല റിപ്പാർട്ടി (repartee).

"അപ്പോ എന്തേ കമലാക്ഷിയമ്മ വരാഞ്ഞത്?"

"ഒരു ഭയങ്കര തലവേദന".

ഞാൻ കൈനീട്ടി, "Congratulations!"

"ഇത്ര കാലം ഇംഗ്ലണ്ടിലുണ്ടായിട്ട് ഇത്രപോലും അറിയില്ലേ! അവര് കൈ കൊടുക്കുന്നത് പ്രതിശ്രുത വരനാണ്, for having won the hand of the bride".

"അപ്പോ ആരാ ആ വ്യക്തി?"

"ശിവശങ്കരപ്പിള്ള എന്നാണ് പേര്."

പിന്നെ വളരെ ശങ്കിച്ച്, "അതേ, എനിക്ക് ഇ എം എസിനെ കാണാൻ ഒന്നു സഹായിക്കണം".

ഞാൻ രണ്ടു മിനിട്ട് അത്ഭുതപരതന്ത്രനായി ബാബുവിനെത്തന്നെ നോക്കിനിന്നു.

"ബാബുവിന് ഇ എം എസിനെ കാണാൻ ഞാൻ ഇടനിലക്കാരനാവണംന്നോ!"

"ഹ്,ഹ, അതുവേണം. ഞാൻ ഇപ്പോൾ മൊഹിൽസെന്നിന്റെ ആളല്ല".

ഞങ്ങൾ രണ്ടുപേരും ശാന്തിനഗറിൽ പത്താം നമ്പറിൽ ചെന്നു.

ഇ എമ്മിൻെറ സന്തോഷം അണപൊട്ടി ഒഴുകി.

അന്ന് ഇന്ത്യൻ സ്കൂൾ ഓഫ് സോഷ്യൽ സയൻസസ് എന്നൊരു സ്ഥാപനമുണ്ടായിരുന്നു. അതിന്റെ ഒരു മാർക്സിസ്റ്റ് പാർട്ടി ബ്രാഞ്ചിൽ കുറച്ചുനാൾ എം എസ് ദേവദാസും, മാർക്സിസത്തിൽ പിച്ചവച്ചു നടന്നിരുന്ന ഈ ലേഖകനും 'തുല്യ അംഗങ്ങളായി' വർത്തിച്ചു.

പിന്നീട് ബാബുവിന്റെ പ്രവൃത്തിമണ്ഡലം 'ചിന്ത' വാരികയായി. അവിടത്തെ പാർട്ടിഘടകത്തിലേക്ക് മാറി.

ആ ഇടയ്ക്ക് ബാബുവിന്റെ അച്ഛൻ മുകുന്ദരാജയ്ക്ക് (കലാമണ്ഡലം സ്ഥാപിക്കുന്നതിൽ മഹാകവി വള്ളത്തോളിന്റെ വലംകൈയായിരുന്ന മുകുന്ദരാജാവ്) മൂത്രതടസ്സം. ഞാൻ പ്രൊഫസർ പി എ അബ്രഹാമിനെ കാണിച്ചു. വിശദ പരിശോധനയ്ക്കുശേഷം അബ്രഹാം സാർ പറഞ്ഞു:

"മുഴുത്ത പ്രോസ്റ്റേറ്റാണ്. അഡ്മിറ്റ് ചെയ്യൂ . ഓപ്പറേഷൻചെയ്തു മാറ്റുകയേ നിർവാഹമുള്ളൂ".

"വയസ്സ് കുറെ ആയില്ലേ!"

"അ, ഇത് ഒരു വാർധക്യ അസുഖമാണ്".

ബാബുവിന്റെ കൈ പോക്കറ്റിലേക്ക് പോയി. അബ്രഹാംസാർ കാണാതെ ഞാൻ അത് പിടിച്ചുമാറ്റി. ശക്തിയായി അമർത്തി. അത്ഭുതം തോന്നി. തീരെ ബലഹീനം. ഒന്നുകൂടി അമർത്തിയെങ്കിൽ ആ എല്ല് ഒടിയുമായിരുന്നു. വേദനിച്ചുകാണും.

വീട്ടിൽച്ചെന്ന് ഞാൻ വഴക്കുപറഞ്ഞു. "അദ്ദേഹം ഒരു ഫുൾ ടൈം പ്രൊഫസറാണ്. ആവശ്യത്തിന് ശമ്പളം പറ്റുന്നുണ്ട്. ബാബു ഇപ്പോ ചെയ്യാൻ നോക്കിയത് കൈക്കൂലിയാണ്. അത് കൊടുക്കുന്നതും വാങ്ങുന്നതും തുല്യ കുറ്റകരമാണ്.

"പണ്ട് കോമളവിലാസം ചായക്കടയിൽവച്ച് declass ചെയ്യാത്തതിനെപ്പറ്റി ക്ലാസ് എടുത്തത് ഓർമ്മയുണ്ടോ? അപ്പോ ഇതെന്താ."

ഓപ്പറേഷൻ കഴിഞ്ഞു. ട്യൂബ് എല്ലാം എടുത്തുമാറ്റി. മുറിവ് ഉണങ്ങി. ഡിസ്ചാർജ് ചെയ്തു.

വീട്ടിൽ പോകുന്നവഴി അബ്രഹാംസാറിന്റെ വീട്ടിൽ പോയി എന്തോ കാര്യമായ സംഖ്യ കൊടുത്തു എന്ന് ഞാനറിഞ്ഞു. പിന്നെ കുറെക്കാലം എന്നെ ഒളിച്ചുനടന്നു.

പിന്നീട് കണ്ടപ്പോൾ ഞാൻ ചോദിച്ചു, "വർഗവൈരുദ്ധ്യസിദ്ധാന്തമല്ല, മൊഹിൽസെന്നിന്റെ വർഗസഹകരണ തത്ത്വമാണ് ഇപ്പോഴും ഞരമ്പിലോടുന്ന രക്തത്തിൽ കലർന്നിരിക്കുന്നത്, അല്ലേ?" ബാബു ചൂളിപ്പോയി. ഞാൻ അതിയായി വ്യസനിച്ചു.

ഗ്ലാസ്നോസ്റ്റ്–പെരിസ്ട്രോയിക്കയെപ്പറ്റി ഒരു യോഗം ബാങ്ക് എംപ്ലോയീസ് ഹാളിൽ നടക്കുവാൻ പോവുകയായിരുന്നു. വേദിയിൽ ഒരു പ്രമുഖ വലതൻ, കഴുത്തിൽ ഒരു പ്ലാസ്റ്ററിട്ട് ഇരിക്കുന്നു. ബാബു വേദിയിൽ കേറിച്ചെന്ന്, സഹാസം ചോദിച്ചു, "എന്തുപറ്റി?"

"നട്ടെല്ലിന് അൽപ്പം തകരാറ്."

"അപ്പോ അതിനിയും കുറച്ച് ബാക്കിയുണ്ടോ?"

എന്തൊരു മനോഹരമായ ഹാസ്യം! അതായിരുന്നു ബാബുവിന്റെ മുഖമുദ്ര.

തീരെ ചെറുപ്പത്തിൽത്തന്നെ മാർക്സിസ്റ്റ് തത്ത്വശാസ്ത്രം ആ പ്രതിഭയിൽ ഇഴുകിച്ചേർന്നു. എങ്കിലും ചില കുടുംബ സാഹചര്യത്തിൽ വിഷാദരോഗത്തിനടിമപ്പെട്ട് നാടുവിട്ടു, എല്ലാം മറന്ന് ഒരു പുതിയ ജീവിതരീതി തേടി, സിംഗപ്പൂർക്ക്.

അതിൽ വളരെ ഏറെ മുന്നേറി, സമ്പന്നനായി. എ കെ ജി വന്ന് വിളിച്ചപ്പോൾ തന്റെ ഉള്ളിന്റെ ഉള്ളിൽ മയങ്ങിക്കിടന്നിരുന്ന വൈരുധ്യാധിഷ്ഠിത തത്ത്വസംഹിത സടകുടഞ്ഞ് എണീറ്റ് ആധിപത്യം പിന്നെയും സ്ഥാപിച്ചു. നാട്ടിൽവന്ന് തന്റെ അപാരബുദ്ധി തൊഴിലാളിവർഗ വിപ്ലവ പ്രസ്ഥാനത്തിന് സംഭാവനചെയ്തു.

ജീവിതത്തിൽ എല്ലാം നേർരേഖയായിക്കൊള്ളണം എന്നില്ല.

അത്തരം ഒരു പ്രതിസന്ധിയിൽ, ഉപജീവനാർഥം പന്തളം എൻ എസ്എസ് കോളേജിലും, തിരുവനന്തപുരം Dowell Toutorial- ലും ചേക്കേറേണ്ടിവന്നു.

ബാബുവിൻെറ Pithy retort ന്റെ ഒരു സാമ്പിൾ: “ഒരു സ്കെലിറ്റൻ സ്റ്റാഫ് നിലനിർത്തുവാനേ ഇനി സാധി ക്കൂ” എന്നു- Dowell College Management പറഞ്ഞപ്പോൾ “ഞാൻ സ്കെലിറ്റനാവാൻ തയ്യാറല്ല; പൂവ്വാ” എന്നുപറഞ്ഞ് Our College ൽ ചേക്കേറി.

ആ ബഹുമുഖ പ്രതിഭയുമായി നാലുപതിറ്റാണ്ടിലധിക കാലം അടുത്ത് പരിചയപ്പെടുവാൻ സാധിച്ചത് എന്റെ ജീവിതത്തിൽ മറക്കാനാവാത്ത ഒരു മഹാഭാഗ്യമായിരുന്നു.

സ്വന്തം കുടുംബത്തിനിടയിൽ ഇരുന്നുകൊണ്ട് സഹർഷം വിട പറയുകയായിരുന്നു 1987 ക്രിസ്മസ് രാത്രിയിൽ.

അതിനും ബാബുവിന്റേതായ വ്യക്തിമുദ്ര.

ലാൽസലാം, ബാബു!

53

ഇന്ത്യൻ സ്കൂൾ ഓഫ് സോഷ്യൽ സയൻസസ്

സാമ്പത്തിക ശാസ്ത്രം എന്ന് പറഞ്ഞാലേ എനിക്ക് ഒരു വിറയൽ പതിവാണ്. പക്ഷേ, അതും സാമൂഹ്യശാസ്ത്രവും തമ്മിൽ അഭേദ്യ ബന്ധമുണ്ട് എന്ന് എന്റെ മന്ദബുദ്ധി ഉൾക്കൊണ്ടില്ല. അങ്ങനെയാണ്, ഇന്ത്യൻ സ്കൂൾ ഓഫ് സോഷ്യൽസയൻസസ് എന്ന ഒരു സംഘടനയുടെ ആഭിമുഖ്യത്തിൽ ആതുരശുശ്രൂഷാരംഗത്തെപ്പറ്റി നടന്ന ഒരു ചർച്ചായോഗത്തിൽ ഞാൻ എത്തിയത്. അവിടെ കെ ആർ എസ് നായരുമായി പരിചയപ്പെട്ടു. സ്കൂളിനെപ്പറ്റി പലതും മനസ്സിലാക്കി. അദ്ദേഹത്തിന്റെ വാക്ചാതുരി കാരണം ഞാനും അതിൽ ഒരംഗമായി.

എൻ ജി ഒ യൂണിയൻ ആസ്ഥാനത്തിന്റെ മൂന്നാം നിലയിലായിരുന്നു ഓഫീസ്. അന്ന് രാജ്യസഭാംഗമായിരുന്ന ഡോക്ടർ മാത്യു കുര്യനായിരുന്നു ഡയരക്ടർ. പാർലമെന്റ് പ്രവർത്തനവുമായി പലപ്പോഴും ഡൽഹിയിലായിരുന്നതുകാരണം ഡെപ്യൂട്ടി ഡയരക്ടറായിരുന്ന ഡോക്ടർ ജേക്കബ് ഈപ്പനായിരുന്നു അധികസമയവും പ്രവർത്തനങ്ങളുടെ ചുക്കാൻ പിടിച്ചിരുന്നത്.

സെക്രട്ടറിയായിരുന്ന കെ ആർ എസ് നായർ കരഞ്ജയയുടെ അന്ന് പ്രചുരപ്രചാരമുണ്ടായിരുന്ന ബ്ലിറ്റ്സ് വാരികയുടെ കേരള ഘടകത്തിൻെറ ചുമതലക്കാരനായിരുന്നു. അതുകാരണം മുഴുവൻ സമയം സ്കൂളിനു വേണ്ടി പ്രവർത്തിക്കുവാൻ സാധിച്ചിരുന്നില്ല. ഏതുസമയത്തും സ്കൂളിൽ കയറിച്ചെന്നാൽ കാണുവാൻ കഴിയുന്നത് ഊർജസ്വലനായ ജേക്കബ് ഈപ്പനെയായിരുന്നു. സോഷ്യൽ സയന്റിസ്റ്റ് എന്ന മാസികക്കു വേണ്ടിയുള്ള എഴുത്തുപണി, കേരള സമൂഹത്തെപ്പറ്റി, അതിന്റെ ഗതിവിഗതികളെപ്പറ്റി, അതിൽ ഇടതുപക്ഷത്തിന് എങ്ങനെ ഇടപെടാം എന്നുള്ള ചർച്ചകൾ നയിക്കുക, ഗവേഷണങ്ങൾ ആസൂത്രണം ചെയ്യുക അങ്ങനെ നിറഞ്ഞതായിരുന്നു ഈപ്പന്റെ ദിവസങ്ങൾ, അല്ല, ദിനരാത്രങ്ങൾ.

വളരെ ശ്രമകരമായ പ്രവർത്തനം. ആ കെട്ടിടത്തിന്റെ മുകളിൽ എൻ

ജി ഒ യൂണിയന്റെ ഒരു പതാകയുണ്ടായിരുന്നു. പക്ഷേ അരിവാൾ ചുറ്റി കനക്ഷത്രാങ്കിത ചെങ്കൊടിയുണ്ടായിരുന്നില്ല. തന്മൂലം പാർടി ബന്ധങ്ങളൊന്നുമില്ലാത്ത പുരോഗമനചിന്താഗതിക്കാർക്ക് നിസ്സംശയം ഒത്തുചേരുവാൻ, നിസ്സങ്കോചം കയറിച്ചെല്ലുവാൻ, ഒരു കേന്ദ്രമായി അത് വളർന്നു പന്തലിച്ചു.

അത് അങ്ങനെ വളർത്തിക്കൊണ്ടുവന്ന് നിലനിർത്തിയത് ജേക്കബ് ഈപ്പന്റെ നേതൃത്വപരമായ പ്രവർത്തനങ്ങളായിരുന്നു എന്ന് ഈ ലേഖകന് നിസ്സംശയം പറയാം. നേതൃത്വപരമെന്ന് പറയാൻ കാരണം വേറെയും പലരും അതിൽ പങ്കുവഹിച്ചിട്ടുണ്ട്. അവർക്കെല്ലാം മാർഗദർശിയായിരുന്നു സഖാവ് ഈപ്പൻ.

ഇന്ന് ചിന്തവാരികയുടെ പത്രാധിപരായ സി പി നാരായണൻ, ഈയിടെ 'നാലാം ലോകം' എന്നൊരു കൊച്ചു ഭൂകമ്പം ഉണ്ടാക്കിയ എം പി പരമേശ്വരൻ (ഇവർ രണ്ടുപേരും ഭാഷാ ഇൻസ്റ്റിറ്റ്യൂട്ടിൽ പ്രവർത്തിക്കുകയായിരുന്നു), പണ്ട് ബോംബെയിൽ ഗിർണികാംഗർ തൊഴിലാളി യൂണിയന്റെ പ്രവർത്തകനായിരുന്ന ചാക്യാർ (പിന്നീട് ഇ എം എസ്സിന്റെ സ്റ്റെനോ ആയിരുന്നു, ഇന്ന് ജീവിച്ചിരിപ്പില്ല), ഡോക്ടർ ജയദേവ ദാസ് (പിന്നീട് യൂണിവേഴ്സിറ്റിയിൽ രജിസ്ട്രാറായി), എൽ ഐ സിയിൽ പ്രവർത്തിച്ചിരുന്ന തന്ത്രി മുതലായവർ ആ സംഘാംഗങ്ങളായിരുന്നു.

ഒരു ചെറിയ അനുബന്ധം.

ഡോക്ടർ ജേക്കബ് ഈപ്പൻ ഡൽഹിയിൽ പ്രവർത്തിച്ചിരുന്ന സമയത്ത് അടുക്കുകയും പ്രേമിക്കുകയും ചെയ്ത മൃദുൽ എന്ന ഡൽഹി യുവതിയുമായി വിവാഹിതനായി, ഒരു അനാർഭാട ചടങ്ങിൽ. അതു കഴിഞ്ഞ് തിരുവനന്തപുരത്ത് വന്നശേഷം അവർ തന്നെ ഒരു ചായസൽക്കാരം നടത്തി. അതിനിടയിൽ എൽ ഐ സിയിൽ പ്രവർത്തിച്ചിരുന്ന ഇന്ത്യൻ സ്കൂളിൽ സജീവമായിരുന്ന ഒരു സഖാവ് ചോദിച്ചു.

"ഇനി ഒന്നുമില്ലേ?"

"ഇനി എന്താ വേണ്ടത്?

"അല്പം ദിവ്യം?"

"ദിവ്യമോ?"

"അതെ കുപ്പിയിൽ"

ഈപ്പൻ സുസ്മേരവദനനായി ചോദിച്ചു., "പറയൂ എന്താ കുപ്പിയിൽ വേണ്ടത്, കാപ്പിയാണോ ചായയാണോ, ലൈംജ്യൂസാണോ നന്നാറി സത്താണോ, എന്താ കുപ്പിയിലാക്കി വേണ്ടത്?"

പാവം ആ സഖാവ്, നാടൻ ഭാഷയിൽ പറഞ്ഞാൽ, ചമ്മിപ്പോയി.

മനുഷ്യർ പലതരക്കാരാണല്ലോ. മെഡിക്കൽ കോളേജിൽ സർജറി ബിരുദാനന്തരബിരുദം പഠിക്കുകയായിരുന്ന ഡോക്ടർ അഹമ്മദ് കുഞ്ഞി ഒരു രസികനായിരുന്നു. എം ബി ബി എസ് കോഴിക്കോട്ടാണ് പഠിച്ചത്. തിരുവനന്തപുരം വലിയ പരിചയമില്ല. പല സ്ഥലങ്ങളും നടന്നുകാണുകയായിരുന്നു.

അങ്ങനെയാണ് എൻ ജി ഒ യൂണിയൻ ഓഫീസിന്റെ മൂന്നാം

നിലയിൽ എത്തിയത്. ഒരു മുറിയിൽ ഡോക്ടർ മാത്യു കുര്യൻ എന്ന ബോർഡ്, അടുത്ത മുറിയിൽ ഡോക്ടർ ജേക്കബ് ഈപ്പൻ, അതിന്റെ അടുത്ത മുറിയിൽ ഡോക്ടർ ജയദേവ ദാസ്. ഡോക്ടർ ഈപ്പന്റെ മുറിയിൽ മാത്രമാണ് നാലു പേർ. അവിടെ കേറിച്ചെന്ന് ചോദിച്ചു, "ഇവിടെ നല്ല പ്രാക്ടീസ് കിട്ടും, അല്ലെ? ആ ഒഴിഞ്ഞുകിടക്കുന്ന മുറിയിൽ എന്റെ ബോർഡ് വച്ചോട്ടെ, എത്രയാ വാടക?"

ഒഴിഞ്ഞുകിടന്നത് സെമിനാർ മുറിയായിരുന്നു

ഈപ്പൻ പറഞ്ഞു, "ഇത് ഇല്ലാത്ത അസുഖങ്ങൾക്ക് വേണ്ടാത്ത ചികിത്സവിറ്റ് കാശു നേടി എടുക്കുന്ന ഇടമല്ല. അലസമായി കിടക്കുന്ന മസ്തിഷ്കത്തിൽ സാമൂഹ്യബോധത്തിന്റെ ചലനങ്ങൾ സൃഷ്ടിക്കുവാൻ മെനക്കെടുന്നവരുടെ ഇടമാണ്."

അഹമ്മദ് കുഞ്ഞിന് അത്ഭുതമായി; ഇറങ്ങിപ്പോയി.

ഒരു അനുബന്ധം കൂടി:

ഈപ്പന്റെ സ്വദേശം കാർത്തികപ്പള്ളിയിലാണ്. അവിടെ അസുഖമായി കിടന്നിരുന്ന അമ്മയെ കാണാൻ ചിലപ്പോഴൊക്കെ പോകുമായിരുന്നു. രണ്ടു തവണ ഞാനും കൂടെ പോയി. ഈപ്പൻ പറഞ്ഞറിഞ്ഞു, തൊട്ടടുത്തൊരു സ്ഥലത്താണ്, തിരുവനന്തപുരത്തുനിന്ന് നാടുകടത്തപ്പെട്ട മഹാകവി കേരളവർമ താമസിച്ച് മയൂരസന്ദേശം രചിച്ചത്– തിരുവനന്തപുരത്ത് കൊട്ടാരത്തടങ്കലിലായിരുന്ന തന്റെ പാതിമെയ്യോടുള്ള സന്ദേശം, പിന്നീട് സുപ്രസിദ്ധ കാവ്യശില്പമായിത്തീർന്ന മയൂരസന്ദേശം. ഞാൻ അവിടെ അല്പനേരം നിന്നുപോയി, കേരള കാളിദാസന്റെ പാദസ്പർശംകൊണ്ട് ധന്യമായ ആ പ്രദേശത്തെ വായു ഉൾക്കൊണ്ടുകൊണ്ട് ഞാൻ അവിടെനിന്ന് ഓർമയിൽ വന്ന പല ശ്ലോകങ്ങളും ഉച്ചത്തിൽ ചൊല്ലി.

മയൂരസന്ദേശത്തിലെ ഒരു ശ്ലോകമെങ്കിലും ഓർക്കാതെ വയ്യ.

"രണ്ടും മൂന്നും തവണ കൃഷിയേറ്റുന്ന കണ്ടങ്ങളെയും
വണ്ടും ഞണ്ടും തരമൊടു ചലിക്കുന്ന കച്ഛങ്ങളെയും
തണ്ടുംകെട്ടിതിരമൊടു ചലിക്കുന്ന വള്ളങ്ങളെയും
കണ്ടുകൊണ്ടാ ചെറുപുഴകൾ തീരമാർഗേണ പോകാം."

മധ്യതിരുവിതാംകൂറിന്റെ ആ മനോഹരചിത്രം ഇന്ന് എവിടെ? എവിടെപ്പോയി!

54

ജേക്കബ് ഈപ്പന്റെ അഗ്നിപരീക്ഷകൾ

ഞാൻ പല വൈകുന്നേരങ്ങളിലും ഇന്ത്യൻ സ്കൂളിൽ പോവുക ഒരു പതിവാക്കി. പല ചർച്ചകളിലും പങ്കെടുക്കാനും പ്രഭാഷണങ്ങൾ കേൾക്കുവാനും കഴിഞ്ഞു. ഇതിലെല്ലാം സഖാവ് ഈപ്പനാണ് മുഖ്യകാർമികത്വം വഹിക്കുമായിരുന്നത്.

പല ചർച്ചകളിലും പൊന്തിവന്നിരുന്ന ഒരു ചോദ്യം, ഇത്രയൊക്കെ പരിഷ്കൃതമായ നമ്മുടെ സമൂഹത്തിൽ സ്ത്രീ എന്തുകൊണ്ട് 'അബല' എന്ന് വിശേഷിപ്പിക്കപ്പെടുന്നു എന്നായിരുന്നു.

സ്കൂളിന്റെ ഒരു ഭരണസമിതിയോഗത്തിൽ (അക്കാലത്ത് സാമൂഹ്യ സാമ്പത്തിക കാര്യങ്ങളിൽ ഒരു പാമരനായിരുന്ന ഈ ലേഖകനും അംഗമായിരുന്നു!) ഒരാശയം പൊന്തിവന്നു, എപ്പോഴും പൊന്തിവരുന്ന ഈ പ്രശ്നത്തെപ്പറ്റി ഒരഖിലേന്ത്യ സെമിനാർ എന്തുകൊണ്ട് സംഘടിപ്പിച്ചുകൂടാ.

അങ്ങനെ രണ്ടുദിവസത്തെ സെമിനാർ നടന്നു. വിപുലമായ എഴുത്തുകുത്തിന്റെ ഫലമായി ഡൽഹി, കൽക്കത്ത, മുംബൈ, മദിരാശി മുതലായ പല കേന്ദ്രങ്ങളിൽനിന്നും പ്രതിനിധികൾ പങ്കെടുത്തു. ഇന്ത്യൻ സ്കൂൾ അംഗങ്ങൾ മാത്രമല്ല അവരുടെ പലരുടെയും കുടുംബങ്ങൾപോലും സംഘടനാപ്രവർത്തനത്തിൽ പങ്കുചേർന്നു. ഗർഭിണിയായിരുന്ന സുമംഗലാ പ്രഹ്ലാദനായിരുന്നു ലഘുഭക്ഷണത്തിന്റെ ചാർജ്.

ഒരു വസ്തുത ഐകകണ്ഠ്യേന അംഗീകരിക്കപ്പെട്ടു. സ്ത്രീ വിമോചനത്തിന് പുരുഷവിമോചനവുമായി അഭേദ്യബന്ധം ഉണ്ട്. സമൂഹവിമോചനമാണ് അജൻഡ.

1977 ൽ ഞാൻ അടുത്തൂൺപറ്റി കസ്തൂർബാ മെഡിക്കൽ കോളേജിലേക്ക് പോയി. ഒരു ദിവസം ഒരു കമ്പിസന്ദേശം കിട്ടി. "ഡോക്ടർ ജേക്കബ് ഈപ്പന് ബസ്സപകടത്തിൽ കാലിന് കാര്യമായ ക്ഷതം സംഭവി

ച്ചിരിക്കുന്നു. കോഴിക്കോട് മെഡിക്കൽ കോളേജിൽ അഡ്മിറ്റ് ചെയ്തിരിക്കുകയാണ്." ഞാൻ ഉടൻതന്നെ അവധിയെടുത്ത് കോഴിക്കോട്ടേക്ക് തിരിച്ചു. രാത്രി പത്തുമണിയായി അവിടെയെത്തിയപ്പോൾ.

ഈപ്പൻ ഒമ്പതുമണിക്കൂർ നീണ്ടുനിന്ന ശസ്ത്രക്രിയക്ക് ശേഷം പോസ്റ്റ് ഓപ്പറേഷൻ വാർഡിലാണ്. ബോധം തെളിഞ്ഞുകഴിഞ്ഞിട്ടില്ല എന്നറിഞ്ഞു.

മെഡിക്കൽ വിഭാഗത്തിൽ ഞാൻ അപരിചിതനല്ല. അതുകാരണം എനിക്ക് ആ വൈകിയ വേളയിലും പോസ്റ്റ് ഓപ്പറേഷൻ വാർഡിൽ എത്തുവാൻ കഴിഞ്ഞു. ബോധം തെളിഞ്ഞുവരുന്ന സമയമായിരുന്നു. ഒരു കൈയിൽ കൂടി രക്തം സാവധാനം പോയിക്കൊണ്ടിരുന്നു. മറ്റേ കൈയിൽ ഗ്ലൂക്കോസ് സലൈനും. "ക്രൂശിക്കുക" എന്നുതന്നെയാണ് ഞങ്ങൾ ആ അവസ്ഥയെ വിശേഷിപ്പിക്കാറ്. വലത്തെ കാലും തുടയും പ്ലാസ്റ്റർ ഇട്ടിരിക്കുന്നു. പൾസും ബിപിയും സാധാരണ ഗതിയിലാണ്.

കുറെ കഴിഞ്ഞപ്പോൾ ഈപ്പൻ restless ആവാൻ തുടങ്ങി. വളരെ കാലത്തെ പരിചയസമ്പത്തുകാരണം ഞാൻ പുതപ്പുപൊക്കി വയറു തപ്പിനോക്കി. മൂത്രാശയം വളരെ ഏറെ വീർത്തിരിക്കുന്നു. ഓപ്പറേഷനു ശേഷം ബോധം തെളിയുമ്പോൾ restless ആവുന്നതിന്റെ മുഖ്യകാരണം distended bladder ആണ്. നഴ്സിനും അതറിയാമായിരുന്നു.

"എങ്കിൽ പിന്നെ ഡ്യൂട്ടി ഡോക്ടറെ വിളിക്കൂ."

"അങ്ങോര് വലിയ ശുണ്ഠിക്കാരനാ സാറെ."

ഒരു മെമ്മോ പാഡിൽ ഞാൻ എന്റെ പേര് എഴുതി, ഒപ്പിട്ട് വാർഡ് ബോയിയോട് കൊണ്ടുപോയി കൊടുക്കാൻ പറഞ്ഞു.

പത്തുമിനുട്ടിൽ കഥാപുരുഷൻ എത്തി. എന്നോട് വലിയ ഭവ്യതയിൽ,

"സാർ എങ്ങനെ ഇരിക്കുന്നു?"

"അതൊക്കെ വഴിയെ പറയാം. ഇപ്പോൾ ആ ബ്ലാഡർ റിലീവ് ചെയ്യൂ"

ആ മാന്യദേഹം വാർഡ് ബോയിയോട് ആജ്ഞാപിച്ചു 'ആ പേഷ്യന്റിനെ catheterise ചെയ്യൂ."

"അതുപോര. ഡോക്ടർ ബിസിയാണെങ്കിൽ, ഞാൻ ചെയ്തുകൊള്ളാം."

"അയ്യോ, അതൊന്നും വേണ്ട. ഞാൻ തന്നെ ചെയ്തുകൊള്ളാം."

അദ്ദേഹം നേഴ്സുമാരുടെ ഡ്യൂട്ടി റൂമിലേക്ക് നടന്നു. ഞാനും അനുഗമിച്ചു. കൂട്ടിലിട്ട ഒരു പുലിയെപ്പോലെ അയാൾ അസ്വസ്ഥനായിരുന്നു. ഷെൽഫിൽനിന്ന് ഒരു കതീറ്റർ എടുത്തു. അല്പം ചൂടുവെള്ളമുള്ള ഇൻസ്ട്രുമെന്റ് സ്റ്റെറിലൈസറിൽ (പണ്ട് എല്ലാ വാർഡുകളിലും ഒപിയിലും കാഷ്വാലിറ്റിയിലും സുപരിചിതമായിരുന്ന ഈ ഉപകരണം ഇപ്പോൾ അപ്രത്യക്ഷമായിരിക്കുന്നു) ഇട്ട് ഒരു കുടിലുകൊണ്ട് അതെടുത്ത് രോഗിയുടെ അടുക്കലേക്ക് നീങ്ങി.

ഞാൻ കടന്നുപിടിച്ചു. "അതുപോര. എന്റെ പ്രായാധിക്യം കൊണ്ടാണ് ഇടപെടുന്നത്. ഓട്ടോക്ലേവ് ചെയ്ത സൈസ് 12 കതീറ്റർ വേണം"

ഇനി അല്പം സാങ്കേതികം:

1. വെള്ളം തിളയ്ക്കുമ്പോൾ അതിന് 100 ഡിഗ്രി സെന്റീഗ്രേഡ് ആണ് ചൂട്. എത്ര നേരം തിളപ്പിച്ചാലും അത് കൂടുകയില്ല. 2. ഒട്ടുമുക്കാൽ അണുക്കളും ആ ചൂടിൽ ചത്തുപോകും. പക്ഷേ ദുർലഭം ചിലത് അതി ജീവിച്ചു എന്നുവരാം. അവ മാരകങ്ങളുമാണ്. 3. നിശ്ശേഷം അണുവി മുക്തമാക്കണമെങ്കിൽ 110 ഡിഗ്രി സെൻറിഗ്രേഡിൽ കൂടുതൽ ചൂടുവേണം. 4. ആവിയുടെ മർദം കൂട്ടിയാൽ 120 ഡിഗ്രി സെൻറിഗ്രേഡ് വരെ ചൂടു കൂട്ടാം. 5. ഇത്തരം ഒരു ഉപകരണമാണ് ഓട്ടോക്ലേവ്. ഓപ്പറേഷൻ ചെയ്യുവാനുള്ള ഉപകരണങ്ങൾ ഇത്തരത്തിലാണ് അണുവിമുക്തമാക്കുന്നത്.

ഇത് തയാറാക്കുന്ന നേരത്ത് ഞാൻ അല്പം മാറി നിന്നു കേട്ടു, ആ ഡ്യൂട്ടി ഡോക്ടറുടെ അടക്കിപ്പിടിച്ച ശകാരവർഷം. ഇടയിൽ കോപം കാരണം ശബ്ദം അല്പം കൂടുമായിരുന്നു.

ആതുരശുശ്രൂഷാരംഗത്തെ വർഗവൈരുധ്യങ്ങൾ

ആ നേഴ്സ് രാത്രി ഏഴുമണിക്കാണ് ഡ്യൂട്ടിയിൽ വന്നിട്ടുണ്ടാവുക. പലതരം രോഗികൾ, പലതരം ചികിത്സാമുറകൾ. അതിനിടയിൽ ഉണ്ടാവാൻ ഇടയുള്ള മാറ്റങ്ങൾ, അവയ്ക്ക്വേണ്ട പ്രതിവിധികൾ, ഒന്നിലധികം ചികിത്സകരുടെ നിർദേശങ്ങൾ, അങ്ങനെ പോകുന്നു ആ സാധുസ്ത്രീയുടെ രാത്രികൾ. അതിനിടയിൽ വീട്ടിൽനിന്നു കൊണ്ടുവന്ന ആഹാരം പത്തുമിനുട്ടിൽ അകത്താക്കാൻ സാധിച്ചാൽ ഭാഗ്യം. വെളുപ്പാൻകാലത്ത് രാത്രിയിലെ സംഭവവികാസങ്ങളെപ്പറ്റി റിപ്പോർട് എഴുതണം. ഏഴുമണിക്ക് പകൽ ഡ്യൂട്ടിക്ക് വരുന്ന നേഴ്സിനെ ഓരോ രോഗിയെപ്പറ്റിയും ചികിത്സയിൽ രാത്രി വന്നിട്ടുണ്ടാകാവുന്ന വ്യതിയാനങ്ങളെപ്പറ്റിയും പറഞ്ഞു ഹാൻഡ്ഓവർ ചെയ്യണം. സമയം കാത്തുനിൽക്കില്ല. ആ സ്ത്രീക്ക് മുതുക് നിവർത്തുവാൻ എട്ടുമണി കഴിയും. പതിനാലു മണിക്കുർ വിശ്രമരഹിതമായ പ്രവൃത്തി!

(ചിക്കാഗോ തെരുവിൽ ചിന്തിയരക്തം വൃഥാവിലാവുന്നുവോ!)

സായിപ്പന്മാർ ഭരിച്ചിരുന്ന കാലത്ത് ഈ ലേഖകൻ ഹൗസ്സർജൻ ആയിരുന്ന കാലത്ത് നൈറ്റ് ഡ്യൂട്ടി നേഴ്സിന് ഒരു മണിക്കൂർ വിശ്രമം നിർബന്ധമായിരുന്നു. അതിനുള്ള റെസ്റ്റ്റൂം സംവിധാനങ്ങളുമുണ്ടായിരുന്നു. ഇത് ഒരു കടങ്കഥയാണ് എന്ന് തോന്നുമായിരിക്കാം. കാരണം ഇപ്പോൾ റസ്റ്റ് റൂം ഇല്ല.

വിശ്രമരഹിതമായ പ്രവർത്തനത്തിനിടയിൽ അല്പം കൂടി സമ്പന്നനായ ആ ശുണ്ഠിക്കാരൻ ഡോക്ടറുടെ പരുഷവാക്കുകൾ കേൾക്കേണ്ടിവന്നു, ഡ്യൂട്ടിയിലായിരുന്ന അയാളുടെ സുഖസുഷുപ്തിക്ക് വിഘ്നം

വരുത്തിയതിന്. അയാൾ എന്നോട് ഭവ്യതയോടെ വിടപറഞ്ഞുപോയതിനു ശേഷം ഡ്യൂട്ടിറൂമിൽ പോയി ആ സാധുസ്ത്രീയെ സാന്ത്വനപ്പെടുത്തുവാൻ നോക്കി. അവർ പ്രയാസപ്പെട്ടു തടഞ്ഞുനിർത്തിയ കണ്ണീർ പ്രവഹിച്ചു. ക്ഷീണിതയായി അവർ കസേരയിലേക്ക് അക്ഷരാർഥത്തിൽ തന്നെ വീണു പൊട്ടിക്കരഞ്ഞു.

പിറ്റേദിവസം ഈപ്പൻ ക്ഷീണിതനെങ്കിലും ഉല്ലാസവാനായിരുന്നു.

“എനിക്ക് ഇനി നടക്കാൻ പറ്റില്ലേ?”

ശസ്ത്രക്രിയാശാസ്ത്രം വളരെ ഏറെ പുരോഗമിച്ചു.

കാൽനഖങ്ങൾ പരിശോധിച്ചപ്പോൾ സാധാരണഗതിയിലുള്ള രക്തഓട്ടം ഉണ്ട്. ആ കാല് ഇനിയും പ്രവർത്തനക്ഷമമാക്കാം. ആക്കും. ഒന്നിലധികം പ്ലാസ്റ്റിക് സർജറി വേണ്ടിവരുമായിരിക്കാം.

55

സഹനത്തിന്റെ നെല്ലിപ്പടി

പുതുക്കാട്ട് വെച്ചാണ് ഡോ. ജേക്കബ് ഈപ്പന് അപകടം സംഭവിച്ചത്. അവിടത്തെ ഡോക്ടർമാർ രക്തപ്രവാഹം നിർത്തി. ഇത്തരത്തിലുള്ള റോഡ് അത്യാഹിതങ്ങളിൽ മാരകമായ അണുബാധ ഒരു വലിയ ഭീഷണിയാണ്. അത് തടയുവാൻ വേണ്ട കുത്തിവെപ്പുകൾ ചെയ്തു. ചതഞ്ഞ് ചിതറിയ കാൽ കണ്ട് "മുട്ടിന് മുകളിൽ മുറിച്ചുമാറ്റുക മാത്രമേ സാധ്യമാകൂ"എന്ന നിഗമനത്തിലെത്തി.

കൃത്രിമ അവയവ നിർമാണത്തിലെ സാങ്കേതിക വിദ്യ വളരെ ഏറെ മുന്നേറിയിരിക്കുന്നു.

ആന്ധ്രപ്രദേശിലെ ഐ എ എസ് ഉദ്യോഗസ്ഥനായിരുന്ന രഘുരാമറെഡ്ഡിയുടെ ഓമനമകൾക്ക് (പത്താം ക്ലാസ് വിദ്യാർഥിനി , സർവകലാശാലാതലത്തിൽ ഭരതനാട്യത്തിലും കുച്ചുപ്പുടിയിലും പ്രാവീണ്യം നേടിയവൾ) ഇത്തരം ഒരു അത്യാഹിതത്തിൽ ഒരു പാദം നഷ്ടപ്പെട്ടു. അച്ഛനമ്മമാരും സഹോദരനും സുഹൃത്തുക്കളും പൊഴിച്ച കണ്ണീരിന് കണക്കില്ല. നൃത്തകലയുടെ നഭോമണ്ഡലത്തിൽ ഉദിച്ചുയരുന്ന ഒരു താരം പൊലിഞ്ഞുപോയി എന്നവർ വിശ്വസിച്ചു. എന്നാൽ കൃത്രിമപാദം വെച്ച് ഒരു വർഷത്തിനുശേഷം അവൾ പിന്നെയും വേദികളിൽ തന്റെ ചാതുരി തെളിയിച്ചു. ചലച്ചിത്രത്തിൽപോലും നർത്തകിയായി പ്രത്യക്ഷപ്പെട്ടു.

ഡഗ്ലസ് ബേഡൻ എന്ന ആർ എ എഫ് ഫൈറ്റർ പൈലറ്റിന് രണ്ടു പാദങ്ങളും വിമാനാപകടത്തിൽ നഷ്ടപ്പെട്ടു. ഒരുവർഷം കഴിയുംമുമ്പ് കൃത്രിമപാദങ്ങളുമായി പിന്നെയും ജർമൻ വൈമാനികരുമായി പലതവണ ഏറ്റുമുട്ടി. പതിനേഴ് മെസർഷ്മിറ്റ് വിമാനങ്ങളും മൂന്ന് പടുകൂറ്റൻ ബോംബറുകളും നാമാവശേഷമാക്കിയെന്ന് അയാളുടെ ഡയറിക്കുറിപ്പിലുണ്ട്. ഒരവസരത്തിൽ അയാൾ പറപ്പിച്ചിരുന്ന സ്പിറ്റ് ഫയർ തകർന്നു. പാരച്യൂ

ട്ടിൽ അല്പനേരം ആടിക്കളിച്ച് താഴെ എത്തി. കെട്ടുപാടുകൾ മാറ്റിയപ്പോഴാണ് അറിയുന്നത് ഒരു കൃത്രിമപാദം പാരച്യൂട്ടിൽ കുടുങ്ങിപ്പോയി എന്ന്. അത് എടുക്കുവാൻ പ്രയാസപ്പെടുന്നതിനിടയിൽ ശത്രുസൈന്യം എത്തി അയാളെ തടവുപുള്ളിയാക്കി. പിന്നെ രണ്ടുവർഷം യുദ്ധത്തടവ് ക്യാമ്പുകളിൽ കഴിയേണ്ടിവന്നു, ഏകപാദനായി.

യുദ്ധാനന്തരം ഡെവൺഷെയറിൽ തിരിച്ചെത്തിയതിനുശേഷം, സ്വന്തം മകനെ പിച്ചവെച്ചുനടക്കാൻ സഹായിക്കുന്നതിനിടയിൽ ഭാര്യയോട് പറഞ്ഞു, സാങ്കേതികവിദ്യ എത്ര തന്നെ വികസിച്ചാലും രക്തവും മജ്ജയുമുള്ള സ്വന്തം കാലിനോട് കിടപിടിക്കുവാൻ സാധിക്കില്ല (ഡഗ്ലസ് ബേഡന്റെ ജീവിതകഥ എന്ന പുസ്തകത്തിൽനിന്ന്).

ജേക്കബ് ഈപ്പന്റെ കാലിനുവേണ്ടി വീറോടെ വാദിച്ചത് ഡോക്ടർ കാർത്തികേയനായിരുന്നു. അന്ന് കോഴിക്കോട് മെഡിക്കൽ കോളേജിലെ സർജറി പ്രൊഫസർ. ഇന്ന് നമ്മോടൊപ്പമില്ലാത്ത ആ സുഹൃത്ത് കോളേജ് വിദ്യാർഥിയായിരുന്നപ്പോൾ ഹോക്കിയിലും വെയ്റ്റ് ലിഫ്റ്റിങ്ങിലും ശോഭിച്ചു. ഹൗസ് സർജൻസി കഴിഞ്ഞ് സർജറി ട്യൂട്ടർ ആയി ച്ചേർന്നു. അപ്പോഴായിരുന്നു ഹിമാലയ പ്രാന്തങ്ങളിൽ "Chinese incursion." സർവീസിൽ ഉള്ള ട്യൂട്ടർമാരെല്ലാം മിലിട്ടറി സർവീസിൽ ചേരുവാൻ ഉത്തരവ് വന്നു

ശുദ്ധഗതിക്കാരനായ കാർത്തികേയൻ സൈന്യ മെഡിയ്ക്കൽ സ്ക്വാഡിൽ ആരോഗ്യപരിശോധനക്ക് ഹാജരായി. ആരോഗ്യനില 'എ' ക്ലാസ് എന്ന് രേഖപ്പെടുത്തപ്പെട്ടു. കൂട്ടുകാർ പലരും, മൂത്രത്തിൽ അല്പം ഗ്ലൂക്കോസ് ചേർത്തും അല്പം മുട്ടയുടെ വെള്ളചേർത്തും അയോഗ്യത സമ്പാദിച്ചു. ഡോക്ടർ കാർത്തികേയൻ മൂന്നുവർഷം ഹിമാലയസാനുക്കളിൽ കഴിച്ചുകൂട്ടി.

ഡോക്ടർ കാർത്തികേയൻ പറഞ്ഞു, "Amputation എന്റെ സീനിയർ ഹൗസ് സർജനെ ഏൽപ്പിച്ചാൽ, അരമണിക്കൂർകൊണ്ട് കാര്യം സാധിക്കും. പക്ഷേ, മജ്ജയും മാംസവുമുള്ള ഒരു കാലിന് പകരം വെക്കുവാൻ സാധ്യമല്ല."

ക്രിസ്ത്യൻ ബർണാർഡ് ഹൃദയം മാറ്റിവെക്കൽ അസാധാരണമല്ലാത്ത ഒരു ശസ്ത്രക്രിയയാക്കി. വർണവെറിയൻ ജനറൽ സ്മട്ട് ഭരിച്ചിരുന്ന ദക്ഷിണാഫ്രിക്കയിലാണ് ക്രിസ്ത്യൻ ബർണാഡ് പന്നിയിലും പശുക്കുട്ടികളിലും ഹൃദയം മാറ്റിവെക്കൽ പരീക്ഷിച്ച് വിദ്യ വശമാക്കിയത്. മാറ്റിവെച്ച ഹൃദയവുമായി അവ മേഞ്ഞുനടന്നു.

ഇനി ഇതൊന്ന് മനുഷ്യനിൽ പരീക്ഷിക്കണം. അതിന് തയ്യാറായ ഹൃദ്രോഗിക്കുവേണ്ടി പരസ്യം ചെയ്തു. ബ്ലേബർഗ് എന്നൊരു ദന്തവൈദ്യൻ തയാറായി. ഇനി അത്യാഹിതത്തിൽപ്പെട്ട് 'ബ്രെയിൻഡെഡ്' ആയൊരു ദാതാവിനെ കിട്ടണം.

23 വയസ്സായ ഒരു കറുത്തവർഗക്കാരൻ കാമുകിയുമൊത്ത് കടലിൽ കുളിക്കുവാൻ പോയി. ഒരു വൻ തിരമാല അയാളെ പൊക്കി ഒരു പാറമേൽ

ആഞ്ഞടിച്ചു. ബോധരഹിതനായ അയാളെ ലൈഫ് ഗാർഡുകൾ ആശുപത്രിയിൽ എത്തിച്ചു. ഗ്രൂട്ട് സ്കൂർ ആശുപത്രിയിൽ ക്രിസ്ത്യൻ ബർണാർഡ് ഒരു ഹൃദയദാതാവിനെ കാത്തിരിപ്പുണ്ട് എന്നറിയാമായിരുന്ന ആശുപത്രി അധികൃതർ ഈ രോഗിയെ അങ്ങോട്ടയച്ചു. ഇ ഇ ജി മുതലായ മസ്തിഷ്ക പരിശോധനപോലും ചെയ്യാതെ ആ യുവ നീഗ്രോവിന്റെ ഹൃദയം വൃദ്ധനായ വെള്ളക്കാരൻ ദന്തവൈദ്യന് മാറ്റിവച്ചു.

ആദ്യത്തെ ഹൃദയം മാറ്റിവെക്കൽ ശസ്ത്രക്രിയ.

പിന്നീടാണ് "നാല് ന്യൂറോളജിസ്റ്റുകൾ ഹൃദയദാതാവിനെ ഉപയോഗിക്കുന്നതിന് മുമ്പ്" എല്ലാ ടെസ്റ്റും ചെയ്ത് 'ബ്രെയിൻ ഡെഡ്' എന്ന് സാക്ഷ്യപ്പെടുത്തണം എന്ന നിബന്ധന വന്നത്.

വൃക്കമാറ്റിവെക്കൽ സർവസാധാരണമാണിന്ന്. ലിവർ ഭാഗികമായി മാറ്റിവെക്കലും സാധാരണമായി. പക്ഷേ ഒരു കാൽ, ജീവനുള്ള കാൽ, മാറ്റിവച്ചതായി കേട്ടുകേൾവിപോലുമില്ല.

അങ്ങനെയാണ് ഡോക്ടർ കാർത്തികേയനും പ്ലാസ്റ്റിക് സർജൻ ഡോക്ടർ അപ്പുക്കുട്ടനും ഓർത്തോപീഡിക് സർജൻ ഡോക്ടർ ടി സി ജോസഫും ചേർന്ന് പത്തുമണിക്കൂർ പ്രയത്നിച്ച് ഈപ്പന്റെ കാൽ, കാലാക്കിയത്; അല്പം വികലമായിരുന്നു എങ്കിലും.

ആ വൈകല്യങ്ങൾ കുറെയൊക്കെ ശരിപ്പെടുത്തുവാൻ പിന്നെയും പല പ്രയോഗങ്ങളും വേണ്ടിവന്നു.

ഞാൻ കോഴിക്കോട്ടെത്തുന്നതിന് മുമ്പുതന്നെ സഹധർമിണി മൃദുൽ ഈപ്പൻ എത്തിയിരുന്നു, കുഞ്ഞുങ്ങൾ മാലിനിയെയും അനസുവിനെയും വിശ്വസ്തയായ പണിക്കാരിയെ ഏൽപ്പിച്ച്. മൃദുൽ സി ഡി എസിൽ പ്രവൃത്തി എടുക്കുകയായിരുന്നു. ആവശ്യംപോലെ ലീവ് എടുത്തുകൊള്ളുവാൻ പറഞ്ഞുവത്രെ സി ഡി എസ് അധികൃതർ.

ഒരു മാസം കഴിഞ്ഞ് തിരുവനന്തപുരത്തേക്ക് മാറ്റി. അവിടെ പലവുരു പല ശസ്ത്രക്രിയകളും ചെയ്യേണ്ടിവന്നു. ഈപ്പൻ ഓർക്കുന്നത് പത്തൊമ്പതുതവണ മയക്കംകൊടുത്ത് ഓപ്പറേഷൻ ചെയ്തു എന്നാണ്. എല്ലിനകത്ത് ഒരു മജ്ജയുണ്ട്, ബോൺമാരൊ. വാട്ട്സൺ ജോൺസ് എന്ന അസ്ഥിസന്ധി വൈകല്യ വിദഗ്ധൻ പറഞ്ഞു. "The red bone Marrow is full of black ingratitude" (അഴകുള്ള ചുമന്ന മജ്ജ മുഴുവൻ, കറുകറുത്ത നന്ദികേടാണ്).

ഇത്രയും തവണ ഓപ്പറേഷൻ ചെയ്യുവാനുള്ള ഒരു കാര്യം അണുബാധയായിരുന്നു. അത് നിയന്ത്രണാധീനമായതിനുശേഷം കാല് കാര്യക്ഷമമാക്കാൻ രണ്ട് ഓപ്പറേഷൻ കൂടി വേണ്ടിവന്നു.

ഒന്ന്, ഇടത്തെ പാദം തൂങ്ങിക്കിടക്കുകയായിരുന്നു. ആ നിലയിൽ നിൽക്കുവാനും നടക്കുവാനും സാധ്യമല്ല. അത് കാലുമായി തൊണ്ണൂറ് ഡിഗ്രിയാക്കി നിർത്തണം (Lambranude Operation). പിന്നൊന്ന്, ഇടത്തെ കാലിന്റെ മുൻവശം തൊലിയില്ല, മാംസവുമില്ല എന്ന നിലയിലായിരുന്നു. കൂടെക്കൂടെ വെച്ചുകെട്ടണം. അത് നികത്തുവാൻ പ്രൊഫസർ രാമകൃഷ്ണൻ നായർ അതിവിദഗ്ധ ഓപ്പറേഷൻ നടത്തി.

വലത്തെ കാലിൽ വണ്ണയിൽനിന്ന് muscles ഉം തൊലിയും കടം വാങ്ങി. അത് മുറിച്ചെടുത്ത് കൊണ്ടുവന്ന് പിടിപ്പിക്കുവാൻ പറ്റില്ല. പിടിപ്പിച്ച സ്ഥലത്തുനിന്ന് വേണ്ടത്ര രക്തയോട്ടം കിട്ടുവാൻ ആറാഴ്ച എങ്കിലും പിടിക്കും. അതുകൊണ്ട് ഒരു ഫ്ളാപ്പ് ആയി കൊണ്ടുവന്ന് പിടിപ്പിക്കണം. ഇതിന് Myocutanious flap എന്നാണ് പേര്. ഇതിന് രണ്ടുകാലും പിണച്ചുവെച്ച് പ്ലാസ്റ്റർ ഇട്ട് അനക്കാതെ രണ്ടുമാസം കിടക്കണം. പുരാണങ്ങളിൽ പറയുന്ന 'ഒറ്റക്കാലിൽ തപസ്യ.'

രണ്ടു മാസം കഴിഞ്ഞ് വേണ്ടത്ര രക്തയോട്ടം കിട്ടിക്കഴിഞ്ഞ് ഫ്ളാപ്പ് വിടുവിച്ചു. രണ്ടുകാലും രണ്ടാക്കി. ഇനിയും വിദഗ്ധ അഭിപ്രായത്തിന് സോവിയറ്റ് കമ്യൂണിസ്റ്റ് പാർടിയുമായി ബന്ധപ്പെട്ട് മോസ്കോവിലേക്ക് യാത്ര തിരിച്ചു. അവർ എല്ലാ പരിശോധനകളും നടത്തി.

"അണുബാധ പൂർണമായും മാറിയതിനുശേഷം രണ്ടുമാസം കഴിഞ്ഞുവരൂ"എന്ന് പറഞ്ഞ് തിരിച്ചയച്ചു. മൂന്നുമാസം കഴിഞ്ഞ് പിന്നെയും പോയി. ഫിസിയോതെറാപ്പി ആൻഡ് റിഹാബിലിറ്റേഷൻ പരിശീലനത്തിലൂടെ നടക്കാറായി. "അല്പം മൊടന്ത് ബാക്കിയുണ്ട്. ഒരു വടിയും വേണം." എങ്കിലും സ്വന്തം കാലുകളിൽ നിൽക്കുവാനും നടക്കുവാനും സാധിയ്ക്കുന്നു.

ബുദ്ധിപരമായ അശ്രാന്തപ്രവർത്തനംമൂലം ചാഞ്ചാട്ടക്കാരായ മധ്യവർഗബുദ്ധിജീവികളെ പലരെയും തൊഴിലാളിവർഗ സർവാധിപത്യ കാഴ്ചപ്പാടിലേക്ക് മാറ്റിയെടുത്ത്, വിപ്ലവപ്രസ്ഥാനത്തിലേക്ക് അണിചേർക്കുവാൻ സാധിച്ച സഖാവാണ് ജേക്കബ് ഈപ്പൻ.

മൂന്നുവർഷത്തെ നീണ്ട ചികിത്സക്കും രണ്ടുതവണ സോവിയറ്റ് യൂണിയനിൽ പോയി വരുവാനും ഉള്ള ചെലവ് പാർട്ടി വഹിച്ചു എന്നത് ഈയവസരത്തിൽ ഊന്നിപ്പറയുന്നു.

വർഗരഹിതമായ ഒരു ലോകത്തിലേക്കെത്തുവാൻ ഇനിയും ബഹുദൂരം ഉണ്ട്. ആ ദൂരം താണ്ടുവാൻ ജനകീയ ജനാധിപത്യ വിപ്ലവമാണ് ഇന്നത്തെ പരിപാടി.

ബഹുമുഖ ശസ്ത്രക്രിയകളിലൂടെ വീണ്ടെടുത്ത ആരോഗ്യം ജേക്കബ് ഈപ്പനെ ആ പ്രവർത്തനത്തിന് സജ്ജമാക്കി. മൃദുൽ ഈപ്പൻ ഇന്ന് പ്ലാനിങ്ബോർഡ് അംഗമായി അതേ ദിശയിൽ പ്രവർത്തിക്കുന്നു.

56

പുലരി, എന്തൊരു മനോഹര പദം

നീണ്ട സുഖസുഷുപ്തിയിൽനിന്നുണർന്ന് ദിനരാജൻ മേഘശകലങ്ങളായ പുതപ്പ് അല്പം മാറ്റി, തന്റെ അന്നത്തെ പന്ഥാവ്, ഉറക്കച്ചടവു മൂലം അല്പം ചുമന്ന കണ്ണുകൾകൊണ്ട് വീക്ഷിക്കുന്ന മുഹൂർത്തം. ആ ചാരുത കാരണമായിരിക്കാം, പള്ളവും ആര്യാപള്ളവും മനോഹരിയായ ആറാമത്തെ കുഞ്ഞിന് ആ പേര് വിളിച്ചത്.

സ്കൂളിൽ പാഠ്യേതരവിഷയങ്ങളിൽ പ്രത്യേക താല്പര്യമുണ്ടായിരുന്നു ആ ബാലികക്ക്. റേഡിയോ, ടി വി മുതലായ മാധ്യമങ്ങളൊന്നും നാട്ടിൻപുറങ്ങളിൽ എത്തിക്കഴിഞ്ഞിരുന്നില്ല. അത്യാവശ്യകാര്യങ്ങൾക്ക് കമ്പി അടിക്കാം എന്ന് കേട്ടിട്ടുണ്ട്, എന്നാൽ പട്ടാമ്പി കമ്പി ആപ്പീസിൽ പോകുവാൻ ആ ആറാംക്ലാസ് വിദ്യാർഥിനിക്കിടവന്നിരുന്നില്ല. പക്ഷേ ഒരു ചെറിയ കലാവേദിയിൽ അവൾ തന്റെ ഭാവനയിലുള്ള കമ്പി അടിക്കൽ കാഴ്ചവച്ചു. സ്റ്റേജിന്റെ മുന്നിൽ കല്ലും മാലയും ധരിച്ച ഒരു പെണ്ണ്. ഇടതു കൈയിൽ നാലടിനീളമുള്ള ഒരു കമ്പി, വലതു കൈയിൽ ഒരു കമ്പ്.

കമ്പിയുടെ ഒരറ്റം താഴെ കുത്തി. പിന്നെ കമ്പുകൊണ്ട് അതിൽ അടിച്ചുകൊണ്ട് ഉറക്കെ വിളിച്ചു പറഞ്ഞു, “ആ, ഇത് കൊപ്പത്തിന്ന് ചെമ്മരത്തിയാ. കിളിയൻ കേൾക്കാനാ, നെന്റെ പെണ്ണിന് പളുങ്കുപോലത്തെ ഒരു ആൺകുട്ടിയെ പെറ്റു. ഇന്നലെ രാത്രി. വെക്കം വരണം.”

ആ ഭാവനാ വൈഭവത്തിനും അഭിനയചാതുരിക്കും നീണ്ടുനിന്ന കരഘോഷം ലഭിച്ചു.

ചെറുകാടിന്റെ ഒരു നാടകം കോഴിക്കോട്ട് നാടകോത്സവത്തിൽ അരങ്ങേറി. ഒരു ഊമപ്പെണ്ണിന്റെ കഥാപാത്രം പുലരിയാണ് അവതരിപ്പിച്ചത്. നാടകത്തിനുശേഷം, ആ അഭിനയചാതുരിക്ക് പാട്ടത്തിൽ രാധാകൃഷ്ണമേനോൻ ഒരു സ്വർണമെഡൽ സമ്മാനിച്ചു.

അദ്ദേഹം പറഞ്ഞു, "നല്ല തങ്കക്ക് ഓരോ കുഞ്ഞിനെയും ബലി കൊടുക്കുമ്പോൾ ഉച്ചത്തിൽ വിധിയെ പഴിക്കാം; നീതിനിഷേധത്തെ ശകാരിക്കാം; ദൈവത്തിനെപ്പോലും അധിക്ഷേപിക്കാം, പ്രേക്ഷകമനസ്സിൽ കോളിളക്കം സൃഷ്ടിക്കുവാൻ. എന്നാൽ ഒരു ഊമകഥാപാത്രത്തിന് അഭിനയചാതുരികൊണ്ട് മാത്രമേ പ്രേക്ഷകഹൃദയങ്ങളെ പ്രകമ്പനം ചെയ്യിക്കുവാൻ കഴിയുകയുള്ളൂ. ആ മികവിന് എന്റെ പൂച്ചെണ്ട്."

'യൗവനം വന്നുദിച്ചിട്ടും' ആ പ്രസരിപ്പിന് വളരെയൊന്നും മങ്ങലേറ്റില്ല. അവൾ ലജ്ജാവതിയായി വാതിലിന്റെ പുറകിൽ ഒളിക്കുന്ന പ്രകൃതക്കാരിയായില്ല.

'പുരനിറഞ്ഞുനിൽക്കുന്ന' പുലരിയെ വേൾക്കാൻ ഒന്നിലധികം യുവാക്കൾ ആശിച്ചിരിക്കാം. അതാണല്ലോ പ്രകൃതിനിയമം.

ആ പന്തയത്തിൽ വിജയിച്ചത് കോട്ടയ്ക്കലെ കിഴക്കേപ്പാട്ട് മനയ്ക്കലെ ഗോവിന്ദൻ മൂസത് ആയിരുന്നു.

ആ കല്യാണത്തിന് അന്ന് മുഖ്യമന്ത്രിയായിരുന്ന ഇ എം എസ് വന്നു. റോഡിൽ കാർ നിർത്തി, പാടത്തുകൂടി അല്പം നടക്കണം പള്ളത്ത് മനയ്ക്കൽ എത്തുവാൻ. ഗൺമാനും പി എയും എല്ലാരും അനുഗമിക്കുവാൻ തുടങ്ങി.

"എയ്, ഒന്നും വേണ്ട. ഞാൻ ഇശ്ശി പ്രാവശ്യം നടന്ന വഴിയാ."

കൃത്യാന്തര ബാഹുല്യം കാരണം കല്യാണം കഴിഞ്ഞ്, ഊണുകഴിക്കുവാൻ നിൽക്കാതെ തിരിച്ചുപോയി.

ഉണ്ണി (ഗോവിന്ദൻ മൂസത്) പൂനയിൽ ആംഡ് ഫോഴ്സ് മെഡിക്കൽ കോളേജിൽ ലാബ് ടെക്നീഷ്യനായിരുന്നു. പുലരി അവിടത്തെ കുടുസ്സായ ക്വാർടേഴ്സിൽ ഗൃഹനായികയായി, മൂന്നുമക്കൾക്ക് – ഉഷ, കൃഷ്ണകുമാർ, വസന്ത– അമ്മയായി. ഉണ്ണി റിട്ടയർ ചെയ്തപ്പോൾ കൊപ്പത്ത് സ്വന്തമായി ഒരു ലാബ് സ്ഥാപിച്ചു. കുടുംബവീട്ടിൽ താമസവും.

ഒരു ദിവസം ഉണ്ണിയുടെ സ്കൂട്ടറിന്റെ പുറകുവശത്ത് ഇരുന്നുവരുമ്പോൾ, വണ്ടി ഒന്ന് ചെരിഞ്ഞു, പുലരി വീണു. എഴുന്നേൽക്കാൻ ശ്രമിച്ചപ്പോൾ വലത്തെ കാൽ തറയിൽ ഊന്നാൻ പറ്റാത്ത വിധം വല്ലാത്ത വേദന. പ്രാഥമികാരോഗ്യകേന്ദ്രത്തിൽ എത്തിയപ്പോഴും ദുസ്സഹമായി വേദന.

"ഒരു ഒടിവുണ്ടല്ലോ. മുട്ടിനുമുകളിൽ തുടയെല്ലാണ് ഒടിഞ്ഞിരിക്കുന്നത്. തൽക്കാലം ഒരു പ്ലാസ്റ്റർ ഇടാം." വേദന കൂടുകയല്ലാതെ കുറയുന്ന മട്ടുകാണാത്തതുകൊണ്ട് പെരിന്തൽമണ്ണയിലെ ഓർത്തോ വിഭാഗത്തിലെ ഡോക്ടർ സീതിയെ കാണിച്ചു. എക്സ്റേ കണ്ട് അദ്ദേഹം പറഞ്ഞു, "ബോൺട്യൂമർ ആയിരിക്കാം എന്ന് തോന്നുന്നു. അതാവും ചെറുതായി ഒന്നു മുട്ടിയപ്പോൾ ഒടിയാൻ കാരണം."

അല്പം ചിന്തിച്ചിട്ട് പറഞ്ഞു, "ഒരു കാര്യം ചെയ്യൂ, ഈ എക്സ്റേ കോഴിക്കോട് മെഡിക്കൽ കോളേജിൽ കൊണ്ടുപോയി കാണിക്കൂ. അതുവരെ ഇവിടെ കിടക്കട്ടെ."

അവിടത്തെ വിദഗ്ധർ തലങ്ങും വിലങ്ങും വാദിച്ചു. Osteoclastoma

യാണോ അതോ മാരകസാധ്യതയിൽ അതിന്റെ വലിയ ജ്യേഷ്ഠനായ Osteosarcoma യാണോ.

"രണ്ടായാലും കാലതാമസമില്ലാതെ എളിയിൽനിന്ന് (Hipjoint) മുറിച്ചുമാറ്റുകയാണ് വേണ്ടത്. അതിനുശേഷം പതോളജിക്കാർ നിശ്ചയിക്കും ഏത് ഗ്രന്ഥി (tumor) യാണ് എന്ന്."

മൂത്തമകൾ ഉഷ പിന്നീട് പറയുകയുണ്ടായി, "ആ ദിവസങ്ങളിൽ ഞങ്ങൾ അനുഭവിച്ച മനോവേദന അവർണനീയമാണ്. അമ്മയും അച്ഛനും കാണാതെ തൂകിയ കണ്ണീരിന് കണക്കില്ല."

അക്കാലത്ത് ഈ ലേഖകൻ കണ്ണൂർ എ കെ ജി ആശുപത്രിയിൽ പ്രവൃത്തി എടുക്കുകയായിരുന്നു. ഉഷയുടെ നിർദേശപ്രകാരമാണ് എന്ന് തോന്നുന്നു, പുലരിയെ എന്റെയടുക്കൽ കൊണ്ടുവന്നു.

എന്റെ ഓർമ ശരിയാണെങ്കിൽ പ്ലാസ്റ്റർ ഇട്ട് അനങ്ങാതെയായിരുന്നിട്ടും, പുലരിക്ക് കാലിന്റെ വേദന കലശലായിരുന്നു. തുടരെത്തുടരെ വേദന സംഹാരി കൊടുക്കേണ്ടിവന്നിരുന്നു. ഒരു സാധാരണ ഒടിവിനാണെങ്കിൽ പ്ലാസ്റ്ററിട്ട് നിശ്ചലമാക്കിയാൽ അസഹനീയമായ വേദനകുറയും. പിന്നെ ചൊറിച്ചിലും ഉറുമ്പ്, മൂട്ട മുതലായ ക്ഷുദ്രജീവികളുടെ ശല്യവും കാരണമാവും വിഷമം.

എക്സ്റേയിൽ 'Y' ആകൃതിയിലായിരുന്നു ഒടിവ്. പ്ലാസ്റ്റർ മാറ്റി ഒരു 'Thomas splint ഇട്ടു. രണ്ടു ദിവസം അണുനാശിനി ലേപനങ്ങൾകൊണ്ട് വൃത്തിയാക്കി. പിന്നെ ഓട്ടോക്ലേവ് ചെയ്ത സൂചിയും സിറിഞ്ചും ഉപയോഗിച്ച് ഒടിവ് സ്ഥലത്തുനിന്ന് രക്തസമ്മിശ്രമായി കിട്ടാവുന്ന മാംസശകലങ്ങൾ വലിച്ചെടുത്തു. അത് formaline ൽ സംഭരിച്ചു പരിശോധനക്കയച്ചു.

ആകാംക്ഷാഭരിതമായ രണ്ടു ദിവസം. ദേവകിയും ഞാനും പല പ്രവശ്യം പുലരിയുടെ മുറിയിൽ പോയി, ഞങ്ങൾക്കാവുന്നവിധം സമാശ്വസിപ്പിക്കുവാൻ.

ഒരു ദിവസം മുട്ടാതെ വാതിൽ തുറന്നുചെന്നപ്പോൾ, മകൻ ഉണ്ണി, ആ പാദങ്ങൾ തടവി കണ്ണുനീർ പൊഴിച്ചുകൊണ്ടിരിപ്പാണ്. ആ മുഖഭാവം വാചാലമായിരുന്നു.

"അമ്മയുടെ ഈ പാദം ഇനി എത്രനാൾ തൊടുവാനും തലയിൽ വെക്കാനും കഴിയും."

ഞങ്ങൾ അകത്തുണ്ടെന്നറിഞ്ഞ നിമിഷം തട്ടിപ്പിടഞ്ഞ് എഴുന്നേറ്റ് കൈലേസുകൊണ്ട് മുഖം തുടച്ച് മിടുക്കനായി.

കൃഷ്ണകുമാർ (ഉണ്ണി) അറിഞ്ഞുകാണില്ല, അയാളുടെ മാത്രമായ ആ ദാരുണനിമിഷം ഞങ്ങൾ സമ്മതംകൂടാതെ മനസ്സിൽ പകർത്തി എന്ന്. അത് പങ്കുവച്ച ദേവകി, എല്ലാവരെയും കണ്ണീരിലാഴ്ത്തി ഏഴുവർഷം മുമ്പ് 2001 ക്രിസ്മസ് ദിവസത്തിൽ കാലയവനികക്കപ്പുറത്തേക്ക് നടകൊണ്ടു.

പാതോളജി റിപ്പോർട്, അതിക്രൂരനല്ലാത്ത, എങ്കിലും അപകടകാരിയായ giant cell Tumor, Grade II എന്നായിരുന്നു. ഇതിന്, എളിയ്ക്ക് താഴെ കാൽമുഴുവൻ കാഴ്ചവെയ്ക്കേണ്ട കാര്യമില്ല.

കോഴിക്കോട്ടുകാരൻ വിയോജിച്ചു. മണിപ്പാലിൽ പ്രൊഫസർ വർഗിസ് ചാക്കോയ്ക്ക് ടെലിഫോൺ ചെയ്തു കാര്യം പറഞ്ഞു.

"സാറ് സംശയിക്കാതെ ഇങ്ങോട്ടു കൊണ്ടുപോര്. റൂം റെഡിയാക്കാം. You order, it shall be done".

"പക്ഷേ ക്രിസ്മസ് കാലമല്ലേ?"

"യേശുനാഥൻ നിർവിഘ്നം മനുഷ്യസമൂഹത്തെ സേവിച്ച്, എല്ലാ പാപങ്ങളും സ്വയമേറ്റെടുത്തു കുരിശുമായി മല കയറി അതിൽ തറയ്ക്കപ്പെട്ടു. നിന്ദിതരെയും പീഡിതരെയും സേവിക്കുന്നതിൽ അവധിദിവസങ്ങൾ ഇല്ല. സാർ ഇങ്ങ് പോര്".

രണ്ടു ദിവസത്തെ ശുദ്ധീകരണ പ്രവർത്തനങ്ങൾക്കുശേഷം, 1987 ഡിസംബർ ഇരുപത്തിനാലാം തീയതി ഓപ്പറേഷൻ ചെയ്തു. എല്ലിനകത്തുനിന്ന് വളർന്ന ഗ്രന്ഥി മുഴുവൻ മുറിച്ചു മാറ്റി. അതിനു പകരം, എളിയിൽനിന്ന് കുറെ എല്ലുകഷ്ണങ്ങൾ എടുത്തു തൽസ്ഥാനത്ത് നിറച്ചു. എല്ലിന്റെ പുറപാളി periostium തയ്ച്ച് പൂർണമാക്കി. ഉറപ്പിന് ഒരു കമ്പി (stainless steel) കൊണ്ട് എല്ല് ബലപ്പെടുത്തി.

ഇരുപത്തിനാല് വർഷമായി ആ കാലിൽ നിർവിഘ്നം നടക്കുന്നു. അടുത്ത കാലത്ത് കണ്ടപ്പോൾ ഞാൻ ചോദിച്ചു, "പണ്ടത്തെ മാതിരി കുറച്ച് ഡാൻസ് ചെയ്തുകൂടെ?"

അല്പം ലജ്ജാവതിയായി ചിരിച്ചുകൊണ്ട് പറഞ്ഞു, "അന്നത്തെ വയസ്സ് തിരിച്ചുകിട്ടിയാൽ ഈ കാലിൽ ഇനിയും ഡാൻസ് ചെയ്യാർന്നു."

57

ഈ ഭൂമി മലയാളത്തിൽ

"**ആ**യിരത്തി തൊള്ളായിരത്തി എഴുപത്തിയാറ് മേയ് മാസം ഒമ്പതാം തീയതി രാവിലെ പത്തുമണിക്ക്, ഞങ്ങളുടെ വീട്ടിൽ എത്തിക്കൊള്ളണം. കാര്യം, ഞങ്ങളുടെ മകൾ ചന്ദ്ര വിവാഹിതയാവുകയാണ്. ചക്കംകുളങ്ങര അച്യുതൻ ആണ് വരൻ."

അലംഘനീയമായ ഒരു ആജ്ഞയുടെ സ്വരമായിരുന്നു അതിന്.

എന്റെ മകൾ അനസൂയ പൂർണഗർഭിണിയായിരുന്നു. എങ്കിലും ഞങ്ങളെല്ലാവരും തൃശൂരിൽ അവരുടെ (അനീനിയുടെ- യശശ്ശരീരയായ ഒരു ചേച്ചിയെ ഞാൻ അങ്ങനെയാണ് വിളിച്ചിരുന്നത്) വീട്ടിൽ നിശ്ചിത സമയത്തിനുമുമ്പേ എത്തി.

എല്ലാ വേനൽക്കാലത്തും അവരുടെ മുറ്റത്ത് ഒരു പന്തൽ ഇടുമായിരുന്നു. അന്നും അതുണ്ടായിരുന്നു. തോരണങ്ങളോ അലങ്കാരങ്ങളോ ഒന്നുമുണ്ടായിരുന്നില്ല. ഇരുപത് കസേര വാടകയ്ക്ക് എടുത്തതുണ്ടായിരുന്നു.

പ്രതിശ്രുതവധു, ശുഭ്രവസ്ത്രാവൃതയായിക്കണ്ടു. പക്ഷേ, ആഭരണങ്ങളൊന്നുമുണ്ടായിരുന്നില്ല. കാതിലെ കമ്മലുകൾ ഒഴികെ.

തൃശൂരിൽത്തന്നെ താമസമായിരുന്ന പാറുക്കുട്ടി ഏടത്തിയും കുടുംബവും അകായിൽ എവിടേയൊ നിന്ന് വന്നു, ഞങ്ങളെ വരവേൽക്കാൻ.

അൽപ്പസമയത്തിനുശേഷം വരൻ അച്ചുവും മൂന്ന് ജ്യേഷ്ഠന്മാരും ചേടത്തിയമ്മമാരും എത്തി. പിന്നെ പതിനൊന്നുമണിക്ക് റെജിസ്ട്രാറും ശിപായിയും. അവർ അൽപ്പം കട്ടികൂടിയ റെജിസ്റ്ററും കൊണ്ടുവന്നിരുന്നു. ഡോക്ടർ രമേഷും വേറെ രണ്ട് ഏറ്റവും അടുത്ത സുഹൃത്തുക്കളും എത്തിയിരുന്നു.

എല്ലാവരെയും ഇരിക്കുവാൻ ക്ഷണിച്ചു. പിന്നെ കൃഷ്ണൻകുട്ടി ഏട്ടൻ പറഞ്ഞു, "ചന്ദ്രയും അച്ചുവും ഇന്ന് വിവാഹിതരാവുകയാണ്. അവരെ അനുഗ്രഹിക്കണം."

അതുകഴിഞ്ഞ് റെജിസ്ട്രേഷൻ എന്ന ചടങ്ങുനടന്നു. അതിന് എല്ലാവരുടെയും മുമ്പാകെ, സർക്കാർ നിശ്ചയിച്ചിട്ടുള്ള 125 രൂപ ഫീസ് റെജിസ്ട്രാരെ ഏൽപ്പിച്ചു. എല്ലാവരും കൂടി ഇരുന്ന്, ഒരു കപ്പ് ചായയും വടയും കഴിച്ച് പിരിഞ്ഞു.

ദൂരെനിന്ന് വന്ന ഞങ്ങൾക്ക് ഒരു സാധാരണ ഊണും ഒരു പായസവും കിട്ടി. ഡോക്ടർ രമേഷ് (തൃശൂരിലെ മാനസികരോഗ ആശുപത്രിയിലെ സൂപ്രണ്ട്) ആയിരുന്നു വിളമ്പുവാൻ.

അച്ചുവും ചന്ദ്രയും സാമ്പത്തികശാസ്ത്ര വിദഗ്ധരായി വളരെക്കാലം ബോംബെ സർവകലാശാലയിൽ പ്രവൃത്തി എടുത്ത് അടുത്തൂൺ പറ്റി, ഇപ്പോൾ ചക്കംകുളങ്ങര രാസവിമുക്ത കൃഷിയിൽ വ്യാപൃതരാണ്. രാസവളം തൊട്ടുതീണ്ടാത്ത ആ വളപ്പിൽ വിളഞ്ഞ തേങ്ങ ഉണക്കി കൊപ്രയാക്കി, ആട്ടി എടുക്കുന്ന വെളിച്ചെണ്ണ, ആ തൊടിയിൽ വിളഞ്ഞ കായ, പഴം മുതലായവയേ അവിടെ ലഭ്യമാവുകയുള്ളൂ. ഇഞ്ചി, മഞ്ഞള് മുതലായവയും തഥൈവ.

കെയ്നീഷ്യൻ അർഥശാസ്ത്രത്തിന് വ്യാവസായിക, ചൂഷണാധിഷ്ഠിത വികസനം ആസൂത്രണംചെയ്ത് സാമ്രാജ്യത്വം വളർത്താം. എന്നാൽ, ഗാന്ധിജി ഒരു സേവാഗ്രാം ഉണ്ടാക്കി. പക്ഷേ, അത് വികസിപ്പിക്കാൻ കഴിഞ്ഞില്ല. വിനോബഭാവെ ഗാന്ധിയൻ ട്രസ്റ്റീഷിപ്പ് തത്ത്വത്തിൽക്കൂടി ദരിദ്രനാരായണന്മാരെ ചെറുകിട ഉടമസ്ഥന്മാരാക്കാൻ കിണഞ്ഞുശ്രമിച്ചു, കൂപ ദാനത്തിലും കക്കൂസ് ദാനത്തിലും വരെ എത്തിനിന്നു. വൻകിട രാസവള ഉൽപ്പാദകന്മാർ, ജനത്തിന്റെ കണ്ണിൽ പൊടി ഇടാനായി അർഥശൂന്യമായ പരസ്യങ്ങളിൽ കൂടി, അവരുടെ വൻലാഭം ഉറപ്പുവരുത്തുന്നു. ചക്കംകുളങ്ങര രാസവിമുക്ത സംരംഭം എവിടെ എത്തും!

ആർഭാടരഹിതമായ ഒരു ചെറുചടങ്ങിൽക്കൂടി ദാമ്പത്യത്തിൽ പ്രവേശിച്ച്, ജീവിതസായാഹ്നത്തിൽ എത്തിനിൽക്കുകയാണ് ചന്ദ്ര അച്യുതൻമാർ.

ജാതകം നോക്കാൻ മിനക്കെട്ടില്ല. മുഹൂർത്തം കുറിക്കുവാൻ ജ്യോത്സ്യനെ സമീപിച്ചില്ല. കരുണാകടാക്ഷത്തിനായി ഒരു ദൈവത്തേയും കണ്ടില്ല, വഴിവാട് ഇനത്തിൽ കൈക്കൂലി കൊടുത്തില്ല. സ്വർണം വാങ്ങിയില്ല. പണ്ടങ്ങൾ നിർമിച്ചില്ല. പട്ടുവാങ്ങിച്ചില്ല. ക്ഷണക്കത്തുകൾ അടിപ്പിച്ചില്ല, അയച്ചില്ല. നാദസ്വരമേളം കേൾപ്പിച്ചില്ല. സദ്യ നടത്തിയില്ല. പാവങ്ങൾക്ക് സർവാണിസദ്യ വിളമ്പിയില്ല. അനാഥാലയങ്ങളിൽ പ്രത്യേക സംഭാവനകൾ കൊടുത്തില്ല.

ആ ദമ്പതിമാരെയും അവരുടെ അച്ഛനമ്മമാരെയും അനുമോദിക്കാം.

58

ജീവിത ശൈലി രോഗങ്ങൾ

കുറേക്കാലമായി എല്ലാ മാധ്യമങ്ങളിലും അർഹിക്കുന്നതിലും വളരെ ഏറെ സ്ഥലം കൈക്കലാക്കിയിട്ടുള്ള ഒരു 'ഇമ്പാച്ചി'യാണ് ഈ 'രോഗ'ങ്ങൾ. ഇതിൽ അധികവണ്ണത്തിന് സിംഹഭാഗവും വിനിയോഗിക്കപ്പെടുന്നു. അതിനുകാരണമായി ഏറ്റവുമധികം പഴി പറയുന്നത് കൊളസ്ട്രോൾ എന്ന കൊഴുപ്പിനെയാണ്. എന്റെ ജ്യേഷ്ഠത്തിയുടെ ഓമന മകൾ ജന്മനാലേ ഒരു 'തടിച്ചി'യായിരുന്നു. അവൾ ശിശുരോഗവിദഗ്ധർ പറയുന്ന വളർച്ചയിലെ നാഴികല്ലുകൾ കടക്കുന്നതിന് ഒട്ടുംതന്നെ പുറകിലായിരുന്നില്ല. ബുദ്ധിപരമായ വളർച്ചകളിലുള്ള മൈൽസ്റ്റോണുകളിലും ഒട്ടും പുറകിലായിരുന്നില്ല. തൽക്ഷണ പ്രതികരണങ്ങളിൽ അസാധാരാണ സാമർഥ്യമാണുണ്ടായിരുന്നത്. ഇംഗ്ലീഷിൽ Repartee എന്നുപറയുന്ന സാമർഥ്യം.

മൂന്നോ നാലൊ വയസേ ആയിരുന്നുള്ളു. സന്ധ്യമയങ്ങിയ സമയം. ഒരു വാതിൽതുറന്ന് പോകുവാൻ ശ്രമിക്കുമ്പോൾ മുതിർന്ന ആരോ പറഞ്ഞു, 'അങ്ങട് പോണ്ട. അവിടെ ഇമ്പാച്ചി ഉണ്ടാവും'. (വള്ളുവനാടൻ ശൈലിയിൽ ഒരു സാങ്കൽപ്പിക ബീഭത്സരൂപം).

"ഉവ്വൊ, ഞാൻ ഇതുവരെ കണ്ടിട്ടില്ല. ഒന്നുപോയി കണ്ടിട്ടുവരാം." മിക്ക കുട്ടികളും പേടിച്ച് പിൻമാറുമായിരുന്നേനെ.

കുറച്ചുകൂടി മുതിർന്ന് എട്ടോ ഒമ്പതോ വയസ്സ് അവൾക്ക് ഉണ്ടായിരുന്നപ്പോൾ ഞങ്ങൾ കൊച്ചി കായലിൽ ബോൾഗാട്ടി ദ്വീപിലേക്ക് പോവുകയായിരുന്നു. ബോട്ടുനിന്നു. എഞ്ചിൻ പ്രവർത്തനരഹിതമായി. പലരും വ്യാകുലപ്പെട്ടു. അപ്പോഴാണ് തനി തൃശൂർ ഈണത്തിൽ (അവർ കുറെക്കാലം തൃശൂരിലായിരുന്നു താമസം). ചന്ദ്രയുടെ ഒരു ചോദ്യം "അപ്പുമ്മാമ, എപ്ലാ ഈ ബോട്ട് മുങ്ങാ?"

കളികൾക്കിടയിൽ കുട്ടികൾ 'ഒരു തടിച്ചിപ്പെണ്ണ്', എന്നു പറഞ്ഞ് കളിയാക്കാൻ ശ്രമിച്ചാലും അതിനുള്ള മറുപടി ഒട്ടും കൂസാതെ അടിക്കും. 'അസൂയപ്പെട്ടിട്ട് കാര്യമില്ല. ഉണ്ട ചോറ് ദേഹത്ത് കാണണം' എന്ന്.

മിടുക്കിയായി പഠിച്ചു, ബിരുദധാരിയായി തികച്ചും അനാർഭാട കല്യാണം കഴിച്ചു. നവദമ്പതികൾ ബോംബെ സർവകലാശാലയിൽ ഗവേഷണവും ഉദ്യോഗവുമായി സസന്തോഷം ജീവിക്കുന്ന കാലത്ത് ചന്ദ്രക്ക് ചില അസുഖങ്ങൾ പ്രത്യക്ഷപ്പെട്ടു. ദിവസവും സർവകലാശാലയിൽപോയി വരുന്നത് ശ്രമകരമാവാൻ തുടങ്ങി. രാത്രിയിൽ അൽപ്പം പനി. ചില അവസരങ്ങളിൽ ചുമ. അച്ചു (അവളുടെ ഭർത്താവ്) പരിഭ്രാന്തനായി. മണിപ്പാലിലായിരുന്ന എന്നെ വിവരം അറിയിച്ചു. ഞാൻ ബോംബെയിൽ എത്തി.

ഒന്നിനെയും കൂസാത്ത തടിച്ച ചന്ദ്രയെയല്ല ഞാൻ കണ്ടത്.

ശോഷിച്ച ശരീരം, വാടിയ മുഖം, വയ്യ, ഇരിക്കട്ടെ എന്ന മുഖഭാവം. കണ്ടപ്പോൾ ഞാൻ ഒന്നു നടുങ്ങി.

അച്ചു പല ഉരു പറഞ്ഞു. "ഇപ്പോൾ ഒരു പാട് നിർബന്ധിച്ചാലേ കുറച്ച് വല്ലതും കഴിക്കുകയുള്ളു. പിന്നെ ക്ഷീണം തോന്നാതെ ഇരിക്കോ."

കെ ഇ എം (കിങ് എഡ്വേർഡ് മെമ്മോറിയൽ) ആശുപത്രിയിൽ മഹാഷൂർ എന്ന വിദഗ്ദ്ധൻ വിശദമായി പരിശോധിച്ചു. പല പരീക്ഷണങ്ങളും നടത്തി.

മില്ലിയറി ട്യൂബർകുളോസിസ് ആണെന്ന് അസന്ദിഗ്ധമായി കണ്ടുപിടിച്ചു.

(മില്ലിയറി ട്യൂബർകുളോസിസ് ദേഹത്ത് പലയിടത്തും പടരുവാനുള്ള പ്രവണതയുള്ള ക്ഷയരോഗം)

കാരണം: ജീവിതശൈലിയിൽ വരുത്തിയ മാറ്റം, ആഹാരക്കുറവ്.

കുട്ടിക്കാലത്തും കൗമാരപ്രായത്തിലും തടിച്ചി ആയിരുന്ന അവൾക്ക് എം എയ്ക്ക് പഠിക്കുന്ന കാലത്ത് കൃശഗാത്രിയാവാൻ ഒരു മോഹം. ആഹാരം പകുതിയാക്കികുറച്ചു. ഒരു പന്ഥാവ് തെരഞ്ഞെടുത്താൽ അതിൽകൂടി മുന്നേറുന്ന പ്രകൃതക്കാരി. മൂന്നാലു മാസംകൊണ്ട് ആഹാരം കഴിക്കുവാനുള്ള പണ്ടുണ്ടായിരുന്ന പ്രവണത കുറഞ്ഞു. ഒരുപാട് ഭക്ഷണം കുറയ്ക്കുവാൻ ഇത് പ്രേരകമായി. ക്രമാതീതമായി തടി കുറഞ്ഞു.

പക്ഷേ അതിനു കൊടുക്കേണ്ടിവന്ന വില കടുത്തതായിപ്പോയി.

മഹാഷൂറിന്റെ ചികിത്സ അണു ഇട മാറാതെ തുടർന്നു. പനിമാറി, ചുമ മാറി, ക്ഷീണവും മാറി. എല്ലും തോലുമായിരുന്ന ശരീരം മാംസളമായി.

പക്ഷേ ഫലോപ്പിയൻ ട്യൂബ്സ് (അണ്ഡാശയത്തിൽനിന്ന് [ഓവറി] ഗർഭപാത്രത്തിലേക്കുള്ള പന്ഥാവ്) അടഞ്ഞുപോയി. ടിബി മൂലം. ചന്ദ്രയുടെ അനുഭവം ഇത്രയും വിവരിച്ചത് യുവതികൾ ഇത്തരം കെണിയിൽപ്പെടാതിരിക്കാൻ വേണ്ടിയാണ്.

ഇനി ജീവിതശൈലി ജന്യരോഗങ്ങൾ എന്താണ്, ഇതിന് ഇത്ര വലിയ പ്രചാരണം കിട്ടുവാൻ എന്താണ് കാരണം. ഒറ്റവാക്കിൽ പറഞ്ഞാൽ കൊള്ളലാഭേച്ഛ. കൊളസ്ട്രോൾ എന്ന ഭീകരനാണ് തുറുപ്പ്ചീട്ട്. അതിൽ എച്ച് ഡി എൽ, എൽ ഡി എൽ വകഭേദങ്ങളെപ്പറ്റി പണ്ഡിതോചിതമായി എഴുതി ഫലിപ്പിക്കുവാൻ ചെലവഴിക്കപ്പെട്ട മഷി ഏത് എടവപ്പാതി വർഷത്തേയുംകാൾ കൂടും.

അമ്പതുകളിൽ എഴുതിവിട്ട അശാസ്ത്രീയ പ്രചാരണത്തിന്റെ ഒരു സാമ്പിൾ:

'മാരകമായ കൊളസ്ട്രോൾ ചെറുകുടലിന്റെ അവസാന രണ്ടടിയിൽ കൂടിയാണ് ദേഹത്തിൽ കടന്നുകൂടുന്നത്. അത് നീക്കംചെയ്താൽ ആരോഗ്യവാനായി നെടുനാൾ ജീവിക്കാം. എന്റെ ഒരു സഹപ്രവർത്തകൻ, നാഗപട്ടണത്തിൽ പ്രാക്ടീസ് ചെയ്തിരുന്ന ഒരു ശസ്ത്രക്രിയാവിദഗ്ധൻ, ഡോക്ടർ ശേഷാദ്രി ഒരിക്കൽ പറഞ്ഞു: 'ഈ അവസാനത്തെ രണ്ടടി Ilium (അതാണ് ചെറുകുടലിന്റെ ശാസ്ത്രീയനാമം) ലക്ഷങ്ങളുടെ സമ്പാദ്യം ഉണ്ടാക്കിത്തന്നു. ആ ഭാഗം മുറിച്ചുമാറ്റൽ ശസ്ത്രക്രിയയിൽ കൂടി.

മാധ്യമങ്ങളോട് അയാൾക്ക് ഉള്ള കടപ്പാട് കുറച്ചൊന്നുമല്ല.

ഈയിടെയായി ദൃശ്യമാധ്യമങ്ങളിൽ കാണുന്ന, കണ്ടുകൊണ്ടിരിക്കുന്ന ആകർഷകങ്ങളായ പരസ്യങ്ങൾ.

1. തലയും താടിയും നരച്ച, ഒരു മഹാപണ്ഡിതൻ, കുറെ മദ്ധ്യവർത്തി പുരുഷന്മാരെയും സ്ത്രീകളെയും കാണിച്ച് പറയുന്നു. 'ഇവരെല്ലാം ദറൈസനോൾ കഴിക്കുവാൻ തുടങ്ങി. പണ്ടത്തെ ജീവിതശൈലിയിൽ യാതൊരു മാറ്റവും വരുത്താതെതന്നെ അവർക്ക് കൊളസ്ട്രോൾ ഗണ്യമായി കുറഞ്ഞു. കാരണം അതിൽ.... ഉണ്ട്. അത് കൊളസ്ട്രോൾ കെടുതി നിശ്ശേഷം മാറ്റും.

'നിങ്ങളും അത് കഴിക്കുവാൻ തുടങ്ങു'.

2. ഒരു മധ്യവയസ്കയായ സ്ത്രീയും അവരുടെ അൽപ്പം തടിച്ച പുത്രനും പാർക്കിൽകൂടി നടക്കുന്നു. ഒരു കള്ളൻ സ്ത്രീയുടെ കൈയിൽ ഉണ്ടായിരുന്ന പെട്ടി (പണപ്പെട്ടിയാണോ എന്ന് സംശയം) തട്ടിയെടുത്ത് ഓടുന്നു. മകൻ പുറകെ ഓടുന്നു. പകുതിവഴി ശ്വാസംമുട്ടിനിൽക്കുന്നു. കള്ളൻ രക്ഷപ്പെടുന്നു. കാറ്റുകൊള്ളുവാൻ ഒരു വൃദ്ധൻ അവിടെ ഇരിക്കുന്നു. അയാളുടെ മുഖത്ത് മിന്നിമറയുന്ന ഭാവം, മഹാപുച്ഛം, ഏത് നാട്യാചാര്യനെയും അസൂയാലുവാക്കത്തക്കതാണ്.

അശരീരി: ഓ മോനേ– (ഒരു പ്രത്യേക പാചക എണ്ണയുടെ പേര്).... ഉപയോഗിക്കൂ. അത് നിങ്ങളുടെ കൊളസ്ട്രോൾ നിലവാരം താഴ്ത്തും.

അയാൾ ആ പ്രത്യേക പാചക എണ്ണ സൂപ്പർമാർക്കറ്റിൽനിന്ന് വാങ്ങുന്നു, മുഖത്ത് പൂർണ സംതൃപ്തി.

3. ഒരു മധ്യവയസ്കനും – ഉന്നത ഉദ്യോഗസ്ഥൻ – ഭാര്യയും പ്രാതലിനിരിക്കുന്നു. അയാൾ പ്രേക്ഷകരെ അഭിമുഖീകരിച്ച് പറയുന്നു. 'ഞാൻ വല്ലാത്ത പരിഭ്രാന്തിയിലായി. എന്റെ കൊളസ്ട്രോൾ അളവ് ക്രമാതീതമായി കൂടി. ഒരു സുഹൃത്ത് .... ഓട്ട്സ് കഴിക്കുവാൻ ഉപദേശിച്ചു,'

അത് കഴിക്കുന്ന ഷോട്ട്. പിന്നെ തിരിഞ്ഞ്, പൂർണ തൃപ്തിയോടെ അയാൾ പറയുന്നു, 'It works. ഇപ്പോൾ എന്റെ കൊളസ്ട്രോൾ താഴ്ന്നു വന്നിരിക്കുന്നു. ഒന്നല്ല, നാല് വ്യത്യസ്ത ലാബുകളിൽ ടെസ്റ്റ്ചെയ്തു.

'ഇപ്പോൾ ഓട്സ് മൂന്ന് വ്യത്യസ്ത രുചികളിൽ ലഭ്യമാണ്.'

ഇതിന് വ്യത്യസ്തമായി, തെങ്ങിന്റെ മണ്ടയിൽ നിന്നോ, പാടം ഉഴുകുന്നതിന്റെ ഇടയിൽ നിന്നോ, ഓടി നിറച്ച് മീനുമായി തിരിച്ചുവരുന്നവനോ, ചീനവല വലിക്കുന്നവനോ ഒന്നും കൊളൊസ്ട്രോളിനെപ്പറ്റിയോ റൈസിനോളിനെപ്പറ്റിയോ ഗീർവാണപ്രസംഗം നടത്തുന്നത് ഒരു ടി വി ചാനലും പ്രദർശിപ്പിക്കുന്നില്ല.

അവർ കഴിക്കുന്ന വെളിച്ചെണ്ണയും കപ്പയും മീനും ചോറും മേദസ്സ് വർധിക്കുവാൻ അവരുടെ അധ്വാനം അനുവദിക്കുന്നില്ല. കൊളസ്ട്രോൾ അവരെ വേട്ടയാടുന്നില്ല, അവർക്ക് അതിനെപ്പറ്റി വ്യാകുലപ്പെടുവാൻ സമയവും ഇല്ല.

ബി പി എൽ എന്ന ഓമനപ്പേരിൽ അറിയപ്പെടുന്ന ചാളനിവാസികളെയും കൊളസ്ട്രോൾ വേവലാതി –വേവലാതി എന്നുതന്നെ പറയട്ടെ– അലട്ടുന്നില്ല. ജീവിതസായാഹ്നത്തിൽ കാലുംനീട്ടി ഇരുന്ന് പേരക്കുട്ടികളുടെ കളികൾ സകൗതുകം കണ്ട് പല്ലില്ലാത്ത മോണകാട്ടി ചിരിക്കുന്നു.

'ജീവിത ശൈലി രോഗങ്ങൾ' വർഗ വൈരുധ്യജനിതമാണ്.

അതിന്റെ അല്ലെങ്കിൽ അതിനെപ്പറ്റിയുള്ള അതിപ്രചാരണം കച്ചവടാവശ്യമാണ്.

ഇന്ന് ചെറുപ്പക്കാരെ ബാധിച്ചിരിക്കുന്ന ഐ ടി എന്ന മേദസ്സിന് പ്രതിവിധിയായി മരുന്നും ശസ്ത്രക്രിയയുമൊന്നുമല്ല, വ്യായാമമാണ് വേണ്ടത്.

അതിയായ തടി ഹാനികരമാണ്. ഹൃദയാസുഖ വിദഗ്ധൻ ഡോക്ടർ സർവോത്തമപ്രഭു പറഞ്ഞു. 'Burn your exess fat' – വ്യായാമംകൊണ്ട് അധികവണ്ണം കുറയ്ക്കൂ.

59

മസ്തിഷ്കത്തിൽ ഒരു നീർക്കെട്ട്

ഉണ്ണിയും ഗിരിജയും ബാങ്ക് ജീവനക്കാർ, രണ്ട് വ്യത്യസ്ത ബാങ്കുകളിൽ. ഓരോ മാസം ലീവെടുത്ത് അവർ വിവാഹിതരായി. അതിൻെറ അന്ത്യത്തിൽ മധുവിധുവിൻെറ മാധുര്യം നുണഞ്ഞുകൊണ്ട് രണ്ടുപേരും ഡ്യൂട്ടിക്ക് ഹാജരായി. സഹപ്രവർത്തകരുടെ അനുമോദനങ്ങൾ ഏറ്റുവാങ്ങിക്കൊണ്ട്, കുസൃതിചോദ്യങ്ങൾക്ക് തക്കതായ മറുപടി പറഞ്ഞാഹ്ലാദിച്ചു.

ഒരുമാസം കഴിഞ്ഞു. യുവദമ്പതികളെ സ്ഥലംമാറ്റി– ഉണ്ണിയെ പത്തനംതിട്ടയ്ക്കും, ഗിരിജയെ ചേലക്കരയ്ക്കും. ഒരു വൈരാഗ്യബുദ്ധിയോടെ ചെയ്തതാകുമോ? ആവാൻ ഇടയില്ല. രണ്ടു ബാങ്കുകൾ, രണ്ട് മാനേജുമെൻ്റുകൾ.

കണ്ണീരിൽ കുതിർന്ന ആ രാത്രി അവർ പലതും ആലോചിച്ചു. ‘‘വിധിവൈപരീത്യമെന്നൊന്നുണ്ടെങ്കിൽ അതിതാണ്’’ എന്ന് അന്യോന്യം ആശ്വസിപ്പിച്ചു.

ഒരു നിശ്ചയത്തിലെത്തി. എല്ലാ ശനിയാഴ്ചയും രണ്ടുപേരും തൃശൂരിൽ ഉണ്ണിയുടെ വാത്സല്യനിധിയായ അമ്മയുടെ വീട്ടിൽ ഒത്തുചേരുക. തിങ്കളാഴ്ച അതിരാവിലെ പിരിയുക.

ഇത് ഒരു വലിയ ചെലവ് ആണെങ്കിൽ കൂടിയും. അമ്മ പറഞ്ഞു, “ആ ചെലവ് എൻെറ വക.”

രണ്ടുവർഷം ശനി/ഞായർ ദാമ്പത്യം നിർവിഘ്നം തുടർന്നു. ഗിരിജ ഗർഭിണിയായി. പാരവശ്യവും ഛർദിയും സഹിച്ചും തൃശൂരിലേക്കുള്ള ബസ് യാത്ര മുടക്കിയില്ല. ഇ എസ് ഐ ആശുപത്രിയിൽ ഗർഭശുശ്രൂഷയും അത്യാവശ്യം പരീക്ഷണങ്ങളും തുടർന്നു. പത്തുമാസം കഴിഞ്ഞപ്പോൾ രണ്ടേമുക്കാൽ കിലോ തൂക്കമുള്ള ഒരു മനോഹരി സുഖപ്രസവത്തിലൂടെ പ്രത്യക്ഷപ്പെട്ടു. യുവമിഥുനങ്ങൾ അതിയായി ആഹ്ലാ

ദിച്ചു. ഉണ്ണി പലതവണ ഉള്ളുരുകി പ്രാർഥിച്ചു. "തിങ്കളാഴ്ചകൾ പുലരാതിരിക്കണമേ " എന്ന്. കുട്ടിയുടെ ഇരുപത്തെട്ടിന് ഉണ്ണി അവധിയെടുത്തു, ഓമന മകളെ "ലക്ഷ്മി"എന്ന് നാമകരണം ചെയ്തു.

ലക്ഷ്മി വളർച്ചയുടെ നാഴികക്കല്ലുകൾ, പീഡിയാട്രീഷനുകൾ മൈൽസ്റ്റോൺ എന്നുപറയുന്ന വളർച്ചാ ഘട്ടങ്ങൾ ഓരോന്നായി അനായാസം കടന്നു.

യഥാസമയം കമഴ്ന്നു, നാലുപാടും നോക്കി ചിരിക്കുവാൻ തുടങ്ങി. പിന്നെ മുന്നോട്ടു തുഴയാനുള്ള ശ്രമമായി. അതിൻെറ വേഗം കൂടി. കൂർമബുദ്ധിയായ അമ്മ ചോദിച്ചു, "എന്താ ഉണ്ണ്യേ, ഇവളുടെ ഇടത്തെ കാല് ഇടയ്ക്ക് വിറയ്ക്കണ്?"

"ഒന്നുമില്ല. അമ്മയ്ക്ക് തോന്നാ".

പിന്നെ മുട്ടുകുത്തുവാനുള്ള ശ്രമമായി. ഇടത്തെ കാലിന് ഒരു സ്വാധീനക്കുറവില്ലേ?

വൈദ്യർ ഒരു തൈലംപുരട്ടി ഒരു മണിക്കൂർ തടവുവാൻ നിർദേശിച്ചു. അകത്തേക്ക് കഴിക്കാൻ ഒരു മുക്കടിയും.

രണ്ടുമാസംകൊണ്ട് മാറ്റമൊന്നുമുണ്ടായില്ല. ഏറ്റവും ഫലപ്രദം ഹോമിയോ ആണ്. ഹോമിയോ മരുന്നുകൊണ്ടും വലുതായി ഫലം കാണുന്നില്ല. രണ്ടു വയസ്സായിട്ടും ലക്ഷ്മിക്ക് നടക്കുവാൻ അസ്വാധീനം.

അപ്പോഴാണ് പീഡിയാട്രിഷ്യനെ കാണിച്ചത്. അദ്ദേഹം വിശദമായി പരിശോധിച്ചു. തലയുടെ എക്സ്റേ എടുത്തു.

അതിൽ വലതുവശത്ത് ഒരു പാട്. തിരുവനന്തപുരത്ത് കോസ്മോപോളിറ്റൻ ആശുപത്രിയിൽ ന്യൂറോ സർജൻ പ്രൊഫസർ സാംബശിവന് റെഫർചെയ്തു.

അദ്ദേഹം സംശയാതീതമായി ഡയഗനോസ് ചെയ്തു. "ഇത് ഒരു ഇൻക്ലൂഷൻ സിസ്റ്റ് (inclusion cyst) ആണ്.

പ്രൊഫസർ വെങ്കിട് രമണനായിക് മസ്തിഷ്കത്തിനെപ്പറ്റിയുള്ള പ്രഭാഷണം തുടങ്ങുന്നത് ഒരു ഉപമയോടുകൂടിയാണ്.

"ഒരു മനോഹര താമരപ്പൊയ്കയിൽനിന്ന് തൻെറ പ്രിയതമൻ, ദിനരാജനെ എത്തിനോക്കുന്ന താമരപോലെയാണ് മസ്തിഷ്കം."

"അതാ പതുക്കെ ദിനരാജനെത്തിനോക്കുന്നുഷസ്സിൽ, പ്രിയ വാരിജത്തെ".

(എൻെറ റൂംമെയിറ്റായിരുന്ന ഗോപാലനെഴുത്തശ്ശൻെറ ഒരു രചനാശകലം.)

പക്ഷേ മസ്തിഷ്കം ഇരുട്ടടഞ്ഞ ഒരു അസ്തികൂട്ടിലാണ്. C.S.F. എന്ന ദ്രാവകത്തിൽ സദാ പ്രവർത്തനനിരതമാകുന്നത്.

മസ്തിഷ്കത്തിന് നാല് ഉള്ളറകൾ ഉണ്ട്. അതിൽ രണ്ടെണ്ണത്തിൽ ഈ ദ്രാവകം സദാ ഉൽപ്പാദിപ്പിച്ചുകൊണ്ടിരിക്കുന്നു. രണ്ടു സുഷിരങ്ങളിൽ കൂടി പുറത്തുകടക്കുന്ന, ഒരു പ്രത്യേക സംവിധാനത്തിൽക്കൂടി ഇത് രക്തത്തിൽ കലരുന്നു.

ഈ ചംക്രമണത്തിനിടയിൽ ഒരിടത്ത് ആ ദ്രാവകം കുടുങ്ങിക്കിടക്കുമ്പോൾ, അതിനെ ഇൻക്ലൂഷൻ സിസ്റ്റ് എന്നു പറയുന്നു. അത് ലക്ഷ്മിയുടെ ഒരു പ്രത്യേക നാഡീവ്യൂഹത്തെ അമർത്തുന്നു.

ഒരു വിദഗ്ദ്ധ ശസ്ത്രക്രിയകൊണ്ട്, ആ സിസ്റ്റ് ചോർത്തുകയാണ് പോംവഴി.

തലയോട്ടിയിൽ ഒരു ദ്വാരം ഉണ്ടാക്കി, അതിൽകൂടി ഒരു പ്രത്യേക ട്യൂബ് കടത്തുന്നു. അതിൻെറ മറ്റെ അറ്റം പെരിറ്റോണിയത്തി (Peritonium) ലെത്തിക്കുന്നു. സിസ്റ്റിൽ ദ്രാവകം കെട്ടിനിൽക്കാതെ സദാ ഉദരത്തിലേക്ക് ഒഴുകുന്നതിനായി ഉദരത്തിൽ എന്തെങ്കിലും കാരണവശാൽ നീർക്കെട്ടുണ്ടാവുകയാണെങ്കിൽ അത് തിരിച്ചു കയറാതിരിക്കുവാൻ ഒരു പ്രത്യേക വാൽവും ഉണ്ട്.

Spits Holter valve എന്നാണ് അതിൻെറ പേർ. പ്രൊഫെസർ സാംബശിവൻ ഇത് വിജയകരമായി ചെയ്തു.

ലക്ഷ്മി അന്നൊരു കുട്ടിയാണ്. അവൾ വലുതാവും. എന്നാൽ അവളിൽ നിക്ഷേപിച്ചിട്ടുള്ള ട്യൂബ് നിശ്ചേതനമാണ്, വളരില്ല. ഇതിനുവേണ്ടി ഉദരത്തിൽ നിക്ഷേപിച്ചിട്ടുള്ള കുഴൽ കുറെ നീളം കൂടിയതാണ്. ലക്ഷ്മി പൊക്കംകൂടുന്തോറും, ഉദരത്തിലെ ട്യൂബ് കുറെശ്ശെയായി നിവരും.

ഇന്ന് ലക്ഷ്മി ഒരു യുവതിയാണ്. എൻജിനീയറിങ് കോളേജ് വിദ്യാർഥിനിയാണ്. നടക്കാനും ഓടാൻപോലും ഒരു പ്രയാസവുമില്ല. മറ്റു യുവതികളിൽനിന്ന് ഒരു വ്യത്യാസവുമില്ല.

തലയിൽ മുടിക്ക് ഇടയിൽക്കൂടി സൂക്ഷിച്ച് തടവിയാൽ, പണ്ട് നിക്ഷേപിച്ച ട്യൂബും വാൽവും തടയും.

തലയോട്ടിയിലെ കൊച്ചു ദ്വാരവും ട്യൂബും ഇടയ്ക്ക് ഇടയ്ക്ക് അമർത്താവുന്ന വാൽവും അവൾക്ക് കുന്തളകാന്തി തൈലം തേച്ച് സമൃദ്ധമായ കേശഭാരം താലോലിച്ച് പരിരക്ഷിക്കുവാൻ ഒരു തടസ്സവുമല്ല.

അവളുടെ അച്ഛനമ്മമാർ ഉദ്യോഗ സംബന്ധമായും, ഓമനകളുടെ കഠിന വൈകല്യം കാരണവും അനുഭവിച്ച മനോവേദനകൾക്ക് കൈയും കണക്കുമില്ല. മകൾക്ക് ‘‘തലച്ചോറിൽ ശസ്ത്രക്രിയ വേണം’’ എന്നു പറഞ്ഞാലുണ്ടാകുന്ന മാനസികാഘാതം ചെറുതല്ല. അന്ന് അവരുടെ മുഖങ്ങളിൽ കണ്ട വികാരങ്ങൾ, വേദനകൾ, എൻെറ മനസ്സിൽ ഇന്നും മായാതെ മറയാതെ നിലനിൽക്കുന്നു.

അടുത്തകാലത്ത് ഉണ്ണി, ലക്ഷ്മിയുമായി വന്നു. അവൾ അരോഗദൃഢഗാത്രയാണ്.

അനുരൂപനായ ഒരു ജീവിത പങ്കാളിയെ കണ്ടുപിടിക്കണം. ഒരു എൻജിനീയറായി പ്രവൃത്തി എടുക്കണം.

ലക്ഷ്മിക്ക് ഇന്നൊരു അനുജത്തിയുണ്ട്, പാർവതി. വിദ്യാർഥിനിയാണ്.

ഒരു സന്തുഷ്ട കുടുംബം.

60

മസ്തിഷ്കത്തിലും കൃമിരോഗം

നാം സാധാരണയായി ഇത് കുടലിൽ ചിലപ്പോൾ കണ്ടുവരുന്ന ഒരവസ്ഥയായിട്ടാണ് കണക്കാക്കുന്നത്, പ്രത്യേകിച്ച് കുട്ടികളിൽ. അതിന് ഒരു അപവാദം–

സരസ്വതി ഒരു പത്രപ്രവർത്തകയാണ്. കുറച്ചുകാലം ഡൽഹിയിലായിരുന്നു. പിന്നീട് തൃശൂരിലായി പ്രവൃത്തി.

ഒരു ദിവസം ജോലിസ്ഥലത്തുവെച്ച് അപസ്മാരം വന്നു. സഹപ്രവർത്തകർ ആശുപത്രിയിൽ എത്തിച്ചു. മരുന്നുകൊടുത്തു അല്പസമയത്തിനുള്ളിൽ സുഖംപ്രാപിച്ചു, താൽക്കാലികമായി.

“ഇതിന് മുമ്പ് ഇങ്ങനെ ഒരനുഭവമുണ്ടായിട്ടില്ല,” അവർ തറപ്പിച്ചു പറഞ്ഞു. “ഏതായാലും ഇന്ന് വീട്ടിൽ പോയി വിശ്രമിക്കൂ, ഓഫീസിലേക്ക് പോവണ്ട.”

പിറ്റേ ദിവസം ഓഫീസിൽ എത്തി. ദിവസം മുഴുവൻ ജോലിയെടുത്തു. തലേദിവസത്തെ സംഭവത്തെപ്പറ്റി സഹപ്രവർത്തകർ പറഞ്ഞു. "It is one of those things" അതിന്റെ വാചാലമായ അർഥം, “ജീവിതത്തിലെ എല്ലാ സംഭവങ്ങളും കാര്യകാരണസഹിതം വിശകലനം ചെയ്യുവാൻ പറ്റി എന്ന് വരില്ല. അവ നമ്മെ പിന്നോട്ടടിപ്പിച്ചുകൂട.”

പത്തുദിവസം കഴിഞ്ഞ് പിന്നെയും അപസ്മാരം, വീട്ടിൽവെച്ച്. ആശുപത്രിയിൽനിന്ന് കൊടുത്ത മരുന്നുകൊണ്ട് അത് തൽക്കാലം ശമിച്ചു.

പിന്നീട് പല പ്രാവശ്യം പല സ്ഥലത്തുവെച്ച് ഇതാവർത്തിച്ചു. കാര്യമായ പരിശോധനയിൽ കണ്ടത്: 1. Eosinophils രക്തത്തിൽ കൂടിയിട്ടുണ്ട്. 2. തലയുടെ എക്സ്റേയിൽ ഇടതുവശത്ത് തലയോട്ടിനടുത്ത് ഒരു വൃത്താകൃതിയിലുള്ള നിഴൽ, 25 പൈസ തുട്ടിന്റെ വലുപ്പത്തിൽ. വിദഗ്ധർ പറഞ്ഞു: “ഇത് Tape worm ന്റെ മുട്ട (cysticirous) ആവാനാണ് സാധ്യത. രക്തത്തിലെ ഇസ്നോഫിൽ ബാഹുല്യം അത് സ്ഥിരീകരിക്കുന്നു.”

"പലതരം കൃമികൾക്ക് പറ്റിയ മരുന്നുണ്ട് ഇപ്പോൾ. അത് കുറച്ച് വലിയ അളവിൽ കൊടുത്തുനോക്കാം."

എന്നിട്ടും അപസ്മാരം പലവുരു അനുഭവപ്പെട്ടു. അതിന്റെ ശക്തി കുറഞ്ഞിരുന്നു; തുടർച്ചയായി തൽക്കാലാശ്വാസത്തിനുള്ള മരുന്നു സ്ഥിരമായി ശീലിക്ക കാരണം.

പിന്നെയും എക്സ്റേ പരിശോധന നടത്തിയപ്പോൾ, ആ കാലുറുപ്പികത്തുട്ട് അതേ സ്ഥലത്ത്, അതേ വലുപ്പത്തിൽത്തന്നെയുണ്ട്. കീട പ്രതിരോധ ഔഷധങ്ങൾ അതിന് ഒരു മാറ്റവും വരുത്തിയില്ല.

എഴുതുവാൻ അല്പാല്പം വിഷമങ്ങൾ . കൈയക്ഷരം പണ്ടത്തേതിൽനിന്ന് മാറി. മുടി ഒതുക്കിക്കെട്ടുവാൻ പ്രയാസം. തുണി തോരയിടുവാൻ വലതുകൈ വേണ്ടത്ര പൊങ്ങുന്നില്ല. ഒരു ശാശ്വത പരിഹാരം കണ്ടേ തീരൂ.

വെല്ലൂരിൽ സി എം സിയിൽ ആദ്യമായി മസ്തിഷ്ക ശസ്ത്രക്രിയ സ്ഥാപിച്ചതും വളർത്തിയതും ഡോക്ടർ ജേക്കബ് ചാണ്ടിയാണ്. ആ മാന്യദേഹത്തിന്റെ പുത്രനാണ് ഇപ്പോൾ ആ സ്ഥാനത്ത്.

അവിടെ പോയി. " ഭാഗ്യവശാൽ ഇത് ആഴത്തിലല്ല. ഓപ്പറേഷൻ ചെയ്ത് മാറ്റാം."

അത്യാവശ്യം വേണ്ട മുൻകൂർ പരിശോധനകൾക്ക് ശേഷം, ഓപ്പറേഷൻ ചെയ്തു. പത്തുദിവസം കഴിഞ്ഞ് ഓപ്പറേഷനുവേണ്ടി മൊട്ടയടിച്ച തലയിൽ ഒരു തട്ടമിട്ട് തിരിച്ചെത്തി.

ഒരു മാസത്തെ ഇടവേളക്കുശേഷം ജോലിക്കെത്തി;. തലയിൽ തട്ടമിട്ട്, അല്പം ലജ്ജയോടെ. എഴുതുവാൻ പ്രയാസമില്ല. കൈയക്ഷരത്തിന് പഴയ വടിവ് തിരിച്ചുകിട്ടി. തുണി തിരുമ്പാനും തോരയിടുവാനും പ്രയാസമേതുമില്ല. അപസ്മാരനിവാരണ ഗുളിക വേണ്ടിവന്നതേയില്ല.

ഒരു സംശയം ബാക്കിനിൽക്കുന്നു. തനി സസ്യഭുക്കായ ഇവർക്ക് ഇതെങ്ങനെ പിടിപെട്ടു.

Tenia solium എന്ന നാടവിര (Tape worm) പന്നിയിലാണ് കണ്ടുവരുന്നത്. പക്ഷേ നമ്മുടെ കഥാനായികക്ക് പന്നിയിറച്ചിയുടെ രുചി അറിഞ്ഞുകൂട. നായ്ക്കളിൽ ദുർലഭമായി Tenia saginata എന്ന ഒരു നാടവിര കണ്ടുവരുന്നു. പക്ഷേ അവരുടെ വീട്ടിൽ ഒരിക്കലും പട്ടിയെ വളർത്തിയിട്ടില്ല.

കോളിഫ്ളവർ മുതലായ പച്ചക്കറികളുടെ ഇടയിൽ പലപ്പോഴും പുഴുവിനെ കാണാം. ഇവ പച്ചക്കറികൃഷിയിൽ ഉപയോഗിക്കുന്ന വളത്തിൽ നിന്ന് വരുന്നവയാണ്. വളത്തിൽ പന്നിയുടെ വിസർജ്യം കലർന്നിരിക്കാം. അല്ല, പന്നിയുടെ വിസർജ്യം പശുവിന്റെ ചാണകംപോലെ കൃഷിക്ക് ഉപയോഗിക്കുന്ന വളത്തിൽ ചേർക്കാറുണ്ട്. വെള്ളരിക്കാ പൂവലും തക്കാളിയും പച്ച കൊത്തമല്ലിയും ഒക്കെ (സാലഡ്) പച്ചയായി നാം ചേർത്ത് ഭക്ഷിക്കുന്നു. വളരെ ശ്രദ്ധിച്ച് പച്ചക്കറികൾ കഴുകി വൃത്തിയാക്കിയില്ലെങ്കിൽ, സാലഡ് മുതലായ വേവിക്കാത്ത ആഹാരപദാർഥങ്ങളിൽക്കൂടി

Cysticircus മുതലായ കീടങ്ങൾ സസ്യഭുക്കുകളിലും കയറിക്കൂടി എന്നു വരും.

സരസ്വതിയും അങ്ങനെ സമ്പാദിച്ചതാവാം ആ കാൽ രൂപ.

മസ്തിഷ്കത്തിലെ നീർക്കെട്ട് വേറെയും തരത്തിലുണ്ട്. മുനുസ്വാമിക്ക് അന്ന് രണ്ടു വയസ്സായിരുന്നു. തലയുടെ ഭാരംകൊണ്ട് എണീറ്റിരിക്കുവാൻപോലും സാധ്യമല്ല. മസ്തിഷ്കത്തിൽ നാലറകളിലെ CSF (Ceriboro Spinal Fluid) എന്ന ദ്രാവകം നാല് സുഷിരങ്ങളിൽകൂടി ചംക്രമിച്ചുകൊണ്ടിരിക്കും. മുനുസ്വാമിയുടെ നാലാം അറയിൽനിന്ന് പുറത്തേക്കുള്ള സുഷിരങ്ങൾ തുറന്നില്ല. ആ നീർക്കെട്ട് കാരണം തല വളരെയേറെ വലുതായി.

ഈ ലേഖകൻ അന്ന് പ്രൊഫസർ സി പി വി മേനോന്റെ ഒരു എളിയ സഹായിയായിരുന്നു. അദ്ദേഹമാണ് കൊച്ചു മുനുസ്വാമിയുടെ തലയിലെ നീർക്കെട്ട് തുറന്നുവിടാൻ നിയുക്തനായത്.

ഈ വൈകല്യത്തിന്റെ പേർ Hydrocephalus എന്നാണ്. ഈ അവസ്ഥ മാറ്റുവാനായുള്ള ഓപ്പറേഷൻ Torkeldon's shunt എന്നറിയപ്പെടുന്നു. വീർത്ത ഒരു അറയിൽനിന്ന് ഒരു ട്യൂബ് നട്ടെല്ലിലെ പൊയ്കയിലേക്ക് ഇടുക എന്ന ശ്രമകരമായ ഓപ്പറേഷൻ മൂന്ന് മണിക്കൂർ കൊണ്ട് സാധിച്ചു. അന്ന് വേണ്ടവിധത്തിൽ ക്രമീകരിക്കാവുന്ന ഓപ്പറേഷൻ ടേബിൾ ഇല്ലായിരുന്നു. ബോധംകെടുത്തിയ മുനുസ്വാമിയുടെ തല മടിയിൽവെച്ച് അനങ്ങാതെ പിടിക്കുകയായിരുന്നു എന്റെ ജോലി. ആ ബാലന്റെ രക്തത്തിലും CSF ലും ഞാൻ ആറാടി.

മുനിസ്വാമിക്ക് ബോധം തെളിയുവാൻ തുടങ്ങി. സി പി വി എന്നെ നോക്കി മന്ദഹസിച്ചു. അദ്ദേഹത്തിന്റെ പോക്കറ്റിൽനിന്ന് ഒരു താക്കോൽ എടുത്തുതന്നു. "എന്റെ മുറിയിലെ ബാത്ത്റൂമിൽ നല്ലപോലെ കുളിച്ച് ഡ്രസ് മാറ്റി വരൂ." പ്രൊഫസർമാർക്ക് പ്രത്യേകം മുറിയും ബാത്ത്റൂമുമുണ്ടായിരുന്ന കാലമായിരുന്നു അത്.

മുനുസ്വാമി നാലുദിവസം കഴിഞ്ഞപ്പോൾ തലപൊക്കി നാലുപാടും നോക്കുവാൻ തുടങ്ങി. പത്തുദിവസം കഴിഞ്ഞപ്പോൾ ആദ്യമായി എഴുന്നേറ്റിരുന്നു. രണ്ടാഴ്ച കഴിഞ്ഞ് വീട്ടിൽ പോയി.

രണ്ടുമാസം കഴിഞ്ഞ് ചുറുചുറുക്കുള്ള ഒരു പയ്യനാണ് റെവ്യൂവിന് ഞങ്ങളുടെ മുമ്പിൽ വന്നുനിന്നത്.

ന്യൂറോസർജറി പ്രത്യേക വിഭാഗമാവുന്നതിന് മുമ്പായിരുന്നു അത്. പ്രൊഫസർ ബി രാമമൂർത്തി എന്ന, പിന്നീട് വളരെ ഏറെ പ്രശസ്തി നേടിയ ന്യൂറോസർജൻ ഇംഗ്ലണ്ടിൽ ഉപരിപഠനത്തിന് പോയിരുന്ന സമയമായിരുന്നു അത്. അദ്ദേഹം ഈ ലേഖകന്റെ ഒരു സഹപാഠിയായിരുന്നു; പല സമരങ്ങളും മുമ്പിൽനിന്ന് നയിച്ചിട്ടുണ്ട്. ഞാൻ അത് ഒരു സർജൻസ് സമ്മേളനത്തിൽ അനുസ്മരിക്കുകയുണ്ടായി, പക്ഷേ അധികപേരും വിശ്വസിച്ചില്ല.

ആ സ്വാതന്ത്ര്യസമരസേനാനി ഒരു വർഷം മുമ്പ് ചരിത്രത്തിന്റെ ഭാഗമായി. ആ യോദ്ധാവിന്റെ ഓർമക്ക് ഒരു പൂച്ചെണ്ട്.

61

അനന്തമജ്ഞാതമവർണനീയം

ജനകീയാരോഗ്യത്തിനുവേണ്ടി ഏകാഗ്രതയോടെ ഔദ്യോഗികജീവിതം മുഴുവൻ പ്രയത്നിച്ച യോദ്ധാക്കൾ, യോദ്ധാക്കൾ എന്നുതന്നെയാണ് അവരെ വിശേഷിപ്പിക്കേണ്ടത്, വിരളമാണ്.

ഡോക്ടർ അനന്തൻപിള്ള അവരിൽ അഗ്രഗണ്യനായിരുന്നു.

എന്റെ ഏട്ടന്റെ സഹപാഠിയായിരുന്നു. ഏട്ടന് കടക്കാൻ കഴിയാത്ത പ്രീ രജിസ്ട്രേഷൻ (Pre-registration) കടമ്പ നിഷ്പ്രയാസം ചാടിക്കടന്ന് മെഡിക്കൽ അധ്യയനത്തിൽ മുഴുകി.

അക്കാലത്ത് പലപ്പോഴും ഞങ്ങളുടെ വീട്ടിൽ വരുമായിരുന്നു. ഏട്ടനോട് പറഞ്ഞു, "ഉണ്ണി, ഫിസിക്സും കെമിസ്ട്രിയും ബയോളജിയും, ഒന്നാഞ്ഞുശ്രമിച്ചാൽ, ഉണ്ണിക്ക് പാസാവാൻ ഒരു പ്രയാസവുമുണ്ടാവില്ല. ആറുമാസം കഴിഞ്ഞാൽ നമുക്ക് സഹപാഠികളായി തുടരാം".

ഏട്ടൻ അനന്തൻപിള്ളയെ ഗേറ്റിലേക്ക് കൂട്ടിക്കൊണ്ടുപോയി, ഒരു ജീവിത രഹസ്യം പങ്കുവെയ്ക്കുവാൻ. പതിനാലുവയസ്സിന് ഇളയ അനുജൻ ഞാനും കൂടെ പോയി.

അനന്തൻപിള്ള സാകൂതം ഒന്ന് നോക്കിയിട്ട് ചോദിച്ചു. "അപ്പൂന് ഹോംവർക്കൊക്കെ ഇല്ലേ?"

ഏട്ടൻ പറഞ്ഞു, "ചെറിയ കുട്ടിയല്ലേ, അതും ഒടുക്കത്തവൻ. എന്റെ താഴെ ആറ് അനുജത്തിമാർക്കുശേഷം ജനിച്ച അനിയൻകുട്ടി. എല്ലാവരുംകൂടി ലാളിച്ച് കേടുവരുത്തി. അവനെ അമ്മയും ലക്ഷ്മിക്കുട്ടിയും "അപ്പുപ്പൂവ്വെ" എന്നാ വിളിക്കാ, സാരല്യ, അവനും കൂടെ വന്നോട്ടെ."

പിന്നെ അനന്തൻപിള്ളയുടെ തോളിൽ കൈവെച്ച് പറഞ്ഞു, "മകൻ അച്ഛന്റെ തൊഴിൽ പാരമ്പര്യം ഏറ്റെടുക്കണം, അതിൽ കൂടുതൽ കൂടുതൽ പ്രാവീണ്യം നേടണം, എന്നൊക്കെയാണ് വെച്ചിരിക്കുന്നത്. പക്ഷേ

എന്തുചെയ്യാം. വീരരാഘവൻ സാറ് രണ്ടാഴ്ചമുഴുവൻ Simple harmonic motion നെപ്പറ്റി lecture ചെയ്തു. എൻെറ മനസ്സുമുഴുവൻ റൈറ്റ് സഹോദരൻമാരുടെ flying machine ൻെറ propellar നെപ്പറ്റിയായിരുന്നു വിചാരം.

ശ്രീനിവാസലു നായഡു Flogestin നെപ്പറ്റി, ഇല്ലാത്ത വസ്തുവിനെപ്പറ്റി, ലെക്ചർചെയ്തു. ഞാൻ ഉറക്കെ ചിരിച്ചു. സാർ ക്ലാസിൽ നിന്ന് പുറത്താക്കി. ജോൺ സുന്ദർറാവുസാർ Chara, Spirogyra എന്ന് ഈണത്തിൽ വാചാലമാവുമ്പോൾ ഡെസ്കിൽ തലവെച്ച് ഉറങ്ങാൻ ബഹുസുഖമായിരുന്നു. സ്വപ്നം കണ്ടിരുന്നത് Henry Ford ന്റെ internal cumbustion engine ൻെറ സിലിണ്ടറിലെ compression ratio വിനെപ്പറ്റിയായിരുന്നു."

ഏട്ടൻെറ നോട്ടം ബാല്യകാലം മുതൽക്ക് എൻജിനീയറിങ്ങിലായിരുന്നു.

അങ്ങനെ അവർ രണ്ടുപേരും രണ്ട് പ്രവിശ്യകളിൽ ബദ്ധശ്രദ്ധരായി. എന്നാലും അനന്തൻപിള്ള കൂടെക്കൂടെ മദിരാശിയിൽ സ്മിത്ത് റോഡിലുണ്ടായിരുന്ന ഞങ്ങളുടെ വീട്ടിലേക്കുള്ള വരവ് തുടർന്നു. ഞങ്ങൾ കുട്ടികളോടൊക്കെ കുശലപ്രശ്നം ചെയ്യുമായിരുന്നു.

"എന്താ അപ്പു, സ്കൂളൊക്കെ എങ്ങനെയുണ്ട്?"

"നാരായണിക്കുട്ടിയുടെ കണ്ണ് വല്ലാണ്ട് ശല്യം ചെയ്യുന്നുണ്ടോ? (അവർക്ക് കടുത്ത മയോപ്യ ആയിരുന്നു).

"ജാനകി ഗാന്ധിയുടെ പിന്നാലെ പൊവ്വൊ? അച്ഛൻ റിട്ടയർ ചെയ്തിട്ട് മതിട്ടൊ."

പിന്നീട്, ചില വർഷങ്ങൾക്കുശേഷം, മെഡിക്കലിൽനിന്ന് പബ്ലിക് ഹെൽത്തിലേക്ക് മാറുന്നതിനെപ്പറ്റി അച്ഛനോട് വളരെനേരം ചർച്ചചെയ്യുന്നതുകേട്ടു, അല്ല കണ്ടു. അച്ഛൻ മെഡിക്കൽ ഡിപ്പാർട്മെൻറിൻെറ തലപ്പത്തെത്തിക്കഴിഞ്ഞിരുന്നു. വീട്ടിലെ ആപ്പീസ് മുറിയിൽ പലരും പലതരത്തിലുള്ള ചർച്ചകൾക്ക് എത്തുമായിരുന്നു. അനീനിയും (എന്റെ ചേച്ചി) ഞാനും അത് പലതും പുറത്തുനിന്ന് കണ്ട്, പരിഭവപ്പെടുമായിരുന്നു, രാത്രിയിൽപോലും അച്ഛനെ ഞങ്ങൾക്ക് വിട്ടുകിട്ടാത്തതിൽ. അച്ഛൻ റിട്ടയർചെയ്ത് നാട്ടിൽ താമസമാക്കി. ഞാൻ ഇൻറർമീഡിയറ്റ് പരീക്ഷകഴിഞ്ഞ് വീട്ടിൽ വന്ന സമയം ഉച്ചയ്ക്ക് മുകളിലത്തെ മുറിയിൽ സുഖസുഷുപ്തിയിലാണ്ടിരിയ്ക്കുകയായിരുന്നു. അനന്തൻപിള്ള ഏട്ടൻ എന്നെ കുലുക്കി ഉണർത്തി. ഹെൽത്ത് ഡിപ്പാർട്മെൻറിലേക്ക് മാറിയശേഷം ധരിച്ചുനടന്നിരുന്ന വെള്ള ഷർടും ഖാക്കി ഷോട്സും ആണ് വേഷം.

"ചെറുപ്പക്കാര് ഉച്ചയ്ക്ക് കിടന്നുറങ്ങേ!"

അൽപം ജാള്യതയോടെ ഞാൻ പറഞ്ഞു, "പരീക്ഷ കഴിഞ്ഞ് ഇന്നലെ എത്തിയതേയുള്ളു."

"സാരല്യ, ഞാൻ ഇങ്ങനെ ചില കമൻറ്സും പാസാക്കും, കളിക്ക്. അതൊന്നും കാര്യാക്കണ്ട." ഞാൻ അദ്ദേഹത്തിൻെറ കൂടെ താഴത്തേക്ക് പോയി. അച്ഛനോടും അമ്മയോടും യാത്രപറഞ്ഞ് പോകാൻ ഇറങ്ങി. ഒരു

പുതുപുത്തൻ Ford V-8 Sedan ലാണ് തന്നത്താൻ ഡ്രൈവ് ചെയ്ത് എത്തിയിരിക്കുന്നത്. ഞാൻ നാലുപുറവും നടന്ന് ആ സുന്ദരിയെ admire ചെയ്തു.

"എന്താ, അപ്പു വരുന്നോ? ചളവറെ ഒരു അതിസാരംണ്ടത്രെ, അങ്ങട് പൂവ്വാ."

ഏതുവഴിക്ക് പോയാലും ചളവറയ്ക്ക് നാല് മൈൽ നടക്കണം. റോഡില്ല, നെൽപ്പാടങ്ങളും കുറ്റിക്കാടുകളുമൊക്കെ താണ്ടണം. ഞാൻ മടിച്ചു.

"അഹ, സാരല്യ, ഇനി എന്നാപ്പിന്നെ ആവാം". ഞാൻ ഇൻററിൽ തോറ്റു. ഒരു വർഷം നാട്ടിൽ ഇരിപ്പായി. അനന്തൻപിള്ള ഏട്ടൻ പല പ്രാവശ്യം വന്നു രണ്ടുപ്രാവശ്യം ഷൂസും സോക്സും എല്ലാം മാറ്റി കെഴിക്കിണിത്തറമേൽ ചമ്രംപടിഞ്ഞിരുന്നു സാമ്പാറും ചോറും അടിച്ചുവിട്ടു.

ബ്രിട്ടീഷ് ചക്രവർത്തി തിരുമനസ്സുകൊണ്ട്, അധികം താമസിയാതെ അച്ചുതണ്ടു ശക്തികൾക്ക് (നാസിജർമനി, ഫാസിസ്റ്റ് ഇറ്റലി, മഞ്ഞ സാമ്രാജ്യത്വ വാദിയായ ജപ്പാൻ) എതിരായി യുദ്ധം പ്രഖ്യാപിച്ചതു കാരണം നമ്മുടെ നാട്ടിലെ ചെറുപ്പക്കാർ പട്ടാള ക്യാമ്പുകളിലേക്ക് ഒഴുകി. തൻമൂലം, ഇൻറർ ഒരു പ്രാവശ്യം തോറ്റ എനിക്ക് മദിരാശി മെഡിക്കൽ കോളേജിൽ പ്രവേശനം കിട്ടി.

ഡോക്ടർ അനന്തൻപിള്ള ജീവിതകാലം മുഴുവൻ നിസ്വാർഥ സേവനം അനുഷ്ഠിച്ച പൊതുജനാരോഗ്യ വിഷയം, മൂന്നാംവർഷ പാഠ്യ വിഷയങ്ങളിലാണ് ചേർത്തിട്ടുള്ളത്. ഞാൻ ആ വിഷയത്തിന്റെ ക്ലാസിൽ ഒരു ദിവസം ചെന്നപ്പോൾ, വേറിട്ട ഒരു കസേരയിൽ ജ്യേഷ്ഠസ്ഥാനീയനായ ആ കർമയോഗി ഇരിക്കുന്നു. ഞങ്ങൾക്ക് ക്ലാസെടുക്കുവാൻ വന്നതാണെന്ന് ഞാൻ കരുതി. എന്നെ കണ്ട ഉടനെ അടുത്തുവന്ന് സുപരിചിതമായ സ്നേഹപ്രകടനമായ പുറത്തുതട്ടലിനുശേഷം സുസ്മേരവദനനായി പറഞ്ഞു, "പണ്ട് ഏട്ടൻെറ സഹപാഠിയായി പല കുസൃതികളും ഒപ്പിച്ചു. ഇപ്പോൾ അപ്പുവിൻെറ സഹപാഠിയും ആയി.

"അച്ഛനും അമ്മയ്ക്കുമൊക്കെ സുഖല്ലെ?"

അദ്ദേഹം ഡിപ്പാർട്മെൻറിൻെറ തലപ്പത്തെത്തി. എന്നാൽ അതിൻെറ തലവനാവണമെങ്കിൽ ഒരു ബിരുദാനന്തരം കൂടി വേണംപോലും. അങ്ങനെ ഡി പി എച്ച് എന്ന ഡിപ്ലോമയ്ക്കുവേണ്ടി ഒരു വർഷം എൻെറ സഹപാഠിയായി! അത് 1944 ലായിരുന്നു.

അതിനുശേഷം പല വഴിത്തിരിവുകളിൽക്കൂടി ഞാൻ തിരുവനന്തപുരം മെഡിക്കൽകോളേജിൽ ജീവനക്കാരനായി എത്തി. 1962ൽ കുമാരപുരത്ത് ഒരു വാടകവീട്ടിൽ താമസമാക്കി.

ഒരു ദിവസം വൈകിട്ട് ഇരുട്ടാവുന്നതിനുമുമ്പ്, ആ പഴയ വാത്സല്യം തുളുമ്പുന്ന രൂപം ഗേറ്റ് തുറന്നുവന്നു. ഞാൻ അത്ഭുതസ്തബ്ധനായി നിന്നു. പക്ഷേ അദ്ദേഹത്തിനു ഒരു സംശയവുമുണ്ടായില്ല. എൻെറ കൈപിടിച്ചുകുലുക്കി, പിന്നെ ആശ്ലേഷിച്ചു, സ്നേഹംനിറഞ്ഞ, "അപ്പു" എന്ന വിളിയോടെ.

അദ്ദേഹം ഉദ്യോഗത്തിൽനിന്ന് വിരമിച്ച് അവിടെ അടുത്തായിരുന്നു താമസം. എസ് എ ടി ആശുപത്രിയിൽ ഗൈനക്കോളജി പ്രൊഫസറായിരുന്ന മകൾ ഡോക്ടർ അനന്തലക്ഷ്മിയും, ഭാര്യ Mrs. അനന്തൻപിള്ളയുമൊത്ത് (ആ സാധ്വി മുന്നറിയിപ്പൊന്നും കൂടാതെ ഒരു വൈകുന്നേരം അനന്തൻപിള്ള ഏട്ടനെ വിട്ട് യാത്രയായി.)

പഴയ ജീവിതരീതികളിൽ വലിയ മാറ്റമൊന്നും വരുത്തിയിരുന്നില്ല.

"സായിപ്പ് ഉണ്ടാക്കുന്ന പേസ്റ്റും ബ്രഷൊന്നും കയപ്പിൻ വേപ്പിൻെറ ഒരു കൊച്ചു കമ്പിൻെറ അടുത്തെത്തില്ല."

ഇതു പറഞ്ഞപ്പോൾ ഞാൻ ഒരു അധികപ്രസംഗം പറഞ്ഞു.

"വേപ്പ്, കൊയന, കിരിയാ,
ത്തു, കാഞ്ഞിരം,
കൈപ്പുകൊണ്ടിവയെ വെന്ന പായസം...
ഇത്ര കയപ്പുള്ളതെങ്ങിനെ ചവയ്ക്കും?"

ആ സ്നേഹമസൃണമായ പുറത്തു തട്ടലോടെ പറഞ്ഞു.

"കയപ്പൊക്കെ ശീലമായാൽ മധുരമാവും, അത് പല്ലിനും, തൊണ്ണിനും നാവിനും അണ്ണാക്കിനും ചെയ്യുന്ന ഗുണം ആലോചിച്ചാൽ".

പിന്നീട് പല പ്രാവശ്യം വന്നു. ചിലപ്പോൾ, തിരിച്ചുപോകുമ്പോൾ എൻെറ മകൻ ബാബുവും കൂട്ടിനുപോകും.

ഒരു ദിവസം രാവിലെ വന്നു. "അപ്പു എന്നെ ഒന്നു നോക്കണം."

"ഞാനോ!"

"അ, അപ്പുതന്നെ. ഇവിടെ വരൂ."

അകത്തു കൂട്ടിക്കൊണ്ടുപോയി, ഷോർട്സ് താഴ്ത്തി, ഷർട് പൊക്കി. പൊക്കിളിൻെറ അടുത്ത് ഒരു മുഴ. തൊട്ടാൽ വേദനയുണ്ട്.

"ശ്ലി കാലായിട്ടത് അവിടെയുണ്ട്. ബെൽറ്റ് അതിൻെറ മുകളിൽ കെട്ടിനടക്കും. "വെളുപ്പാൻകാലത്ത് മറയ്ക്കുപോയപ്പോ ഈ വേദന തുടങ്ങി. എന്താ ചെയ്യാ?"

"അ, ഒരു obstructed para umblical hernia ആണ്. ഉടൻ ഓപ്പറേഷൻ ചെയ്യണം". "ന്നാ അങ്ങട് ചെയ്യന്നെ. ഇത് ഓർത്ത് ഒന്നും കഴിച്ചിട്ടില്ല."

സ്വതഃസിദ്ധമായ, എന്തിനെയും കൂസാത്ത പ്രകൃതം.

മെഡിക്കൽ കോളേജിൽ കൊണ്ടുപോയി. ഒരു സൈഡ്റൂമ് മാത്രമേ കിട്ടിയുള്ളു. ഡോക്ടർ സ്വാമിനാഥൻ Epidural anaesthesia യിൽ ഓപ്പറേഷൻ ചെയ്തു. യാതൊരുവക Complications ഉം ഉണ്ടായില്ല. ഒരാഴ്ചകഴിഞ്ഞ് ചിരിച്ചുകൊണ്ട് വീട്ടിൽപോയി. പത്തുദിവസം കഴിഞ്ഞപ്പോൾ ഞങ്ങളുടെ വീട്ടിൽ നടന്നുവന്നു, മുറ്റത്ത് ഒരു മണിക്കൂർ പഴയ കഥകൾ അയവിറക്കി. കൂടെ മകൻ ബാലകൃഷ്ണനുമുണ്ടായിരുന്നു.

പിന്നെയും പലപ്പോഴും വന്നു. പിന്നെ ഒരു നീണ്ട ഇടവേള. ഞാൻ

അദ്ദേഹത്തിന്റെ വീട്ടിൽപോയി, അന്വേഷിക്കുവാൻ. ഒരു പക്ഷാഘാതം നിമിത്തം ശയ്യാവലംബിയായി. ഓർമശക്തി മിക്കവാറും നഷ്ടപ്പെട്ടു. ഒരു വർഷത്തിലേറെ ആ നിലയിൽ തുടർന്നു.

കർമധീരനായ ആ അച്ഛന്, കർമധീരരായ മക്കളുമുണ്ടായിരുന്നു. അവർ, ആ അച്ഛന് ഒരു പോരായ്മയും ഇല്ലാതെ, ആധുനിക സാങ്കേതിക കഴിവുകൾ മുഴുവൻ ഉപയോഗിച്ച് രാപ്പകൽ പരിചരിച്ചു, ഒരു bed-sore ൻെറ ലാഞ്ഛനപോലും എവിടെയും ഏൽപിക്കാതെ.

ഒരു വർഷത്തിലേറെക്കാലം മക്കളുടെ ഈ ഉപാസന തുടർന്നു.

പിന്നെ ആ മനുഷ്യസ്നേഹി, ഡോക്ടർ അനന്തൻപിള്ള അനന്തതയിൽ ലയിച്ചു.

62

ഒരു ഉറ്റ സഖാവിന്റെ ചികിത്സ

എം എസ് ഒ അഖിലേന്ത്യാ വിദ്യാർഥി ഫെഡറേഷന്റെ മദിരാശി ഘടകമായിരുന്നു– 1940കളിൽ പല പല സമരങ്ങളും നയിച്ചിട്ടുള്ള ഒരു ഉശിരൻ സംഘടന. ഈ സമരങ്ങളുടെ മുൻപന്തിയിൽ സ്ഥിരമായി കാണാറുള്ള ഒരു സഖാവായിരുന്നു കേശവൻ, ഒരു നിയമവിദ്യാർഥി. ഞങ്ങൾ ഒന്നിലധികം തവണ രാത്രിമുഴുവൻ പൊലീസ് ലോക്കപ്പിൽ കൂടെ കഴിഞ്ഞിട്ടുണ്ട്.

1945ൽ യുദ്ധത്തിന്റെ അന്ത്യഘട്ടത്തിൽ, എൽ ഐ എം വിദ്യാലയത്തിൽ (ഇന്നത്തെ കിൽപാക് മെഡിക്കൽ കോളേജ്) ഒരു ജാഥ നടന്നു, പൂനമല്ലി ഹൈ റോഡിൽ കൂടി ഫ്ളവേഴ്സ് റോഡ് പൊലീസ് സ്റ്റേഷന്റെ മുന്നിൽ എത്തിയപ്പോൾ അത് തടയപ്പെട്ടു. മുൻനിരയിൽ പെൺകുട്ടികളായിരുന്നു. അതിന്റെ നേതാവ് എന്റെ കാമുകി, ദേവകി പള്ളം. പുറകിലായിരുന്ന എനിക്ക് വലിയ ആകാംക്ഷ. (പൊലീസുമായുള്ള ഏറ്റുമുട്ടലിൽ മുടന്ത് സമ്പാദിച്ച ഇപ്പോഴത്തെ വിദ്യാർഥി ഫെഡറേഷൻ പ്രസിഡന്റായ സിന്ധുവും സഖാവ് ലളിതാഭായിയുടെ പൊന്നോമന മകൾ നമിതയും ഇത് വായിച്ച് ചിരിക്കുമായിരിക്കാം).

അന്നത്തെ പൊലീസ് കമീഷണറായിരുന്ന ഹ്യൂം സായ്പ് ഒരു കമ്പനി തോക്കുധാരികളായ പൊലീസുകാരുമായി എത്തി. എന്റെ ആകാംക്ഷ കൂടി. ഞാൻ മുന്നോട്ട് പെൺകുട്ടികളുടെ മുന്നിലേക്ക് നീങ്ങി. എന്റെ കൂടെ എന്റെ കൈപിടിച്ച് കേശവനും മുന്നോട്ടാഞ്ഞു.

മണിക്കൂറുകൾ നീണ്ടുനിന്ന കുത്തിയിരിപ്പ് രാത്രി എട്ടുമണിയോടെ തീർന്നു. പൊലീസ് വലയം ഭേദിച്ച് ഞങ്ങൾ ചെട്പെട്ട് റെയിൽവെ സ്റ്റേഷന്റെ പരിസരത്ത് കൂരാക്കൂരിരുട്ടിൽ (യുദ്ധകാലമായതുകൊണ്ട് പൂർണ black out) യോഗം കൂടി, പിരിഞ്ഞു. അങ്ങനെ പല സമരങ്ങളിലും കേശവൻ മുന്നിൽ ഉണ്ടായിരുന്നു.

ഡോ. പി കെ ആർ വാര്യരും ഭാര്യ ദേവകി വാര്യരും
50–ാം വിവാഹ വാർഷികത്തിലേക്ക്

അദ്ധ്യയനം കഴിഞ്ഞ് സഖാക്കൾ ഛിന്നഭിന്നമായി പല സ്ഥലങ്ങളിലേക്ക് പോയി.

ഇത്രയും അടുത്ത് പ്രവർത്തിച്ചിരുന്ന കേശവൻ എവിടെ പോയി, എന്തെല്ലാം പിന്നീട് ചെയ്തു എന്ന് ഞാൻ തിരക്കിയില്ല; അറിഞ്ഞുമില്ല.

1978ലാണ് എന്നു തോന്നുന്നു, ഞാൻ അടുത്തൂൺ പറ്റി, മണിപ്പാലിൽ സർജറി പ്രൊഫസറായി വിലസിയിരുന്ന കാലം.

ഒരുദിവസം എന്റെ സെക്രട്ടറി സുശീല പറഞ്ഞു, "സാറിനെ കാണാൻ ഒരു പേഷ്യന്റ് വളരെനേരമായി കാത്തിരിക്കുന്നുണ്ട്."

"ഇന്ന് എന്റെ അഡ്മിഷൻ ഡേ അല്ലല്ലോ."

"സാറിന് ഈ എഴുത്ത് തരാൻ പറഞ്ഞു."

"എനിക്ക് ഇതൊന്നും ഇഷ്ടമല്ല എന്ന് അറിയില്ലേ? പോയി എന്റെ ഒ പി ദിവസം വരാൻ പറയൂ." ഞാൻ നിർദേശിച്ചു.

അൽപ്പം കഴിഞ്ഞ് അവർ സംശയിച്ച്, സംശയിച്ച് പിന്നെയും വന്നു, "അയാൾ ആ കത്ത് ഒന്ന് വായിച്ചാൽ മതിയെന്ന് നിർബന്ധിക്കുന്നു."

അത് തിരുവനന്തപുരത്തുനിന്ന് സഖാവ് പുത്തലത്ത് നാരായണന്റേതായിരുന്നു.

"ഈ കത്തുമായി വരുന്നത് സഖാവ് പി വി കെ നമ്പൂതിരിയാണ്. കുറച്ചുമാസങ്ങളായി വയറുവേദനയാണ്. ആഹാരം കഴിക്കാൻ പ്രയാസം. കാര്യമായ ചികിത്സയ്ക്ക് സഖാവ് ഡോക്ടർ വാര്യർ തന്നെ വേണമെന്നു ശഠിക്കുന്നു."

"വരാൻ പറയൂ."

ഹാഫ്ഡോർ തുറന്നുവന്നത്, മുപ്പതിലേറെ വർഷങ്ങൾക്കു മുമ്പ് Flowers Road പൊലീസ് സ്റ്റേഷന്റെ മുന്നിൽ എന്നോടു തോളോടു തോളായി നിന്ന, ഇപ്പോൾ വയസനായ അവശനായ സഖാവ് കേശവൻ!

എന്റെ ജീവിതത്തിൽ വളരെ ദുർലഭമായിട്ടേ ഞാൻ ഒരാളെ ആശ്ലേഷിച്ചിട്ടുള്ളൂ. അന്ന് ഞാൻ കേശവനെ മാറോടു ചേർത്ത് ആശ്ലേഷിച്ചു. ഇരിക്കാൻ ആംഗ്യം കാണിച്ചു.

"ഈ പി വി കെ നമ്പൂതിരി എന്നൊക്കെ പറഞ്ഞാൽ, ഇത് പണ്ടത്തെ കേശവനാണ് എന്ന് എനിക്ക് മനസിലായില്ല."

ഉടൻ അഡ്മിറ്റ് ചെയ്തു. എന്റെ ഓർമ്മ ശരിയാണെങ്കിൽ മൂത്ത മകൻ രവീന്ദ്രനും രണ്ടാമത്തെ മകൻ ജയരാജനുമാണ് കൂടെയുണ്ടായിരുന്നത്. അവരെ വീട്ടിൽ കൊണ്ടുപോയി ദേവകിക്ക് പരിചയപ്പെടുത്തി.

"എം എസ് ഒ യിൽ നമ്മുടെ സഹപ്രവർത്തകനായിരുന്ന കേശവനെ ഓർമ്മയില്ലേ?"

"പിന്നെയ്, Flowers Road പൊലീസ് സ്റ്റേഷനിൽ നിങ്ങളുടെ കൂടെ അന്തിയുറങ്ങിയ ആളല്ലേ."

അവർ വരുവാനുള്ള കാരണമെല്ലാം വിസ്തരിച്ചു. സ്വാദിഷ്ടമായ ഊണ് കഴിപ്പിച്ചു വിട്ടു.

പിറ്റേദിവസം എൻഡോസ്കോപ്പി ചെയ്തു.

അൽപ്പം സാങ്കേതികം–

ആമാശയവും ചെറുകുടലും ചേരുന്ന സ്ഥലത്ത് ഒരു കണിശക്കാരൻ ദ്വാരപാലകൻ ഉണ്ട്, Pylorus. ഇറച്ചിയും മീനുമെല്ലാം കൂട്ടി ചോറ് വെട്ടി വിഴുങ്ങിയാൽ അത് ഉടനെ ചെറുകുടലിലേക്ക് ഈ ദ്വാരപാലകൻ കടത്തി വിടില്ല. കുറേനേരം ആമാശയത്തിൽ സുഷുപ്തിയിൽ കഴിയും. അപ്പോഴാണ് നമുക്കും ഉറക്കം വരുന്നത്. അരമുക്കാൽ മണിക്കൂർ കഴിഞ്ഞാൽ കുറേശ്ശെ കുറേശ്ശെയായി, കഴിച്ച ആഹാരം ചെറുകുടലിലേക്ക് കടത്തി വിടാൻ തുടങ്ങും.

പൈലോറസ് കഴിഞ്ഞുള്ള സ്ഥലം Deuodenum ആണ്. ഭൂരിഭാഗം അൾസറുകളും ഇവിടെയാണ് ഉണ്ടാവുക. അവയെല്ലാം (99.8%) തന്നെ നിരുപദ്രവകാരി (benign) കളാണ്. പൈലോറസിന്റെ മുമ്പുള്ള ആമാശയത്തിൽ കാണുന്ന അൾസർ, ചിലത് ക്യാൻസറാവാൻ സാധ്യതയുണ്ട്.

കേശവന്റെ അൾസർ ഈ സ്ഥലത്തായിരുന്നു, ബയോപ്സി റിപ്പോർട്ട് പ്രകാരം നിരുപദ്രവകാരി (benign) എങ്കിലും എന്റെ മനസിൽ അൽപ്പം സംശയം. എൻഡോസ്കോപ്പിയിൽ കൂടി കണ്ട ആ പുണ്ണ് അത്ര നിരുപദ്രവകാരിയായി തോന്നിയില്ല. പാതോളജി പ്രൊഫസർമാർ രവി കലാ റാവുവും നളിനി വേണുഗോപാലുമായി എന്റെ സംശയങ്ങൾ ഉന്നയിച്ചു. അവർ സ്ലൈഡ് (Slide) പിന്നെയും പരിശോധിച്ചു. നിരുപദ്രവകാരി എന്ന് സ്ഥിരീകരിച്ചു.

വയറുതുറന്ന് നോക്കിയപ്പോഴും സംശയം ബാക്കിനിന്നു. ഈവക അവസരങ്ങളിൽ സർജൻ ഒരു വലിയ ഷഡ്ഗവ്യത്തിലാണ്. ക്യാൻസർ

ആണെങ്കിൽ, അത് ആദ്യദശയിലാണ്. മുക്കാൽഭാഗം ആമാശയവും അനുബന്ധ ഗ്രന്ഥികളും മുറിച്ചുമാറ്റിയാൽ അഞ്ചുകൊല്ലത്തെ രോഗനിവാരണം സാധിക്കാം. നിരുപദ്രവകാരിയാണെങ്കിൽ അൾസർമാത്രം മാറ്റി തയ്ച്ചാൽ മതി. ഓപ്പറേഷന്റെ തോതിൽ 60% കുറവ്; അപകടസാധ്യതയിലും.

Frozen section ചെയ്തു, സാധാരണ ബയോപ്സിക്ക് ഒരാഴ്ചയോളം വേണം. ഇത് അരമണിക്കൂറേ എടുക്കുകയുള്ളൂ. അത് benign എന്ന് സ്ഥിരീകരിച്ചു.

അങ്ങനെ ആ ഭാഗം മാത്രം മാറ്റി, തയ്ച്ച് ശരിപ്പെടുത്തി.

എന്റെ സംശയം, ഉൽക്കണ്ഠ പിന്നെയും ബാക്കിനിന്നു. പല രാത്രികളിലും ഉറക്കം കെടുത്തി.

നാലുദിവസം കഴിഞ്ഞു, കേശവൻ മൃദുവായിട്ടുള്ള ആഹാരം കഴിക്കാൻ തുടങ്ങി. ആശുപത്രിയിൽ പല സ്ഥലവും സന്ദർശിച്ചു. വീട്ടിലേക്ക് പോകാൻ തയ്യാറെടുത്തു.

അപ്പോഴാണ് വളരെ വിശദമായ പതോളജി റിപ്പോർട്ട് വരുന്നത്. ഞാൻ അക്ഷരാർഥത്തിൽ തളർന്നു.

'Early Cancer chance.'

ഡോക്ടർമാർ എം ജി ഷേണായിയും ആനന്ദറാവുവും അഭിപ്രായപ്പെട്ടു, രണ്ടാമതും തുറന്ന് ക്യാൻസറിനു വേണ്ട രീതിയിലുള്ള ശസ്ത്രക്രിയ ചെയ്യണം.

ഞങ്ങൾ കേശവന്റെ മുറിയിൽ ചെന്നു. ആൾ വലിയ ഉത്സാഹവാനാണ്. "ചെറിയതോതിലാണെങ്കിലും ഭക്ഷണം കഴിക്കാം. വേദനയില്ല. രണ്ടുദിവസത്തിനകത്ത് വീട്ടിൽ പോകാം, ഇല്ലേ?"

അൽപ്പാൽപ്പമായി കാര്യം പറഞ്ഞു മനസിലാക്കി. അൽപ്പനേരം വിഷണ്ണനായി. പക്ഷേ, അൽപ്പനേരം മാത്രം. മക്കളുടെ മുഖത്തുനോക്കി.

പിന്നെ പറഞ്ഞു, "അങ്ങനാണെങ്കിൽ അതങ്ങട് ചെയ്യാ. ഞാൻ റെഡി."

രണ്ടുദിവസം കഴിഞ്ഞ് ആ വിപുലമായ ശസ്ത്രക്രിയ നടത്തി.

നാലുദിവസം കഴിഞ്ഞപ്പോൾ ദ്രവമായ ഭക്ഷണം കഴിക്കാൻ തുടങ്ങി. പത്തുദിവസം കഴിഞ്ഞ് ചോറും കാച്ചിയ മോരും, ദേവകി പ്രത്യേകമായി പാകംചെയ്ത് അയച്ചത്, ആസ്വദിച്ചു.

പിന്നെയും രണ്ടുദിവസം കഴിഞ്ഞ്, ഞങ്ങളുടെ വീട്ടിൽ വന്ന് സാമാന്യം സാധാരണഗതിയിലുള്ള ഊണ് ഉണ്ടു, നാട്ടിൽ പോകുന്നതിനു മുമ്പ്.

മൂന്നുമാസം കഴിഞ്ഞ് കേശവന്റെ തുടരെത്തുടരെയുള്ള നിർബന്ധപ്രകാരം, ഞങ്ങൾ കാസർകോട്ടു വീട്ടിൽ പോയി.

ഒരു ഒന്നാംക്ലാസ് ഊണാണ് ദേവകിക്കും എനിക്കുമായി ഒരുക്കിയിരുന്നത്. വളരെയേറെ ആസ്വദിച്ചു കഴിച്ചു. എനിക്ക് അതിൽ പത്തിരട്ടി ആസ്വാദ്യമായത് കേശവൻ സാധാരണഗതിയിൽ ആസ്വദിച്ച് ഊണ് കഴിക്കുന്നത് കണ്ടിട്ടാണ്. ഓപ്പറേഷനുമുമ്പ് കുറേക്കാലം അത്യാവശ്യം വേണ്ട

ആഹാരം കഴിക്കാൻ കുഴങ്ങിയിരുന്ന ആ സഖാവ് നിഷ്പ്രയാസം വെട്ടി വിഴുങ്ങുന്നു! ഒരു സർജന് ഏറ്റവും ആഹ്ലാദപ്രദമായ നിമിഷങ്ങൾ.

അനിശ്ചിതത്വം കാരണം ചെലവഴിക്കേണ്ടിവന്ന adranalin, തന്മൂലം അനുഭവിക്കേണ്ടിവന്ന വർധിച്ച രക്തസമ്മർദം, എല്ലാം ആ നിമിഷത്തിൽ വിസ്മൃതമായി.

Adranalin-

വൃക്കകളുടെ മുകൾഭാഗത്ത് ദേഹത്തിന്റെ ഇരുവശത്തും അഡ്ഡ്രിനൽ ഗ്രന്ഥി ഉണ്ട്. സംഘർഷാവസ്ഥകളിൽ ഈ ഗ്രന്ഥി ഉത്തേജിപ്പിക്കപ്പെടുന്നു. അഡ്റനലിൻ രക്തത്തിലേക്ക് പകരുന്നു. ഇത് രക്തസമ്മർദം കൂട്ടുന്നു; നമ്മെ എന്ത് പ്രതിസന്ധിയും നേരിടാൻ സജ്ജമാക്കുന്നു. 'Flight or fight reaction' എന്നാണ് ഇതിനെ വിശേഷിപ്പിക്കുന്നത്.

തുടരെത്തുടരെ ഇത് സംഭവിച്ചാൽ സ്ഥായിയായ ഉയർന്ന രക്തസമ്മർദവും പല പാർശ്വഫലങ്ങളും ഉണ്ടായി എന്നുവരാം.

63

ഒരു ഹംസഗാനം

എന്റെ പഴയ സഖാവ് കേശവൻ, അഥവാ പുല്ലേരിവാധ്യാർ ഇല്ലത്ത് കേശവൻ നമ്പൂതിരിയെ സ്മൃതിപഥത്തിൽ നിന്ന് അത്രപെട്ടെന്ന് നിഷ്കാസനം ചെയ്യുവാൻ പറ്റുന്നില്ല.

ദേവകിയും ഞാനും പലപ്രാവശ്യം കാസർകോട്ട് അവിടുത്തെ, ആർഭാടരഹിത ആതിഥേയത്വം ആസ്വദിച്ചിട്ടുണ്ട്.

വലിയ എട്ടുകെട്ടായിരുന്നു. അതിൽ പകുതി ഈയിടെ പൊളിച്ചു മാറ്റിയിട്ടുണ്ട് പോലും. എന്റെ പഴയ മനസ്സിൽ ചെറിയ വേദന, അല്ല, അത്ര ചെറുതല്ലാത്ത വ്യസനം.

1938 നുശേഷം കമ്യൂണിസ്റ്റ് പാർട്ടി പലപ്പോഴും നിരോധിക്കപ്പെട്ടു. അപ്പോഴൊക്കെ ആ എട്ടുകെട്ട് ഭദ്രമായ ഒളിവ് സങ്കേതമായിരുന്നിട്ടുണ്ട്. പലപ്പോഴും പൊലീസ് റെയ്ഡും തജ്ജന്യ നാശനഷ്ടങ്ങളും അനുഭവിക്കേണ്ടി വന്നിട്ടുമുണ്ട്.

സഖാവ് സി എച്ച് കണാരനെ പിടിക്കുവാൻ പൊലീസ് നെട്ടോട്ടം ഓടിയിരുന്ന കാലം. പിടിച്ചുകൊടുക്കുന്നവർക്ക്, അല്ലെങ്കിൽ, കാണിച്ചു കൊടുക്കുന്നവർക്ക്, 'ഒറ്റുകാർക്ക്', ഒരായിരം രൂപ പാരിതോഷികം (അക്കാലത്തെ ഒരായിരം രൂപ ഇന്ന് എത്രയാവും?). പരസ്യം പുറത്തിറങ്ങിയ കാലത്ത് രണ്ടു മാസം ആ പുരാതന എട്ടുകെട്ടിൽ, മാതൃതുല്യയായ ആത്തേമ്മാരുടെ ഓലനും മുളകൂഷ്യവും പുളിങ്കറിയും ഇടിച്ചുപിഴിഞ്ഞ പായസവും ആസ്വദിച്ച് താമസിച്ചു. അതിനിടയിൽ ചിക്കൻപോക്സും പിടിപെട്ടു. പൊലീസ് തിരച്ചിൽ നടത്തിയപ്പോൾ അച്ചാറു സൂക്ഷിച്ചിരുന്ന "പൂട്ടറ"യിൽ ഒളിച്ചിരിക്കേണ്ടതായിവന്നു. മഴക്കാലത്ത് ഒരിക്കൽ മേൽപ്പുരയിൽനിന്ന് വെള്ളം തിരിച്ചുവിടാൻ നിർമിച്ച ചെമ്പ് പാത്തിയിൽ ഒരു രാത്രിമുഴുവൻ കിടന്നു. "എന്ത് സുഖമായിരുന്നു അവിടെ കിടക്കാൻ" എന്നായിരുന്നു സഖാവിന്റെ പ്രതികരണം. സഖാക്കൾ വി വി കുഞ്ഞമ്പു

ഇ കെ നായനാർ, സുബ്രഹ്മണ്യഷേണായ്, എ വി കുഞ്ഞമ്പു, വിഷ്ണു ഭാരതീയൻ, കാന്തലോട്ട് കുഞ്ഞമ്പു അങ്ങനെ പലരും ആ ഒളിവു ലിസ്റ്റിൽപ്പെടും.

എ കെ ജിയും സുശീലയും അവിടെ പലപ്രാവശ്യം അതിഥികളായിട്ടുണ്ട്.

ദേശാടനം എന്ന സിനിമയിൽ അഭിനയിച്ച ഉണ്ണികൃഷ്ണൻ നമ്പൂതിരി കേശവന്റെ അനുജനാണ്. എ കെ ജിയാണ് അദ്ദേഹത്തെ കേശവന്റെ മാർഗത്തിൽകൂടി വിദ്യാർത്ഥിഫെഡറേഷന്റെ പ്രവർത്തനത്തിലൂടെ ഒരു കമ്യൂണിസ്റ്റാകാൻ പ്രേരിപ്പിച്ചത്. അദ്ദേഹം എ കെ ജിയുടെയും സുശീലയുടെയും ഒരുകെട്ട് എഴുത്തുകൾ നിധിപോലെ സൂക്ഷിച്ചിരിക്കുന്നത് ഞങ്ങളെ ഒരിക്കൽ കാണിച്ചുതന്നു. അവ ചിലത് വായിക്കുവാൻ പ്രേരിപ്പിച്ചു.

അദ്ദേഹത്തിന്റെ ജ്യേഷ്ഠൻ വാസുദേവൻ നമ്പൂതിരി ഒരു ദിവസം എന്നോടുപറഞ്ഞു, "ശ്ശി കാലായി, എടയ്ക്കൊക്കെ വയറ്റിൽ വേദനയും ഛർദിയും. കേശവന്റെമാതിരി എനിക്കും വയറിൽ പുണ്ണുണ്ടോ?"

എനിക്ക് അന്ന് കണ്ണൂരിൽ എ കെ ജി ആശുപത്രിയിലായിരുന്നു പണി. പരിശോധിച്ചു, എല്ലാ പരീക്ഷണങ്ങളും നടത്തി. അദ്ദേഹത്തിന് പിത്താശയത്തിലെ കല്ലായിരുന്നു അസുഖം. വയറുതുറന്ന് പിത്താശയം (gall bladder) നീക്കം ചെയ്തു. അതിവേഗം സുഖംപ്രാപിച്ചു. അദ്ദേഹത്തിന്റെ മകൻ നാരായണൻ തിരുവനന്തപുരത്ത് കെൽട്രോണിൽ ജീവനക്കാരനായി പ്രവർത്തിച്ചിരുന്നു. ''അച്ഛന് പിന്നെ വയറുവേദന ഉണ്ടായിട്ടില്ല, ഇപ്പോൾ നവതി ആഘോഷിക്കാനുള്ള തത്രപ്പാടിലാ.''

ഒരു ദിവസം കണ്ണൂരിൽ തളാപ്പിലുള്ള ഞങ്ങളുടെ വീട്ടിൽ കേശവന്റെ ഒരു കത്തു വന്നു.

"എന്റെ രണ്ടാമത്തെ മകൻ ജയരാജൻ ഒരു നിയമബിരുദധാരിയായി വന്നിട്ടുണ്ട്."

"മറ്റുള്ളവരുടെ പൊല്ലാപ്പ് ഏറ്റെടുത്ത് ഉറക്കം കെടുത്തണ്ട എന്ന് ഞാൻ ഉപദേശിച്ചു. എന്നാലും, ഇത്രയും കാലം ഈ തൊഴിൽ ചെയ്ത് ആമാശയം കുറെ നഷ്ടപ്പെട്ടു. ജനഹൃദയങ്ങളിൽ മോശമല്ലാത്ത ഒരു സ്ഥാനം കണ്ടെത്തി. ഇനി എത്രനാൾ! ജയരാജന് അതേ പഥത്തിൽ കൂടി സഞ്ചരിക്കണം, ഞാൻ ഇല്ലാതാകുമ്പോൾ ഈ കസേര അയാൾക്ക് വേണം പോൽ! ഇത് കേട്ടാൽ ഏതച്ഛനാണ് സന്തോഷിക്കാത്തത്! "

"അതിനു മുമ്പ് അയാളെ ഒരു വേളി കഴിപ്പിക്കണം."

''ആ സൽകർമം ചെയ്യാൻ ഒരുക്കങ്ങളൊക്കെ പൂർത്തിയായി''.

''ദേവകിസഖാവും ഡോക്ടറും അന്ന് ഞങ്ങളോടൊത്ത് കാസർകോട്ടും, തുടർന്ന് കോറോത്തും വേണമെന്ന് അതിയായി ആഗ്രഹിക്കുന്നു.''

എങ്ങനെ നിരസിക്കും!

അന്ന് എല്ലാറ്റിനും മുന്നിൽനിന്ന് നേതൃത്വം നൽകിയിരുന്നത് സംഗീതജ്ഞൻ കൈതപ്രം ദാമോദരൻ നമ്പൂതിരിയായിരുന്നു, ഞാൻ അത്ഭുതപ്പെട്ടു. അവിടെവെച്ച് ഞങ്ങൾ തമ്മിലുള്ള സൗഹൃദം അരക്കിട്ടുറപ്പിച്ചു.

വേളികഴിഞ്ഞ് കോറോത്ത് സ്വീകരണവും സദ്യയും ഒരുക്കിയിരുന്നു. ആ യാത്രയ്ക്ക് ഞങ്ങളെയും കൂട്ടാൻ ചെറുപ്പക്കാരായ ഡോക്ടർ മുഹമ്മദിനെയും സഹധർമിണിയെയും അവർ ഏല്പിച്ചു.

വഴിക്ക് ഞാൻ ബേക്കൽ കോട്ട കാണുവാൻ മോഹം പ്രകടിപ്പിച്ചു. "അതിനെന്താ, പോണവഴിക്ക് അവിടെ കേറി പോകാം".

സ്വീകരണമെല്ലാം കഴിഞ്ഞ് തിരിച്ചു പോകുന്നവഴി ആ പത്തൊമ്പതുകാരി മുഹമ്മദിനെ തനിച്ചാക്കി ഇഹലോകവാസം വെടിഞ്ഞു, മസ്തിഷ്കത്തിലെ രക്തസ്രാവം കാരണം. ഞങ്ങൾക്ക് അത് കേട്ടിട്ട് വിശ്വസിക്കുവാൻ പ്രയാസം തോന്നി. കോളേജ് കുമാരി എന്ന് തോന്നിച്ചിരുന്ന ആ വിനയാന്വിത ഇന്നില്ല!!

ആ യുവാവ്, ഈ ആഘാതം എങ്ങനെ സഹിച്ചു! എനിക്കറിയില്ല.

1984–ൽ ഒരുദിനം അതിരാവിലെ ഞങ്ങളുടെ തളാപ്പ് വീട്ടിൽ സഖാവ് രാമണ്ണ റൈ വന്നു (കാസർകോട്ട് നിന്ന് കമ്യൂണിസ്റ്റ് ടിക്കറ്റിൽ പാർലമെന്റിലേയ്ക്ക് തെരഞ്ഞെടുക്കപ്പെട്ട എം പി).

"ഇതെന്താ സഖാവേ ഇത്ര നേരത്തെ?"

"ഡോക്ടറിന്റെ പഴയ പേഷ്യന്റും ഉണ്ട് കൂടെ."

അത് കേശവനായിരുന്നു. പണ്ടത്തെ 'എന്തിനും തയാർ' എന്ന ആത്മവിശ്വാസത്തോടുകൂടിയ പുഞ്ചിരി മങ്ങിയിരിക്കുന്നു.

ദേവകി കൊടുത്ത ദോശയും ചട്ടിണിയും ആസ്വദിച്ചുകഴിച്ചു. പണ്ട് കാസർകോട്ട് വെച്ച് ഉണ്ടായ സൗഹൃദം പുതുക്കി. പക്ഷേ അത് അധികനാൾ നിലനിന്നില്ല.

വയറ്റിലെ കാൻസർ പൂർണമായി നീക്കം ചെയ്തിരുന്നു. എന്നാൽ അതിന്റെ അംശങ്ങൾ പടർന്നത് ശ്വാസകോശങ്ങളിലേക്കായിരുന്നു. അല്പം വേഗം നടന്നാൽ ശ്വാസക്കുറവ്.

പരിശോധനകൾ നടത്തി. കാൻസർ രോഗവിദഗ്ധരായ എന്റെ സുഹൃത്തുക്കളുടെ അഭിപ്രായം തേടി.

"ഇത്തരം അർബുദത്തിന് റേഡിയേഷൻകൊണ്ട് കാര്യമില്ല." കീമോതെറാപ്പി മരുന്നുകൾ നിർദേശിച്ചു. ഇത് എ കെ ജി ആശുപത്രിയിൽ തന്നെ ചെയ്യാം എന്ന് തീരുമാനിച്ചു.

കേശവനെ രണ്ടു ദിവസം ശുശ്രൂഷിച്ച ബന്ധുവും ആത്മസുഹൃത്തുമായ ജാതവേദൻ നമ്പൂതിരിയെപറ്റി രണ്ടുവാക്ക്. കാറൽ മണ്ണയിൽ നിന്ന് ഒന്നരാടൻ ഫോൺ ചെയ്യും. കാറൽമണ്ണയിൽ നിന്ന് വന്ന് രണ്ടാമത്തെ തവണ തിരിച്ചു പോകുമ്പോൾ വല്ലാത്ത നെഞ്ചുവേദന, ശ്വാസതടസ്സം. കൂടെ ആരും ഇല്ല. കെഎസ്ആർടിസി ബസ്സിലായിരുന്നു യാത്ര. ഒരു വിധം ഗവൺമെന്റ് ആശുപത്രിയിലെത്തിച്ചു.

അവശനായ അദ്ദേഹത്തിന് സംസാരശേഷി നശിച്ചിരുന്നു. പോക്കറ്റിലേക്ക് ചൂണ്ടി. അതിൽ ഒരു സ്ട്രിപ് "sorbitrate" ഗുളികകളും പിന്നെ ഒരു കടലാസിൽ കുറിച്ചിട്ട ടെലഫോൺ നമ്പറും ഉണ്ടായിരുന്നു. അത് പോസ്റ്റൽ ഡിപ്പാർട്ട്മെന്റിൽ പണിയെടുത്തിരുന്ന ഒരു തിരുമേനി യുടേതായിരുന്നു. വിവരം അറിയിച്ചതിനെ തുടർന്ന് അദ്ദേഹം ആശുപ ത്രിയിൽ എത്തി. പക്ഷേ അല്പസമയത്തിനുള്ളിൽ എല്ലാവരോടും വിട പറഞ്ഞ് ജാതവേദൻ അനന്തതയിലേക്ക് യാത്രയായി.

സുപ്രസിദ്ധ സംഗീത വിദുഷി പ്രൊഫസർ ഭാവനാ രാധാകൃഷ് ണന്റെ അച്ഛനായിരുന്നു ജാതവേദൻ.

ഇത് കഴിഞ്ഞ് 1984 ജൂലൈ 21ന് കേശവനും യാത്രയായി. തന്റെ ഉറ്റ സുഹൃത്ത് ജാതവേദൻ തന്റെ മുൻപേ പോയി എന്നറിയാതെ.

64

കണ്ണീരിൽ കുതിർന്ന നിമിഷങ്ങൾ

എം ആർ എസ് എന്റെ അനുജൻ.

ശ്രീധരൻ ഒരു അസാമാന്യ പ്രതിഭയായിരുന്നു. ഞാൻ പലതും അദ്ദേഹത്തിൽനിന്ന് പഠിക്കുകയുണ്ടായി. അവയിലൊന്നുമാത്രം ഉദാഹരണത്തിന് വിവരിക്കട്ടെ.

'Blue Baby Syndrome' എന്നൊരു പ്രതിഭാസമുണ്ട്. അതിലെല്ലാം കാതലായത് നവജാത ശിശുവിന്റെ ശ്വാസകോശങ്ങളിൽ വേണ്ടത്ര രക്തചംക്രമണം നടക്കുന്നില്ല എന്നതാണ്. തന്മൂലം കുട്ടി വളരുകയില്ല; വളരെ ഏറെ വൈഷമ്യങ്ങൾ ശൈശവത്തിൽ നേരിടേണ്ടിവരും. അതിന് തൽക്കാല പോംവഴിയായി ഞങ്ങളൊക്കെ ചെയ്തിരുന്നത് B T Shunt എന്നൊരു ഓപ്പറേഷൻ ആയിരുന്നു. അതിനെപ്പറ്റി ഇതിനുമുമ്പ് വിവരിച്ചിട്ടുണ്ട്.

ഇതിലും വളരെ ഏറെ ഫലവത്തായ വേറെ ഒരു ഓപ്പറേഷൻ Waterston Cooly എന്നതാണ്. ഇത് എന്നെ കൈപിടിച്ച് ചെയ്യിച്ചത് ശ്രീധരനായിരുന്നു. അങ്ങനെ പലതരത്തിലും ഞാൻ മാത്രമല്ല, ഞങ്ങളുടെ ഡിപ്പാർട്മെന്റിലെ വിദ്യാർത്ഥികളും ആ പ്രതിഭാശാലിയോട് പലവിധത്തിലും കടപ്പെട്ടവരാണ്.

ആയിടയ്ക്കാണ് ഞങ്ങളുടെ സഹപ്രവർത്തകനും 'പൈസാർ' എന്നറിയപ്പെട്ടിരുന്ന പ്രൊഫസർ കെ എൻ പൈയുടെ വലംകൈയുമായിരുന്ന ഡോക്ടർ മാത്യു റോയ് യാത്രയായത്. ഒരു രോഗിയെ പരിശോധിച്ചുകൊണ്ടിരുന്നപ്പോൾ പറഞ്ഞു, ''ഞാൻ അഞ്ചുമിനിട്ടിൽ വരാം, ക്ഷമിക്കണം''. അടുത്തമുറിയിലെ കട്ടിലിൽ പോയി കിടന്നു. പിന്നെ അനക്കമില്ല. തൊട്ടടുത്തുണ്ടായിരുന്ന ഡോക്ടർ പി പി ജോസഫ് പലതും ചെയ്തു. വ്യർത്ഥമായി. കാരണം ആ മാന്യദേഹം അതിനുമുമ്പുതന്നെ, ഞൊടിയിടയിൽ, 'കർത്താവിൽ നിദ്ര പ്രാപിച്ചി'രുന്നു.

ശവസംസ്കാര സമയത്ത് എല്ലാവരോടുമായി ശ്രീധരൻ പറഞ്ഞു, ''അടുത്ത ഊഴം എന്റേതാണ്''. രണ്ടുമാസം കഴിഞ്ഞ് എ എസ് ഐ (അസോസിയേഷൻ ഓഫ് സർജന്റ്സ് ഓഫ് ഇന്ത്യ) യുടെ കേരള ഘടകത്തിന്റെ മദ്ധ്യകാല സമ്മേളനം തൃശ്ശൂരിൽ അമല ആശുപത്രിയിൽ ചേരുകയുണ്ടായി, അത് ഒരു മെഡിക്കൽ കോളേജായി ഉയരുന്നതിന് വളരെ വർഷങ്ങൾക്കുമുമ്പ്.

രാവിലത്തെ യോഗം കഴിഞ്ഞ് എല്ലാവരും ചായ കുടിക്കുവാൻ താഴെ സമ്മേളിച്ചു. ശ്രീധരന്റെ കൈ നേരെ പോയത് പുഴുങ്ങിയ കോഴിമുട്ടയിലേക്കായിരുന്നു. ''വീട്ടിൽ സഹധർമിണി സമ്മതിക്കില്ല, എനിക്ക് അല്പം ബി പി ഉണ്ടുപോലും''.

പതിനഞ്ചുമിനിട്ടിനുശേഷം രണ്ടാമത്തെ സെഷന് അദ്ധ്യക്ഷതവഹിക്കേണ്ടത് എം ആർ എസ് മേനോനായിരുന്നു. അതിനായി വേദിയിലേക്ക് കയറിയ ഉടനെ അവിടെ കുഴഞ്ഞുവീണു. ഞങ്ങൾ അദ്ദേഹത്തെ അധ്യക്ഷവേദിയിലെ വിശാലമായ മേശമേൽ എടുത്തുകിടത്തി.

ഹൃദയമിടിപ്പ് തകരാറൊന്നുമില്ലാതെ ഉണ്ട്. ശ്വാസോച്ഛ്വാസവും അൽപ്പം ഇടർച്ചയോടുകൂടിയാണെങ്കിലും നടക്കുന്നുണ്ട്. ചുണ്ടും നാവും ഒന്നും നീലിച്ചിട്ടില്ല. പൂർണ അബോധാവസ്ഥയിലാണ്.

വിദഗ്ദ്ധർ, ആ അധ്യക്ഷവേദിയിലെ മേശമേൽ കിടത്തി പല പരിശോധനകളും നടത്തി. അനസ്തീഷ്യ വിഭാഗം മേധാവി തൊണ്ടയിൽക്കൂടി ട്യൂബ് ഇട്ട് ശ്വാസത്തിന്റെ ഇടർച്ച മാറ്റി.

മസ്തിഷ്കത്തിൽ കാര്യമായ രക്തസ്രാവം സംഭവിച്ചു എന്ന് ഉറപ്പാണ്. "വലിയ ഹോപ്പൊന്നുമില്ല."

ഒന്നു പൊട്ടിക്കരയണം, എന്റെ അനുജൻ മരണവുമായി മല്ലടിക്കുന്നത് എങ്ങനെ നിർവികാരനായി നോക്കിനിൽക്കും.

വിജനമെന്നു കരുതിയ ഒരു മുറിയിലേക്ക് ഓടി. അവിടെ ഒരു കോണിൽ ഡോക്ടർ ഒ എസ് മേനോൻ വിങ്ങിവിങ്ങി കരയുന്നു. ഞങ്ങൾ തമ്മിൽ വാക്കുകൾക്ക് പ്രസക്തിയില്ലായിരുന്നു.

ന്യൂറോ സർജൻ ഡോക്ടർ ജോണും മറ്റു വിദഗ്ധരും പരിചരണം തുടർന്നു. കുറെ കഴിഞ്ഞ് തിരുവനന്തപുരത്തുനിന്ന് മിസിസ് ചന്ദ്രികാ മേനോനും മറ്റു ബന്ധുക്കളും സുഹൃത്തുക്കളും എത്തിച്ചേർന്നു. മിസിസ് മേനോൻ എന്നെ കണ്ടതും വാവിട്ടുകരഞ്ഞു.

"ചേട്ടനെ ഇത്രയും കാലം കൈപിടിച്ച് നയിച്ച സാറ്, ഇപ്പോൾ കൈവെടിയുകയാണോ?"

എന്റെ ജീവിതത്തിൽ ഒരിക്കലും മറക്കാനാകാത്ത, കണ്ണീരിൽ കുതിർന്ന നിമിഷങ്ങളായിരുന്നു അത്.

ഡോക്ടർ സാംബശിവൻ ശ്രീധരനെ ഒരു ആംബുലൻസിൽ തിരുവനന്തപുരത്തേക്ക് കൊണ്ടുപോയി, പല വിശദപരിശോധനകൾക്കും ശേഷം, ഓപ്പറേഷൻ ചെയ്ത് രക്തസ്രാവം വിജയകരമായി നിർത്തി. പക്ഷേ, മസ്തിഷ്കം മനുഷ്യ ശരീരത്തിലെ ഏറ്റവും പരിണാമം പ്രാ

പിച്ച അവയവമാണ്; അതുകൊണ്ടുതന്നെ ഏറ്റവും ദുർബലമായ അവയവുമാണ്. അതിന് താങ്ങാനാകുന്നതിൽ കൂടുതലായിരുന്നു ആ രക്തസ്രാവം.

1987 ഫെബ്രുവരി ഏഴാംതീയതി ആ ആത്മാവ് ഞങ്ങളോടെല്ലാം എന്നെന്നേയ്ക്കുമായി വിടപറഞ്ഞു. കോസ്മോപൊളിറ്റൻ ആശുപത്രി എം ആർ എസ് പടുത്തുയർത്തി. എന്നാൽ, അതിന്റെ ഉദ്ഘാടനത്തിന് കാത്തുനിന്നില്ല.

ആ ആതുര ശുശ്രൂഷാ കേന്ദ്രത്തിന്റെ ഡയറക്ടർ ബോർഡ് പ്രസിഡന്റും മാനേജിങ് ഡയറക്ടറും മിസിസ് ചന്ദ്രികാ മേനോൻ ആണ്. അക്ഷീണ പ്രവർത്തനത്തിലൂടെ തന്റെ ഭർത്താവ് രൂപകല്പനചെയ്ത ആ സ്ഥാപനം അവർ താലോലിച്ച് വളർത്തുന്നു. ആദ്യകാലത്ത് ശ്രീധരന്റെ ജ്യേഷ്ഠൻ ഡോ. എം ആർ പി മേനോൻ പകുതി ഭാരം ചുമക്കുവാനുണ്ടായിരുന്നു. കുറച്ചുകാലങ്ങൾക്ക് മുമ്പ് അദ്ദേഹവും കാലയവനികയ്ക്കുള്ളിൽ തിരോധാനംചെയ്തു.

എം ആർ എസിന്റെ മകൻ ഡോ. വിനോദ് ഇംഗ്ലണ്ടിൽ കവൻടറിയി (Coventery)ൽ കൺസൾടന്റ് സർജനാണ്. അടുത്തകാലത്ത് തിരുവനന്തപുരത്ത് വന്ന അവസരത്തിൽ ഒരു പ്രഭാഷണത്തിൽകൂടി ലാപ്രോസ്കോപിക് സർജറിയുടെ അത്ഭുത പ്രപഞ്ചം കാണിച്ചുതന്നു. പിതാവിന്റെ കാൽപ്പാടുകളിൽ കൂടി സഞ്ചരിക്കുന്ന ഒരു വിദഗ്ദ്ധനെയാണ് ഞാൻ നിർന്നിമേഷം കണ്ടുകൊണ്ടിരുന്നത്.

പാരമ്പര്യം അനിഷേധ്യമാണ്.

ഇത് എഴുതിക്കൊണ്ടിരുന്നപ്പോൾ മറ്റൊരു വാർത്ത എന്നെ ദുഃഖിതനാക്കി. ഡോക്ടർ തോമസ് സക്കറിയ ഉറക്കത്തിൽ, വിടപറയാതെ യാത്രയായി. ഞങ്ങൾ സഹപ്രവർത്തകരും ഉറ്റ സുഹൃത്തുകളും ആയിരുന്നു.

ഞാൻ മൂന്നുവർഷം മദിരാശി മെഡിക്കൽ കോളേജിൽ സർജറിയിൽ പരിശീലനം നേടി. എം എസ് (Master in Surgery) ബിരുദം നേടുക എന്നതായിരുന്നു ലക്ഷ്യം. പക്ഷേ, അന്ന് മദിരാശി സർവകലാശാലയിലെ റജിസ്ട്രാർ എന്റെ അപേക്ഷ രണ്ടുതവണ തള്ളി. പിന്നെ പ്രൊഫസർ സംഗംലാലിന്റെ ശുപാർശയുമായി ചെന്നു. അത് കീറി ചവറ്റുകുട്ടയിലിട്ടു പറഞ്ഞു. "പോയി പ്രൊഫസർ സംഗംലാലിനോടു പറയൂ, അഞ്ചുവർഷം മെഡിക്കൽ കോളേജിൽ വിദ്യാർഥി ഫെഡറേഷൻ സംഘടിപ്പിക്കുവാൻ മെനക്കെട്ടവർക്ക് ബിരുദം കൊടുക്കുക എന്ന പതിവില്ല".

അങ്ങനെയാണ് മറ്റ് ഗത്യന്തരമില്ലാതെ ഗവൺമെന്റിന്റെ ആതുര ശുശ്രൂഷാരംഗത്ത് സേവനം ആരംഭിച്ചത്. പക്ഷേ, അന്ന് എനിക്കുകിട്ടിയ വിദഗ്ദ്ധപരിശീലനം എന്നെ എല്ലായിടത്തും പിന്തുടർന്നു.

1957ൽ ഇ എം എസ് മന്ത്രിസഭ എന്നെ തിരുവനന്തപുരത്തെ മെഡിക്കൽ കോളേജിൽ നിയമിച്ചു.

പ്രൊഫസർ രാഘവാചാരിയുടെ യൂണിറ്റിലായിരുന്നു നിയമനം. അദ്ദേഹത്തിന് സർജറി ശിക്ഷണമായിരുന്നു ജീവിതത്തിൽ എല്ലാം

എല്ലാം. ആ യൂണിറ്റിൽ ഏറ്റവും സീനിയർ ആയത് ഡോക്ടർ തോമസ് സക്കറിയയായിരുന്നു. എന്നിട്ടും പ്രൊഫസർ പറഞ്ഞു: എനിക്ക് വിദ്യാർഥികളുമായി ദിവസം മുഴുവൻ ചെലവിടണം. സർജറിയുടെ ചുമതല ഡോക്ടർ വാരിയർ ഏറ്റെടുക്കണം.

ഞാൻ വിസമ്മതിച്ചു.

"ഡോക്ടർ തോമസ് സക്കറിയ ആണ് ഏറ്റവും സീനിയർ. ഇതുവരെയുണ്ടായിരുന്ന മാതിരി അദ്ദേഹം തന്നെ ചുമതല തുടരണം. ഞാൻ സഹായിച്ചോളാം."

തോമസ് സക്കറിയ പ്രതികരിച്ചു. "ഡോക്ടർ വാരിയർക്കുള്ള പരിചയസമ്പത്തിന്റെ പകുതിപോലും എനിക്കില്ല. അദ്ദേഹം ചുമതല ഏൽക്കട്ടെ, ഞാൻ സഹായിച്ചോളാം."

ഇത്ര വിശാലഹൃദയനായ മറ്റൊരു ശസ്ത്രക്രിയാനിപുണനെ വേറെ കാണുകയില്ല.

ആ കൈവിരുത് ഞാൻ അവസാനമായി കണ്ടത് എസ് യു ടി ആശുപത്രിയിൽ ഒരു ഗാൾ ബ്ലാഡർ ശസ്ത്രക്രിയ ചെയ്യുന്ന അവസരത്തിലാണ്. അത് കഴിഞ്ഞ് ഞങ്ങൾ കുറെനേരം പഴയ കറകളഞ്ഞ സൗഹാർദം അയവിറക്കി. അത് അവസാനത്തെതാവും എന്ന് അന്ന് വിചാരിച്ചില്ല.

വീട്ടിൽ ശീതീകരണ പെട്ടിയിൽ കിടക്കുന്നത് കണ്ടപ്പോൾ ഉറങ്ങിക്കിടക്കുകയാണെന്നേ തോന്നിയുള്ളൂ.

സഹധർമിണി സാഹിത്യകാരി സാറാതോമസ് പറഞ്ഞു, "രാത്രി ഉറങ്ങിക്കിടക്കുമ്പോൾ കൂർക്കം വലിക്കുന്നതുപോലെ തോന്നി. അത്ര മാത്രം."

ഒരു സുഹൃത്തു പറഞ്ഞു, "മഹാഭാഗ്യവാൻ. ഒരു ദിവസംപോലും, ഒരു നേരംപോലും അവശനായി കിടക്കാതെ, അവസാനദിവസം പോലും പകൽ മുഴുവൻ കർമനിരതനായി നിദ്രയിൽ ആണ്ടുപോയല്ലോ."

മിസിസ് സാറാതോമസിനോടും മക്കളോടും അഗാധമായ അനുശോചനം.

65

ഒരേ ഒരു ഷേണായ്

ഞാനന്ന് മണിപ്പാലിൽ കസ്തൂർബാ മെഡിക്കൽ കോളേജിൽ ജോലിചെയ്യുകയായിരുന്നു. രാവിലെ എട്ടുമണിക്ക് ക്ലാസിലെത്തണം. തന്മൂലം കുറച്ച് തിരക്കുപിടിച്ച സമയമാണ്. ആ സമയത്ത് സാമാന്യേന ആരും വീട്ടിൽ എന്നെ കാണാൻ ധൈര്യപ്പെടാറില്ല.

ഏഴരമണിക്ക് സുസ്മേരവദനനായി ഷേണായ് കയറിവന്നു. കൂടെ മധ്യവയസ്കൻ എന്ന വിശേഷണത്തിന് ഇനിയും പൂർണമായി അർഹനാവാത്ത ഒരു അപരിചിതനും കൂടിയുണ്ട്. സുപ്രസിദ്ധമായ എന്റെ ശുണ്ഠി പൊട്ടിയൊഴുകുന്നതിന് മുമ്പ് സഖാവ് ഒരു കസേരയിൽ ഉപവിഷ്ടനായി. അടുത്ത ഒരു കസേരയിൽ അപരിചിതനെ പിടിച്ചിരുത്തി, സ്വന്തം വീട്ടിൽ എന്നപോലെ. ഏതൊരു കഠിനപ്രയോഗത്തിനെയും കൂസാത്ത ഒരു പ്രകൃതക്കാരനായിരുന്നു ആ സഖാവ്.

ഉദാഹരണം 1. സഖാവ് ഒളിവിലായിരുന്നു. ജീവനോടയോ, അല്ലാതെയോ കാണിച്ചുകൊടുത്താൽ അയ്യായിരം രൂപ റൊക്കം കിട്ടുമെന്ന പ്രഖ്യാപനം നിലവിലുള്ള സമയം. കുത്തക മുതലാളിവർഗത്തിന്റെ കടന്നാക്രമണം മൂലം അന്നത്തെ അയ്യായിരം ഇന്ന് അഞ്ചു ലക്ഷം കവിയും. പയ്യന്നൂരിനടുത്ത് ഒരു പാവപ്പെട്ട റോഡ് തൊഴിലാളിയുടെ ചെറ്റക്കുടിലാണ് ഒളിവ് സങ്കേതം.

ഒരു ദിവസം ഉച്ചസമയത്ത് ഗൃഹനാഥൻ വലിയ വെപ്രാളത്തോടെ ഓടിവന്നു. സാധാരണ അതിരാവിലെ പോയാൽ പിന്നെ സന്ധ്യ കഴിഞ്ഞേ വരാറുള്ളു. ഇന്ന് എന്തുപറ്റി? ഷേണായ് സ്വതസിദ്ധമായ ചിരിയോടുകൂടി പുറത്തുതട്ടിക്കൊണ്ട് ചോദിച്ചു. "ഇതെന്തുപറ്റി".

അയാൾ അടക്കിപ്പിടിച്ച സ്വരത്തിൽ പറഞ്ഞു. ‘‘സഖാവിന്റെ വീട്ടുസാമാനങ്ങളൊക്കെ അങ്ങാടിയിൽ, നടുറോഡിൽ ഇട്ട് മണ്ണെണ്ണ ഒഴിക്കുന്നു. സഖാവ് എവിടെയുണ്ട് എന്ന് വിവരം കൊടുത്തില്ലെങ്കിൽ

അതു മുഴുവൻ കത്തിക്കുമെന്ന് പറയുന്നു. ഒരു സംഘം കശ്മലന്മാർ. കുറെ പൊലീസുകാരുമുണ്ട്. എന്താ ചെയ്യാ?"

ഒരു കൂസലും കൂടാതെ ഷേണായിയുടെ മറുപടി"എടോ എനിക്ക് വിശക്കുന്നു, ചോറ് വിളമ്പ്."

ഷേണായി മണിപ്പാലിലെ ആ പ്രഭാതവേളയിൽ അല്പം അസ്വസ്ഥനാണ് എന്നുതോന്നി.

"എന്താ ഷേണായ്?"

"ഡോക്ടറും ദേവകി സഖാവും കാപ്പികുടിച്ചുവരൂ."

"ഇതാരാ?"

"ഒക്കെ പറയാം. പോയി കാപ്പികുടിച്ചുവരൂ."

"എന്നാൽ നിങ്ങൾ രണ്ടുപേരുംവരൂ."

"ഞങ്ങൾ ഉഡുപ്പിയില് റൂമെടുത്ത് കുളീം പ്രാതലും കഴിച്ചാണ് വന്നത്."

ഞങ്ങൾ കാപ്പികുടിച്ച് മടങ്ങി വന്നപ്പോൾ സഖാവ് അന്നത്തെ പത്രം വായിക്കുകയായിരുന്നു. അല്പം അസ്വസ്ഥനായിക്കണ്ടു.

"ഇയാള് നാരായണൻ. എന്റെ മകള് ജ്യോതിയുടെ ഭർത്താവാണ്. ഓർമയില്ലെ? ഇവരുടെ കല്യാണത്തിന് സഖാവ് സുശീലാഗോപാലനാണ് കാർമികത്വം വഹിച്ചത്. പട്ടാളത്തിൽനിന്ന് പിരിഞ്ഞുപോന്നിട്ട് രണ്ടു കൊല്ലമേ ആയുള്ളൂ. കുറച്ചുകാലമായിട്ട് ഇയാളുടെ നാവിന്റെ ഇടതു വശത്ത് ഒരു പുണ്ണ്, ആദ്യം ചില മരുന്നൊക്കെ തേച്ചുനോക്കി. പിന്നെ പല്ലിന്റെ മൂർച്ച കാരണമാണ് എന്ന് പറഞ്ഞ് മംഗലാപുരത്തെ ഒരു വിദഗ്ധ പല്ല് ഡോക്ടർക്ക് റെഫർ ചെയ്തു. അദ്ദേഹം കുറെ രാവി ശരിയാക്കി, എന്നിട്ടും പുണ്ണ് മാറുന്നില്ല.

"തിരുവനന്തപുരം ഡെന്റൽകോളേജിൽ ഒരു പല്ല് പിന്നെയും രാവി. കാര്യമുണ്ടായില്ല.

"എന്റെ മനസ്സിൽ ഒരു ദുശ്ശങ്ക. അതോണ്ട് നേരെ ഇങ്ങോട്ടു പോന്നതാ. ഡോക്ടർ അത് ഒന്നു നോക്കണം".

ഞാൻ പരിശോധിച്ചു. വീട്ടിൽവെച്ച് ഒരിക്കലും ചെയ്യാത്ത ഒരു പരിപാടി. ദേവകി അത്ഭുതപ്പെട്ടു. കൈകഴുകിവന്ന് ഞാൻ പറഞ്ഞു. "ഇത് കാൻസർ ആകാൻ സാധ്യതുണ്ട്. ഇപ്പോൾ തന്നെ ബയോപ്സി ചെയ്യാം."

ഏത് പ്രതിസന്ധിയിലും പതറാത്ത, കഠിന പോലീസ് മുറയ്ക്കു പോലും ഒരു ഞെരക്കവും കേൾപ്പിക്കാൻ കഴിയാത്ത, ആ അസാമാന്യ ധൈര്യശാലി ഉലയുന്നതുകണ്ടു. ആ ഇരുണ്ടമുഖം അല്പം കൂടി ഇരുണ്ടു. അടുത്തനിമിഷം താഴെ വീണു. ഞങ്ങൾ പരിഭ്രമിച്ചു. പ്രയാസപ്പെട്ട് താങ്ങി കസേരയിൽ ഇരുത്തി. ഓ. ഹാർട്ട് അറ്റാക്കാണോ എന്ന് ഞാൻ ഭയന്നു. ദേവകി കുറച്ച് വെള്ളവും വിശറിയുമായി വന്നു.

അഞ്ചേ അഞ്ചുമിനിട്ടിൽ, ലോകത്തിൽ എന്തും നേരിടുവാനുള്ള ചങ്കൂറ്റത്തിന്റെ ട്രേഡ് മാർക്കായ ചിരി തിരിച്ചുവന്നു. കുഴഞ്ഞിരുന്ന ശരീരം ചെടുക്കനെയായി. തോർത്തെടുത്ത് മുഖം തുടച്ചുകൊണ്ടു പറഞ്ഞു. "ന്നാ ബയോപ്സി ചെയ്യാ. കഴിച്ച ദോശയും കാപ്പിയും എടങ്ങാറാവില്ലെ?"

ലോക്കൽ അനസ്തീഷ്യയിൽ ബയോപ്സി ചെയ്തു. ഫലമറിയാൻ നാലുദിവസം വേണ്ടിവരും. ദേവകി പറഞ്ഞു, "ഇവിടെകൂടാം."

"വേണ്ട, നാട്ടിൽ പോയിവരാം. മോളും ഭാര്യയും കാത്തിരിക്കും." പരിശോധനാ റിപ്പോർട്ട് കാൻസർ സ്ഥിരീകരിച്ചു. ഷേണായ് ഊർജ്ജസ്വലനായിട്ടാണ് മടങ്ങിവന്നത്. ബ്രിട്ടീഷ് സാമ്രാജ്യത്വത്തെ വെല്ലുവിളിച്ച അതേ വീറോടെ കാൻസർ ശത്രുവിനെ നേരിടുവാൻ ദൃഢനിശ്ചയത്തോടെ. വിട്ടുവീഴ്ചയില്ലാത്ത സമരാവേശം ആ മുഖത്ത് കണ്ടു.

ആദ്യപടിയായി ഇടതുവശത്തെ പല്ലുകൾ പറിക്കണം. അല്പം പോലും ഇളക്കമില്ലാത്ത അണപ്പല്ലുകൾ. രണ്ടെണ്ണത്തിൽ കൂടുതൽ ഒരുദിവസം എടുത്തുകൂടാ. ആഹാരം കഴിക്കാൻ പ്രയാസം. അത് കുറയ്ക്കുവാൻ തുടരെ മരുന്നുകൊടുക്കണം. ആന്റി ബയോട്ടിക്സ് കുത്തിവെക്കണം. ആഹാരത്തിന്റെ കുറവ് നികത്തുവാൻ ഡ്രിപ്പും ചിലപ്പോൾ വേണ്ടിവരും. കാൻസർ വാർഡിൽ കിടത്തി ചികിത്സിക്കുവാൻ തീരുമാനിച്ചു. കൂട്ടിരിപ്പുകാരനായി ഷഷ്ടിപൂർത്തി കഴിഞ്ഞ ആ ചെറുപ്പക്കാരൻ ഷേണായ്.

ആദ്യമൊക്കെ വൈകുന്നേരം ഒന്നോ രണ്ടോ മണിക്കൂറ് ഞങ്ങളുടെ വീട്ടിൽ വരും. വിലപിടിച്ച അനുഭവകഥകളും കൈമാറുമായിരുന്നു. പിന്നീട് അത് നിന്നു. എന്തുപറ്റി എന്നറിയാൻ ഞങ്ങൾ, ദേവകിയും ഞാനും, വാർഡിൽ ചെന്നു.

കട്ടിലിൽ രോഗി നാരായണൻ കിടക്കുന്നു. ഒരു സ്റ്റൂളിൽ അയാളുടെ കൈ തടവിക്കൊണ്ട് ഷേണായിയും. കട്ടിലിനടിയിൽ കുറെ വർത്തമാന കടലാസുകൾ വൃത്തിയായി മടക്കിവെച്ചിരിക്കുകയായിരുന്നു. അഞ്ചു മിനിട്ട് രോഗവിവരങ്ങളും മറ്റും അന്വേഷിച്ചു. അയാൾക്ക് കഴിക്കാവുന്ന ആഹാരമൊക്കെ കൃത്യമായി കൊടുക്കുന്നുണ്ട്.

"അപ്പോൾ സഖാവിനോ?" "പുറത്തിറങ്ങിയാൽ എന്തു വേണമെങ്കിലും കിട്ടും. പിന്നെ ഞാൻ അവരോട് ശട്ടംകെട്ടിയിരിക്കാ, ഇവിടെ കൊണ്ടുവന്ന് തരുവാൻ".

ദേവകി ചോദിച്ചു. "ഞങ്ങളുടെ വീടും അടുത്തല്ലെ. സഖാവിന് അവിടെ വന്ന് ആഹാരം കഴിച്ചുകൂടെ?"

അടുത്ത ബെഡിലെ കൂട്ടിരിപ്പുകാരനോട് കൊങ്ങിണിഭാഷയിൽ എന്തോ പറഞ്ഞ് എന്റെ കൈപിടിച്ച് പുറത്തേക്ക് നടന്നു.

"അവൻ പറയ്വാ, ഇത് കാൻസർ അല്ലെ. എത്ര ചികിത്സിച്ചാലും മാറാരോഗമാണ്. പിന്നെ ഞാൻ എന്തിനാ ഇത്രയധികം വേദന സഹിയ്ക്കണ് എന്ന്. വല്ല അബദ്ധോം കാണിച്ചാലോ?"

അതുകൊണ്ട് ആ ധീരൻ തന്റെ മകന്റെ കൈപിടിച്ച് ഒരേ ഇരിപ്പാ.

"അപ്പോൾ കുളിക്കാനും പ്രാഥമികാവശ്യങ്ങൾക്കുമോ?"

"അടുത്തുള്ളവരെ ശട്ടംകെട്ടി പോകും." പിന്നെ ഒരു കള്ളച്ചിരിയോടെ, "ഞങ്ങള് കൊങ്ങിണികളല്ലെ?"

"കിടപ്പോ?"

"പത്രമില്ലെ. ജയിലിൽ 18 ദിവസം നിരാഹാരസമരം നടത്തി. അപ്പളും ദിവസവും രാവിലെ പത്രം വായിക്കാതിരുന്നാൽ വല്ലാത്ത വെശപ്പാ.

"പത്രം സൂക്ഷിച്ചുവെയ്ക്കും. അത് നിലത്തുവിരിക്കും. ബാഗ് തലയ്ക്ക് വെക്കും. എന്ത് സുഖാ അങ്ങനെ ഉറങ്ങാൻ."

അന്നുതന്നെ ഞങ്ങൾ ഒരു പായും കോസറിയും തലയണയും അവിടെ എത്തിച്ചു.

എന്തിലും കലർപ്പില്ലാത്ത ആത്മാർപ്പണമാണ് ആ സഖാവിന്റെ സ്വഭാവം. ഇവിടെ കാൻസറിനെ വെല്ലാൻ, രാഷ്ട്രീയത്തിൽ വർഗശത്രുക്കളെ നേരിടുവാൻ. അതിൽ ഞാൻ, എന്റെ സുഖം, എന്റെ നേട്ടം, എന്റെ കേമത്തരം എന്ന ചിന്തയില്ല.

ഉദാഹരണം 2. എക്കാലത്തെയും റെക്കോഡായ ഭൂരിപക്ഷത്തിലാണ് ഷേണായ് പയ്യന്നൂരിൽനിന്ന് വിജയിച്ച് നിയമസഭയിലേക്ക് എത്തിയത്. പിന്നീട് എം വി രാഘവനായിരുന്നു അതേ നിയോജകമണ്ഡലത്തിൽ സ്ഥാനാർഥിയായത്. ഊണും ഉറക്കവുമുപേക്ഷിച്ച് ഷേണായി ഓരോ പ്രവർത്തകന്റെയും അടുത്തുപോയി നമ്മുടെ നേതാവ് ആണ് സ്ഥാനാർഥി. ഷേണായ് നേടിയതിൽ ഇരട്ടി വോട്ട് നേടിക്കൊടുക്കണം."

നിയോജകമണ്ഡലത്തിൽ ഓരോ മുക്കിലും മൂലയിലും പോയി ഇതുപറഞ്ഞു. രാഘവൻ വലിയ ഭൂരിപക്ഷത്തിൽ വിജയിച്ചു. എങ്കിലും ഷേണായിയുടെ റെക്കോർഡിലെത്താൻ സാധിച്ചില്ല. ആ തിളങ്ങുന്ന അധ്യായം ഇന്നും നിലനിൽക്കുന്നു.

നാരായണന് റേഡിയേഷനും കീമോതെറാപ്പിയും എല്ലാം കൊടുത്തു. പക്ഷേ രോഗനിർണയത്തിന് മാസങ്ങൾ വൈകിയതു കാരണം അത് അതിരുകടന്നിരുന്നു. വളരെ കടുത്ത ചികിത്സാരീതികളാൽ അയാൾ അവശനായിരുന്നു. ഇനി താടിയെല്ലും കഴുത്തിലെ പേശികളും ശസ്ത്രക്രിയയിൽ കൂടി മാറ്റണം (commando dissection) എന്നായിരുന്നു വിദഗ്ധമതം.

വളരെ ഏറെ വേദന, നരകതുല്യമായ കഷ്ടപ്പാടുകൾ, വായിൽ ക്കൂടി ഭക്ഷണം കഴിച്ചിട്ട് നാളുകൾ ഏറെയായി.

"അതെല്ലാം കഴിഞ്ഞാൽ പൂർണസുഖം പ്രാപിക്കുവാൻ കഴിയുമോ?"

കാൻസറിന്റെ കാര്യത്തിൽ അങ്ങനെ ഒരു ഉറപ്പുതരാൻ ആർക്കും സാധിക്കില്ല. ലോകത്തിൽ ഏത് അത്യുന്നത കേന്ദ്രത്തിലായാലും, ചികിത്സകൻ എത്ര വിദഗ്ധനായാലും.

"എങ്കിൽ എന്നെ മരിക്കുവാൻ അനുവദിക്കൂ. ഇനിയും എന്നെ ക്രൂശിക്കരുതേ".

അവസാന നാളുകളിൽ മാത്രമാണ് അയാളുടെ അച്ഛൻ ഒരു നോക്കു കാണുവാൻ വന്നത്.

'ജാതിപ്പിശാചിന്റെ പല്ലിളി' എന്ന് കവി പാടി. അതിന്റെ ഭയാനകത ഇത്രമേൽ ആവാമോ!

ഉദാഹരണം 3. ഷേണായ് കുടുംബവും നാരായണന്റെ കുടുംബവും അയൽവാസികളായിരുന്നു. മക്കൾ കുട്ടിക്കാലത്ത് ഒരുമിച്ച് കളിച്ചു വളർന്നു. ഒരുമിച്ച് സ്കൂളിൽ പോയി വരും. നാരായണൻ പിന്നീട് പട്ടാളത്തിൽ റഡാർ ഓപ്പറേറ്റർ ആയി.

ഒരു ദിവസം ഷേണായിക്ക് ഒരു കത്തുവന്നു, നാരായണന്റെ. "ജ്യോതിയും ഞാനും ഒരുമിച്ച് വളർന്നു. 'ജാതിമതവിശ്വാസങ്ങൾ മനുഷ്യനെ വിഭജിക്കുന്നു. മനുഷ്യപുരോഗതിക്കാവശ്യം കൂട്ടായ്മയാണ്' എന്ന് അങ്ങ് പറയുന്നത് ധാരാളം കേട്ടിട്ടുണ്ട്. ഞങ്ങളെ രണ്ടുപേരെയും ഇനിയുള്ള ജീവിതം പങ്കുവെക്കുവാൻ അനുവദിക്കുമോ?"

ഷേണായിക്ക് സംശയലേശമുണ്ടായില്ല. ഒരു ഹാളിൽ ഒരു മതാചാരങ്ങളും കൂടാതെ കല്യാണം നടന്നു. സഖാവ് സുശീലാ ഗോപാലനായിരുന്നു അവരെ യോജിപ്പിച്ചത്.

ആ നാരായണനാണ് ജീവന്മരണ പ്രശ്നത്തിൽ ഘോരയുദ്ധം നടത്തുന്നത്. ആത്മാർഥതയുടെ തൽസ്വരൂപമായ ഷേണായ് ഏത് സമയത്തും അയാളുടെ കൂടെ പൊരുതി, അവസാനനിമിഷം വരെ.

ഉദാഹരണം 4. ഷേണായ് എം എൽ എ ആയിരിക്കുമ്പോൾ ഒരു ഔദ്യോഗിക പരിപാടിക്ക് പോകുകയായിരുന്നു. വഴിയിൽ ഗതാഗതക്കുരുക്ക്. ഷേണായ് ഇറങ്ങി നോക്കി. ലോറിയിൽനിന്ന് ഒരു തടിവീണ് വിലങ്ങനെ കിടക്കുകയായിരുന്നു. നാല് കൂലിക്കാർ അത് മാറ്റാൻ ശ്രമിക്കുന്നു.

അവർ ഷേണായിയെ കണ്ട മാത്രയിൽ ഓടിവന്ന് കെട്ടിപ്പിടിച്ചു. തോളിലേറ്റി വിളിച്ചു. "ഇങ്ക്വിലാബ് സിന്ദാബാദ്, സഖാവ് ഷേണായ് സിന്ദാബാദ്".

അവരിൽനിന്ന് വിട്ട് ഓടി, പരിപാടിക്ക് പോകുവാനുണ്ട് എന്ന് പറഞ്ഞ് തിരിച്ചുചെന്ന്, വാതിൽ തുറന്നു കാറിൽ കയറി. കൂടയുണ്ടായിരുന്ന സമ്പന്നൻ പറഞ്ഞു.

"അയ്യേ, എന്താ ഇത്. ഷർട്ടിലൊക്കെ ചെളിയായി. വിയർപ്പുനാറ്റവും. ഇങ്ങനെ എങ്ങനാ പരിപാടിക്ക് പൂവ്വാ?"

"ഈ ചെളിയും വിയർപ്പുമാണ് ഷേണായിയെ ഷേണായിയും, എംഎൽഎയും വരെ ആക്കിയത്." പിന്നെ ഒന്ന് നിർത്തിയിട്ട്,

"ഇതൊന്നും പാടില്ലാത്ത പരിപാടിയാണെങ്കിൽ, ഷേണായി വരുന്നില്ല."

മാർക്സിസ്റ്റ് തത്വശാസ്ത്രമെന്ന കവചമണിഞ്ഞ് എന്നും വർഗസമരത്തിന്റെ നടുവിൽ പോരാടിനിന്ന ആ മഹാത്യാഗിയെ രണ്ടുവർഷംമുമ്പ് മാവിച്ചേരിയിൽ പോയി കാണുവാൻ എനിക്ക് ഭാഗ്യം സിദ്ധിച്ചു. വാർധക്യം അദ്ദേഹത്തെ തളർത്തിയിരുന്നെങ്കിലും ചൂഷകവർഗങ്ങളോടുള്ള സന്ധിയില്ലാ സമരത്തിന്റെ ആവേശം അപ്പോഴും ആ കണ്ണുകളിലും വാക്കുകളിലും സ്ഫുരിച്ചിരുന്നു. ആ സിംഹം ഇന്ന് നമ്മോടൊപ്പം ഇല്ലെങ്കിലും, ആ ഓർമ വർഗസമരങ്ങളിൽ എപ്പോഴും മുന്നണിയിൽത്തന്നെ ഉണ്ടാവും. സംശയമില്ല.

66

പ്രൊഫസർ എം എൻ വിജയൻ

"രജതപാത്രം പോൽ തണുത്തെത്രയും ശാന്തം
ഹന്ത ശയിച്ചിടുന്നു, ശിവനെ, തൽ ഭാനുവിൻ മണ്ഡലം."

വിജയൻ മാഷ് സ്മൃതിമണ്ഡലത്തിലേക്ക് പിന്മാറി. ആ 77 വയസുകാരന്റെ അന്ത്യനിമിഷങ്ങൾ ടി വിയിൽ കണ്ടപ്പോൾ ഈ എൺപത്തെട്ടുകാരന്റെ കരൾ പിടച്ചു.

അന്ന് ആഗസ്ത് ആറ്, ഹിരോഷിമാ ദിനം. കണ്ണൂരിൽ പുരോഗമന കലാ സാഹിത്യസംഘം എല്ലാ വർഷവും ഈ ദിനം സമുചിതമായി സാമ്രാജ്യത്വ വിരുദ്ധദിനമായി ആചരിക്കാറുണ്ട്. നഗരങ്ങളിൽ മാത്രമല്ല, നാട്ടിൻപുറങ്ങളിലും. കണ്ണൂരിൽനിന്ന് ഏകദേശം മുപ്പതു കിലോമീറ്റർ വടക്കു കിഴക്കായി ഒരു ഗ്രാമത്തിൽ ഡോ. സുലൈമാൻ ഒരു കൊച്ചു ആശുപത്രി നടത്തിയിരുന്നു. തികച്ചും ജനകീയമായ ഒരു ആതുരശുശ്രൂഷാകേന്ദ്രം. സ്ഥലപ്പേര് ഓർമ്മയില്ല. "വാർധക കർഷകന്റെ വേലത്തരം" (മഹാകവി വള്ളത്തോളിന്റെ പ്രയോഗം). ആശുപത്രി മുറ്റത്തു വച്ചായിരുന്നു അന്നത്തെ യോഗം. അധ്യക്ഷത വഹിക്കാൻ എന്നെയായിരുന്നു നിയോഗിച്ചത്. ആശുപത്രി വളപ്പായതുകൊണ്ടും സംഘാടകൻ ഡോക്ടറായതുകൊണ്ടുമായിരിക്കാം അത്. മുഖ്യപ്രാസംഗികൻ പ്രൊഫ. എം എൻ വിജയൻ.

ഞാൻ അദ്ദേഹത്തെ ഫോണിൽ ബന്ധപ്പെട്ടു. "എനിക്ക് ഒരു കാറുണ്ട്. ഞാൻ ധർമടത്ത് വന്ന് മാഷെ കൂട്ടിക്കൊള്ളാം. നമുക്ക് ഒപ്പം പുവ്വാം."

"അത് വേണ്ട. ഞാൻ എത്തിക്കൊള്ളാം."

"അതെന്താ. ഓടുന്നത് കാറാണ്, ഞാനല്ല."

മാഷ് പൊട്ടിച്ചിരിച്ചു. "അതിനുള്ള മറുപടി പറയാൻ ഞാൻ അടുത്തുതന്നെ എ കെ ജി ആശുപത്രിയിൽ വരുന്നുണ്ട്."

"Welcome, ഞാൻ കാത്തിരിക്കും."

ആ കുഗ്രാമത്തിൽ സാമാന്യം വലിയ ഒരു ജനക്കൂട്ടം! അത്ഭുതപ്പെട്ടു. പു ക സയുടെ പ്രവർത്തനത്തിന്റെ, അക്ഷീണ പ്രവർത്തനത്തിന്റെ ഫലമാണോ, ആ കൊച്ചു ആശുപത്രിയെയും ഡോക്ടറെയും അവിടുത്തുകാർ ഹൃദയത്തിലേറ്റിയതിന്റെ ലക്ഷണമാണോ, എന്തോ?

അന്ന് വിജയൻമാഷ് ചെയ്ത പ്രഭാഷണം ഞാൻ ഇന്നും ഓർക്കുന്നു.

ചരിത്രപരമായ ഭൗതികവാദം, പ്രാകൃത കമ്യൂണിസം, മിച്ച സമയം, മിച്ച മൂല്യം, വർഗങ്ങളുടെ ആവിർഭാവം, ആസുരമായ ചൂഷണം, തജ്ജന്യമായ സാമ്രാജ്യത്വം, അതിലും ഭയാനകമായ ഫാസിസം, മനുഷ്യരാശിയുടെ ചരിത്രത്തിൽ ആദ്യമായി രൂപംകൊണ്ട തൊഴിലാളി വർഗ നേതൃത്വത്തിലുള്ള ഭരണകൂടം, എല്ലാമെല്ലാം വിജയൻമാഷടെ സ്വന്തം അനനുകരണീയമായ ശൈലിയിൽ വിവരിച്ചു.

"ഈ യുദ്ധം ലോകം എങ്ങനെ പങ്കുവയ്ക്കണം എന്ന അന്തർ സാമ്രാജ്യത്വ വൈരുദ്ധ്യത്തിൽനിന്ന് ഉടലെടുത്തതാണ്. അത് ഒരു ധാരണയിലെത്തി, അന്യോന്യം കൈകൊടുത്ത്, ചായകുടിച്ച് ഒത്തുതീർക്കാവുന്നതേയുള്ളൂ."

എന്നാൽ, സോവിയറ്റ് യൂണിയന്റെ നേതൃത്വത്തിൽ അണിനിരന്ന ലോകസോഷ്യലിസ്റ്റ് ചേരിയും അമേരിക്കൻ നേതൃത്വത്തിലുള്ള ലോകസാമ്രാജ്യത്വചേരിയും തമ്മിൽ ഒരിക്കലും സന്ധിചേരാൻ പറ്റാത്ത അടിസ്ഥാന വൈരുദ്ധ്യമാണ്.

ചരിത്രം ഇതുവരെ കാണാത്ത അത്ര ഭീമമായ ത്യാഗങ്ങൾ സഹിച്ചു നാസിപ്പടയെ തിരിച്ചോടിച്ചു, ബർലിൻവരെ. ചെമ്പട ബർലിനിൽ എത്തി. അതവിടെ തട ഇട്ടില്ലെങ്കിൽ ജർമനിക്കു മാത്രമല്ല, ഫ്രാൻസിനും ഇംഗ്ലണ്ടിനും അത്‌ലാന്റിക് സമുദ്രത്തിനപ്പുറമുള്ള അമേരിക്കൻ ഐക്യനാടിനു പോലും ഭീഷണിയാണ്. ചൂഷകവർഗങ്ങൾക്കാകമാനം ഭീഷണിയാണ്. കിഴക്കൻമേഖലയിൽ ജപ്പാന്റെ ദ്വീപുകൾ ഓരോന്നോരോന്നായി മക് ആർതർ വെട്ടിപ്പിടിച്ചുവരികയായിരുന്നു. ടാകജിറ ഒനീഷയുടെ കാമികാഷെ പദ്ധതിയുണ്ടായിട്ടുപോലും (കാമി കാഷെ പദ്ധതി എന്നാൽ 10–15 വയസ്സ് പ്രായമായ കുഞ്ഞുങ്ങളെ ചക്രവർത്തി ഹിറോഹിറ്റോവിനെ ദൈവികമായി ഭ്രാന്തമായി ആരാധിക്കാൻ പഠിപ്പിച്ച് ആത്മത്യാഗം ചെയ്യുവാൻ സജ്ജമാക്കൽ). മക് ആർതർ അധികം താമസിയാതെ ടോക്യോവിലെത്തി എന്നുവരും. ടോജൊ ഹരാകിരി (ആത്മഹത്യയുടെ ജപ്പാൻ ശൈലി) ചെയ്തു എന്നുവരും. യുദ്ധം അവസാനിച്ചു എന്നുവരും. അതിനുമുമ്പ് സോവിയറ്റ് യൂണിയനും അതിനു പുറകിൽ അണിനിരന്നിട്ടുള്ള രാഷ്ട്രങ്ങൾക്കും സംഘടനകൾക്കും ഒരു കഠിന താക്കീത് കൊടുത്തേപറ്റൂ. കുറച്ചു ലക്ഷം നിരപരാധികളായ ജപ്പാൻകാരെ ബലികൊടുക്കുക. ഓപ്പൺ ഹീമർ പദ്ധതികൾ വികസിപ്പിച്ചെടുത്ത ആറ്റംബോംബ് ചെറിയതോതിൽ മരുഭൂമിയിൽ മാത്രമേ പരീക്ഷിച്ചി

ട്ടുള്ളൂ. അതിന്റെ വിശ്വരൂപം ഒരു ജനതയുടെ മേൽ പരീക്ഷിക്കണം. അങ്ങനെയാണ് ഹാരി ട്രൂമാൻ ആദ്യത്തെ അണുബോംബ് ഹിരോഷിമ നഗരത്തിൽ പ്രയോഗിക്കാനുള്ള കൽപ്പന ഒപ്പിട്ടത്.

ഞൊടിയിടകൊണ്ട് ലക്ഷക്കണക്കിനു നഗരവാസികൾ ഭസ്മീകരിക്കപ്പെട്ടു. പിന്നെയും ലക്ഷങ്ങൾ ആ പരിസരത്ത് അണുപ്രസരം കാരണം ഇഞ്ചിഞ്ചായി മരണമടഞ്ഞുകൊണ്ടേയിരുന്നു. ഈ സാവകാശമരണം നിരീക്ഷിക്കാൻ അമേരിക്കൻ ശാസ്ത്രജ്ഞർ പലവുരു അവിടെ വന്നു താമസിച്ചു. ഏകദേശം ഇരുപതു വർഷങ്ങൾ നീണ്ടുനിന്നു ആ "നിരീക്ഷണം."

ശാസ്ത്രജ്ഞർ ഗിനിപ്പന്നികളെയും എലികളെയും മറ്റും പല പരീക്ഷണങ്ങളിൽ പീഡിപ്പിച്ചു നിരീക്ഷിക്കാറുണ്ട്. ചിലപ്പോൾ, ഭീമമായ അർഥലാഭത്തിനുവേണ്ടി അരോഗദൃഢഗാത്രരായ മനുഷ്യരും പരീക്ഷണത്തിന് നിന്നുകൊടുക്കാറുണ്ട്.

പക്ഷേ, ജനനിബിഡമായ ഒരു നഗരത്തിലെയും പ്രാന്തപ്രദേശത്തിലെയും ദുസ്സഹമായ മരണസഞ്ചാരം ശാസ്ത്രീയ നിരീക്ഷണത്തിനു വിധേയമാക്കുന്നത് ഇത് ആദ്യമായിട്ടാണ്.

തിളങ്ങുന്ന കണ്ണുകളോടെ വിജയൻ മാഷ് പറഞ്ഞു.

"ഇതിനു മുതിരുന്നവരുടെ ഞരമ്പിൽക്കൂടി ഓടുന്നത് രക്തമല്ല, മാരകമായ നഞ്ചായിരിക്കും, ആ സംഭവം ഭൂതകാലത്തായിരുന്നു. പക്ഷേ, ആ സാമ്രാജ്യത്വം ഇപ്പോൾ ലോകം മുഴുവൻ സ്വന്തമാക്കാൻ കരുനീക്കുന്നു. അതിനെതിരായി ഒരു ആഗോള കുരുക്ഷേത്ര യുദ്ധത്തിന് നാം തയ്യാറെടുത്തേ പറ്റൂ."

രണ്ടു മണിക്കൂർ നീണ്ടുനിന്ന ആ പ്രഭാഷണവേളയിൽ ഒരു കുഞ്ഞുപോലും അശ്രദ്ധ കാണിച്ചില്ല. അത് കഴിഞ്ഞപ്പോഴുണ്ടായ കരഘോഷം അഞ്ചുമിനിറ്റ് നീണ്ടുനിന്നു, ഒരു മാലപ്പടക്കത്തിന് തീ കൊളുത്തിയപോലെ. നാലുദിവസത്തിനുശേഷം വിജയൻ മാഷ് സുസ്മേരവദനനായി ആശുപത്രിയിൽ എന്റെ മുറിയിൽ വന്നു. ഞാൻ എഴുന്നേറ്റ് കൈ കൊടുത്ത് ഇരിക്കാൻ കൈകാണിച്ചു.

"വേണ്ട ഞാൻ നിന്നോളാം"

"അതെന്താ?"

"അതിന് ഒരു കൺസൾട്ടേഷൻകൂടി ഉദ്ദേശിച്ചാ വന്നത്. പലപ്പോഴും ബസ്സിൽ കയറുമ്പോൾ പലരും എണീറ്റ് സീറ്റ് തരും. ഞാൻ അവരോട് പറയും, ഞാനിപ്പോഴും ഒരു കുട്ട്യാ, ഈ വെള്ളികമ്പിയില് പിടിച്ച് നിക്കാനാ ഇഷ്ടം".

മാഷടെ അസുഖ വർത്തമാനം പറയാൻ തുടങ്ങിയതേയുള്ളു. പോസ്റ്റ് ഓപ്പറേറ്റീവ് വാർഡിൽനിന്ന് ഒരു അർജന്റ് കാൾ വന്നു.

"അഞ്ചുമിനിറ്റ് ഇരിക്കൂ, അൽപ്പം നിൽക്കൂ. അതെന്താ എന്ന് നോക്കീട്ട് വരട്ടെ."

തിരിച്ചുവരാൻ അരമണിക്കൂർ പിടിച്ചു. തിരിച്ചുവന്നപ്പോൾ മാഷ് ഒരു ചുമരിൽ ചാരിനിന്ന് വായിക്കുന്നു, ഞാൻ വല്ലപ്പോഴുമൊക്കെ കുത്തികുറിക്കാൻ വച്ചിരുന്ന നോട്ട് പുസ്തകം.

"അയ്യോ അത് വായിക്കരുത്. അബദ്ധജടിലമായിരിക്കും."

"ഇത് ഞാൻ കൊണ്ടു പൂവ്വാ" പുസ്തകം കക്ഷത്ത് വച്ചു.

"അത് സഖാവ് ഐ വി ദാസ് കൊണ്ടുവന്നുതന്നതാ, ഇത്രയും കാലത്തെ അനുഭവങ്ങൾ ഓർത്തോർത്ത് എഴുതി വയ്ക്കാൻ. *ദേശാഭിമാനി* ആഴ്ചപ്പതിപ്പിനുവേണ്ടിയാണുപോലും."

"ദാസൻമാഷോട് ഞാൻ പറഞ്ഞോളാം."

"ദേവകിക്ക് മാത്രേ എന്റെ കൈയക്ഷരം വായിക്കാൻ പറ്റുള്ളൂ."

"സഹായം ആവശ്യം വരുമ്പോൾ അവരെയും ബുദ്ധിമുട്ടിച്ചോളാം."

അങ്ങനെയാണ് എന്റെ ജൽപ്പനങ്ങൾ വാരികയിൽ പ്രത്യക്ഷപ്പെടാൻ തുടങ്ങിയത്. പിന്നീട് രാമന്തളിയിൽ ഒരു യോഗത്തിൽ വച്ചാണ് മാഷടെ പ്രഭാഷണം കേൾക്കാൻ ഇടയായത്. അന്ന് കാറിൽ ഇരുന്നിട്ടാണ് വന്നത്. ബസ്സിലെ വെള്ളികമ്പിയിൽ തൂങ്ങിയിട്ടല്ല.

അന്നത്തെ എം എൻ വിജയൻ പ്രഭാഷണം ചില വാക്കുകളെപ്പറ്റിയും അവയ്ക്ക് പ്രയോഗംകൊണ്ട് അർഥമാറ്റങ്ങൾ വരുന്നതിനെപ്പറ്റിയുമായിരുന്നു.

ഹിറ്റ്ലർ അയാളുടെ പാർട്ടിയെ 1930 ൽ നാഷണൽ സോഷ്യലിസ്റ്റ് എന്നാണ് വിശേഷിപ്പിച്ചത്. ഹിറ്റ്ലർ അതുകൊണ്ട് ഉദ്ദേശിച്ചത് ചൂഷകവർഗത്തിന്റെ ആധിപത്യമാണ്. ഒക്ടോബർ വിപ്ലവത്തിനുശേഷം റഷ്യയിൽ രൂപംകൊണ്ട ഗവൺമെന്റിന്റെ പേര് ആദ്യത്തിൽ, റഷ്യൻ എസ് എഫ് എസ് റിപ്പബ്ലിക് (Socialist Federated Soviet Republic) എന്നായിരുന്നു. സോഷ്യലിസ്റ്റ് ഫെഡറേറ്റഡ് റിപ്പബ്ലിക്-അവിടെ സോഷ്യലിസ്റ്റ് എന്നുള്ളത് ചൂഷിതവർഗത്തിന്റെ ആധിപത്യത്തിൽ എന്നാണ്. അച്യുത് പട്വർധൻ കോൺഗ്രസ് സോഷ്യലിസ്റ്റ് പാർട്ടിയിലെ സോഷ്യലിസ്റ്റ് എന്നതുകൊണ്ട് ഉദ്ദേശിച്ചത് അഭ്യസ്തവിദ്യരായ ഇടത്തരക്കാരായ യുവാക്കളെയും.

67

പ്രൊഫസർ എം എൻ വിജയനെ ഇരുത്തി

വിജയൻമാഷ് ഒരിക്കലും വലിയ ആരോഗ്യവാനായിരുന്നില്ല. പലപ്പോഴും രുചിക്ഷയം, ചെറിയതോതിൽ വയറിളക്കം, അൽപ്പം വേദന ഇവയായിരുന്നു വിഷമങ്ങൾ.

ആയുർവേദക്കാർ പലതരം ഔഷധപ്രയോഗങ്ങൾ നടത്തി, കഠിന പഥ്യത്തോടെ. സിദ്ധവൈദ്യന്മാർ ചൂർണങ്ങളും ഭസ്മങ്ങളും പ്രയോഗിച്ചു. ഹോമിയോപ്പതിയായിരുന്നു പിന്നെ. മന്ത്രവാദക്കാര് മാഷോട് തോററു. "ആവക ഇമ്പാച്ചികളൊന്നും എന്റെ തലച്ചോറ് സ്വീകരിക്കില്ല, കുടലും." പിന്നെ പരീക്ഷണാർഥം, അൽപ്പം ടി ബിക്കുള്ള ചികിത്സയും.

മലദ്വാരത്തിന്റെ അടുത്ത് രണ്ടു പരുക്കളുണ്ടായിരുന്നു. അവയിൽ ഒന്ന് പഴുത്തിരുന്നു. തൊട്ടാൽ വേദന. ഇതാണ് മാഷ് ഇരിക്കാൻ കൂട്ടാക്കാത്തതിന്റെ കാരണം. ഒരു പ്രോബ് (Prob) കടത്താൻ ശ്രമിച്ചു. വല്ലാത്ത വേദന. അൽപ്പം മരവിപ്പിച്ച് പിന്നെയും നോക്കി. അവയിൽ ഒന്ന് കുറെ ആഴത്തിൽ പോകുന്നു. വൻകുടലിന്റെ അന്തർഭാഗം എക്സ്രേയിൽ നോക്കി. വ്യക്തമായില്ല. പിന്നെ ഒരു കുഴലിൽക്കൂടി നോക്കി (Sigmoidoscopy). വ്യക്തമല്ല. മൂന്നു സ്ഥലങ്ങളിൽനിന്ന് ബയോപ്സി ചെയ്തു. ഒരാഴ്ച കഴിഞ്ഞപ്പോൾ തൃശൂരിൽ സുധർമ ലാബിൽനിന്നു റിപ്പോർട്ട് കിട്ടി, ക്രോൺസ് ഡിസീസ് (Chrone's Disease).

എന്റെ ഒരു സുഹൃത്ത് ഇതിന് നാമകരണം ചെയ്തു, 'അന്തഛിദ്ര രോഗം.'

നാം അരോഗദൃഢഗാത്രരായി നെടുനാൾ ജീവിക്കുന്നതിനു കാരണം പ്രകൃതി നമ്മളിൽ സജ്ജമാക്കിയിരിക്കുന്ന പ്രതിരോധ നിരയാണ്. എന്നാൽ, ഈ നിരയ്ക്ക് ദുർലഭം ചിലപ്പോൾ ഒരു സംശയരോഗം (പ്രയോഗം അബദ്ധജടിലമാണെങ്കിൽ ഡോ. എം എൻ മുഹമ്മദലി ക്ഷമി

ക്കുമെന്നു വിശ്വസിക്കുന്നു) പിടിപെട്ടെന്നു വരാം. അപ്പോൾ സ്വന്തമായ ചിലതിനെ അന്യം എന്നു സംശയിച്ച് പുറംതള്ളാൻ നോക്കി എന്നുവരാം. ഇതിന് Auto immune disease എന്നു പറയുന്നു. ഈ ഇനത്തിൽപ്പട്ട കുടലിലെ രോഗമാണ് Regional Ilitis, Colitis എന്നെല്ലാമുള്ള അപര നാമധേയങ്ങളാൽ അറിയപ്പെടുന്നത്.

ആഴത്തിൽ പോകുന്ന ഫിസ്റ്റുല എവിടെനിന്നുവരുന്നു എന്നറിയാൻ Lipidol എന്ന ഒരു ദ്രാവകം അതിലേക്ക് കടത്തി എക്സ്റേ എടുത്തു രണ്ടു പ്രതലത്തിൽ. അപ്പോൾ അത് വൻകുടൽ rectum ആയി മാറുന്ന സ്ഥലത്തുനിന്നാണ് വരുന്നത് എന്നു വ്യക്തം. ലിപ്പിഡോൾ ആ സന്ധിയിലെത്തിയത് എക്സ്റേയിൽ കാണാമായിരുന്നു.

(Lipidol, Iodine Olive oil-ൽ അലിയിച്ച ഒരു ദ്രാവകമാണ്. ഇത് ചെറുകുപ്പിയിലാണ് വരുന്നത്. അതിൽക്കൂടി നോക്കിയാൽ മറുവശത്തുള്ള വസ്തുക്കൾ കാണാം. അതായത്, പകൽ വെളിച്ചം അതിൽക്കൂടി നിഷ്പ്രയാസം സഞ്ചരിക്കുന്നു. പക്ഷേ, എക്സ്റേ രശ്മികളെ അത് പൂർണമായി തടയുന്നു! എന്തദ്ഭുതം).

ഇതിനെ High anal fistula എന്നു പറയുന്നു. അത് പലപ്പോഴും പഴുക്കും. കഠിന വേദന അനുഭവപ്പെടും. അതാണ് വിജയൻമാഷ് പലപ്പോഴും ഇരിക്കാൻ വിസമ്മതിക്കുന്നത്. വേദിയിൽ പുറകിൽ നിൽക്കും. പ്രഭാഷണസമയത്ത് മുന്നിൽ മൈക്കിനടുത്തുവരും. വാചാലമാകും. പിന്നെ പുറകിലേക്കുതന്നെ പിൻവാങ്ങും. എന്തെങ്കിലും സംശയം ഉന്നയിച്ചാൽ മൈക്കിനടുത്തെത്തും. വളരെ വ്യക്തമായ രീതിയിൽ സംശയനിവൃത്തിയുണ്ടാക്കി പിന്മാറും.

ചികിത്സിക്കാൻ വളരെ വിഷമമുള്ള സ്ഥിതി. ആ ഫിസ്റ്റുല മുഴുവൻ തുറന്നെടുക്കുക എന്നത് ശ്രമകരം. മാത്രമല്ല, അങ്ങനെ ചെയ്താൽ മലശോധന നിയന്ത്രിക്കാനുള്ള കെൽപ്പ് നഷ്ടപ്പെട്ടെന്നുവരാം. സ്ഥലകാലബോധമില്ലാതെ വിസർജനം സംഭവിച്ചെന്നുവരാം. രോഗിക്കും ബന്ധുക്കൾക്കും സുഹൃത്തുക്കൾക്കും അസഹനീയമായ ഒരവസ്ഥ സംജാതമാവും. എന്തുചെയ്യും!

നേരത്തെ വിവരിച്ച സംശയരോഗത്തിന്റെ ചികിത്സ Immuran, prednisone മുതലായ ഔഷധപ്രയോഗമാണ്. അവ നമ്മുടെ സ്വത:സിദ്ധമായ പ്രതിരോധനിരയെ കുറെയേറെ നിഷ്പ്രഭമാക്കുന്നു. നമുക്ക് അണുബാധ തടുക്കാനുള്ള കെൽപ്പ് വളരെ ഏറെ ഇല്ലാതാക്കുന്നു. ആ റിസ്ക് എടുത്തേ പറ്റൂ. എപ്പോഴും അണുബാധ വരാതിരിക്കാൻ ജാഗരൂകരാകുക മാത്രമാണ് ചെയ്യാവുന്നത്. വൃക്ക മാറ്റിവയ്ക്കൽ ശസ്ത്രക്രിയ മുതലായ സന്ദർഭങ്ങളിലാണ് ഈ പ്രയോഗം, ഒരു കാൽക്കുലേറ്റഡ് റിസ്ക്, എടുക്കേണ്ടിവരിക.

വിജയൻ മാഷിന്റെ കാര്യത്തിൽ അതാണ് ചെയ്തത്. മാഷിന് ഇരിക്കാനായി. ഇരുത്തി വേദിയിൽ, എങ്കിലും ബസിലെ വെള്ളിക്കമ്പി

പിടിച്ചുനിന്നു യാത്രചെയ്യാനായിരുന്നു ഇഷ്ടം. സമാനമനസ്കരുമായി തോളുരുമ്മി യാത്ര ചെയ്യാനുള്ള രസം.

ചീമേനിയിൽ പുരോഗമന കലാസാഹിത്യ സംഘത്തിന്റെ ഒരു യോഗത്തിൽ സാമ്രാജ്യത്വവിരുദ്ധമായിരുന്നു മാഷിന്റെ കൊടിയടയാളം.

ബ്രിട്ടീഷ് സാമ്രാജ്യത്വത്തിനെതിരായ സമരത്തിന്റെ തിളങ്ങുന്ന അധ്യായമായിരുന്നു കയ്യൂർസംഭവം. അപ്പുവും കുഞ്ഞമ്പുനായരും ചിരുകണ്ടനും അബുബക്കറും കൊലമരം കേറുമ്പോൾ ഉച്ചത്തിൽ വിളിച്ച മുദ്രാവാക്യങ്ങൾ, അതിന്റെ പൊരുൾ എല്ലാം വിസ്തരിച്ചു.

അങ്ങനെ നിരവധി രക്തസാക്ഷികളുടെ ത്യാഗം കാരണം ബ്രിട്ടീഷ് സാമ്രാജ്യത്വത്തെ കെട്ടുകെട്ടിച്ചു.

'ബ്രിട്ടൻ പോണം, ഉടനെ ഭാണ്ഡം കെട്ടീടേണം, സംശയമില്ല...'

അവർക്ക് കരുത്തുറ്റ താങ്ങായിരുന്നത് ജന്മിത്വമായിരുന്നു. 1957ൽ ഇ എം എസിന്റെ നേതൃത്വത്തിലുണ്ടായ മന്ത്രിസഭ അതു മാറ്റി.

പക്ഷേ, അതിനു പകരംവന്നത് മുതലാളിത്ത നാടുവാഴിത്തമാണ്. അവരുടെ ഒത്താശകളെല്ലാം, പുതിയ അമേരിക്കൻ ഭീകരവിരുദ്ധ ഭീകരതയാണ്. അതിന്റെ താത്വികവശം വിശദീകരിച്ചു.

ആ പ്രസംഗത്തിന്റെ അവസാനഭാഗം ഇങ്ങനെയായിരുന്നു.

കയ്യൂരിൽ സഖാവ് ചൂരിക്കാടൻ കൃഷ്ണൻ നായരോടൊപ്പം

ഒക്ടോബർ വിപ്ലവത്തിനുശേഷം ഭാവിഭരണഘടനയെപ്പറ്റി ചർച്ച ചെയ്യുമ്പോൾ ഒരു ഭൂരിഭാഗം പറഞ്ഞു, തൊഴിലാളികളുടെയും യോദ്ധാക്കളുടെയും സോവിയറ്റായിരിക്കണം നേതൃത്വത്തിൽ.

(ഒന്നാംലോകമഹായുദ്ധത്തിന്റെ അവസാന കാലമായിരുന്നു അത്)

ലെനിൻ പറഞ്ഞു, യോദ്ധാക്കൾ എന്നൊരു വർഗമില്ല. നമ്മുടെ പട്ടാളക്കാരുടെ ധീരോദാത്ത സംഭാവന അംഗീകരിക്കുന്നു. എന്നാൽ, അവരിൽ ഒരു ഭൂരിഭാഗത്തിന്റെയും ഉൽക്കൃഷ്ടമായ ആശ എന്തായിരിക്കും. എനിക്ക് സ്വന്തമായ ഒരു തുണ്ട് ഭൂമിവേണം എന്നായിരിക്കും. അത് സ്വകാര്യസ്വത്തിനോടുള്ള വാഞ്ഛയാണ്. ഒരു ബോൾഷെവിക് എന്ന നിലയ്ക്ക് എനിക്കതിനോട് യോജിക്കാൻ പ്രയാസമുണ്ട്.

എന്നാൽ, ഭൂരിപക്ഷ തീരുമാനം ഞാൻ അംഗീകരിക്കുന്നു.

സ്വകാര്യസ്വത്തിനോടുള്ള ആസക്തി അത് വർധമാനമാക്കാനുള്ള പ്രവണതയാണ് മനുഷ്യരാശിയുടെ സമ്പൂർണ സ്വാതന്ത്ര്യത്തിന് വിലങ്ങുതടിയായി നിലകൊള്ളുന്നത്.

അദ്ദേഹം *പാഠം* മാസികയിൽ പത്രാധിപത്യം സ്വീകരിച്ചതിൽ ഈ ലേഖകനും വളരെയധികം വേദനിച്ചു. വർഷങ്ങളായിട്ടുള്ള സൗഹൃദത്തിന്റ പേരിൽ ഒരു വ്യക്തിപരമായ വിയോജിപ്പ് കത്തിൽക്കൂടി അറിയിച്ചു. മറുപടി തന്നില്ല.

കത്തു കിട്ടിയില്ലായിരിക്കുമോ? എന്തോ.

അവസാനമായി രണ്ടു വിശദീകരണങ്ങൾ

1. Immuran, Prednisone ഔഷധപ്രയോഗങ്ങളും മാഷ്ക്ക് ഉണ്ടായ Vocal cord cancer ഉം തമ്മിൽ ഒരു ബന്ധവുമില്ല. ആ ക്യാൻസർ പരിപൂർണമായി സുഖപ്പെടുകയും ചെയ്തു-ഇത് പറയാൻ കഴിയുന്ന അൽപ്പം ചില ക്യാൻസറുകളിൽപ്പെട്ടതാണ് Vocal cord cancer.
2. വേദിയിലിരുന്നുകൊണ്ടുതന്നെ തളർന്നുവീണതും എല്ലാവരോടും അവസാനമായി യാത്രാമൊഴി ചൊല്ലിയതും ഉദരരോഗത്തിന്റെയും അതിന് നൽകിയിരുന്ന ഔഷധങ്ങളുടെയും ഫലമായി സംഭവിച്ചതല്ല.

വ്യക്തിപരമായി എനിക്ക് പലതരത്തിലും മാഷോട് അസൂയ തോന്നിയിട്ടുണ്ട്.

ഏറ്റവും വലിയ അസൂയ ആ നിഷ്പ്രയാസ വിടവാങ്ങലിനോടാണ്.

68

നട്ടെല്ല്

ഒരു പ്രധാനപ്പെട്ട അവയവമാണിത്. ശരീരശാസ്ത്രപരമായും ആലങ്കാരികമായും.

ഗോർബച്ചേവിന്റെ "പെരിസ്ട്രോയിക്ക, ഗ്ലാസ്നോസ്റ്റ്" പ്രഖ്യാപനത്തിന്റെ പൊരുളിനെപ്പറ്റി ഒരു പണ്ഡിതോചിതമായ സെമിനാർ നടക്കുകയുണ്ടായി. സദസ്സ് ജനനിബിഡമായിരുന്നു. വേദിയിൽ മാർക്സിസ്റ്റ് പണ്ഡിതന്മാർ തയാറായി അണിനിരന്നിരുന്നു. അവരുടെ കൂട്ടത്തിൽ ഒരു പ്രമുഖൻ കഴുത്തനക്കാൻ പറ്റാത്തവിധത്തിൽ ഒരു കോളർ ധരിച്ചിരുന്നു, "തല കുനിക്കുകയില്ലിനി ഒരിക്കലും".

ഒരു പ്രസംഗകൻ വേദിയിലേക്ക് ആനയിക്കപ്പെട്ടു. പകുതി കയറി നിന്ന് അദ്ദേഹം കോളർധാരിയെ സാകൂതം നോക്കി ചോദിച്ചു, "എന്തു പറ്റി?"

"നട്ടെല്ലിന് ഒരു തകരാറ്"

അത്ഭുതത്തോടെ,"ആഹാ, അതിൽ വല്ലതും ഇപ്പോളും ബാക്കിയുണ്ടോ?'

എന്റെ മകളുടെ ഒരു സുഹൃത്ത്, യൂണിവേഴ്സിറ്റി കോളേജിലെ മലയാളം ലക്ചറർ, ഒരു ദിവസം വന്നു, ഗ്ലാസ്നോസ്റ്റ് വിവാദത്തിൽ പങ്കെടുക്കുവാൻ വേദിയിലിരുന്ന നേതാവ് അണിഞ്ഞ കോളറുപോലെ ഒന്ന് അണിഞ്ഞുകൊണ്ട്.

അവൾക്ക് (എന്റെ കൊച്ചുമോന്റെ പ്രായം മാത്രം ഉള്ളതുകൊണ്ട് 'അവൾ' എന്ന് എഴുതുവാൻ ധൈര്യപ്പെടുന്നു, കോളേജ് അധ്യാപികയാണെങ്കിൽപ്പോലും) കഴുത്ത് അനങ്ങുമ്പോൾ വേദന. അത് തോൾ മുതൽ താഴോട്ട് കൈ മുഴുവൻ പടരും. ക്ലാസെടുക്കുമ്പോൾ ബോർഡിലേക്ക് തിരിയുമ്പോഴും, താഴെ വീണ ചോക്ക് കുനിഞ്ഞെടുക്കുമ്പോഴും എഴുതുമ്പോഴും വേദന. ഭർത്താവിന്റെ സ്കൂട്ടറിന്റെ പുറകിലിരുന്നു

യാത്രചെയ്യുമ്പോൾ വേദന. അതിനെല്ലാംവേണ്ടി ഓർത്തോവിദഗ്ധൻ നിശ്ചയിച്ചതാണ് ഈ കോളർ; ദിവസവും അരമണിക്കൂർ ഇടവിട്ടുള്ള വലിച്ചുനീട്ടലും (Traction).

ഇനി അല്പം സാങ്കേതികം:

നാൽക്കാലികളായിരുന്ന നമ്മൾ ഇരുകാലികളായി മാറിയപ്പോൾ, നട്ടെല്ലിനാണ് വളരെ ഏറെ മാറ്റം വന്നത്. ഇരുപത്തിയെട്ട് കശേരുക്കൾ (vertebra) ഒന്നിന് മുകളിൽ ഒന്നായി അടുക്കിയിരിക്കുന്നു. അതുകാരണമാണ് നമുക്ക് കുനിയുവാനും ഞെളിയുവാനും ഇടത്തോട്ടും വലത്തോട്ടും തിരിയുവാനും പുറകോട്ട് നോക്കുവാനും മറ്റും പറ്റുന്നത്. ഇത് സാധ്യമാകുന്നതിന്, ഇവയുടെ ഇടയിൽ ഓരോ ഡിസ്ക് ഉണ്ട്. ഒരു ബലിഷ്ഠമായ പുറംതോട് (Annulus Fibrosis) അതിനുള്ളിൽ മാർദവമുള്ള ഒരു കുഷൻ (Nucleus Pulposis) ഇതാണതിന്റെ ഘടന.

എന്തെങ്കിലും കാരണവശാൽ ആനുലസിൽ വിള്ളൽ വീണാൽ, അതിൽകൂടി നടുക്കുള്ള ന്യൂക്ലിയസ് പുറത്തോട്ട് പാളി നോക്കി എന്നുവരാം, പുറകിലുള്ള സുഷുമ്നാ നാഡി (spinal cord)യിലോ അതിൽനിന്ന് പോകുന്ന ഞരമ്പിലോ തട്ടിയാൽ വേദന അനുഭവപ്പെടും. ഇതിന് പൊതുവെ Disc lesion എന്നാണ് പേർ.

ഇതാണ് ശ്രീകലയ്ക്ക് പറ്റിയത്. കഴുത്ത് തീരെ അനക്കാതെ വെച്ചാൽ, വേദനയ്ക്ക് ആശ്വാസം കിട്ടും. എല്ലാ ദിവസവും ഒരു മണിക്കൂർ പത്തുമിനിട്ട് ഇടവിട്ട് കഴുത്ത് വലിച്ചുനീട്ടിയാൽ, Traction, പുറംന്തള്ളിയ ന്യൂക്ലിയസിന്റെ ഭാഗം ഉൾവലിഞ്ഞു എന്നുവരാം.

ഇതുകൊണ്ടൊന്നും പൂർണ ആശ്വാസം കിട്ടിയില്ല എങ്കിൽ ശസ്ത്രക്രിയ ചെയ്ത്, തള്ളിനിൽക്കുന്ന ന്യൂക്ലിയസ് മുറിച്ചുകളയാം. ആനുലസ്സിലെ വിടവ് അടയ്ക്കുവാൻ വസ്തുക്കൾ implantകൾ, പലതരം ലഭ്യമാണ്. അവ മേത്തരമാണ്.

ഓപ്പറേഷൻകൊണ്ട് ശ്രീകലയുടെ ഈ പരാധീനത മാറ്റാം. ഒരുമാസം കഴിഞ്ഞ് കോളറിനോട് വിടപറയാം. എങ്ങോട്ടുവേണമെങ്കിലും കഴുത്ത് തിരിക്കാം. ഓമന മകളെ വാരിയെടുക്കാം, ഇപ്പോൾ അവൾ വലിയ കുട്ടിയായി എങ്കിലും.

ഞങ്ങളുടെ മറ്റൊരു സുഹൃത്ത് അധ്യാപകവൃത്തിയിൽനിന്ന് രണ്ടുവർഷംമുമ്പ് റിട്ടയർ ചെയ്ത മധ്യവയസ്കയ്ക്ക് കുറേ കാലമായി ഇടുപ്പ് വദന. ഇത് പലർക്കും അനുഭവപ്പെടാറുണ്ട്, പ്രത്യേകിച്ച് പൊക്കം കൂടിയവർക്ക്, ജീവിതസായാഹ്നത്തിലേക്ക് കാൽ കുത്തുമ്പോൾ. അല്പനേരം തലചായ്ച്ചാൽ ആശ്വാസം കിട്ടും. സുഹൃത്തുക്കളായി ഒത്തുചേരുമ്പോൾ പറയാനൊരു വിഷയം, അല്പം സഹതാപം കൈമാറാൻ ഒരു സന്ദർഭം. പലതരം കൊഴമ്പുകളുടെയും തൈലങ്ങളുടെയും അവിദഗ്ധ താരതമ്യ പഠനത്തിനൊരവസരം. വൈദ്യന്മാർക്കും ഓർത്തോവിദഗ്ധർക്കും ഒരു ധനാഗമമാർഗം. അത്രമാത്രം.

എന്നാൽ ഇതിനോടുകൂടി ഒരു കാലിൽ തരിപ്പോ ബലക്ഷയമോ അനുഭവപ്പെട്ടാൽ വിദഗ്ധപരിശോധന ആവശ്യമാണ്. അത് ഒരു ഡിസ്ക്‌ലീഷനാവാൻ (Disklesion) സാധ്യതയുണ്ട്.

യുവതിയായ ശ്രീകലയ്ക്ക് കഴുത്തിലാണ് കുഴപ്പം. മധ്യവയസ്കയായ സീതമ്മാളിന് ഉദരത്തിന്റെ പുറകിൽ, ലംബാർ (lumbar) എന്ന് ഞങ്ങൾ വിളിക്കുന്ന ഭാഗത്താണ് ഡിസ്ക് തെറ്റിയത്.

ഇടത്തെ കാലിന് തരിപ്പ്. അല്പം ബലക്ഷയം. "തൈലം ഇടുപ്പിന് മാത്രം പുരട്ടിയാൽ പോര, രണ്ടു കാലിലും പുരട്ടി തിരുമ്മണം." ആയുർവേദ ആശുപത്രിയിൽ കിടന്നു കുറച്ചു ആഴ്ചകൾ, ചികിത്സക്കായി.

തരിപ്പും ബലക്ഷയവും അല്പാല്പം കൂടുന്നു, സാവകാശത്തിൽ.

"ഇത് ഡിസ്ക് തകരാറുതന്നെയാണ്. സാധാരണ എക്സ്റേയിൽ തെളിയില്ല. എം ആർ ഐ ചെയ്യണം." വേദന അസഹനീയമായപ്പോൾ ഓർത്തോ ഡോക്ടറെ കണ്ടപ്പോൾ അദ്ദേഹം ഉപദേശിച്ചു.

മക്കൾ ബാംഗ്ലൂരിലാണ്. വിദഗ്ധ ചികിത്സക്ക് അങ്ങോട്ടുപോയി. രണ്ട് ലംബാർ ഡിസ്കുകൾ സ്ഥാനത്തുനിന്ന് തെറ്റി കാലിലേക്ക് പോകുന്ന ഞരമ്പുകളിൽ തട്ടുന്നു. മൂന്നാമതൊന്ന് അല്പം മാത്രം തെറ്റിയിരിക്കുന്നു.

പ്രാഥമിക പരിശോധനകളും ചികിത്സകളും കഴിഞ്ഞ് ശസ്ത്രക്രിയ ചെയ്ത് ഇപ്പോൾ തിരിച്ചെത്തി. പൊതുപ്രവർത്തനത്തിൽ വീണ്ടും വ്യാപൃതയായി.

"ഇടതുകാലിലെ തരിപ്പ് അല്പംകൂടി ബാക്കിയുണ്ട്.

"അത് ക്രമേണ മാറിക്കൊള്ളും."

ആധുനിക വൈദ്യശാസ്ത്രം, അസാധ്യമെന്ന് കരുതിയിരുന്ന പലതും സുസാധ്യമാക്കിക്കൊണ്ടിരിക്കുന്നു.

ഇന്നത്തെ പണപ്പെരുപ്പത്തിൽ വൈദ്യശാസ്ത്രവും കച്ചവടവൽക്കരിക്കപ്പെട്ടുകൊണ്ടിരിക്കുന്നുണ്ടോ? അതിനെ ജനകീയമാക്കേണ്ടതല്ലേ?

69

അതിഭയങ്കരൻ അതീവ ബലഹീനൻ

AIDS –ഇംഗ്ലീഷ് ലിപിയിലെ നാലക്ഷരങ്ങൾ. രണ്ട് ദശകങ്ങൾക്ക് മുമ്പുവരെ ഒരു പ്രത്യേകതയും ഇതിനുണ്ടായിരുന്നില്ല. കൂട്ടി എഴുതി യാൽ, യുദ്ധാനന്തരം പാവപ്പെട്ട മൂന്നാംലോകരാഷ്ട്രങ്ങൾക്ക് സാമ്രാ ജ്യത്വം മനംനൊന്ത് കൈയയച്ച് ഏർപ്പെടുത്തിയിരുന്ന ധനസഹായം." അത് കെട്ടിയിരുന്നത്, ഇംഗ്ലീഷിലെ strings കൊണ്ടായിരുന്നില്ല, സമർഥമായി ഒളിപ്പിച്ചുവെച്ച പാരകൊണ്ടായിരുന്നു എന്നു മാത്രം.

വി കെ കൃഷ്ണമേനോൻ അമേരിക്കൻ പര്യടനത്തിൽ ഒരു സർവകലാശാല സന്ദർശിക്കുകയുണ്ടായി. പല ചോദ്യോത്തരങ്ങൾക്കിട യിൽ ഒരു വിദ്യാർഥി അല്പം ധാർഷ്ട്യത്തോടെ ചോദിച്ചു. "ഇന്ന് ഞങ്ങൾ നിങ്ങൾക്ക് ഭീമമായ സംഭാവന ചെയ്തുകൊണ്ടിരിക്കുന്നുണ്ട്, PL 480 എന്ന പേരിൽ. ഇത് നിന്നുപോയാൽ നിങ്ങൾ എന്തുചെയ്യും?"

കൃഷ്ണമേനോൻ ചോദ്യകർത്താവിനെ നോക്കി, പുഞ്ചിരിച്ചു കൊണ്ട് പറഞ്ഞു, "ഈ ചോദ്യം നിങ്ങളുടെ പ്രസിഡൻഡിനോടാണ് ചോദിക്കേണ്ടത്. ഞങ്ങൾക്ക് കാര്യമായി ഒന്നും സംഭവിച്ചു എന്നു വരില്ല. പക്ഷേ, നിങ്ങൾക്ക് ഭീമമായ നഷ്ടം സംഭവിച്ചു എന്നു വരാം".

പക്ഷേ, പ്രസ്തുത നാല് അക്ഷരങ്ങൾ വേറിട്ടെഴുതിയാൽ മനുഷ്യ രാശി ഇതുവരെ കാണാത്ത, ഇപ്പോൾ കണ്ടുകൊണ്ടിരിക്കുന്ന, ഒരു മഹാ വിപത്താണ്. ഹിരോഷിമയും നാഗസാക്കിയും നിസ്സാരങ്ങളാക്കുന്നു ഈ പിശാച് (പിശാച് എന്നൊന്നുണ്ടെങ്കിൽ അതിനോട് ആയിരം ക്ഷമാ പണം).

1969 ജൂൺ 9–ാം തീയതി അന്നത്തെ യു എസ് പ്രതിരോധ ഡെപ്യൂട്ടി ഡയറക്ടർ ഡോക്ടർ ഡൊണാൾഡ് മക്കാർതർ അസന്ദിഗ്ധമായി പറഞ്ഞു, "അടുത്ത അഞ്ചുപത്തുവർഷങ്ങൾക്കുള്ളിൽ നമ്മൾ ഒരു പുതുപുത്തൻ രോഗാണുവിനെ സൃഷ്ടിക്കും. അതിന്, സാധാരണ

മനുഷ്യരിൽ ഉള്ള ഉപരോധവ്യൂഹത്തെ നിഷ്പ്രയാസം മറികടന്ന് മാരകമായ രോഗങ്ങൾ വിതയ്ക്കുവാൻ കഴിയണം. അതിനു വേണ്ട ഭീമമായ ചെലവൊക്കെ യു എസ് പ്രതിരോധ വകുപ്പ് വഹിക്കും".

1979 ൽ ആദ്യത്തെ എയ്ഡ്സ് രോഗം (Aquired Immune Deficiency Syndrome) ന്യൂയോർക്കിൽ പ്രത്യക്ഷപ്പെട്ടു.

ഗവേഷണ കേന്ദ്രങ്ങളിൽ പുതുതായി കണ്ടുപിടിക്കപ്പെടുന്ന അണുവിനെ ഗിനിപ്പന്നികൾ, എലികൾ, കുരങ്ങന്മാർ മുതലായ മൃഗങ്ങളിൽ കുത്തിവെച്ച് അതിന്റെ വിവിധ വശങ്ങൾ നിരീക്ഷിക്കുകയാണ് പതിവ്. എന്നാൽ ഈ പുതിയ വൈറസ് പരീക്ഷണ മൃഗങ്ങളിൽ ഒന്നും ചലനങ്ങൾ സൃഷ്ടിച്ചില്ല. ആഴ്ചകളും മാസങ്ങളും കാത്തിരുന്നിട്ടും ഒരു ചലനവും കണ്ടില്ല.

സാധാരണഗതിയിൽ, അങ്ങനെ വരുമ്പോൾ, സ്വയം സന്നദ്ധരാകുന്ന മനുഷ്യരിൽ (Volunteers) പ്രയോഗിച്ചുനോക്കുകയാണ് വഴി. ഇവർ പലരും ദീർഘകാല കാരാഗൃഹവാസം അനുഭവിക്കുന്നവരായിരിക്കും. തടവുകാലത്തിൽ കാര്യമായ ഇളവ് വാഗ്ദാനം ചെയ്താണ് അവരെ പ്രേരിപ്പിക്കുന്നത്.

എന്തിനും ചങ്കൂറ്റം ഉള്ള പട്ടാളക്കാരും പരീക്ഷണത്തിന് സന്നദ്ധമാകും, പല പല പ്രലോഭനങ്ങൾ കാരണം. പരീക്ഷണശേഷം അവരിൽ ഒരാൾക്ക് കുതിച്ചുകയറുന്ന ക്ഷയരോഗം (Gallopping Tuberculosis) ആണ് കണ്ടത്. മാത്രവുമല്ല അവരിൽനിന്ന് പരിശോധിച്ച അണുക്കൾ ആന്റിബയോട്ടിക് ചെറുക്കുന്നവ ആയിരുന്നുവെന്ന് കണ്ടെത്തി. അതും നൂറുശതമാനം ക്ഷയരോഗവിമുക്തമെന്ന് കരുതപ്പെട്ടിരുന്ന അമേരിക്കയിൽ.

നഗരവാസികളായ നാം വല്ലപ്പോഴുമൊക്കെ ക്ഷയരോഗാണുവിനെ ശ്വസിച്ചു എന്നു വരാം. പനിയും ചുമയും കടുക്കുംമുമ്പ് നമ്മുടെ പ്രതിരോധശക്തി അവയെ കീഴടക്കും. കൊന്നൊടുക്കി എന്ന് വരില്ല. വളഞ്ഞുവെച്ച് പരക്കാതെ നിർത്തും. അനാർക്കലിയുടെ വിധി. അതിനെ Ghon lesion എന്ന് വിളിക്കാം. പനി, ചുമ, ഈ കാരാഗൃഹ ബന്ധനം എല്ലാംകൂടി 'പ്രൈമറി കോംപ്ലക്സ്' എന്ന് അറിയപ്പെടുന്നു. അണുബാധിതനായ ആൾ ഒരുവിധം ആരോഗ്യവാനാണെങ്കിൽ അത് അവിടെ അവസാനിക്കുന്നു. മാത്രമല്ല മേലാൽ ഉണ്ടാവാനിടയുള്ള ക്ഷയരോഗബാധക്കെതിരായ പ്രതിരോധശക്തി കൂട്ടുകയും ചെയ്യുന്നു. ഈ പ്രതിരോധശക്തിയെ ആണ് HIV (Human Immune Deficiency Virus) നശിപ്പിക്കുന്നത്.

ക്ഷയരോഗാണു പ്രതിരോധ നിരയെ മാത്രമല്ല, എല്ലാതരം അണുബാധക്കെതിരായ സ്വതഃസിദ്ധമായ പ്രതിരോധശക്തിയേയും HIV നശിപ്പിക്കുന്നു.

ഈ വൈറസ് കുത്തിവെച്ച ഗിനിപ്പന്നികൾക്കും മറ്റും വേറെ ബാധയുണ്ടായിരുന്നില്ല. അത് കാരണമാണ് അവയിൽ എച്ച് ഐ വിയുടെ വിശ്വരൂപം കാണാൻ സാധിക്കാതെ പോയത്.

ഒരു തിക്താനുഭവം

എച്ച് ഐ വിയെപ്പറ്റി ഇന്നാട്ടിൽ വളരെയൊന്നും അറിവില്ലാത്ത കാലമായിരുന്നു അത്. ഒരു ശസ്ത്രക്രിയാ വിദഗ്ധൻ അല്പം സങ്കീർണമായ ഒരു ഓപ്പറേഷൻ ചെയ്തുകൊണ്ടിരുന്നപ്പോൾ വിരലിൽ ഒരു സൂചി തുളച്ചുകയറി. ആദ്യം അത് കണക്കാക്കാതെ ഓപ്പറേഷൻ തുടർന്നു.

അല്പം കഴിഞ്ഞപ്പോൾ സിസ്റ്റർ പറഞ്ഞു, “സാറിന്റെ ഗ്ലൗസിന്റെ അകത്ത് ചോരയുണ്ടല്ലോ!” അയാൾ ഗ്ലൗസ് മാറ്റി, ഓപ്പറേഷൻ തീർത്തു. തന്റെ വിരലിൽ തറച്ചുകയറിയ സൂചിയെപ്പറ്റി മറന്നു.

രോഗി മാലിക്കാരനായിരുന്നു. അയാളുടെ മുറിവ് ഉണങ്ങുവാൻ വളരെ താമസിച്ചു.

മാസങ്ങൾക്ക് ശേഷം ഡേക്ടർ രോഗഗ്രസ്തനായി. ചികിത്സ ഏൽക്കാതായി. എല്ലാ പരീക്ഷണങ്ങളും നടത്തി. എയ്ഡ്സ് ആണ് അസുഖം എന്ന് സ്ഥിരീകരിച്ചു. മാലി രോഗിയിൽനിന്ന് പകർന്നതാണ് എന്ന് കിംവദന്തി പടർന്നു.

അദ്ദേഹത്തിന്റെ രണ്ടു കുട്ടികളെ സ്കൂളിൽനിന്ന് പുറംതള്ളി. മറ്റു സ്കൂളുകളൊന്നും അവരെ ചേർക്കാൻ തയ്യാറായില്ല. അദ്ദേഹത്തിന്റെ ഭാര്യയെ കണ്ടാൽ ജനം വഴിമാറിപ്പോവാൻ തുടങ്ങി. അത്യാവശ്യസാധനങ്ങൾ വാങ്ങാൻ കടയിൽ പോയാൽ കടക്കാരൻ മാറിനിന്ന്, ഇഷ്ടമുള്ളത് എടുത്തുകൊള്ളാൻ പറയും. ആ കുടുംബം മാസങ്ങളോളം നരകയാതന അനുഭവിച്ചു, സമൂഹ ബഹിഷ്കരണം മൂലം.

മൈക്രോസ്കോപ്പിൽക്കൂടി പോലും കാണാൻ പറ്റാത്ത, ഇലക്ട്രോൺ മൈക്രോസ്കോപ്പിലൂടെ ഭൗതിക ശരീരം കണ്ട് വിശകലനം ചെയ്ത ഈ അതിഭയങ്കരൻ അതേ സമയം അതീവ ബലഹീനനുമാണ്. സോപ്പ് വെള്ളം തട്ടിയാൽ, അല്പം വെയിൽ കൊണ്ടാൽ, ഉണങ്ങിയാൽ, ഇഷ്ടൻ മൃതിയടയും. സ്കൂളിൽ ഒരേ ബെഞ്ചിൽ തൊട്ടുരുമ്മി ഇരുന്നതുകൊണ്ടോ, പലവിധം കളികളിൽ ഒരുമിച്ച് ചേർന്നതുകൊണ്ടോ, ഒരേ മുറിയിൽ ഇരുന്ന് ആഹാരം കഴിച്ചതുകൊണ്ടോ ഒരേ ടോയ്‌ലറ്റ് ഉപയോഗിച്ചതുകൊണ്ടോ ഒന്നും എച്ച് ഐ വി പകരില്ല.

അതിന് മൂന്ന് കവാടങ്ങളേ ഉള്ളൂ.

1. ലൈംഗിക അരാജകത്വം.
2. മയക്കുമരുന്നിന് അടിമപ്പെട്ടിട്ടുള്ളവർ വട്ടമിട്ടിരുന്ന് ഒരേ സിറിഞ്ച്, സൂചി മുതലായവ ഉപയോഗിക്കുന്ന സമ്പ്രദായം.
3. എച്ച് ഐ വി ബാധിതരക്തം, പ്ലാസ്മ, സിറം മുതലായവ സ്വീകരിക്കുക.
4. അമ്മയിൽനിന്ന് ഗർഭസ്ഥശിശുവിലേക്കും പകരാം.

അടുത്തകാലത്ത് ചില കുട്ടികളെ എച്ച് ഐ വി പോസിറ്റീവ് എന്ന പേരിൽ സ്കൂളിൽനിന്ന് നിഷ്കാസനം ചെയ്തത് അക്ഷന്തവ്യമായ

തെറ്റാണ്. ഒരേ ബെഞ്ചിൽ ഇരുന്ന് പഠിച്ചതുകൊണ്ടും ഒരേ കുളത്തിൽ കുളിച്ചതുകൊണ്ടും ഒരേ പായയിൽ കിടന്നുറങ്ങിയതുകൊണ്ടും ഒന്നും ഈ രോഗം പകരില്ല എന്ന് രക്ഷാകർത്താക്കളെ പറഞ്ഞു മനസ്സിലാക്കേണ്ടത് സ്കൂൾ അധികൃതരുടെയും അധ്യാപകരുടെയും കടമയാണ്. ടീച്ചേഴ്സ് ട്രെയിനിങ്ങിൽ ഇത് ഒരു പാഠ്യവിഷയമാക്കേണ്ടതാണ്.

അവലംബം

ശാസ്ത്രസാഹിത്യപരിഷത്ത് പുനഃപ്രസിദ്ധീകരിച്ച *The Origin of AIDS* - Jacob Segal, Lilly Segal.

70

മുതലാളിത്ത ഭീമന്മാരുടെ ഉറ്റ സുഹൃത്ത്

യുഗങ്ങൾ നീണ്ടുകിടക്കുന്ന മനുഷ്യരാശിയുടെ ചരിത്രത്തിൽ, അമേരിക്കൻ സാമ്രാജ്യത്വം അതിന്റ ഏകധ്രുവ ലക്ഷ്യം നേടാൻ വേണ്ടി ചെയ്ത സമാനമില്ലാത്ത നിഷ്ഠൂര പാതകഫലമാണ് എച്ച് ഐ വി.

1979 ൽ ആദ്യത്തെ എയ്ഡ്സ് രോഗി ന്യൂയോർക്കിൽ പ്രത്യക്ഷപ്പെട്ടു. പെന്റഗൺ ആഹ്ലാദിച്ചു. ലോകം നടുങ്ങി.

മയക്കുമരുന്നിന് അടിമപ്പെട്ടിട്ടുള്ള ചില സംഘങ്ങൾ വട്ടമിട്ടിരുന്ന് ഒരേ സൂചിയും സിറിഞ്ചും ഉപയോഗിച്ച് മയക്കത്തിലാണ്ട് നിർവൃതിയടയാറുണ്ട്. അവരിൽ ചിലർ എച്ച് ഐ വി ബാധിതരായിത്തീരുന്ന സ്ഥിതി വന്നു. എച്ച് ഐ വി പകരുന്ന മാർഗങ്ങളിലൊന്ന്, വളരെ പ്രധാനപ്പെട്ട ഒന്ന്, വൃത്തിഹീനമായ സിറിഞ്ചും സൂചിയുമാണെന്ന് കണ്ടെത്തി.

മതുലാളിത്ത വമ്പന്മാർ ആ വൈക്കോൽ തുരുമ്പ് പിരിച്ച് വലിയ വടമാക്കി. പ്രചണ്ഡമായ ബോധവൽക്കരണ പരിപാടി ലോകം മുഴുവൻ അഴിച്ചുവിട്ടു.

"എച്ച് ഐ വി വലിയ ശതമാനം ജനങ്ങളെ അവശരാക്കി, ഇഞ്ചക്ഷൻ സൂചികളിൽക്കൂടി, സിറിഞ്ചുകളിൽക്കൂടി. അതുകൊണ്ട് ഓരോ കുത്തിവെപ്പിനും പുതുപുത്തൻ സിറിഞ്ചും സൂചിയും ഉപയോഗിക്കുക. അതിനുശേഷം അവ നിഷ്കാസനം ചെയ്യുക". അങ്ങനെ "നിഷ്കാസനപ്രസ്ഥാനം" ഉടലെടുത്തു.

അമേരിക്കൻ ഐക്യനാട് ലോകത്തിന് എച്ച് ഐ വി എന്ന മഹാവിപത്ത് സംഭാവന ചെയ്തു. അതിന്റെ ഭീകരതയെപ്പറ്റി വലിയ തോതിൽ പ്രചരണം സംഘടിപ്പിച്ചു. പക്ഷേ ഈ ഭീകരൻ ഒരേ സമയം ദുർബലനുമാണ് എന്ന വസ്തുത മറച്ചുവെച്ചു. അല്പം വെയിൽ കൊണ്ടാൽ, ഈർപ്പം കുറഞ്ഞാൽ, സോപ്പുവെള്ളം തട്ടിയാൽ അത് ചത്തുപോകുമെന്ന വസ്തുത. ഒരു പ്രാവശ്യം മാത്രം ഉപയോഗിക്കാ

വുന്ന കുത്തിവെപ്പ് സാമഗ്രികൾ കൊണ്ട് മാർക്കറ്റ് നിറച്ചു. ലാഭേച്ഛയിൽ ഒട്ടും പുറകിലല്ലാത്ത മെഡിക്കൽ സമൂഹം പുതിയ പ്രസ്ഥാനം സഹർഷം ഏറ്റെടുത്തു. അവരെ ദൈവംപോലെ കാണുന്ന ജനസമൂഹം അത് ശിരസാവഹിച്ചു.

1980 വരെ എല്ലാ ഹെൽത്ത് സെന്ററുകളിലും ആശുപത്രികളിലും സർവസാധാരണമായി കണ്ടിരുന്ന ഒരു ഉപകരണമാണ് ഇൻസ്ട്രുമെന്റ് സ്റ്റെറിലൈസർ. ആദ്യമൊക്കെ, വിറകടുപ്പുകളിൽ വെള്ളം തിളപ്പിച്ച് അതിലാണ് അണുവിമുക്തമാക്കിയിരുന്നത്. പിന്നീടത് മണ്ണെണ്ണ സ്റ്റൗവിലായി. ആശുപത്രികളിൽ പ്രഷർസ്റ്റോവ് സാധാരണ ഉപയോഗിച്ചിരുന്നു. പിന്നീടാണ് ഇലക്ട്രിക് സ്റ്റെറിലൈസർ സർവസാധാരണമായത്.

വെള്ളം തിളയ്ക്കുന്നത് 100 ഡിഗ്രി സെന്റിഗ്രേഡ് താപനിലയിലാണ്. ആ ചൂടിൽ സാധാരണ അണുക്കളൊന്നും ജീവിക്കില്ല. 80 ഡിഗ്രി സെന്റിഗ്രേഡിൽതന്നെ അവ മിക്കവാറും ചത്തൊടുങ്ങും. എന്നാൽ ടെറ്റനസ്, ആന്ത്രാക്സ് മുതലായ ചില വമ്പന്മാർ പ്രതികൂല സാഹചര്യങ്ങളിൽ ഒരു കവചിതക്കൂട്ടിൽ ചുരുണ്ടുകൂടും. അതിന് spores എന്നാണ് പേർ. അത്തരം അണുക്കൾ spore forming microbes എന്നറിയപ്പെടുന്നു. അവ 100 ഡിഗ്രി സെന്റിഗ്രേഡ് താപനില അതിജീവിക്കും. എന്നാൽ സാധാരണ ഉപയോഗത്തിൽ ഇരിയ്ക്കുന്ന സിറിഞ്ചുകളിലും സൂചികളിലും ഇവ ഉണ്ടാവില്ല. അവയെ ഉന്മൂലനം ചെയ്യാൻ Autoclave ആവശ്യമാണ്. ഇത് ഒരു ബോയ്ലർ മാതിരിയാണ്. അതിൽ മർദം വളരെ കൂടും. അപ്പോൾ വെള്ളം തിളയ്ക്കുന്നത് 120 ഡിഗ്രി സെന്റിഗ്രേഡ് വരെ ഉയർന്ന താപനിലയിലാവും. ഓപ്പറേഷന് ഉപയോഗിക്കുന്ന സാമഗ്രികൾ ഇതിലാണ് പൂർണമായും അണുവിമുക്തമാക്കുന്നത്. കുത്തക മുതലാളിത്തം ഏകദേശം രണ്ടു നൂറ്റാണ്ടുകളിലൂടെ ആർജിച്ച ഈ സാങ്കേതിക വിജ്ഞാനം അന്നൊക്കെ ആവശ്യമായിരുന്നു. നവംനവങ്ങളായ steriliser ഉൽപ്പാദിപ്പിച്ചിരുന്ന കാലത്ത് അവയിൽക്കൂടി ലാഭം കൊയ്യാമായിരുന്നു.

എച്ച് ഐ വിയുടെ രംഗപ്രവേശത്തോടെ അവയെല്ലാം അവർ തിരസ്കരിച്ചു. കുത്തിവെപ്പിൽകൂടി എച്ച് ഐ വി ബാധ ഉണ്ടാവാം എന്ന പർവതീകരിക്കപ്പെട്ട വിജ്ഞാനം ഒരു മഹാ ഭീതിയായി ജനസമൂഹത്തിന്റെ മസ്തിഷ്കങ്ങളിലേക്ക് പകർന്നു.

ചെറുകാടിന്റെ സാഹിത്യപ്രവർത്തനങ്ങൾ മാനിച്ച് ഒരു സദസിൽ വെച്ച് ഒരു പേന അദ്ദേഹത്തിന് ഉപഹാരമായി സമർപ്പിക്കുകയുണ്ടായി. മറുപടി പ്രസംഗത്തിൽ അദ്ദേഹം പറഞ്ഞു, " ഈ പേനകൊണ്ട് നൂറ് മസ്തിഷ്കങ്ങളിൽ ചെങ്കൊടി പാറിപ്പിക്കുവാൻ കഴിഞ്ഞാൽ ഞാനും ഇതിന്റെ ദായകരും കൃതാർഥരാകും, തീർച്ച".

"എച്ച് ഐ വി സിറിഞ്ചിൽക്കൂടിയും സൂചിയിൽ കൂടിയും വല്ലപ്പോഴും പകർന്നു എന്നുവരാം, മയക്കുമരുന്നിനടിമപ്പെട്ടവർക്കിടയിൽ" എന്നതിനുപകരം, ഈ മാർഗത്തിൽകൂടി മാത്രമാണ് എന്ന മിഥ്യ പ്രച

രിപ്പിക്കപ്പെട്ടു. പഴയ ഇൻസ്ട്രുമെന്റ് സ്റ്റെറിലൈസറുകളെ നിഷ്കാസനം ചെയ്ത് ഡിസ്പോസിബിൾ സിറിഞ്ച് ഉൽപ്പാദകഭീമന്മാർ കോടിക്കണെക്കിന് ലാഭം കൊയ്യാൻ തുടങ്ങി.

പെന്റഗൺ ഒരു മഹാവിപത്ത് സൃഷ്ടിച്ചു. അതിന്റെ ഉറവിടം മറച്ചുവെക്കുവാൻ സി ഐ എ കോടിക്കണക്കിന് ഡോളർ ചെലവിട്ടു. ആ വിപത്തിന്റെ പേരിൽ മുതലാളിത്തം ശതകോടികൾ കവർന്നെടുത്തു കൊണ്ടിരിക്കുന്നു. സാധാരണക്കാരൻ കൂടുതൽ കൂടുതൽ പാപ്പരായിക്കൊണ്ടിരിക്കുന്നു.

പണ്ടൊക്കെ തൊടിയിൽ കപ്പ പറിക്കുമ്പോൾ കാലിൽ ഒരു പോറൽ സംഭവിച്ചാൽ സാരമില്ല അടുത്ത ആശുപത്രിയിൽ പോയി ഒരു പ്രതിരോധ കുത്തിവെപ്പെടുത്തേക്കാം എന്ന് കരുതും. സർക്കാർ ആശുപത്രിയിൽ ഇതിന് കാശുവേണ്ടല്ലോ. ഇന്നോ?

" സിറിഞ്ചും സൂചിയും എവിടെ?"

"അതിവിടില്ലേ?"

"അതൊക്കെ പണ്ട്. ഇപ്പോൾ ഇതെല്ലാം ഒരുതവണ മാത്രമേ ഉപയോഗിക്കാവൂ എന്നാ നിയമം. ഓരോ കുത്തിവെപ്പിനുശേഷവും അവ നിഷ്കാസനം ചെയ്യണം."

"ഇപ്പോൾ ഡിസ്പോസിബിൾ സിറിഞ്ചും സൂചിയുമേ ഉപയോഗിക്കാറുള്ളു. എങ്കിൽ പിന്നെ എച്ച് ഐ വിയെ ഭയക്കണ്ട. അടുത്ത മരുന്നുഷാപ്പിൽ പോയി ഒരെണ്ണം വാങ്ങിക്കൊണ്ടുവരൂ."

പാവം തോട്ടക്കാരന്റെ കീശയിൽനിന്ന് കുറെ രൂപ കൈയിട്ട് വാരുന്നു.

ആര്? മുതലാളിത്ത മഹാരഥന്മാർ!

71

ആതുര ശുശ്രൂഷാ രംഗത്തെ അപചയങ്ങൾ

ഞാൻ 32 വർഷം സർക്കാർ ആശുപത്രികളിൽ പ്രവർത്തിച്ച് 1977ൽ ജോലിയിൽനിന്ന് വിരമിച്ചു. അന്നെല്ലാം ജനറൽ വാർഡിൽ ഭക്ഷണമുൾപ്പെടെ എല്ലാം സൗജന്യമായിരുന്നു.

ഓരോ രോഗിക്കും ഒരു ഡയറ്റ് ഷീറ്റ് ഉണ്ടായിരുന്നു. അതിൽ അയാളുടെ രോഗസ്ഥിതിക്ക് തക്കതായി ഭക്ഷണം ഓരോ ദിവസവും രേഖപ്പെടുത്തും. അത് ചികിത്സകന്റെ കടമയായിരുന്നു. അതനുസരിച്ച് ആശുപത്രി അടുക്കളകളിൽ പാകംചെയ്യുന്നു. പലർക്കും ഇന്ന് അത്ഭുതം തോന്നി എന്നു വരാം! ആശുപത്രിയിൽ അടുക്കളയോ! രോഗികളെ കിടത്തി ചികിത്സിക്കുന്ന എല്ലാ ആശുപത്രികളിലും അടുക്കളയും കലവറയും കുശ്നിക്കാരും പാത്രങ്ങൾ കഴുകുവാനുള്ള വേലക്കാരും മറ്റെല്ലാ സംവിധാനങ്ങളും ഉണ്ടായിരുന്നു.

1982ൽ ഒരു സർക്കാർ ഉത്തരവുവന്നു. അതിൽ പറഞ്ഞു.

1. ഇനിമേലാൽ ആശുപത്രികളിൽ ഭക്ഷണം പാകംചെയ്യുന്നതല്ല. രോഗികൾക്ക് വേണ്ട ആഹാരം അവരുടെ ബന്ധുക്കൾ കൊണ്ടുവന്നു കൊടുക്കേണ്ടതാണ്.

2. ഒരു പരിശോധനയും സൗജന്യമായി ചെയ്തുകൊടുക്കുന്നതല്ല, മൂത്രത്തിലെ പഞ്ചസാരയും അതിന്റെ അളവും ഉൾപ്പെടെ. ലാബിന്റെ മുന്നിൽ ഓരോന്നിന്റെയും ചാർജ് പ്രസിദ്ധീകരിക്കണം. ലാബിൽനിന്നുതന്നെ അവ ഈടാക്കണം.

അങ്ങനെ പല പരിഷ്കാരങ്ങളും അടങ്ങുന്ന ഒരു ജി ഒ ആയിരുന്നു ഉടനെ നടപ്പാക്കേണ്ടത്.

തിരുവനന്തപുരം മെഡിക്കൽ കോളജിൽ പതിനാറ് മുതൽ പത്തൊമ്പതുവരെ അക്കമിട്ട ക്രോണിക് വാർഡുകളുണ്ട് രോഗികളുടെ ബാഹുല്യം കാരണം ഇന്നതിൽ അക്യൂട്ട് കേസുകളും അഡ്മിറ്റ് ചെയ്യുന്നുണ്ട്,

തറയിലും കട്ടിലിനടിയിലും ഒക്കെ കിടത്തുന്നുണ്ട്. അങ്ങോട്ടുപോകുന്ന ഒരു നടപ്പാതയുണ്ട്. പണ്ടൊക്കെ ആ നടപ്പാതയിൽ ഏകദേശം ഇരുപത് പേരെങ്കിലും കിടന്നുറങ്ങുന്നത് കാണാമായിരുന്നു. അവരെല്ലാവരും പ്രമേഹരോഗികളായിരുന്നു. അവർ അതിരാവിലെ ലാബിൽപോയി മൂത്രത്തിലെ പഞ്ചസാരയുടെ അളവ് തിട്ടപ്പെടുത്തും. ആ തുണ്ടുമായി കാഷ്വാലിറ്റിയിൽ പോയി തക്കതായ ഡോസ് ഇൻസുലിൻ കുത്തിവെപ്പിനു ശേഷം പോയി പ്രഭാതകർമങ്ങളെല്ലാം കഴിഞ്ഞ് അവരവരുടെ പ്രവർത്തിസ്ഥലങ്ങളിലേയ്ക്ക് പോകും.

ഈ പരിശോധനക്കും കുത്തിവെപ്പിനും ഒരു പൈസപോലും ചെലവില്ലായിരുന്നു.

ഇന്ന് ആ നടപ്പാത രാത്രികാലങ്ങളിൽ വിജനമാണ്. കാരണം, മൂത്രത്തിൽ പഞ്ചസാരയുണ്ടോ എന്ന് നോക്കുവാൻ രണ്ടു രൂപ. അതിന്റെ തോത് തിട്ടപ്പെടുത്തുവാൻ അഞ്ചുരൂപ. കാഷ്വാലിറ്റിയിൽ ഇൻസുലിൻ സ്റ്റോക്ക് ചെയ്യുന്നില്ല. അത് വാങ്ങിക്കൊടുക്കണം (കഴിഞ്ഞ പത്തുവർഷത്തിൽ അതിന്റെ വില പത്തിരട്ടിയായി വർധിച്ചു). അതിനോടുകൂടി ഡിസ്പോസബിൾ സിറിഞ്ചും സൂചിയും വാങ്ങിക്കൊടുക്കണം.

ആ പാവപ്പെട്ട പ്രമേഹരോഗികൾ എവിടെപ്പോയി! നടപ്പാതയിലെ സുഖസുഷുപ്തിക്കുപകരം എന്നെന്നേക്കുമായി സുഷുപ്തിയിൽ ആണ്ടു പോയോ? അതിനുമുമ്പ് അവിടവിടെ അഴുകിപ്പോയ അവയവങ്ങളുടെ അസഹനീയമായ വേദന എത്രനാൾ അനുഭവിച്ചുകാണും.

1982ൽ ഈ ജിഒ പ്രാബല്യത്തിൽ വന്നപ്പോൾ എസ് എഫ് ഐ, ഡി വൈ എഫ് ഐ മുതലായ സംഘടനകൾ മെഡിക്കൽ കോളേജ് കവാടത്തിനടുത്ത് പന്തൽകെട്ടി സത്യഗ്രഹം അനുഷ്ഠിച്ചു. അടുത്തൂൺ പറ്റിയ ഞങ്ങൾ, രണ്ടുമൂന്നുപേർ പലപ്പോഴും ആ പന്തലിൽ കുറെ നേരം ചെലവഴിക്കുമായിരുന്നു.

ഇതിനെപ്പറ്റി ചർച്ചചെയ്യാൻ ഒരു മെഡിക്കൽ കോളേജ് എക്സിക്യൂട്ടീവ് കമ്മിറ്റി യോഗം ചേരുകയുണ്ടായി. ഈ ലേഖകനും അതിൽ ഒരു ക്ഷണിതാവായി പങ്കെടുത്തു. ഞാൻ ശക്തിയായി, ഒരു പക്ഷേ വേണ്ടതിലധികം വികാരഭരിതനായി അന്ന് സംസാരിച്ചു. എല്ലാം ക്ഷമയോടെ കേട്ടശേഷം അന്ന് പ്ലാനിങ് ബോർഡ് വൈസ് ചെയർമാൻ ആയിരുന്ന ഐ എസ് ഗുലാത്തി സുസ്മേരവദനനായി ഇംഗ്ലീഷിൽ പറഞ്ഞു,

''നിങ്ങൾ കാലത്തിനൊത്ത് നീങ്ങണം...''.

ഞാൻ പൊട്ടിത്തെറിച്ചു, ''നിങ്ങൾ ഞങ്ങളെ നരകത്തിലേക്കാണോ നയിക്കുന്നത്? അതാണോ കാലത്തിനൊത്തുള്ള നീക്കം?''

ഒട്ടും പ്രക്ഷുബ്ധനാകാതെ അദ്ദേഹം കനിഞ്ഞു. ''ഇന്ന് പ്രതിഫലം കൂടാതെ കിട്ടുന്ന ഒന്നിനും വിലയില്ല, ജനങ്ങളുടെ മനസ്സിൽ. ഇത്രയും അധികം രോഗികൾ സ്വകാര്യ ആശുപത്രികളിൽ പോകുന്നത് അതിനൊരു തെളിവല്ലെ?''

''സ്വകാര്യമേഖല പൊതുമേഖലയെ അൽപാൽപമായി വിഴുങ്ങിക്കൊണ്ടിരിക്കുന്നു'' എന്നല്ലെ ഈ പറഞ്ഞതിന്റെ അർഥം! അതിന്റെ

തോത് പ്രതിദിനം കൂടിക്കൊണ്ടിരിക്കുന്നു എന്ന്, ഒരു വ്യാഴവട്ടക്കാലം ഈ മേഖലയെ നിരീക്ഷിക്കുന്നവർക്ക് നിഷേധിക്കാൻ സാധിക്കുമൊ!

ഈ കാലയളവിൽ മെഡിക്കൽ കോളേജിന്റെ ചുറ്റുവട്ടത്ത് എത്ര സ്കാൻ സെന്ററുകളും ക്ലീനിക്കൽ ലാബുകളും കൂണുപോലെ പൊന്തിവന്നു!! ഇവയിൽ പലതിനും മെഡിക്കൽ കോളേജിലെ ചില ഉന്നതന്മാരുടെ അനുഗ്രഹാശിസ്സുകളും ഉണ്ടായിരുന്നിരിക്കും. സ്വകാര്യമേഖല ചില മെഡിക്കൽ ഉന്നതന്മാരുടെ മസ്തിഷ്കങ്ങളെയും സ്വാധീനിച്ചിട്ടുണ്ടാകാം.

ഉദാഹരണം: എന്റെ ഒരു ഉറ്റ സുഹൃത്തിന്റെ അമ്മയെ ഒരു ഉന്നതന് റെഫർചെയ്തു. അദ്ദേഹം പരിശോധിച്ച് ഒരു പ്രത്യേക സ്കാൻ സെന്ററിലേക്ക് കത്തുകൊടുത്തയച്ചു. വേറെ ഒരു സ്കാൻ സെന്ററിലാണ് ആ പാവം പോയത്. എല്ലാ 'സ്ഥാപനങ്ങൾ'ക്കും ഉണ്ടാകുമല്ലൊ ഇരയെ നോക്കിനിൽക്കുന്ന കണ്ണുകൾ. ഒരു ഭീമമായ തുകകൊടുത്ത് റിപ്പോർടുമായി വിദഗ്ധന്റെ അടുത്തുചെന്നു. ആ മാന്യൻ രോഷാകുലനായി ആ കവർ ദൂരെ എറിഞ്ഞു. ''ഞാൻ ഈ സ്ഥലത്തേക്കല്ലല്ലോ കത്തു തന്നത്."

ആ പാവത്തിനെ മറ്റേ സെന്ററിൽ കൊണ്ടുപോയി അത്രതന്നെ തുക വീണ്ടും ചെലവാക്കി, ഉന്നതന് ഇഷ്ടപ്പെട്ട റിപ്പോർടുമായി ചെന്നു.

ഉന്നതന് സ്കാൻ സെന്ററുമായി ഉള്ള സാമ്പത്തിക ബന്ധം സുവിദിതം.

ഐ എസ് ഗുലാത്തി സൂചിപ്പിച്ച മാറ്റത്തിന്റെ വിവിധ വശങ്ങൾ.

ഈ പ്രതിഭാസം മെഡിക്കൽ വിദ്യാഭ്യാസ മേഖലയെയും ബാധിച്ചിട്ടുണ്ട്.

അടുത്തൊരു ദിവസം മെഡിക്കൽ കോളേജിൽ ഒരു യോഗത്തിന് ഞാൻ മുഖ്യാതിഥിയാകുകയുണ്ടായി. മൂന്ന് അവസാനവർഷ വിദ്യാർഥികൾ എന്നെ കൊണ്ടുപോകുവാൻ കാറുമായി വന്നു. പലതും സംസാരിക്കുന്നതിനിടയിൽ ഞാൻ ചോദിച്ചു, ''ഇപ്പോൾ പേഷ്യൻസിന് ഡയറ്റ്ഷീറ്റ് ഇല്യ അല്ലെ?''

ഒരാൾ അൽപം ജാള്യതയോടെ ചോദിച്ചു,

''കേസ് ഷീറ്റ് ഉണ്ട്, ഡയറ്റ് ഷീറ്റ് എന്താ?''

''ഓരോ രോഗിയും എന്ത് ഭക്ഷണം കഴിക്കണം, എന്ത് കഴിച്ചുകൂടാ, എന്തളവിൽ എത്ര ഇടവിട്ട് എന്നതൊക്കെ നിശ്ചയിക്കേണ്ടത് അയാളെ ചികിത്സിക്കുന്ന ഡോക്ടറുടെ കടമയല്ലെ?''

അവർ വിഷമിച്ചു. എന്നെ മുഖ്യ അതിഥിയാക്കിയ സംഘാടകരെ മനസ്സിൽ പഴിച്ചുകാണും.

പിന്നെ ഒരാൾ പ്രസന്നനായി പറഞ്ഞു, ''ആ ഇൻസ്ട്രക്ഷൻസൊക്കെ ബൈസ്റ്റാൻഡർക്ക് കൊടുക്കും''.

അവരെ ഇനി ബുദ്ധിമുട്ടിച്ചുകൂടാ എന്നു കരുതി ഞാൻ പറഞ്ഞു, "ഞങ്ങളുടെ കാലത്ത് ഓരോ രോഗിക്കും വേണ്ട ആഹാരം ആശുപത്രി അടുക്കളയിലാണ് പാചകംചെയ്തിരുന്നത്. അതാത് വാർഡിലേക്ക് വേണ്ട ആഹാരം ട്രോളികളിൽ രാവിലെയും ഉച്ചയ്ക്കും വൈകിട്ടും രാത്രിയി

എൺപതുകളിലും സജീവം

ലും എത്തിക്കും. അത് വാർഡുകളിലെ സിസ്റ്റർമാർ ഏറ്റുവാങ്ങും. ലഡ്ജർ ഒപ്പിടും. ഡയറ്റ് ഷീറ്റ് പ്രകാരമുള്ള ഭക്ഷണം ഓരോ രോഗിക്കും വാർഡിലെ ഭക്ഷണശാലയിൽവെച്ച് പകർന്നുകൊടുക്കും. ചിട്ടയായ ചികിത്സാമുറയുടെ അഭേദ്യഘടകമാണ് ചിട്ടയായ ആഹാരക്രമങ്ങൾ.

ഞാൻ അവസാന വർഷപരീക്ഷയ്ക്ക് അപ്പിയർചെയ്തപ്പോൾ ഒരു ഉപചോദ്യം, Kempner ഡയറ്റിനെപ്പറ്റിയായിരുന്നു."

പിള്ളേരുടെ അമ്പരപ്പ് കണ്ടു ഞാൻ കൂട്ടിച്ചേർത്തു, "നെഫ്രോറ്റിക് സിൻഡ്രോമിനുള്ള ആഹാരക്രമമാണ് അത്".

ഈ ചിട്ടകാരണം വാർഡുകളും പരിസരവും വൃത്തിയായി സൂക്ഷിക്കുവാൻ പ്രയാസമുണ്ടായിരുന്നില്ല. രോഗികൾക്കും കൂട്ടിരിപ്പുകാർക്കും കൊണ്ടുവന്ന ആഹാരപ്പൊതികൾ കുന്നുകൂടുമായിരുന്നില്ല.

വാർഡുകളിലെ ഊണുമുറികൾ പലതും രോഗികളെ കിടത്തുവാനുള്ള സ്ഥലമായി മാറി!

മുമ്പ് ആയിരം രോഗികൾക്ക് പാചകം ചെയ്തിരുന്ന അടുക്കള അൽപ്പാൽപ്പം നവീകരണങ്ങൾ ചെയ്ത് ഇന്നത്തെ ന്യൂറോളജി ഐ സി യു ആയി മാറി! അന്ന് അരി, പരിപ്പ്, ഉപ്പ്, മുളക് മുതലായവ സൂക്ഷിച്ചിരുന്ന

കലവറ ഇന്ന് ഐ സി യുവിൽ ആവശ്യമുള്ള വെന്റിലേറ്റർ മുതലായ പല തരം സാമഗ്രികൾക്കുള്ള സ്റ്റോറായി. പണ്ട് ഫുഡ്ട്രോളികൾ നിർത്തിയിരുന്ന സ്ഥലം ഐസിയുവിൽ കിടക്കുന്ന രോഗികളുടെ ആകാംക്ഷാഭരിതരായ ബന്ധുമിത്രാദികൾക്കുള്ള വെയ്റ്റിങ് ഷെഡ് ആയി.

എന്റെ ഒരു ഉറ്റ സുഹൃത്ത്, ശീതീകരിക്കപ്പെട്ട ഐ സി യുവിൽ നിന്ന് മെനിഞ്ചൈറ്റിസ് സമ്പാദിച്ച് ഏതാനും വർഷങ്ങൾക്കുമുമ്പ് മരണമടഞ്ഞു.

ശീതീകരണയന്ത്രങ്ങൾ മുറിയിലെ 80 ശതമാനം വായു ശീതീകരിച്ച് റീ സർക്കുലേറ്റ് ചെയ്യുകയാണ്. തന്മൂലം അണുബാധയുണ്ടെങ്കിൽ അത് ശാശ്വതീകരിക്കപ്പെടും. ഡബ്ല്യു എച്ച് ഒയുടെ ഒരു പഠനത്തിൽ തെളിയിച്ചിരിക്കുന്ന വസ്തുതയാണ് ഇത്. ''തുറസ്സായ, ധാരാളം വായു സഞ്ചാരമുള്ള സ്ഥലമാണ് ഐ സി യുവിന് അഭികാമ്യം'' എന്ന് റിപ്പോർട്ട് അഭിപ്രായപ്പെടുന്നു.

എസ് എ ടി ആശുപത്രിയിൽ ശീതീകരിച്ച നവജാതശിശു ഐ സി യുവിൽ അടുത്തകാലത്തുണ്ടായ അത്യാഹിതത്തിന് കാരണം മറിച്ചല്ല. ഇതാദ്യത്തേതുമല്ല. ആശുപത്രി സൂപ്രണ്ടിനെ സസ്പെൻഡ് ചെയ്തതുകൊണ്ട് അത് പരിഹരിക്കപ്പെടുകയുമില്ല.

വൈദ്യശാസ്ത്രം ശാസ്ത്രീയ രീതിയിൽ കൈകാര്യംചെയ്തില്ല എങ്കിൽ, അത് ശാസ്ത്രത്തോട് ചെയ്യുന്ന അവഹേളനമാകും.

ജാതിമത, സാമ്പത്തിക, ഉച്ചനീച പരിഗണനകൾ അതിന്, ശാസ്ത്രത്തിന്, അന്യമാണ്.

www.ingramcontent.com/pod-product-compliance
Lightning Source LLC
LaVergne TN
LVHW042257051026
849519LV00011B/374